வேதாளம் சொன்ன கதை

வேதாளம் சொன்ன கதை

யுவன் சந்திரசேகர் (பி. 1961)

யுவன் சந்திரசேகர் (எம். யுவன்) பிறந்தது மதுரை மாவட்டம் சோழவந்தானுக்கு அருகிலுள்ள கரட்டுப்பட்டி என்ற சிறு கிராமத்தில். வசிப்பது சென்னையில். பாரத ஸ்டேட் வங்கியில் பணிபுரிந்து விருப்ப ஓய்வு பெற்றிருக்கிறார்.

மின்னஞ்சல்: *writeryuvan@gmail.com*

யுவன் சந்திரசேகரின் பிற நூல்கள்

நாவல்

- குள்ளச்சித்தன் சரித்திரம் (2002)
- பகடையாட்டம் (2004)
- கானல் நதி (2006)
- வெளியேற்றம் (2009)
- பயணக்கதை (2011)
- நினைவுதிர் காலம் (2013)
- ஊர்சுற்றி (2016)

சிறுகதை

- ஒளிவிலகல் (2001)
- ஏற்கனவே (2003)
- கடல் கொண்ட நிலம் (2009)
- நீர்ப்பறவைகளின் தியானம் (2009)
- ஏமாறும் கலை (2012)
- ஒற்றறிதல் (2017)

குறுங்கதை

- மணற்கேணி (2008)

கவிதை

- ஒற்றை உலகம் (1996)
- வேறொரு காலம் (1999)
- புகைச்சுவருக்கு அப்பால் (2002)
- கைமறதியாய் வைத்த நாள் (2005)
- தோற்றப் பிழை (2009)
- தீராப் பகல் (முழுத் தொகுப்பு) (2016)

(முதல் இரண்டு தொகுப்புகளும் 'முதல் 74 கவிதைகள்' என ஒரே நூலாக 2005இல் வெளிவந்துள்ளன.)

மொழிபெயர்ப்பு

- பெயரற்ற யாத்ரீகன் ஜென் கவிதைகள் (2003)
- ஜிம் கார்பெட்: 'எனது இந்தியா' (2005)
- குதிரை வேட்டை (2013)
- பொம்மை அறை (2015)
- கூட்டுவிழிகள் கொண்ட மனிதன் (2019)

யுவன் சந்திரசேகர்

வேதாளம் சொன்ன கதை

காலச்சுவடு பதிப்பகம்

அன்பார்ந்த வாசகருக்கு,

வணக்கம்.

காலச்சுவடு நூலை வாங்கியமைக்கு நன்றி.

நூலின் உள்ளடக்கம், உருவாக்கம், அட்டைப்படம் இன்ன பிற அம்சங்கள் பற்றிய உங்கள் கருத்துகளையும் ஆலோசனைகளையும் காலச்சுவடு வரவேற்கிறது. தகவல், எழுத்து, வாக்கியப் பிழைகள் தென்பட்டால் கட்டாயம் தெரிவித்து உதவுங்கள். நூல் தயாரிப்பில் கடும் குறைபாடு இருப்பின் மாற்றுப் பிரதி உங்களுக்குக் கிடைக்கக் காலச்சுவடு ஏற்பாடு செய்யும்.

மின்னஞ்சல்: publisher@kalachuvadu.com

காலச்சுவடு நாகர்கோவில் தலைமையகத்துக்கும் கடிதம் அனுப்பலாம்.

தங்கள்

எஸ்.ஆர். சுந்தரம் (கண்ணன்)
பதிப்பாளர் — நிர்வாக இயக்குநர்

வேதாளம் சொன்ன கதை ✦ நாவல் ✦ ஆசிரியர்: யுவன் சந்திரசேகர் ✦ © ஆர். சந்திரசேகரன் ✦ முதல் பதிப்பு: நவம்பர் 2019 ✦ வெளியீடு: காலச்சுவடு பப்ளிகேஷன்ஸ் (பி) லிட்., 669, கே.பி. சாலை, நாகர்கோவில் 629001

காலச்சுவடு பதிப்பக வெளியீடு: 921

veetaaLam conna katai ✦ Novel ✦ Author: Yuvan Chandrasekar ✦ ©R. Chandrasekaran ✦ Language: Tamil ✦ First Edition: November 2019 ✦ Size: Demy 1 x 8 ✦ Paper: 18.6 kg maplitho ✦ Pages: 400

Published by Kalachuvadu Publications Pvt.Ltd., 669, K.P.Road, Nagercoil 629001, India ✦ Phone: 91-4652-278525 ✦ e-mail: publications@kalachuvadu.com ✦ Wrapper printed at Print Specialities, Chennai 600014 ✤ Printed at Mani Offset, Chennai 600077

ISBN: 978-81-943027-6-6

11/2019/S.No. 921, kcp 2466, 18.6 (1) ass

என் குழந்தைகள்
அரவிந்தனுக்கும் மீராவுக்கும்

1

'பெரிய வார்த்தைகளை பெரிய விஷயங்களுக்குத்தான் பயன்படுத்த வேண்டும் என்று கட்டாயமொன்றும் கிடையாது' என்று ஒருமுறை கிருஷ்ணன் சொன்னான். சாதாரணமாகப் பேசும்போதே இந்த மாதிரி வாக்கியங்களை உதிர்ப்பதில் வித்தகன் அவன். முறையான தத்துவ வாசிப்பு கிடையாதே தவிர, எழுதும்போதும், பேசும்போதும் முத்துக்கள் உதிர்ப்பதில் வேறு எந்த எழுத்தாளருக்கும் சளைத்தவன் அல்ல.

மேற்படி வாக்கியத்தைத் தொடர்ந்து ஓர் உதாரணமும் கொடுத்தான். 'நடுக்கடலின் ஆழம் மட்டுமே கடலா என்ன, கரை விளிம்பில் வந்து மீந்து உலரும் துமியும் கடல்தான்'. இந்த ஞானம் சித்திக்கக் காரணமாயிருந்த சம்பவத்தையும் விளக்கினான் – சற்று விரிவாகவே. தனது சுபாவப்படி!

கிருஷ்ணனும் சீனியர் எழுத்தாளர் ஒருவரும் சேர்ந்து பேருந்துப் பயணம் செய்ய நேர்ந்ததாம். அண்டை மாநிலத்தில் ஓர் இலக்கியக் கூட்டத்துக்குப் போய்விட்டுத் திரும்புகிறார்கள். ரயிலில் பயணம் செய்ய முன்பதிவு செய்திருந்தார்கள். ஆனால், இடைநிலையமான அந்தச் சிறு நகருக்கு ரயில் வந்து கிளம்பும் நேரத்தை இருவருமே கவனிக்காமல் விட்டுவிட்டார்கள்.

போன நூற்றாண்டில் உறைந்துவிட்ட, பூதமாளிகையின் வரவேற்பறைக்கு இவர்கள் வந்து சேரும்போது,

அடடா, இப்பத்தான் சார் போச்சு. அஞ்சு நிமிசம்கூட இருக்காது.

என்று அழுத்தமாகத் தெலுங்கு மணக்கும் தமிழில் உணர்ச்சியே இல்லாமல் எடுத்துச் சொன்னார் நிலையத் தலைவர். உடனடியாகப் போனால், தமிழக எல்லையில் இருக்கும் பேரூர் ஒன்றை நோக்கிக் கிளம்பவிருக்கும் பேருந்தைப் பிடித்துவிடலாம் என்று ஆறுதல் சொல்லி அழைத்துப் போனார், நிலைய வாசலில் நின்றிருந்த ஒரே ஆட்டோவின் ஓட்டுநர் ...

கிராமச்சாலைகளின் வழியாக லொடலொடத்து நகர்ந்த பேருந்து கிருஷ்ணனுக்குக் கரட்டுப்பட்டியையும், அதை வகிர்ந்து போகும் ஒற்றைச் சாலையையும் நினைவூட்டியது. சீனியருக்கு எதை நினைவூட்டியதோ.

அவர் உற்சாகமாகப் பேசிக்கொண்டு வருகிறார். பிரக்ஞை, பிரபஞ்சம், ஜென் முனிகள், கன்ஃபூசியஸ், ராபர்ட் பிர்ஸிக், கார்ல் ஸாகன், அத்வைதம் என்று புகுந்து விளையாடுகிறார். அதற்காக அவரை வெறும் தத்துவத் தவளை என்று எண்ணிவிட வேண்டாம் – காப்பிக்கொட்டை வறுப்பதன் பதத்தில் தொடங்கி, ஆயுர்வேத வைத்தியத்தின் நவரக்கிழி, பிழிச்சல் முறைகள், பன்ஸுரி என்கிற இந்திய மூங்கில் குழலுக்கும், மேற்கத்திய உலோகப் புல்லாங்குழலுக்குமான அடிப்படை வேறுபாடுகள் என்று சகலதிசைகளிலும் ஞானவேட்டை நடத்துகிறவர். ஒரு கணமும் நிறுத்தாமல் பேசுவதற்கென்றே பிறவி எடுத்தவர்.

முதுமையடைந்த பேருந்தின் எஞ்சின் கொடகொடப்பு மற்றும் தறிகெட்ட தகர ஓசையை மீறி உரத்த வாக்கியங்கள் இவனுடைய செவிப்பறையில் பட்டமாத்திரத்தில் எகிறி விலகிச் சென்றன – பேருந்தைவிட வேகமாக. ‘வெறுமனே ‘உம்’ கொட்டுவதில் அவ்வளவு அலுப்பு சேரும் என்று தான் எதிர்பார்த்ததே கிடையாது’ என்றான் கிருஷ்ணன் – இந்தக் கதையை விவரித்தபோது. சீனியர் உதிர்த்து விளக்கிய சொற்களில் ஒன்றை பற்றித்தான் ஆரம்பத்தில் பேச்சு: உள்ளுணர்வு. பாமரச்சொல்லாகவும், கனத்ததாகவும் ஒரே சமயத்தில் இலங்கும் இதுபோன்ற சொற்கள் மிக மிக சொற்பம்.

பேருந்து ஒரு கிராமத்தின் மத்தியில் கால்மணிநேரம் போல நின்றது. சீனியரும் இவனும் இறங்கி, அமைதியாக சிகரெட் பிடித்தார்கள். பேரோசையின் பின்னணியில் ஆர்வமாய்ப் பேசிக்கொண்டு வந்தவர், இப்போது முழு மௌனத்தில்

ஆழ்ந்துவிட்டதை சற்றுக் கவலையுடன் கவனித்தான் கிருஷ்ணன் – இன்னும் தீவிரமான பொழிவுக்கு ஆயத்தமாகிறாரோ என்று.

நல்லவேளை, மீண்டும் வண்டி கிளம்பியதும் உறங்கத் தலைப்பட்டார் அவர். இவன் சுதந்திரமாக பராக்குப் பார்க்கத் தொடங்கினான். புதிதாக ஏறியிருந்த பெண்ணொருத்தியின் முகம் ஏற்கனவே பார்த்ததுபோல உறுத்த ஆரம்பித்தது.

அவ்வளவுதான். சீனியரின் தொணதொணப்பைத் தானாக ஈடுகட்டிக் கொண்டது இவனது மனம். அன்றுவரை பார்த்த ஆயிரக்கணக்கான முகங்களில், பக்கவாட்டு இருக்கை அந்நியப் பெண்ணின் முகத்தைப் பொருத்திப் பொருத்தி நிராகரிக்கத் தொடங்கியது.

நிதானமாகப் பின்தங்கி மறையும் பம்ப் செட்களில், காற்றிலிருந்த மெல்லிய குளிரின் சுகானுபவத்துக்குத் தலையசைக்கும் சாமந்தி பூத்து மண்டிய செடிகளில், எதிரெதிர்ச் சிறகில் வேர்பிடித்தும் உச்சியில் நேசம் பகிரும் மரங்களில், பேருந்தின் உறுமலுக்கு அஞ்சி, அவசரமாய் மண்தரைக்கு இறங்கிய வண்டிக்காளைகளின் வளைகொம்புகளுக்கூடே, கொசுவலைக்கூடாரத்துக்குள் அசையும் இனம்புரியாப் பசுஞ் செடிகளில், கந்தையான கருநிறக் கோவணமென நீளும் வண்டிப்பாதை நிகர் தார்ச்சாலையில் என்று எங்கெங்கும் தேடி அலைந்து, பன்றியெருவின் நெடி அடர்ந்து பரவிய வயல்வெளி ஒன்றைக் கடந்தபோது கண்டுபிடித்தே விட்டது.

பணிக்குச் சேர்ந்த புதிதில், இருவாரப் பயிற்சி வகுப்புக்கு உடன் வந்திருந்த கேரள அழகியின் முகம். அவ்வளவுதான், தான் இயல்பாக நிகழ்த்திக்கொள்ளும் பகற்கனவில் அவசரமாக அமிழ்ந்தான் கிருஷ்ணன்.

பெரிய விஷயமில்லை, தமிழ்ப்படங்களில் வழக்கமாக நடக்கிற சங்கதிதான். இவனைத் துரத்தித்துரத்திக் காதலிப்பாள் யாரோவொருத்தி. விதவித உடைகளில் விதவித வசனங்களுடன், ஒரேவிதமான உச்சம் நோக்கி வருவாள்.

இந்தமுறை கிருஷ்ணன் தயாரித்த வசனத்தில் புதிய அம்சம் ஒன்று சேர்ந்தது. பிறந்த குழந்தை மாதிரித் தன்னருகில் கிடந்த கேரள அழகியிடம், ‘உங்கள் மொழியில் இந்த உறுப்புக்குப் பெயர் என்ன, அதன் பெயர் என்ன, இந்தச் செய்கைக்குப் பெயர் என்ன’ என்று விசாரித்து, தனக்குள் விறைப்பைப் பெருக்கிக் கொண்டான். பதிலுக்கு அவள் அதே கேள்விகளை எழுப்பத் தொடங்கியபோது பகற்கனவின் இழை சடாரென்று அறுந்தது.

கரட்டுப்பட்டியில் கழிந்த பால்ய நாட்களில் அடிக்கடி கேட்கக் கிடைத்த ஒரு வசவு வார்த்தை நினைவுவந்துவிட்டது. உடனே, 'அட! அதை நேரில் கேட்டுப் பல வருடங்களாகிவிட்டதே' என்று கண்டுபிடித்தது மனம். ஒருவிதத்தில், எதிரியின் குடும்பப் பெண்களையும் அவர்களது பாலியல் பழக்கவழக்கங்களையும் குறிப்பிட்டுத் திட்டுவதைவிட, அவனுடைய உடலுறுப்பையே குறிப்பிட்டு வசைபாடுவது ஓரளவு நேர்மையான விஷயம்தானே.

தென் மாவட்டங்களின் பல பகுதிகளிலும் ஆண்குறிக்கு வழங்கி வந்த சொல் அது தொடர்ச்சியாய், வழக்கொழிந்த வார்த்தைகள், பொருள் வெளிறியவை, உச்சரிப்போ பொருளோ மாறியவை என்று வேறு பட்டியலில் கவனம் ஊன்றியது.

உதாரணமாக, ஐம்பதுகளில் 'எளிமை' என்ற சொல்லுக்கு 'வறுமை' என்று பொருள் – 'எளிமை அகல வரம் தா' என்று ஒரு தமிழ்சினிமாப் பாட்டு இறைஞ்சுமே. தற்காலத்தில், எளிமை என்றால் என்ன என்பதுதான் எல்லாருக்கும் தெரியுமே...

தமிழ்நாட்டுக்குள் நுழைந்தது வண்டி. இவர்கள் வந்துசேரவேண்டிய பெருநகருக்குள் ஊர்ந்து செல்கிறது. புராதனமான வண்டி அல்லவா, முன்பக்கக் கண்ணாடியின் விளிம்புகளில்கூட அழுக்கும் தூசியும் அப்பி, நகரின் பிற சங்கதிகளுடன் பொருந்தாமல், அரும்பொருளகச் சரக்கு மாதிரி மெல்ல நகர்ந்தது. நகரின் எல்லையிலிருந்து மையம் செல்வதற்குக் கால் மணிநேரம் ஆனது. ஐந்தாறு நிறுத்தங்கள்.

இரண்டாவது நிறுத்தத்தில் பேருந்து ஏறக்குறையக் காலியானது. ஒரு கிழவர் ஏறினார். அழுக்கு வேஷ்டி சட்டை, கையில் அழுக்குப் பை. முகத்தில் மண்டிய தாடி மீசையில்கூட அழுக்கு மஞ்சள் பூத்திருந்தது. கழுத்து முட்டக் குடித்திருந்தார் என்பது பார்த்தவுடனே தெரிந்தது. ஞாபகப் பெண் காலிசெய்துபோன இடத்தில் அமர்ந்தார். ஓட்டுநர் இருக்கையை நோக்கி உரத்த குரலில் ஆணையிட்டார்:

வண்டியெ நேரெ பய்ட்டாண்டுக்கு விடப்பா.

அங்கெதான் போகுது. நீ மொதோ டிக்கிட் எடு. அப்பறம் உத்தரவு நொட்டலாம்.

என்று அதட்டியவாறு அருகில் வந்தார் நடத்துநர். தங்கள் கட்சிதான் ஆட்சி நடத்துகிறது என்பதால் டிக்கெட் எடுக்க அவசியமில்லை என்று அறிவித்த மூத்த குடிமகன், நடத்துனருடைய தாயாரை தாம் புணரவிருப்பதாகவும் தெரிவித்தார்.

நடத்துனர் அதே வேகத்தில் சந்நதமடைந்து, கிழவரின் பிடரியில் அறைந்தார். சத்தம் கேட்டு வண்டியை நிறுத்திய ஓட்டுநர் வேகமாக எழுந்து வந்தார். நகருக்குள் நுழைந்தபோதே விழித்திருந்த சீனியர், சமரசத்திட்டம் ஒன்றை முன்வைத்தார்:

சேச்சே, அடிக்காதீங்க. இறக்கிவிட்டுருங்க. அதுபோதும்.

இருக்கையை விட்டு எழ மறுத்து அறப்போர் செய்த கிழவரை இருவருமாக அடித்து எழுப்பி இறக்கிவிட்டார்கள்.

கடைசிப்படியில் தடுமாறி இறங்கும்போது, கிழவர் அந்தச் சொல்லை உதிர்த்தார். கேட்டுப் பலவருடங்களாகிவிட்டதே என்று சற்றுமுன் கிருஷ்ணனின் மனம் அங்கலாய்த்திருந்த அதே சொல்.

பிரயாணத்தில் சீனியர் உதிர்த்த இன்னொரு முத்தை எடுத்துச் சொல்லிக் கதையை முடித்தான் கிருஷ்ணன். 'எந்த ஒரு நினைவும் தனித்தது அல்ல; ஒன்று, இறந்த காலத்தின் புற்றிலிருந்து வெளியேறும் வரிசையில் ஒரு சிற்றெறும்பு; அல்லது என்றோ வரவிருப்பதன் தயக்கமான, விழைவின் அழுத்தம் சுமந்த, யூகம். ஆக, முடிவற்ற சங்கிலியின் பிணைப்புக்குள் சிக்கியிருப்பதுதான் மனித மனவோட்டம்.'

❍

மேலே உள்ள கதை நான் எழுதியது அல்ல. இன்னும் விளக்கமாகக் குழப்ப வேண்டுமென்றால், நான் எழுதிய, ஆனால், நான் எழுதாத கதை.

இந்நாட்களில் நான் எழுத முனைந்து பாதியில் நின்றிருக்கும் நீள்கதையின் உள்ளடக்கமும், எழுதி முடித்திருக்கும் அத்தியாயங்களும் முழுக்க முழுக்க வேறு. இத்தனை ஆண்டுகள், இத்தனை நூறு பக்கங்கள் ஆணாகவே இருந்து எழுதி எழுதிச் சலித்துவிட்டது, ஒரு பெண்ணாக இருந்து எழுதிப் பார்த்தாலென்ன என்று குயுக்தியாகத் தோன்றியதன் விளைவு அந்த நாவல்.

இதிலென்ன புதுமை இருக்கிறது, தி. ஜானகிராமனோ லா.ச.ரா.வோ சித்தரிக்காத பெண்மனத்தையா சித்தரித்துவிடப் போகிறாய், என்று என்னை நானே கேட்டுக்கொண்ட ஒரு நாளில் நாவல் நின்றே போனது. தி.ஜா.வின் பெண்கள் குடும்ப

அமைப்புக்குள் அடங்க மறுத்துத் திமிறியவர்கள்; பின்னவரின் பாத்திரங்கள் மேற்படி அமைப்பைச் சிரமேற்கொண்டு பேணியவர்கள்; சமையலறையை விட்டு வெளியேறச் சம்மதியாதவர்கள்; இந்த இரண்டு வகை மாதிரிகளிலும் அடங்காத வேறொரு தினுசைத்தானே நாம் எழுதிப் பார்க்க விழைகிறோம் என்றெல்லாம் சமாதானங்கள் தாமாகவே உதித்தபோதிலும், பெண்ணுடல் வாய்க்காத இன்னொரு பிறவியால் பெண்மன ஆழங்களை ஒருபோதும் எட்டிப் பார்க்க முடியாது என்று அதே மனத்தின் இன்னொரு பகுதி குளறுபடி செய்து வந்தது. விக்கிரமாதித்தன் கதையில் வருவது போலக் கூடுவிட்டுக் கூடு பாய்ந்தால் ஒருவேளை சாத்தியமாகலாம் என்று நினைத்து அடிக்கடி பெருமூச்சு விடுவேன். நாவல் நின்றது நின்றதுதான்...

என்னுடைய கதைகளை தொடர்ந்து வாசித்து வருகிறவர்களுக்குத் தெரியும். பெரும்பாலும் தன்மை ஒருமையில் எழுதுவதுதான் என்னுடைய வழக்கம். அதற்கான காரணத்தையும் ஓரிரு தடவைகள் சொல்லியிருக்கிறேன். ஆரம்பத்தில் சொன்ன பேருந்துக் கதை படர்க்கையில் இருப்பதைக் கவனித்தீர்களா!

ஆமாம், ஏற்கனவே சொன்னபடி, மேற்படிக் கதை நான் கைப்பட எழுதியதுதான் – ஆனால், நான் யோசித்ததில் உருவானது அல்ல.

யாரோ சொல்லச்சொல்ல நான் எழுதியதும் அல்ல. இத்தனைக்கும், என் வாழ்வில் நடந்த சம்பவமேதான் அது. விளக்க ஆரம்பித்து, குழப்பத்தை அதிகரித்துக்கொண்டு போகிறேனோ.

வேறுவிதமாய்ச் சொல்லிப் பார்க்கிறேன்.

என் வாழ்வில் நடந்து, அவ்வளவாக முக்கியத்துவம் இல்லை என்று என் மனம் தன்னிச்சையாக முடிவெடுத்து, தன்னியல்பாக மறந்து போன சம்பவமொன்று, மீண்டும் எதிரில் எழுந்து, விலாவரியாகத் தன்னை விவரித்துக்கொண்டது. ஆக, முன்னெப்போதோ நடந்ததை இன்றைய மொழியில் எழுதியிருக்கிறேன்.

இப்போதைக்கு, காட்சி என்றோ நிகழ்ந்தது, இப்போதுதான் எழுதினேன் என்று வைத்துக்கொள்ளலாம்.

இதில் ஆச்சரியமென்ன இருக்கிறது, கதையெழுதுகிற யாரும் செய்யக் கூடியதுதானே இது என்று தோன்றுகிறதல்லவா? ஆமாம், அதுவும் நியாயம்தான். ஆனால், மற்றவர்களுக்கு வாய்க்க வாய்ப்பேயில்லாத விதமாக என் முன் இந்தச் சம்பவம் கிளர்ந்தது.

அதுபோன்ற மாயங்களெல்லாம் ஒரேயொருதடவை நிகழ்ந்தாலே பரபரப்பாக்கிவிடக்கூடியவை, நாட்கணக்காக, வாரக்கணக்காக, தொடர்ந்து நடந்தால்?

இன்னொரு விநோதமும் இருக்கிறது. பொதுவாக, தன்வரலாறுபோல தொனிக்கும் கதைகளையே நான் எழுதுவது வழக்கம். முன்னரே சொன்னபடி, அவற்றைத் தன்மை ஒருமையில்தான் எழுதவும் செய்வேன். பாத்திரங்களின் அந்தரங்க உணர்வுகளைத் துல்லியமாகப் படம் பிடிக்க உதவுவது என்று நானும்; 'படித்த கதையையே திரும்பத் திரும்பப் படிக்கிற மாதிரியான சலிப்புத் தருவது' என்று தாமாகவே விமர்சகர் பாத்திரத்தை ஏற்று வகிக்கும் நண்பர்களும் அபிப்பிராயப்படும் உத்தி அது. எல்லாக் கதையிலும் 'நான், நான்' என்று வருவது எழுத்தாளரின் அகந்தையையே காட்டுகிறது என்று முகநூல் மதிப்புரை ஒன்றில் குறிப்பிட்டிருந்தார்கள். 'தொகுப்பின் அத்தனை கதைகளுமே இவருடைய சுய புராணமாகவே இருப்பது அலுப்பாய் இருக்கிறது' என்றும் அந்த இருபதுவரி மதிப்புரை கருத்துரைத்தது. இத்தனைக்கும் அந்தத் தொகுப்பில் இடம்பெற்ற 'தற்கொலை விவகாரம்' கதையில், 'இந்த எண்ணம் முளைத்த அந்தக் கணத்தில்தான் என் கடைசி சுவாசத்தை வெளியேற்றி, நான் முழுமையாக இறந்துபோனேன்' என்று வேறு முடித்திருந்தேன் ...

தமிழ் வாசகப் பொதுமனத்தின் உளவியல் மேன்மை பற்றிப் பெருமைப்பட்டுக் கொள்ளத்தான் எத்தனை வாய்ப்புகள்!

ஆனால், மேலே சொன்ன பேருந்துக் கதையில் நானே மூன்றாம் மனிதனாக, நான் அல்லாத வேறு பாத்திரமாக இடம் பெற்றதுதான் விந்தை. ஆமாம், என்னுடைய பெரும்பாலான கதைகளின் மையப் பாத்திரத்துக்கு, பெரும்பாலும் கிருஷ்ணன் என்ற பெயரையே சூட்டிவந்திருக்கிறேன். நான் தன்மை ஒருமையில் குறிப்பிட வேண்டிய சம்பவம் படர்க்கையில் வெளியானது என்பதால், இந்தத் தொடரில் பின்னர் எழுதநேர்ந்த பலவற்றையும், அவை என் வாழ்க்கைச் சம்பவங்களாகவே இருந்தாலும், கிருஷ்ணனுக்கு கிருஷ்ணனைப் பற்றி கிருஷ்ணனால் கிருஷ்ணனுக்காக என்று, அவை சொல்லப்பட்ட விதமாகவே, எழுதி வைத்திருக்கிறேன்.

இதில் இன்னொரு விந்தை, தொடர்ந்து சுமார் மூன்றரை மாதங்களுக்கு இப்படியே நடந்து ஒருபக்கம் பீதியையும், மறுபக்கம் களிப்பையும் அளித்துவந்தது. அவற்றை முழுக்கச் சொல்லித் தீர்ப்பதற்கு முன்னால், பொழிவு ஆரம்பித்த விதத்தை முதலில் சொல்லிவிடுகிறேன்.

வேதாளம் சொன்ன கதை

விக்கிரமாதித்தன் கதைகளைப் பற்றி ஒருமுறை பேச்சு வந்தது. 'வேதாளம் என்ற சங்கதியெல்லாம் வெறும் புளுகு' என்று இஸ்மாயில் அபிப்பிராயம் சொன்னான். (இவனையும், இன்னொருத்தனான சுகவனத்தையும் பற்றி விபரமாகச் சொல்லப் போவதில்லை – எனக்கே சலிப்பாய் இருக்கிறது. இவர்கள் இருவரையும் பற்றி அறிய விரும்புகிறவர்கள், நான் ஒரிஜினலாக எழுதியவற்றில் எதையாவது படித்துப் பார்க்கலாம்.)

ஆனால், இதை மட்டும் சொல்லிவிடுகிறேன்: எதிர்மறையான ஒரு கருத்தை உதிர்த்துவிட்டு, அதற்குரிய நியாயத்தை விளக்காமல் தாண்டிப் போய்விடும் நேர்மைக் குறைவாளன் அல்ல அவன். அதன் காரணமாகத்தானே அவன் இஸ்மாயிலாக இருக்கிறான்?!... தன் கருத்தை இப்படி விளக்கினான்:

விக்கிரமாதித்தனின் ஆழ்மனம் உருவாக்கிய பிம்பமே வேதாளம். நாடாறு மாதம் காடாறுமாதம் என வாழ்நாளில் பாதியை அலைந்து கழித்தவனுக்கு எத்தனைவிதமான அனுபவங்கள் நேர்ந்திருக்கும்? ராஜாங்கரீதியான பிரச்சினைகள் ஏதும் எழுந்துவிடாத வகையில் அவற்றைப் பதிவுசெய்வதற்காக இப்படியொரு உத்தியைப் பயன்படுத்தி யிருப்பான்.

இத்தனை சுத்தமான எழுத்துத் தமிழில் பேசக்கூடியவனல்ல அவன். ஆனால், கொஞ்சம் கெடுபிடியான விவகாரங்களை எழுத முனையும்போது, கொச்சைவழக்கு அவ்வளவாக உதவிசெய்வதில்லை என்பது என்னுடைய அனுபவம்.

ஆயிற்றா, மேற்சொன்ன வாசகங்களை உதிர்த்துவிட்டு, சிகரெட் பற்ற வைத்தான் இஸ்மாயில். சற்று அகலமாய் உயர்ந்த முதல்கொத்துப் புகை, ஏனோ, காலற்ற ஆவியுருவம் போலத் தெரிந்தது எனக்கு. தொடர்ந்து இன்னொரு முத்திரை வாக்கியமும் உதிர்த்தான்:

அவனேதான் பதிவுசெய்தானோ, அவன் சொல்லச் சொல்ல மதிமந்திரி பட்டி செய்துவைத்தானோ.

இதுதான் இஸ்மாயில். *Ghost writing* என்ற சமாசாரம் நவீன யுகத்துக்குரியது மட்டுமே அல்ல, எல்லாக்காலத்துக்குமான நடைமுறை என்று ஒரே வாக்கியத்தில் ஆக்கிவிட்டான்!

ஓரிரு நிமிட மௌனத்துக்குப் பிறகு சுகவனம் வாய் திறந்தான். வழக்கத்தைவிட அதிகமாகவும், சற்றே வேகமாகவும் பேசினான். சாராம்சம் இதுதான்:

'அவ்வளவு அவசரமாக ஒரு முடிவுக்கு வரவேண்டியதில்லை. மரணத்துக்குப் பின்னான வாழ்வு பற்றி உறுதியானதும் அறுதியானதுமான விளக்கங்களை இதுவரை எந்த அறிவுத்துறையும் வழங்கவில்லை. மெய்ஞ்ஞானமாவது கொஞ்சம் யூகங்களை வெளிச்சொல்கிறது. விஞ்ஞானம், உடலின் அழிவைப் பற்றிப் பேசித் திருப்திப்படுவதோடு சரி. அதனால், 'புளுகு' என்ற கனத்த வார்த்தையெல்லாம் அவசியமில்லை. சந்தேகத்துக்கிடமானது என்று மையமாக வைத்துக்கொள்ளலாம். தவிர, மேற்படிக் கதைகள் அனைத்தும் விக்கிரமாதித்தன் உயிரோடு இருந்த காலத்தில் எழுதப்பட்டவை அல்ல – அப்படி எழுதப்பட்டிருந்தால், மண் பொம்மைகள் செய்து விளையாடுகிற, குயவர் வீட்டுப் பையனான, சிறுவன் சாலிவாஹனன் உருவாக்கி உயிர்கொடுத்த பொம்மைப் படையின் தாக்குதலில் விக்கிரமாதித்தன் இறப்பதும் பதிவாகியிருக்க முடியாதே. மட்டுமின்றி, விக்கிரமாதித்தனின் கதைகள் அவனே சொல்லியவை அல்ல; அவன் சிம்மாசனத்தில் நெடுங்காலம் நின்றிருந்த பதுமைகள் கூறியவையே.'

இஸ்மாயில் என்னைப் பார்த்துச் சிரித்தான். அது நான் வாய் திறக்க வேண்டும் என்பதற்கான சங்கேதம். எதுவும் சொல்லாமல் விட்டால் கிடைப்பதைவிட, உளறுவதற்காகக் கிடைக்கும் ஏச்சு மாற்றுக் குறைவானது என்பது என் அனுபவம் – கூர்மையும் குறைவாக இருக்கும்.

ஆனால், நான் எதுவும் சொல்வதற்கு முன்னால், தானே சுகவனத்துக்கு ஒரு பதிலும் சொன்னான்; 'ஐ நா தூதர் என்று யார்யாரையோ எங்கெங்கேயோ சமாதானம் செய்ய அனுப்புகிறார்கள். இப்படி பிஜஎஸ் முத்திரையோடு ஒரு டின் நிறைய விளக்கெண்ணெய் இருக்கிறது. பயன்படுத்த மாட்டேனென்கிறார்களே.'

வேறு யாரையோ சொல்கிறான் என்கிற மாதிரி பராக்குப் பார்த்துக்கொண்டு உட்கார்ந்திருந்தான் சுகவனம். நவீன யுக போதிசத்துவரைப் போய், உலகாயதமான அரசியல் சண்டைகளுக்கு மத்தியஸ்தராக அனுப்ப முடியுமா என்று நினைத்துக்கொண்டேன். ஆகாய இருட்டு அடர்த்தியின் ஆழத்துக்குள் ஏதோ விமானம் போகிறது – மெலிதாக ஒலி மட்டும் கேட்டது. அடிவயிற்றின் விளக்குகள்கூடத் தென்படவில்லை.

என்ன, கிருஷ்ணா, ஒண்ணும் சொல்ல மாட்டேங்கிறே?

என்று பாசமாகக் கேட்டான் இஸ்மாயில். 'தொழுத கையுள் படையொடுங்கும்' என்று பெரியவர் சும்மாவா சொன்னார்...

என்னோடெ அக்கறெ வேறெ. வேதாளம் இருந்தா என்ன, இல்லாட்டி என்ன. அந்தக் கதெகளெல்லாம் முழுசா ஒரு உலகத்தைக் கட்டியெழுப்பலே? திகிலும் கிலேசமும் புதிருமா நிரம்பிக்கிடக்கிற அந்த உலகத்துக்கு என்னோடெ உலகத்தின் சாயலும், நூதனமான இன்னோரு உலகத்தின் சாயலும் ஒரே சமயத்தில் இருக்கே. அதுலெதான் என்னோடெ கவனம் போகுது.

அதுசரி, எங்களெ மாதிரி ஆளுகளுக்கும் கதாசிரியனுக்கும் ஒரு வித்தியாசம் இருக்க வேணாமா!

மிகப் பிரமாதமான மனநிலையில் இருக்கிறான் பயல். இல்லா விட்டால், இவ்வளவு சுலபமாக விட்டுவிடமாட்டான் என்னை. ஆனால், சுகவனம் அவ்வளவு பிரமாதமான மனநிலையில் இல்லை போல. இஸ்மாயிலை நோக்கி அடுத்த கணையை விடுத்தான்:

அது சரி, ராஜாங்க ரீதியான பிரச்சினைன்னு சொன்னியே, வெறும் புதிர்க் கதைகளும் வேடிக்கைக் கதைகளும்தானே மொத்த சமாசாரமும், அதுலெ அரசியல் சிக்கல் வர்றதுக்கான வாய்ப்பிருக்கிற மாதிரியே படலையே?

இஸ்மாயில் நிதானமாகச் சொன்னான்:

முக்கால்வாசிக் கதைகள்லெ தாசிகளும் தனவந்தர்களும் வர்றாங்க. எத்தனை பேர்ட்டெ இந்தாளுக்கு நேரடி சகவாசம் இருந்ததோ? அரசன் லோலாயியா இருக்கிறதை எந்தப் பிரஜை சகிச்சுக்குவான்? வசதியானவுங்களோட மட்டும்தான் அவன் புழக்கம் வச்சிக்குவான்றதையும் சகிக்க மாட்டான்ல்லெ. அந்தந்தக் காலத்துக்கான பொலிட்டிக்கல் கரெக்ட்னெஸ் இருக்கத்தானேப்பா செய்யுது?

மூவருமே மௌனமானோம்.

இவ்வளவையும், இவ்வளவு விரிவாகச் சொன்னதற்கு ஒரு காரணம் இருக்கிறது.

தற்செயலாகவா, மூன்றுபேரில் யாரோ ஒருவரின் முன்னுணர்வு காரணமா, அல்லது வந்தவரின் உலகத்தில் இதெல்லாம் சாதாரணமாக நடப்பதுதானா, அல்லது அல்லது, இஸ்மாயில் சொன்ன கருத்தின் பிரகாரம், மேற்படி உரையாடல் என் ஆழ்மனத்தில் படியவைத்த வண்டலின் விளைவா தெரியவில்லை... இவ்வளவு ஏன், ஆரம்பத்தில் இடம்பெற்ற

கதையில் சீனியர் விளக்கினாரே, 'உள்ளுணர்வு', அதுவேகூட ஒரு காரணமாக இருக்கலாம்...

ஆமாம், அன்று இரவு நான் ஒரு வேதாளத்தைச் சந்தித்தேன்!

வழக்கமாகவே பத்மினியும் குழந்தைகளும் பத்துமணிக்கு முன்பாகத் தூங்கிவிடுவார்கள். தொடர்ந்த வாசிப்புப் பழக்கம் காரணமாக ஒருவிதத் தூக்கமின்மை பீடித்திருந்தது என்னை. கண்கள் சோரும்வரை, அச்சடித்த பக்கங்களை மேய்ந்துகொண் டிருப்பேன். சமீபகாலமாக இந்தப் பழக்கம் குறைந்திருக்கிறது. படிக்கும் பழக்கமல்ல – அச்சுப் புத்தகங்களின் இடத்தில் மின்நூல்கள் வந்து உட்கார்ந்திருப்பதைச் சொல்கிறேன்.

குடும்பத்துக்கு இது பெரிய ஆசுவாசம். பகல்போல விளக்கெரியும் அறையில் தூங்கவேண்டிய சிரமம் இல்லை. விடிவிளக்குக்குக் கொஞ்சம் அதிகமாக வெளிச்சம் இருப்பது பெரிய பாதிப்பு இல்லையே.

ஆனால், அன்று அச்சுப் புத்தகத்தைத்தான் வாசிக்க எடுத்திருந்தேன். புதிதாய் ஆரம்பித்த புத்தகத்தில் மனம் ஒன்ற மறுத்தது. அசட்டு மிகையுணர்வும், ஒவ்வொரு வாசகத்திற்கும் பின்னணியாக ஒலிக்கும் 'நான் புளுகுகிறேன், நான் புளுகுகிறேன்' என்ற தன்னிலை விளக்கமும் சோர வைத்தன என்றால், அந்த எழுத்து எங்கிருந்து களவாடப்பட்டதோ அந்த மூலத்தை அடையாளம் கண்ட ஆயாசத்தில் மூச்சு முட்டியது. இவை அத்தனையையும் தூக்கிச் சாப்பிடுகிறமாதிரி, தளுக்கும் ஆபாசமுமான, கம்பீரமற்ற மொழி நடையில் அத்தனையும் கொட்டியது இன்னொரு வேதனை. 'பொழிந்தது' என்ற பொருளில் அல்ல – குளவியோ தேளோ தாக்கியதுபோல என்ற அர்த்தத்தில்.

இந்த மாதிரி சந்தர்ப்பங்களில் வசவு வார்த்தைகளின் அருவி மானசீகமாகப் பொழிய ஆரம்பிக்கும். நாளதுவரை ஞாபகத்தில் சேகரமாகியிருக்கும் வார்த்தைகள் – என்ன பெரிய தொகுப்பு, மறைக்கப்பட்ட உறுப்புகளும், முறைகெட்ட புணர்வு நிலைகளும்தான் – வண்டிவண்டியாகக் கொட்டும்.

எதிரில் இல்லாத எதிராளியைத் திருப்தியாகத் திட்டித் தீர்த்துவிட்டு, வெளியே போய் ஒரு சிகரெட் குடித்துவிட்டுத் திரும்பினால் போதும், இழந்த சமனத்தை மீட்டுக்கொண்டு விடலாம். இந்த மாதிரியான நிகழ்வு அடிக்கடியும், திரும்பத் திரும்பவும் நடப்பதைப் பார்த்தால், சில சந்தேகங்கள் எழுகின்றன.

1. களப்பிரர் காலம் மாதிரி, இருண்ட காலம் ஒன்று நடைமுறையில் இயங்கத் தொடங்கி, எனக்குத்தான் அதை சரியாகப் புரிந்துகொள்ள இயலவில்லையோ?
2. மொழியின், தாய்மொழி இலக்கியத்தின் சக்கரங்கள் தன்னியல்பாக திசை திரும்பி உருளும்போது, பழைய பாட்டையின் ஞாபகத்தில் சிக்கிக்கொண்டு நானாகவே வதைபடுகிறேனோ. வயோதிகத்தின் கரங்கள் தீண்டும் போது, இன்னதுதான் அந்நியமாகும் என்று கணக்கு இருக்குமா என்ன?
3. இலக்கியத்தில் மட்டுமில்லாமல், பணியிடத்திலும் பயணங்களிலும், கோவில், ஓட்டல், பெட்டிக்கடை என்று பொது இடங்கள் அனைத்திலுமே சக மனிதர்கள் சம்பந்தமாக ஒருவித ஒவ்வாமை மண்டிவிடுகிறதே எனக்குள் – ஒருவேளை, நடைமுறைக் காலத்துக்கு லாயக்கற்றவனாகச் சிறுகச் சிறுக மாறி வருகிறேனோ.
4. பெரும்பாலான சமயங்களில் பிறர்மேல் பழிபோடும் காரணங்களையே மனம் அடுக்குகிறதே, இரண்டாவது ஷரத்தாகச் சொன்ன மாதிரி, முதிர்ச்சி என்ற பெயரில் முதுமையை நோக்கிப் படுவேகமாக நான் பாய்வதின் விளைவுதானோ இது. அல்லது காலம் சார்ந்த மனநோய் ஒன்றின் ஆரம்பக் கூறுகளோ?

மேற்கூறிய ஐயங்கள் வலுப்பெற்று, கண்ணும் மனமும் சோர்ந்து ஒரே வாசகத்தைத் திரும்பத் திரும்ப வாசிக்கிறோமோ என்று புதிய சந்தேகம் உதித்த போது, உபரியாக இன்னும் இரண்டு சந்தேகங்கள் எழுந்தன.

1. சாப்பிட்டால் பசி அடங்குவது மாதிரி, வசவுச் சொற்களை மானசீகமாக உதிர்த்ததும் மனம் நிறைகிறதே, ஒரு சொல்லில், அதுவும் ஓசைகூட வெளிப்படாத, காட்சி எதையும் நிர்மாணிக்காத, ரகசியச் சொல்லில் என்னதான் இருக்க முடியும்?
2. இப்படி வசவு வார்த்தைகளை உதிர்க்கிறதே மனம், இவற்றில் நூற்றிலொரு பங்கைக் கூட பொதுவெளியில் உரத்துப் பேசுவதில்லையே – உள்ளூர நான் அவ்வளவு மோசமானவனா? அல்லது, அத்தனை போலியானவனா?

இதைத் தொடர்ந்து இரண்டு விபரீதங்களும் நடந்தேறின.

ஒன்று, இவ்வளவுநாள் என் புழக்கத்திலிருந்து விலகி மங்கியிருந்த, என் பால்ய கால வசவு வார்த்தை ஒன்று திடீரென

மேலெழுந்து நான் வாசித்துக்கொண்டிருந்த புத்தகத்தை எழுதிய முகமறியாத எழுத்தாளன் மீதும், அதை வாசிக்கும்படி வலுவாகச் சிபாரிசு செய்த சக எழுத்தாளர் மீதும் ஒருங்கே பிரயோகமானது.

இது அவ்வளவு பெரிய சங்கதியில்லை. யாருக்கும் நடப்பதுதான். பழைய வார்த்தைகள் போதாதபோது, புதியவற்றை உருவாக்கலாம்; அல்லது, மனத்தின் ஆழ்தளத்தில் கவனிப்பற்றுப் புதைந்து பூசணம் பிடித்திருக்கும் பழைய வார்த்தையைத் தேடி எடுத்துப் பயன்படுத்தலாம் – உடனடியாக அந்தச் சொல்லுக்குப் புது மெருகேறுவதை வியக்கலாம்; புத்தம்புதிய வசவு வார்த்தையை உதிர்த்ததாக உணரும் மாத்திரத்தில் மனத்தில் அபூர்வமான சாந்தி படர்வதை ஆறுதலாக உணரலாம்.

சாதாரணமாக இப்படியொரு சந்தர்ப்பத்தில், 'ஒரு சொல் எப்படிக் கெட்ட வார்த்தையாகப் பரிணமிக்கிறது' என்று ஆராயக் கிளம்பிவிடும் மனம். உடம்பின் எந்த உறுப்பும் கெட்ட உறுப்பாகவோ, அநாவசியமானதாகவோ இல்லாதபோது, அதைக் குறிக்கும் பெயர்ச்சொல் மட்டும் கெட்டதாக ஆவதன் மர்மத்தை பழைய கற்காலம்வரை நீட்டித்துப் பார்க்க ஆசைப்படும்.

ஆனால், அப்படியெதுவும் நடப்பதற்கு முன்னாலேயே இரண்டாவது விபரீதம் நடந்துவிட்டது.

புத்தகத்தை மூடி, விளக்கை அணைத்த மாத்திரத்தில். 'உஸ்ஸ்... உஸ்ஸ்...' என்று யாரோ சீறிக் கூப்பிடுகிற மாதிரி சப்தம் கேட்டது. 'பிரமை இவ்வளவு தத்ரூபமாகவா இருக்கும்?' என்ற குழப்பம் முளைவிட்ட மாத்திரத்தில்,

க்ருஷ்ணன், க்ருஷ்ணன்...

என்று பெயர்சொல்லிக் கிசுகிசுத்தது அந்த ரகசியக் குரல். படுத்த நிலை மாறாமலே பார்வையை உயர்த்தினேன். பேரதிர்ச்சி. உடல் முழுவதும் நடுக்கம் பரவியது. வயிற்றிலுள்ள சமாசாரங்கள் அத்தனையும் கொத்தாக நெஞ்சுக்கு ஏறி, தொண்டையை அடைக்கிற மாதிரி இருந்தது. எப்படி வாய்விட்டு, உரத்துக் கத்தாமலிருந்தேன் என்பதை இப்போது நினைத்தாலும் திகைப்பாய் இருக்கிறது...

ஆமாம், படுவேகமாகச் சுழலும் கூரைவிசிறியின் மேல் ஓர் உருவம் உட்கார்ந்திருந்தது. வயதாகிய, சன்னமான விடிவிளக்கு விலக்க முயன்று தோற்ற இருளின் அடர்த்திக்குள் பிரகாசமான கோட்டுவடிவ விளிம்புகொண்டு துலக்கமாகத் தெரிந்த தனி

உருவம். நீலநிறத்தில் ரேடியம் போல ஒளிர்ந்தது கோடு. நேராக உட்கார்ந்த வவ்வால் போலப்பட்டது.

தற்போதைய வயதின் பீதியும், குழந்தைப் பிராயத்தின் ஆவலும் ஒரே நேரத்தில் என்னுள் ததும்பின. பார்க்கப் பார்க்க பீதி குறைந்து ஆவல் அதிகரித்தது. நாலைந்து நொடிகளிலேயே பதட்டம் முழுக்க வடிந்து, கேள்வி கேட்கும் தைரியம் ஊறிவிட்டது. எங்கள் உரையாடல் சகஜமாக ஆரம்பித்த நிலையில்,

யார் நீங்கள்?

என்று உதடு பிரியாமல் கேட்டேன். அப்படியொரு உருவத்தை திடீரென்று பார்த்தபோது உயர்ந்த அச்சம் உயர்ந்த வேகத்திலேயே அடங்கியது ஆச்சரியம்தான். அதைவிட, உடனடியாகப் பன்மையில் விளிக்க ஏன் தோன்றியது என்பதும், குரலெழுப் பாமல் விசாரிக்கத் தோன்றியதும் இன்னும் ஆச்சரியம்.

உள்ளங்கை அகலமும், கட்டைவிரல் பருமனும், அதைவிட இரண்டு விரற்கடை அதிக உயரமும், மின்மினிபோல மஞ்சளாக ஒளிரும் உருட்டு விழிகளும் கொண்டிருந்த குட்டி உருவம் என்னைப் பேர்சொல்லி அழைத்ததோடு, ஒருமையிலும் பேசியது என்பது அதைவிடவும் ஆச்சரியம். இவற்றுக்கெல்லாம் அப்பனான ஆச்சரியங்களில் நான் மூழ்கிமூழ்கி எழுந்து மூச்சுத்திணறியதை, என் ஞாபகத்தில் தங்கிய அளவுக்கு அடுத்த நாள் காலையில் எழுதினேன். அதைத்தான் இவ்வளவு நேரம் நீங்கள் வாசித்தீர்கள்.

●

2

முந்தைய கதையில் – அதை அப்படிச் சொல்லலாமா என்று தெரியவில்லை – ஆனால், எனக்கே நடந்த சம்பவம்தான் என்றாலும், வேதாளம் மீட்டுரைக்கும்போதுதான் அது சம்பவமாக இருக்கிறது; மறுநாள் நான் எழுத ஆரம்பிக்கும்போது, முதல் வரியிலேயே கதையாக மாற ஆரம்பித்துவிடுகிறது. அதனாலும், குறிப்பிடும் வசதி கருதியும் அதைக் கதை என்றே சொல்லலாம்.

சீனியர் எழுத்தாளருக்கும் எனக்கும் நடந்த உரையாடலில் பல பகுதிகள் மறந்து போய் விட்டன. ஆனால் கிழவருக்கும் நடத்துனர் மற்றும் ஓட்டுனருக்கிடையே இடம்பெற்ற உரையாடல் எனக்கு மிகமிக நன்றாகவே நினைவிருக்கிறது. ஒரு பேருந்தில் ஏற்படும் சாதாரண வாய்த்தகராறு. கொஞ்சம் கொஞ்சமாக வார்த்தைகள் தடிக்கத் தொடங்கி, வசவு வார்த்தைகளாகப் பரிணமித்து, சண்டையிட்டவர் இறங்க வேண்டிய இடம் வந்ததும் படீரென்று முறிந்த விதத்தில் ஒருவித சுவாரசியம் இருக்கத்தான் செய்கிறது. ஆனால் வேதாளம் வந்து சொல்லும்வரை அது புதைந்து கிடந்தது எங்கே?

அதை இன்றுவரை எழுதாமல் விட்டு வைத்ததற்கு, இன்னொரு காரணமும் தோன்றுகிறது. கதைக்கான கூறுகள் அறவே இல்லாத வெறும் உரையாடல் அது. ஆனால் கொஞ்சமும் மறக்காமல் இருப்பதற்கும் ஒரே காரணம்தான். புனைவின் அம்சம் சற்றும் இல்லாத நேரடி தர்க்கம் ஒன்று அந்தக் கிழவரின் வாதத்தில் இருந்தது!

வேதாளத்துக்கு என் ஆழ்மன வண்டல்கள் அத்தனையுமே கூடத் தெரியுமாய் இருக்கலாம். முக்காலத்திலும் ஒரே சமயத்தில் சஞ்சரிக்கும் வல்லமைகூடக் கொண்டிருக்கலாம். ஆனால் எது இலக்கியம் என்பதை என்னளவுகூட ஒரு வேதாளத்தால் அறிந்துகொள்ள முடியாது என்பதுக்கு மேற்படிக் கதையே சான்று என்று பட்டது. பின்னே, அனுபவித்த நானே பெரிதாக எடுத்துக்கொள்ளாத ஒரு சம்பவத்தை எவ்வளவு மெனக்கெட்டு எடுத்துரைத்தது.

ஆமாம், சுகவனம் அடிக்கடி சொல்வது சரிதான் – உடல் சார்ந்த உணர்ச்சிகளின் வழியாக உருவாகும் உலகத்தில் மட்டும்தான் கலைகளுக்கு இடம் உண்டு. வாஸ்தவத்தில் அந்த உலகத்தின் பிறழ்வுகளே கலையாக உருமாறுகின்றன என்பான். 'கருத்துகளின் விளைவாகக் கலை நுரைத்தெழ வாய்ப்பில்லை – புரட்சிகள் வேண்டுமானால் நடந்தேறலாம்'. என்பது அவன் வாக்கு.

ஆக, அந்தப் பேருந்துச் சம்பவத்தை எனக்கு எடுத்துச் சொன்னவர் தொழில்முறை வேதாளம்.

அவரிடம் நான் பேசிய முதல் வார்த்தை வெறும் ஓசைதான். உதடுகளின் குறுக்காக விரலைப் பதித்து, 'உஸ்ஸ்... உஸ்ஸ்...' என்றேன், அவரைப் போலவே.

மற்றவர்கள் தூங்கிக்கொண்டிருக்கிறார்கள். சத்தம் போட வேண்டாம்.

நல்ல வேதாளம். மறுப்பேதுமின்றி, குரலை இன்னும் தணித்துக் கொண்டார் – காதில்தான் கேட்கிறதா, இல்லை மானசீகமாகத் தொடர்புகொள்கிறதா அந்தக் குரல் என்று சந்தேகம் தட்டுமளவு.

உன்னிடம் எனக்குப் பிடித்த விஷயமே இதுதான். நீதான் அவர்களை ஓயாமல் தொந்தரவு செய்வாயே தவிர, மற்றவர்களை அனுமதிக்க மாட்டாய்.

நக்கலாகச் சிரிக்கும் ஒலி கேட்டது. இதுவரை நிலவிய சுமுக பாவம் எனக்குள் குலைவதை உணர்ந்தேன். பேச்சை வேறுபுறம் திருப்பும் விதமாக,

நீங்கள் பேசுவது எனக்குள்ளிருந்தே கேட்பது மாதிரி இருக்கிறது.

என்றேன்.

சரிதான். சக மனிதர்கள் பேசினாலும் உனக்குள்ளிருந்துதானே கேட்கும்?

எனக்குப் புரியவில்லை. கொஞ்சநேரம் அமைதியாக இருந்தேன்.

என்ன அப்பனே, மௌனமாகிவிட்டாய்?

ம்.

இதில் புரியாமல் கஷ்டப்பட என்ன இருக்கிறது? மற்றவர்களின் குரல் உனக்குள் பட்டு நீ புரிந்துகொள்ளும் விதமாகத்தானே புரிந்துகொள்வாய்?

அதாவது, எப்போதுமே நான் கேட்பது ஒலியை இல்லை, எதிரொலியைத்தான் என்கிற மாதிரிச் சொல்கிறீர்கள்!

கச்சிதமாகப் புரிந்துகொண்டுவிட்டாய்!

இப்படித்தான் ஆரம்பித்தது.

ஏகப்பட்ட இரவுகள். ஒவ்வோர் இரவும் ஒவ்வொரு கதை சொல்வார். சில கதைகள் சீக்கிரம் முடிந்துவிடும். சிலவற்றை, யோசித்து யோசித்து மீட்டுச் சொல்கிறார் என்று தோன்றும். சிலவற்றை மட்டும், ஒரு சோதனை முயற்சியாக அந்த நேரத்தில் புனைந்து சொல்கிறாரோ என்று சந்தேகம் தட்டும். குறுக்கிட்டுக் கேட்டால், பிரவாகம் நின்றுபோகலாம் என்று அஞ்சி, மௌனமாக ம் கொட்டுவேன். தவிர, வேதாளங்களுக்குக் கற்பனாசக்தி இருக்காது என்று நாமாக அனுமானித்துக் கொள்ளலாமா என்ன?

ஆனால் இன்றுவரை என்னை வியக்கவைக்கும் சமாசாரம் ஒன்று உண்டு. எங்களுடைய உரையாடல் நிகழ்ந்துவந்த காலத்திலும் சரி, நிகழ்ந்த விதமாகவே பின்னர் அதை எழுத முனைந்தபோதும் சரி, அவருடனான எனது சந்திப்பு ஒரு பிரமை அல்லது உருவெளித்தோற்றம் அல்லது மானசீகத்தின் கற்பனைத் திமிறல் என்று எனக்குத் தோன்றியதேயில்லை. அவருடன் கழிந்த ஏகப்பட்ட இரவுகளை மேற்சொன்ன பிரகாரம் ஏதோவொரு ஒற்றைப் பொட்டலத்தில் அடக்க முடியுமானால், நடைமுறை உலகம் என்று நான் நம்பிவருவதையும் அதே வகைமையில்தான் சேர்க்க வேண்டி வரும்.

முதல்நாள் இரவில் கேட்டவற்றை, மறுநாள் அதிகாலையில் என் ஞாபகத்தில் மீட்டெடுத்து எழுதுவேன். எழுதுவது என்பதை நேரடியாக எடுத்துக்கொள்ள வேண்டாம் – நடைமுறைக்

காலத்துக்கு உகந்தபடி, மடிக் கணினியில் தட்டச்சு செய்வேன். என்ன, அந்தச் சமயத்தில் நின்றுபோயிருந்த நாவல் இன்னும் கொஞ்சம் ஒத்திப் போனது. போகட்டுமே, அதனால் தமிழுக்கோ, தமிழ்வாசகருக்கோ, எனக்கோகூட பெரிய நஷ்டம் ஏதும் வந்துவிடாது – இந்தக் கதைகள் வெளியாவதால் பெரிய லாபம் எதுவும் இல்லை என்பது போலவே.

தவிர, அந்த நாவலில் இரண்டு அத்தியாயங்கள் மட்டுமே எழுதியிருந்த நிலையில், காரணம் புரியாத அடைப்புக்குள் சிக்கியிருந்தது. இனி மீண்டும் தொடருவேனா; அதை விடுங்கள், வேறெதையாவதுகூட இனி எழுத முடியுமா என்றே தெரியாமல் முட்டி நின்றிருந்த நிலையில், தாமாக வந்து சேர்ந்தவரை வேதாளம் என்று சொல்வதுகூடத் தவறுதான் – தேவதூதன் என்றே கொள்ள வேண்டும்.

வேதாளம் கூறியவற்றைத் தொகுக்கும்போது ஒரு அம்சம் பிடிபட்டது – கிருஷ்ணன் பற்றிய, அதாவது என்னைப் பற்றிய, கதைகள் மிக விரைவாகவும், பிறர் பற்றிய கதைகள் கொஞ்சம் நிதானமாகவும் உதிர்ந்தன. இரண்டாவது, கேட்கும்போது இருந்த மனநிலையைவிட, மறுநாள் பதிவுசெய்யும்போது இருந்த மனநிலை தந்த கிளர்ச்சி அபாரமானது.

ஆமாம், வேதாளத்தின் சொற்களில் கேட்ட கதையை, என்னுடைய வார்த்தைகளில் மீட்டுச் சொல்லும்போது, எழுத்தாளனுக்குரிய தோரணை என் மொழியில் சேர்ந்துவிட்டதும்; அடிபிறழாமல் அப்படியே திரும்ப ஒப்பிக்க அது ஒன்றும் மனப்பாடப் பகுதி இல்லை என்பதால், நான் விரும்பும் விதமாக உவமைகளையும் சாய்வுகளையும் அவற்றில் கோப்பதற்கான சுதந்திரத்தை நான் எடுத்துக்கொள்ள முடிந்ததும்; சில இடங்களில் மனப்போக்கில் நான் செய்த இடைச்செருகல்களும் தந்த விடுதலை உணர்ச்சியும் பேரானந்தமும் அலாதியானவை.

இன்னொரு சங்கதியையும் சொல்லவேண்டும். மிகச் சரியாக எத்தனை இரவுகள் அவர் வந்தார் என்று தீர்மானமாகச் சொல்ல முடியாது; நூற்றியொன்று, ஐநூற்றியொன்று அல்லது ஆயிரத்தொன்று என்று மொய்ப்பணம் போல ஒரு முன்னொட்டைப் போட்டுவிட்டால், யார் கண்டது, வேதாளம் சொன்ன கதைத்தொடருக்கும் ஒருவிதக் காவியத்தன்மை ஏற்பட்டு விடலாம். ஆனால், அது அல்லவே என்னுடைய நோக்கம்?

ஒன்றை மட்டும் உறுதியாய்ச் சொல்லலாம். அவர் சொல்கிற எதையோ ஒட்டி எனக்குள் பொங்கிப் பாய்ந்த பிரவாகத்தைக் கணக்கில் கொண்டால், எல்லாருக்குமான ஓர் இரவு அல்ல எனக்கான ஓர் இரவு. ஏகப்பட்ட உள்மடிப்புகளுடன், ஒன்றே

பலவாக விரிந்துகொண்டே போன இரவுகள் அவை. எண்கள் வெகுசுலபமாகத் தோற்று வீழும் அடுக்குமானங்கள்.

இரண்டாம் நாள் அவரை மீண்டும் அதே இடத்தில் சந்திக்க நேர்ந்தபோது எனக்குள் ஒருவிதக் குறுகுறுப்பு தோன்றியது. அதை மீறிக்கொண்டு, சற்றுச் சங்கடமான கிலியும் தோன்றியது – விநோதமான ஏதோ மனநோயின் ஆரம்பநிலையோ இது என்று. முன்னொரு காலத்தில் விழுங்கித்தீர்த்து, பெயர் மறந்துபோன மாத்திரைகளும், அந்த நாட்களில் சிடுக்கு மூண்டு தவித்த மனமும் நினைவில் எழுந்து பீதியுறச் செய்தன.

உண்மையில், அந்த மாத்திரைக்காலத்தை நோக்கி வேகமாகத் திரும்பிப் போய்க்கொண்டிருக்கிறேனோ என்ற கவலையும் எனக்குள் இருக்கத்தான் செய்தது. பத்து நிமிடம் ஆகக் குதூகலமாகவும், பதினோராவது நிமிடத்தில் தொடங்கி எஞ்சிய பகல்பொழுது முழுவதும் இறக்கைக்குள் அலகையும் முகத்தையும் புதைத்து அசைவற்று நிற்கும் அடைக்கோழி போலச் செயலற்று இருப்பதாகவும் கடந்த நாட்கள் மறுபடியும் என்னைப் பீடித்துவிட்டன என்றே அஞ்சத் தொடங்கியிருந்தேன்.

ஆனால், இருட்டாக அடர்ந்து நிறைந்துவிடுகிற, பீதியூட்டும் வெறுமையை, தன் இயல்பான உரையாடலால் விலக்கி, மகிழ்ச்சியாலும், சொற்கள் மற்றும் வாக்கியங்களின் நீரோட்டம் போன்ற ஒழுக்கினாலும் என்னை நிரப்ப வந்த கந்தர்வன் என்றே அவரைச் சொல்ல வேண்டும். தவிர, அவர் பேசிக்கொண்டிருக்கும்போதும் அதன் பின்னரும் துல்லியமான காட்சியும், அதைவிடத் துல்லியமான ஒலியும் நிலவிய தருணங்களை நடைமுறையானவை என்று நம்பாமல் இருக்கக் காரணம் எதுவும் தட்டுப்படவில்லை. ஆமாம், கணந்தோறும் நிறுவப்படும் நிஜமாகவே ஆகி வந்தது எங்கள் சந்திப்பு.

இந்த முறையும் அவர் ஒரு பேருந்துச் சம்பவத்தையே விவரித்தார். வேதாளங்களுக்கும் அஸோசியேட்டட் மெமரி உண்டோ என்று என்னை சந்தேகிக்க வைத்த சம்பவம் அது. நகர்ப் பேருந்தில் ஏறி ஒரு திருமண வரவேற்புக்குப் போகும் வழியில் நான் சந்திக்க நேர்ந்த யாசகன் பற்றிய கதை அது.

தி நகர் பேருந்துநிலையம். சாயங்காலம் ஐந்தரை மணி. வியாழக்கிழமை. திருவிழாக் கூட்டம். இருதயத்துக்குள் பெருஞ்சிரைகள் வழியாக ரத்தம் நுழைந்து மீண்டும் வெளிப்

பாய்வது பற்றிப் பாடப்பகுதியில் படித்த விதமாக, பேருந்துகள் ஒரு வாயில்வழி நுழைந்து மறுவாயிலில் வெளியேறுவதும், ஜனங்கள் ஓடிஓடித் தொற்றுவதுமாக ஏகப்பட்ட களேபரம். ஆறுமாதத்துக்கு முன்பே கோடை வந்து இறங்கிவிட்ட மாதிரி அசாத்திய வெக்கை. புழுக்கம். இஸ்மாயில் சொல்லுவான்:

> தமிழ்நாட்டு வானிலையை சுனாமிக்கு முன் சுனாமிக்குப் பின் என்று இரண்டாகப் பிரித்துத்தான் அளக்க வேண்டும்.

அளப்பதெல்லாம் அப்புறம். அது சாமானிய மனிதனின் வேலையும் இல்லை. இப்போது கிருஷ்ணன் சோழிங்கநல்லூர் போகவேண்டும். வெளியூர்க்காரர்களுக்கு இப்படிச் சொன்னால் புரியாது – மனநலம் குன்றியவன் கிறுக்கிய கரிக்கோடுகள் போலக் கிடக்கும் தார்ச்சாலைக் குழப்படியில் ஒரு மணி நேரத்துக்குக் குறையாமல் பிரயாணம் செய்தாக வேண்டும்.

நிமிடத்துக்கு நிமிடம் கூட்டம் அதிகரித்துக்கொண்டே போகிறது. இவன் போவது திருமண வரவேற்புக்கு. மனைவிவழி உறவினர் வீட்டுத் திருமணம். அவள் தாம்பரத்திலிருந்து நேரே வந்துவிடுவதாக ஏற்பாடு. கசங்கின உடையுடன் போய் நின்றால், மணமக்களை விட்டுவிட்டு எல்லாரும் இவனை வேடிக்கை பார்க்க வாய்ப்பிருக்கிறது. இரண்டாவது தடவை இனிப்பு கேட்டால், பரிமாறுகிறவர் காதில் விழாததுபோலப் போய்விடக்கூடும்.

தற்செயலாகக் கவனித்தான். நிலையத்தின் ஓரத்தில் சாதுவாக நின்றிருந்தது ஏஸி பஸ். சோழிங்கநல்லூர் மார்க்கம்தான். நின்றுகொண்டுதானிருக்கிறது என்பதால் கதவுகளை முழுக்கத் திறந்து போட்டிருந்தார்கள். நகரப்பேருந்தாக அறிமுகப்படுத்தப் பட்ட புதிதில் நாலைந்து தடவை ஏஸி பஸ்ஸில் போயிருக்கிறான். முதன்முதலில் பிரமிப்பாக இருந்தது. வெளியிலிருந்து பார்ப்பதற்கு, வெளிநாட்டு சினிமாக்களில் வருகிறவைபோல, தேவலோக வாகனம்போல இருந்தது.

ஆனால் ஏறி அமர்ந்ததும் ஏக்கம் தொற்றிவிட்டது. உள்ளேயிருந்து பார்க்கும்போது தென்பட்ட சென்னை மாநகரம் தேவலோகம் மாதிரி இல்லை. குறைந்தபட்சம், கிருஷ்ணனின் ஞாபகத்தில் இருக்கும் ஐம்பத்திச் சொச்சம் வருடங்களுக்கு முந்திய மண்ணுலகம் மாதிரிக்கூட இல்லை.

அடுத்தடுத்த பயணங்களில், ஆரம்பகட்ட பிரமிப்பு காணாமல்போய், வழக்கமான நகரப்பேருந்துகள்போல இதிலும் குறைகள் கண்டுபிடிக்குமளவு சுவாதீனமாகி விட்டது . . . நம்முடைய பர்ஸின் கனத்துக்கு சாதாரணப் பேருந்தே போதும்

என்ற ஞானமும் சித்தியாகிவிட்டது. ஆனால் இன்றைய சந்தர்ப்பம் சாதாரணமானதல்லவே . . .

ஏறி உட்கார்ந்தான். வண்டி மெல்லமெல்ல நிரம்ப ஆரம்பித்திருந்தது. அலுவலகம் விட்டு வந்த அலுப்பு போலும், பயணிகள் அனைவருமே தமக்குள் அமிழ்ந்த மாதிரி தியான மௌனத்துடன் அமர்ந்திருந்தார்கள். கிருஷ்ணனின் அதிர்ஷ்டம், மீந்திருந்த ஒரேயொரு ஜன்னலோர இருக்கை கிடைத்து விட்டது. இவன் சாய்ந்து அமர்வதற்காகக் காத்திருந்த மாதிரி இரண்டுபேர் உள்ளே வந்தார்கள். ஒருவர் சகபயணி. பக்கத்து இருக்கைக்கு வந்துசேர்ந்தார். இரண்டாவது நபரைப் பற்றித்தான் இப்போது பேச்சு.

இளைஞன். டிஷர்ட்டும், டெனிம் ஜீன்ஸூம் அணிந்திருந் தான். பழைய மாடல் பேகி ஜீன்ஸ். விந்திவிந்தி எட்டு வைத்தான். வலதுகாலில் ஜீன்ஸின் கீழ்விளிம்பைத் தாண்டி கனத்த மாவுக்கட்டு தெரிந்தது. இரண்டு கைகளிலும் விரல்கள் மட்டும் தெரியும் அளவு மாவுக்கட்டு. கழுத்தில் மாட்டிய தூளிக்கயிறு களில் மடங்கித் தொங்கின கைகள். இடதுகை விரல்களில் ஓர் எக்ஸ்–ரே படத்தைப் பிடித்திருந்தான். வலது அக்குளில் பெரிய ஃபைல். பத்துப் பதினைந்து நாள் தாடி. லேசான முன்வழுக்கை. அகலமான, புடைத்த கண்கள்.

ஏஸி பஸ் பார்த்திருப்பீர்களே, மத்தியில் உள்ள கதவு வரையிலான சமதரை, சாய்வாக மேலேறும் இடத்தில் வந்து நின்றான். உடனடியாகப் பேச ஆரம்பித்தான்:

> சீமாட்டிகளே, கனவான்களே. நான் இன்னார். (அவன் சொன்ன பெயரைச் சொல்வதற்குத் தயக்கமாய் இருக்கிறது – பெயர்களையொட்டி சர்ச்சைக்குரிய நிறப்பூச்சு ஏற்படுவது தமிழ்ச்சூழலில் எவ்வளவு சகஜமாகிவிட்டது . . .) பிரபலமான ஐட்டி நிறுவனத்தில் வேலை பார்த்தேன். பழைய மகாபலிபுரம் சாலையில் காற்றாகப் பறப்பேன். அது இப்படியொரு நிலையில் கொண்டு தள்ளும் என்று நினைத்தும் பார்த்ததில்லை. உங்கள் முன்னால் இந்தக் கோலத்தில் நிற்பேன், இப்படியொரு வேண்டுகோள் வைப்பேன் என்றெல்லாம்கூட ஆறுமாதத்துக்கு முன் நினைத்துப் பார்த்ததில்லை. இடைப்பட்ட காலத்தில் இரண்டு கைகளிலும், காலிலும் நாலு அறுவை சிகிச்சைகள் நடந்திருக்கிறது. இதுபோக முதுகில் ஒன்று. இன்னும் இரண்டு செய்யவேண்டும், உள்ளே பதித்த தகடுகளை உருவியாக வேண்டும் என்கிறார்கள் மருத்துவர்கள். அதுபோக முதுகுத்தண்டில் ஒரு பெரிய அறுவை பாக்கி.

அதுவரை நானாக உட்காரவோ, எழுந்திருக்கவோ முடியாது. நிமிர்ந்த நிலையில்தான் இருந்தாக வேண்டும். கழிவறைக்குப் போவதுகூட சிரமம். இதுவரை ஏகப்பட்ட செலவு ஆகிவிட்டது. இன்னும் நாலுலட்சம் தேவை. என்னைப் பராமரிப்பதற்காக என் மனைவியும் வேலையை விட்டுவிட்டாள். இரண்டு குழந்தைகள். நாலு வயது, இரண்டு வயது. காதல் திருமணம். பணம் தந்து உதவ யாரும் இல்லை எங்களுக்கு. என் நண்பர்களும் இதே நிலையத்தில் மற்ற பேருந்துகளில் உண்டியல் குலுக்கிக் கொண்டிருக்கிறார்கள். உதவுங்கள் நண்பர்களே… என்னை நம்பினால் உதவுங்கள். நான் பொய்சொல்லவில்லை. ஏமாற்றுக்காரனில்லை. உங்களைப்போலவே கம்பீரமாக வாழ விரும்புகிறவன். விபத்துக்கு முந்தைய அந்த நாளுக்குத் திரும்பிவிட விரும்புகிறவன்…

நயமான ஆங்கிலமும், மேடைத்தமிழும் கலந்து பேசினான். உண்மையில் அது ஓர் உரை. ஆனால், அவனுடைய கடைசி வாக்கியங்களை நிம்மதியாகக் கேட்க விடவில்லை பக்கத்தில் அமர்ந்தவர்.

இவுனுகளுக்கு வேறெ வேலெ இல்லெங்க. ஆன்னா ஊன்னா ஒரு காயிதத்தெத் தூக்கிக்கிட்டுக் கிளம்பீருவானுக. சும்மா வேசம். மத்தவனுக்கெல்லாம் துட்டு மரத்துலயா காய்க்கிது?

நல்லவேளை, கிசுகிசுப்பாகத்தான் சொன்னார்.

அவன் ஓரிரு கணங்கள் தலைகுனிந்து நின்றிருந்தான். தொடர்ந்து பேசியதாலோ என்னவோ, கடுமையாக மூச்சிரைத்தது. நடுங்கும் விரல்கள் அனிச்சையாக எக்ஸ் ரே படத்தை உயர்த்தி ஆட்டிக்கொண்டிருந்தன. பேருந்தினுள் சிறு சலசலப்பு எழுவதை உணர முடிந்தது. ஆனால் யாரும் பணம் கொடுக்கத் தயாராக இல்லைபோல.

இதற்குள் ஓட்டுநரும் நடத்துனரும் திரும்பிவிட்டார்கள். ஓட்டுநர் அதிகாரமான குரலில் சொன்னார்:

யப்பா. எறங்கு. வண்டியெ எடுக்கணும். பத்துநிமிசம் நிறுத்த விட மாட்டீங்களே…

பதிலேதும் சொல்லாமல், தலைகுனிந்து இறங்கிப் போனான். கிருஷ்ணன் வழக்கம் போலக் குழப்பத்தில் ஆழ்ந்தான். இஸ்மாயில் அடிக்கடி சொல்வான்:

நீ ரொம்பக் குழப்பிக்கிறடா. நிரூபணத்தெ வெளியிலே தேடுறே… இஷ்டமிருந்தாப் போடலாம். இல்லேன்னா

விட்டுறலாம். கேக்குறவன் நாணயஸ்தனா, பிச்செ கேக்குற யோக்கியதெ அவனுக்கு இருக்கான்னெல்லாம் நாம எதுக்கு ஆராய்ச்சி பண்ணணும். அதுக்கான கருவியும் நம்மகிட்ட இல்லே, அவசியமும் இல்லே…

தொடர்ந்து, யாரோ ஒரு வெளிநாட்டவர், ஜிட்டு கிருஷ்ணமூர்த்தியின் ஆராதகர், தொடர்பாக ஒரு சம்பவத்தை விவரித்தான். அதை மீட்டுரைக்க இப்போது அவகாசமில்லை; பேருந்து கிளம்பிவிட்டது.

வலதுபக்கம் நின்றிருந்த மற்றொரு பேருந்தை அப்போதுதான் கவனித்தான் கிருஷ்ணன். சாதாரண வண்டி. நிலையத்தின் சுற்றுச்சுவருக்கு இணையாக ஓராள் நுழையுமளவு இடைவெளி விட்டு நின்றிருந்தது. இவர்கள் வண்டி வெளியேறுகிறது—வாசலில் நெரிசல் உண்டாகியது.

பக்கத்துப் பேருந்தின் மறுபுறம் இருந்த இடைவெளியை நீளமான ஓடையாகப் பார்க்கும் கோணத்தில் ஏஸி வண்டி நிற்க வேண்டியதானது.

சந்துக்குள் அவன் நின்றிருந்தான். லேசாக முகமுயர்த்தி, ஆகாயத்தைப் பார்த்து, உதடு பிதுங்க, சிறு குழந்தை மாதிரி விம்மி அழுதுகொண்டிருந்தான். வழியும் கண்ணீரைத் துடைக்கவும் முனையாமல் அவன் அழுவதைப் பார்க்க கிருஷ்ணனுக்கு உயிர் பதறியது.

சில விநாடிகள்தாம். போக்குவரத்து நெகிழ்ந்துவிட்டது. விசையாகக் கிளம்பியது பேருந்து. ஏஸி வண்டிக்குள் கடுமையாக வியர்த்தது இவனுக்கு…

நல்லவேளை, கல்யாணவீடு போய்ச் சேர்வதற்கிடையில் பீடித்த குறுந்தூக்கத்தின் வழியே, அந்த யாசகன் வெளியேறிக் காணாமல் போயிருந்தான்.

❍

அவனுடைய கண்ணீர் ததும்பும் விழிகளும், அவன் உயர்த்திக்காட்டிய எக்ஸ்—ரேவும், அக்குளில் இடுக்கிய மருத்துவக் கோப்பும், முனைமுறியாத ஆங்கிலமும் என எல்லாமே நன்றாக நினைவிருக்கிறது. திருமண வீட்டில் என்னை யாருமே சரியாக வரவேற்கவில்லை என்று நான் வருத்தப்பட்டதும், அதன் பிறகு அந்தக் குடும்பத்துடனான என் உறவு சிறுகச்

சிறுகத் தேய்ந்து, இறுதியில் முகமுழியே இல்லாத இடத்துக்கு நகர்ந்துவிட்டதும்கூட நினைவிருக்கிறது. அந்த விமரிசையான திருமணத்தில் மொய்ப்பணமாகக் கணிசமான தொகையை வழங்கும்போது, யாசகனுக்கு ஒரு சிறு தொகை அளிக்க முன்வராத மனம் பற்றிக் கிளர்ந்தெழுந்து வீடுவரை நீடித்த குற்ற உணர்ச்சியும் கூடத்தான். வேதாளம் விவரிக்க ஆரம்பித்த மாத்திரத்தில் சரசரவென்று சகலமும் மேலெழும்பிவிட்டன.

அப்படியானால், அவன் வெளியேறிக் காணாமல் போய்விடவில்லைபோல. இன்னமும் ஆழமான இன்னொரு அடுக்கினுள் போய்ப் புதைந்து இருந்திருக்கிறான்.

உபரியாக இன்னொரு விஷயமும் சொல்லத் தோன்றுகிறது. ‘பல பத்து வருடங்கள் மாநகரத்தில் வசித்தும், நகரவாழ்க்கையின் நெருக்கடிகளையும் இன்பங்களையும் கிருஷ்ணன் சித்தரித்ததே யில்லை’ என்று என்மீது ஒரு புகார் உண்டு. வேதாளம் அதைத் தீர்த்துவைக்கப் போகிறது என்ற நம்பிக்கை பிறந்தது. மாநகரம் பற்றி என் ஆழ்மனத்தில் உறைந்திருக்கும் அபிப்பிராயங்களை, தோண்டி எடுத்து என்முன் பரப்பிவைக்கும் என்றும் நம்புகிறேன் – ஆனால், மாநகரில் ’தோண்டி’ என்று சொல்ல மாட்டார்கள் – ‘நோண்டி’ என்பார்கள். மாநகரத் தரையை அழுக்கு மண்டிய மாபெரும் நாசியாகக் கற்பிதம் கொண்டு கூசுவேன்!

கணிப்பொறியை மூடிவைக்க இன்னும் கணிசமான நேரம் இருக்கிறது. வேதாளம் சொன்ன கதையால் நினைவூக்கம் பெற்ற பேருந்துச் சம்பவம் இன்னொன்று உதிக்கிறது. மறுபடியும் மறப்பதற்கு முன்னால் அதையும் கூறிவிடுகிறேனே ...

அது எப்போது நடந்தது என்று துல்லியமாகச் சொல்ல முடியாது. நள்ளிரவு நேரத்தில் என்மீது கடந்து சென்ற நிகழ்வை, கண்ணும் மனமும் மூடிக் கிடந்தபோது நடந்ததை, இன்ன வேளையில் நடந்தது என்று எப்படிச் சொல்ல? தவிர, நிஜம் போலவே நடந்த நிஜமின்மை, நிஜமாகவே நடந்தது எந்த ஆண்டிலோ, எந்த வயதிலோ... இனம் புரியாத ஆழத்திலிருந்து வெளியேறித் தன்னைச் சொற்களாக காட்சியாக மாற்றிக்கொள்ள இன்றுதான் நாளும் நேரமும் முடிவு செய்திருக்கலாம்.

ஒன்று மட்டும் உறுதியாய்ச் சொல்ல முடியும் – அந்தப் பொழுதில் இரவுக்கும் கனவுக்கும் வெளியில் இருந்தேன்.

ஆமாம், காட்சியின் தத்ரூபத்தைக் கொஞ்சமும் நிராகரிக்க முடியாது.

பிரம்மாண்டமான மீன் ஒன்று. அவ்வளவு பெரிய சரீரத்தை வைத்துக்கொண்டு என்ன வேகம்! நெளிவுகளே அற்ற உருளை போன்ற உடலில் விலாங்கு மீன் போன்று, ஏன் பாம்பு போன்று, வளைவுகள் அவ்வப்போது தோன்றி மறைந்தன.

படுவேகமாகப் போய்வந்துகொண்டிருந்தது. அதன் முன்னால் போய்க்கொண்டிருந்த சின்ன மீன் இதன் இரையேதான் என்று எனக்கு எப்படித் தெரிந்தது? கொஞ்சமும் அதிகரிக்காத வேகத்தில் சீராக அதுவும் போய்க்கொண்டே இருக்கிறதே, தப்பித்துப் போகிறதா, வெறுமனே போக்குக் காட்டுகிறதா? அவர்கள் நிஜமாகவே விளையாடுகிறார்களா, நான் பார்ப்பதற்காகத் தோற்றம் காட்டுகிறார்களா? மீன்களின் உணர்ச்சியை அறிவதற்கு ஏதேனும் மார்க்கமுண்டா? அது சரி, நீருக்குள் இருவரும் ஆடும் ஆட்டத்தை விழிகளில் நீர் படாமல் என்னால் எப்படிப் பார்க்க முடிகிறது? மாற்றமேயின்றி ஏதோ இரண்டு ஜீவன்கள் போய்ப்போய் வருவதை நான் ஏன் இப்படி மெனக்கெட்டு உறுத்துப் பார்த்தபடி காத்திருக்கிறேன் – விளையாட்டோ வினையோ தர்க்கபூர்வமான முடிவு ஒன்றைக் கற்பிதம் செய்துகொண்டு, அது கண்முன்னால் நிறைவேறுவதைத் தவற விட்டுவிடக்கூடாதே என்றா? பெரிய மீனைச் சொல்லிக் குற்றமில்லை, பசியாற வேண்டாமா அதுவும்?

சட்டென்று ஆட்டத்தின் போக்கு மாறுகிறது. எட்டும் தொலைவில் சீராகப் போய்க்கொண்டிருந்த இரையை எட்டிப் பிடிப்பதற்காகத் தாவிப் பாய்கிறது மீன். ஐயோ... கவ்வியே விட்டது. திறந்த வாயில் தெரிவது முதலையின் பல் வரிசை போலல்லவா இருக்கிறது. இரையின் இடுப்புவரை மீனின் வாய்க்குள் இருக்க, உடம்பின் முன்பகுதி வெளியில் துடித்துத் தவித்தது.

அடடே, அது ஒரு பெண் உடம்பு. மனித உடம்பேதான். தரையை நோக்கித் தொங்கும் மூடாத இளமுலைகளும், வேதனையின் சுளிப்பு மண்டிய முகமும்... ஆனால், முகத்தின் அடையாளம் என்று குறிப்பாக எதுவும் நினைவில் எஞ்சவில்லை... நீரைத் துழாவுகிற மாதிரிக் கைகள் துடித்தன. இடுப்பிலிருந்து கசியும் ரத்தம் நீர்ப்பரப்பைக் கலங்கடிக்க ஆரம்பித்தது.

பார்வைக்கு உடனடியாகவும் நெருக்கமாகவும் இருந்த காட்சி தீண்டமுடியாத் தொலைவில் நடப்பதைக் கையாலாகாமல் பார்த்துக்கொண்டிருந்தேன். தலையிடும் திராணி இன்றி, நடப்பதில் சம்மதமும் சம்மதமின்மையும் ஒரே நேரத்தில்

பொங்கி, தன் இச்சைப்படியே முடிவு கிடைத்ததில் உள்ளூறத் திருப்தி அடைந்து எனப் பல்வேறு விதமாகக் குழம்பியது மனம். அடிவயிற்றில் தடதடப்பு அதிகரித்து வந்தது.

நிகழ்ந்துகொண்டே இருந்த காட்சி எப்போது எப்படி முடிவுக்கு வந்தது என்றே தெரியவில்லை; அல்லது, நினைவில் பதியவில்லை.

மறுநாள் சாவகாசமாக அந்தக் காட்சி மீண்டும் நினைவில் வந்தது. முதுகை மட்டுமே காட்டியபடி அம்மணமாக இருந்த பெண் உடல் இன்னாருடையது என்று தெரியவில்லை. ஆனால் அத்தனை சித்ரவதைக்கு ஆட்பட்டிருந்த அவளைத் தொட வேண்டும்போல ஆசையாய் இருந்தது. சாதாரணமாக அல்ல, தொடக்கூடாத இடங்களில் தொடவேண்டும். ஆமாம், மீன் வாயில் சிக்கிய உடம்பின் முதுகும், புட்டப் பிளவும், பொன்னிறமாய்த் துள்ளிய பின்னந்தொடைகளும் விசிறியடித்த வனப்பின் தன்மை அப்படி.

அந்தச் சமயத்தில் எழுதி, பிரசுரத்துக்கு முனையாமல் விட்ட குட்டிக்கதையில், முதல் பகுதியாய் அந்தக் கனவு இடம்பெற்றது. இரண்டாம் பகுதியில் என்னை மூன்றாம் மனிதனாக்கிக் கொண்டேன்.

நகர்ப் பேருந்தில் கடுமையான கூட்டம். இவனுக்கு முன்னால் இருந்தவன அவனுக்கு முன்னால் இருந்த பெண்ணின்மீது உரசுகிறான். நாலைந்து நிறுத்தங்கள் எதிர்வினை காட்டாமல் இருந்தவள், சட்டென்று திரும்பி நிமிர்ந்து அவனை முறைக்கிறாள் – சற்று அதிகமாக அழுந்திவிட்டானோ என்னவோ. அவன் அனிச்சையாக வேறு திசையில் பார்க்கிறான் – அவள் முறைத்தது இவனுக்குத் தெரியாதாம். கூட்டம் நெரிக்கும்போது தான் என்ன செய்வான், பாவம் என்கிற மாதிரி முகபாவனை.

இவன் கூட்டத்தைத் திரும்பிப் பார்த்தான். வீடு திரும்பும் பொழுதின் பரபரப்பில் வியர்த்த பெண்முகங்கள் அனைத்தையும் நிதானமாக அலசி நகர்ந்தது பார்வை. பாவம், பகல் முழுக்க எங்கோ வேலை பார்த்துவிட்டு, வீடு திரும்பியவுடன் சமையலறைக்குப் போக வேண்டும். வீட்டை ஒதுங்க வைத்துவிட்டு படுக்கைக்குப் போகும்போது மீந்திருக்கும் சக்கையிலும் சாறு மிச்சமிருக்கிறதா

என்று பார்க்க ஆர்வமாய்க் காத்திருக்கும் இணைக்கு இணங்க வேண்டும்.

அவர்கள் எல்லாருமே அபலைகள். மீனுக்கு இரையாகும் ஆர்வத்தால் சிக்கியவர்கள் அல்ல – நீர்ச் சுழிகளின் இழுவைக்கு ஈடுகொடுக்க முடியாமல் மீன் வாயில் அகப்பட்டவர்கள் என்று ஒரு கணம் பட்டது. அப்புறம், அடுத்தவர் பற்றித் தன்னிச்சையாய் அபிப்பிராயம் கொள்ளும் அதிகாரம் தனக்கெப்படி வந்தது என்று வியப்பாய் இருந்தது. தான் ஆண்பிள்ளை என்பதால்தானோ? மற்றவர் பெண் என்றால் கருணையோ காட்டமோ தான் எதைக் காட்டினாலும் வாங்கிக்கொள்ள வேண்டுமாக்கும்?

அவர்களானால், உணர்வே தெரியாத கண்களால் பேருந்துக்கு வெளியில் விரையும் காட்சியை இலக்கற்றுப் பார்த்துக்கொண்டிருந்தார்கள்.

முன்னவனிடம் சிக்கியிருந்த பெண் இறங்கும் நிறுத்தம் வந்துவிட்டது. படியிறங்குமுன், அழுந்தியிருந்தவனை இன்னும் ஒருதடவை திரும்பி முறைத்துவிட்டுப் போனாள். சக்தி மட்டும் இருந்திருந்தால், இடித்தவனை, இடிக்க ஏது செய்துதந்த மற்றவர்களை, மொத்தப் பேருந்தை, ஒட்டுமொத்த நகரத்தை, இன்னும் கொஞ்சம் வேகம் கிட்டினால் உலகம் முழுவதும் நிரம்பிய சமூக வாழ்வையே பொசுக்கிவிடும் தீப் பார்வை அது.

அத்தனையும் பொசுங்கினால் தானுமல்லவா பொசுங்குவோம் என்று உறைத்தது. ஆனால், அதிலும் ஒரு நியாயம் இருக்கத்தான் செய்தது – அவனுடைய இடத்தில் எவன் இருந்திருந்தாலும் அதுவேதானே நடந்திருக்கும்?

இதன் எதிர்முனைபோல ஒரு சம்பவம் இவனுக்கே நடந்திருக்கிறது. ஒரு வித்தியாசம், அந்த யாரோ ஒருத்தி, இவனுக்குப் பின்னால் நின்றிருந்தாள். கூட்டம் இவன் முதுகோடு அவளை நெருக்கி அழுத்துகிறது. அழுந்தியிருந்தவள், சற்றுநேரம் கழித்து நிலையைச் சற்று மாற்றிக்கொண்டாள். வேதனை காரணமா, மறுமுலையின் வேட்கை காரணமா, அல்லது இவன் மீதான ஈர்ப்பேதானா என்று தர்க்கபூர்வமாகக் குழம்பியவாறு அசையாமல் நின்றிருந்தான். முடிவை எட்டுமுன், கூட்டம் கொத்தாக இறங்கும் நிறுத்தம் வந்துவிட்டது. அவளும் இறங்கினாள்.

இரண்டாவது வித்தியாசம், அவள் இவனைத் திரும்பிக்கூடப் பார்க்காமல் போய்க்கொண்டே இருந்தாள். முதுகில் அவள்

அழுந்திப்போன இடங்களில் தீக்குமிழ்கள் இரண்டு வெதுவெதுப் பதை அசௌகரியமாக உணர்ந்தான்.

வீடு நோக்கி நடக்கத் தொடங்குமுன் ஒரு சிகரெட் குடிக்க முடிவெடுத்தான். தானாய் நகர்ந்து முடியும் பகல்பொழுதுபோல நிதானமாய் உயர்ந்து கலைந்தது புகை. பெட்டிக்கடையின் முகப்பில் தொங்கிய அட்டைப்படத்தில் செயற்கை முலையின் புடைப்பைத் துருத்தியபடி இருந்த நடிகையின் முகம் கண்ணில் பட்டது.

நடந்தான். இளம் வயதில் கொஞ்சநாள் நெருக்கமாக இருந்த சித்ராவின் முகம் நினைவில் எழுந்தது. அப்புறம் சாந்தா, கீதா, கன்னியம்மாள் என்று வரிசையாக மேலெழுந்த முகங்களும், அட்டைப்பட நடிகையின் அசாதாரண முலையும், பேருந்து நெரிசலும், தாங்கவொண்ணாத முறைப்பும் மாறி எதிர்வந்து கடந்தன. இடையிடையே இரையை விழுங்கிய மீன் வேறு.

இந்த அல்லாட்டம் சென்று எட்டிய முடிவைத்தான் தாங்கிக்கொள்ள முடிய வில்லை. வீட்டு வாசலை அடைந்தபோது, பக்கவாட்டிலும் வால்புறமும் சரியாகத் தெரியாத அடையாளம், நேருக்கு நேர் அந்த ராட்சத மீன் வந்ததா, நேற்றுப்போல் இல்லை, இப்போது மிகத் துல்லியமாகத் தெரிந்துவிட்டது. அந்த மீன் இன்னார் என்பதில் குழப்பமேயில்லை.

கண்ணாடியில் தெரிவதுபோல அச்சு அசலாய்க் காட்சி தரும் தன் முகத்தைப் பார்த்துப் பேரதிர்ச்சி அடைந்தான்.

●

3

மூன்றாவது இரவிலும் அதே இடத்தில் அதே வேளையில் அவர் உதயமானபோது, மூன்று விஷயங்கள் புலப்பட்டன. ஒன்று, இந்த உரையாடல் லேசில் முடியப் போவதில்லை. இரண்டாவது, இரண்டே சந்திப்புகளில், நாங்கள் அதிகபட்ச நெருக்கம்கொண்ட வெகுகால நண்பர்களாகி விட்டோம். மூன்றாவதுதான் முக்கியம் என்று படுகிறது. உதடு பிரியாமல், ஒலி எழாமல் பேசிக் கொள்கிறோம் என்பதால், சில வேளைகளில், அவர் கூறுவது எது, எனக்காகத் தோன்றும் எண்ணம் எது என்று பிரித்தறிய முடியாமல் போகிறது. அதனால் என்ன?...

அதையெல்லாம்விட என்னைக் கிளர்ச்சிக்குள் ளாக்கிய விஷயம், அவருக்கும் எனக்குமான பரிவர்த்தனையை நான் எழுத முனையும்போது எனக்குள் வார்த்தைகளும் வாக்கியங்களும் பொங்கிப் பீறும் வேகம். அவற்றின் சரளம். நீண்ட காலமாகப் பக்கவாதத்தால் பீடிக்கப்பட்டிருந்தவனுக்கு, அத்தனை அங்கங்களிலும் உணர்ச்சியும் உத்வேகமும் மீண்டும் நிரம்பிவிட்ட மாதிரி உணர்ந்தேன்.

சரி, மறுநாள் காலையில்தான் எழுதப் போகிறேன் என்பதால், மூன்றாவது நாள் உரையாடல் கொஞ்சம் காத்திருக்கட்டும்.

தொடர்ந்து இரண்டு பேருந்துச் சம்பவங்களை வேதாளம் எடுத்துரைத்த பிறகு, அவற்றின் மானசீகத் தொடர்ச்சியாக இன்னொரு பேருந்துச் சம்பவம் நினைவுக்கு வந்த பிறகு, பேருந்து என்னைப் பீடித்துவிட்ட மாதிரி இன்னொரு சம்பவமும் நினைவில் எழுந்தது. அதையும் சொல்லிவிடுகிறேன் ...

கூட்டம் அதிகமாய் இருக்கும் நகர்ப் பேருந்துகளில் நான் ஏறுவதில்லை. நெரிசல் பிடிக்காது என்பதால் அல்ல – பார்க்கப்போனால், இன்னும்இன்னும்இன்னும் என்று மனிதர்களைப் பார்ப்பதில், அவர்களது உடல்மொழி, பேச்சுகள், அவற்றின்கீழ் இருப்பதாகத் தென்படும் உள்மனச் சலனங்களை வேடிக்கை பார்ப்பதில் அலாதியான ஆனந்தம்கொள்பவன்.

'மனிதர்கள் ஆடும் விளையாட்டுக்கள்' என்ற எரிக் பெர்னின் நூலைப் படித்ததில் தொற்றிய வியாதி இது. 'சகமனித உறவுகள் அத்தனையும் ஒட்டுமொத்தமாக முப்பத்தாறே தினுசுகள்தாம்' என்கிறார் அவர். 'வேறுபாடுகள்போலத் தெரிபவை, அவை எவ்வளவு பெரிதாகத்தான் இருக்கட்டுமே; மிகவும் மேலோட்டமானவைதாம்; அவற்றை ஏந்திச் சுழலும் திகிரி ஒன்றே.' என்று சங்கர் சார் அடிக்கடி சொல்வார்.

பொதுவாக, அவர் உதிர்க்கும் வாக்கியங்களில் பெரும் பாலானவை என் தலைக்குமேல் ஓரடி உயரத்தில் மேகம்போலக் கடந்து செல்பவை. சிலவேளை, வறட்டுக் கோட்பாடுகளோ என்ற ஐயத்தை விளைவிப்பவை. தன்னிச்சையாக உதறிவிடுவேன். ஆனாலும், அவருடைய நட்பைப் பெரிதும் மதித்தேன். இஸ்மாயில் போன்ற சகவயதினர் ரணங்களை ஆறுதல் போலத் தருகையில், முந்தைய தலைமுறைக்கார சங்கர் சார் நிஜமான ஆசுவாசம் தந்தவர். அவர்தான் *Gary Zukav* எழுதிய *Soul Stories* தந்தார். '*Dancing Wu Li Masters* அளவு சுவாரசியமாக இல்லை இந்தப் புத்தகம்' என்று நான் சொன்னபோது மிகுந்த சந்தோஷத்தோடு என் கைகளைப் பிடித்துக்கொண்டார்.

ஆனால் இப்படியொருவர் சக ஊழியராக இருப்பதையே இஸ்மாயிலிடமும் சுகவனத்திடமும் தெரிவித்ததில்லை நான். அவர்களுக்குத் தெரியாத ஒரு ரகசியத்தை அடைகாக்கும் இன்பத்துக்காகவா, என்னுடைய யோசனைகள் அவர்களை மட்டுமே சார்ந்தவை அல்ல என்று எனக்கே நிரூபித்துக்

கொள்வதற்காகவா என்று உறுதியாகச் சொல்ல முடியவில்லை. நாம் படுகிற பாடு போதாதா, நல்ல மனிதரை மாட்டிவிடுவானேன் என்ற நல்லெண்ணம்கூடக் காரணமாய் இருக்கலாம்.

எரிக் பெர்னின் புத்தகம் பற்றிப் பேசும்போது, சங்கர் சார் சொன்னதன் பிரகாரம், கறுப்பின மங்கோலிய காகேஸிய இந்தோ – இரானிய கிறிஸ்தவ யூத இஸ்லாமிய பௌத்த . . . என்ற அடைமொழிகள் அனைத்தும் பொருட்படுத்தப்படாத அகழி ஒன்று இருக்கிறது; அதனுள் புதையும் சந்தர்ப்பம் ஒன்று இருக்குமானால், அது மகோன்னதமானதுதானே.

ஆமாம், சகலவேறுபாடுகளையும் நிராகரிக்கும் நகர்ப்பேருந்துகளிலும், ஓட்டல்களிலும், சினிமாத் தியேட்டர்களிலும், பொதுக் கழிவறைகளிலும் அடியோட்டமாக நிலவும் ஒருமையைப் பார்க்கக் கிடைக்கும் கணங்களில் அலாதியான கிளர்ச்சி நிரம்பிவிடும் எனக்குள். ஆனாலும், இரண்டுமுறை மணிப்பர்ஸும், ஒருமுறை செல்ஃபோனும் தொலைத்தபிறகு, கூட்டம் பார்க்கும் ஆர்வத்தை நகர்ப்பேருந்துவரை நீட்டிக்க வேண்டாம் என்று தீர்மானித்திருந்தேன்.

அன்றைக்கு, நெரிசல் வேளை இன்னும் ஆரம்பிக்கவில்லை. நான் போகவிருந்தது, மின் ரயில் எட்டாத வட்டாரம். ஜன்னலோர இருக்கை தேர்ந்து உட்காருமளவு பேருந்து காலியாக இருந்தது. பழைய தீர்மானத்தை தற்காலிகமாய் ரத்து செய்தேன்.

ஆனால், தன்னிச்சையான தனிநபர்த் தீர்மானங்களின் அபத்தத்தை, அவற்றை ரத்து செய்ய நேரும் அபூர்வக் கணங்களின் அசட்டுத்தனத்தை உணரவைக்க மாநகரம் தவறுவதில்லை.

வண்டி கிளம்பியபோது, நிற்கும் பயணிகள் என யாருமே இல்லை. அடுத்த நிறுத்தத்தில் ஏறிய கூட்டம் இரண்டுபேருந்துகளை நிரப்பிவிடக் கூடியது. ஆமாம், அடுத்த நிறுத்தத்தில் ஐம்பதுக்குக் குறையாத பயணிகள் காத்திருந்தார்கள். இன்னொரு பேருந்தை ஏறெடுத்தும் பார்க்காதவர்கள்.

கசகசவென்ற பேச்சொலிகள், சுமை தாளாத என்ஜினின் உறுமல், அக்கம்பக்க வாகனங்களின் வீறல் என ஓசைப்பிரளயத்தில் மூழ்கிவிட்டதாக உணர்ந்தேன்.

ஆனால், உரிய இடங்களில் நின்று கிளம்புவது, எங்குமே தேங்காத போக்குவரத்து, சீராகச் செலுத்தும் ஓட்டுநரின் ஆளுமை என்று புலப்படாத ஒழுங்கின் புலத்தினுள் வண்டி

நுழைந்தது. அண்ணா மேம்பாலத்தில் ஏறியபோது, நகரத்தை விட்டு வெளியேறி ஆகாயத்தில் தொடர்கிறமாதிரி, பெயரற்ற அமைதிக்குள் மாநகரம் அமிழ்ந்து பின்தங்கிவிட்ட மாதிரி உணர்வு தட்டியது. வெகு இயல்பாகக் கண்ணை அமட்டியது.

இனம் புரியாத ஆழத்தில் மெய்மறந்து கிறங்கிக் கிடந்தவன், திடீரென்று ஒரு குரல் உரத்துக் கேட்டதில், பதறி விழித்தேன். கடைசி இருக்கையில் இருந்த கிராமத்துக்காரி. வண்டியை நிறுத்தச்சொல்லிக் கூவினாள். அனிச்சையாக வெளியில் பார்த்தேன். வண்டி ஹால்டா ஜங்ஷனைக் கடக்கிறது.

கைக்குழந்தையுடன் எழுந்து நின்றாள் அவள். வண்டியின் பின்புறச் சுவரையொட்டி நீளமாயிருக்கிற, பெண்களுக்கான கடைசி இருக்கை அது. இருபுறமும் இருந்தவர்கள் அமைதியாகப் பார்த்துக்கொண்டிருந்தார்கள். நடத்துனர் அருகில் வந்தார். மொட்டைத் தலையும், முழுக்க மழித்த மீசையும், கனத்த குரலுமாய் அம்ரீஷ் புரி சாயலில் இருந்தார். ‘தளபதி’ படத்தில் வரும் சாயலில். அதே மாதிரிக் கண்ணாடிகூட அணிந்திருந்தார். குரலும் அதே. கண்டபடி திட்டப்போகிறார் என்று எதிர்பார்த்தேன். அவரானால், தகப்பனின் கனிவுடன் ‘என்னம்மா பிரச்சினை?’ என்று விசாரித்தார். அவள் கணவனைக் காணோமாம்.

எங்கூடத்தாங்க ஏறுனாரு.

அவன் முகம் எனக்கு ஞாபகமிருந்தது. நான் ஏறி அமர்ந்தபிறகுதான் அவர்கள் குடும்பம் வந்தது. அந்த ஆள் முரட்டு மீசை வைத்திருந்தான். நகரத்துக்கு வருவதற்கு முன்னால் நாவிதரிடம் சென்று வந்திருப்பான்போல. சீராகக் கத்தரித்த மீசை, தலைமுடி. கண்கள் கடுமையாகச் சிவந்திருந்தன. கோடுபோட்ட டிரவுசர் தெரியும் விதமாக உயர்த்தி, மடித்துக் கட்டிய வேட்டி. மனைவியிடம் கடைசி இருக்கையில் அமரும்படி சைகையால் ஆணையிட்டுவிட்டு, ஓட்டுநருக்குப் பின்னால் இருந்த காலி இருக்கை நோக்கிப்போனான்.

இவள் பராக்குப்பார்த்தபடி அமர்ந்தாள். குழந்தைக்கு இரண்டுவயது இருக்கலாம் – அதைவிட அதிகமும் இருக்கலாம். முற்றிய மங்கோலியச் சாயலுடன் இருந்தது. முழுப் பனங்காய் பருமன் கொண்ட மண்டை. பீழை கோத்த கண்கள். புடைத்து முன் வந்த நெற்றி. எச்சில் ஒழுகும் கடைவாய். மடியில் அமர்ந்து, தாயின் முகத்தை மட்டுமே பார்த்துக்கொண்டிருந்தது. அடிக்கொரு தடவை அவள் கழுத்தைப் பிடித்து இழுத்தது. அவள் தலைகுனிவாள். அழுத்தி முத்தமிடும். உடனடியாக

சேலைத் தலைப்பை இழுக்கும். முலைப்பிளவு வெளிப்படாது காத்துக்கொள்ள அவள் பெரும் பிரயாசைப்பட்டாள். ஆனாலும், முகத்தில் துளிகூட மாறுபாடு இல்லாதிருந்தது . . .

நடத்துனர் ஓட்டுநரிடம் போய்ப் பேசிவிட்டுத் திரும்பினார். நெரிசலைச் சமாளித்து மெல்ல மெல்ல ஓரம் ஒதுங்கிய வண்டி நடைபாதையை ஒட்டி நின்றது. அவள், குழந்தையை இடுப்பிலும், பார்வைக்கே அநியாய கனம் தெரியும் ஒயர்ப் பையை மறுகையிலும் எடுத்துக்கொண்டு எழுந்தாள். குழந்தை தலைப்பை விலக்கியது. நடத்துனர்,

பையக் குடும்மா. நாங் கீளே கொண்ணாந்து தர்றேன்.

என்று வாங்கிக்கொண்டார். குழந்தை இப்போது அவள் கழுத்தில் முத்தம் கொடுத்தது. அவள் பேரழகி என்பதும், அபாரமான உடலமைப்பு கொண்டவள் என்பதும் பளீரென்று அறைந்தன. ஏற்கனவே மனத்தில் நிரம்பிவிட்ட இனம் புரியாதத் துயரம் மேலும் பெருகியது. கடலில் சொட்டிய நீர்த்துளிபோல அவளை விட்டுவிட்டு, பேருந்து கிண்டியை நோக்கிக் கிளம்பியது–கடமை தவறாத ஒலியுடன்.

என்ன செய்வா அந்தப் பொம்பளே?

பின்னாலிருந்து ஒரு குரல் கேட்டது. மத்தியவயதுக் குரல். இளம்குரல் பதிலளித்தது.

பெரிசா என்னத்தெச் செஞ்சுருவா? நாட்டுக்கட்டெ. அவ பார்வையெப் பாத்தீங்கள்ளே? மொதோத் தடவையா மெட்ராசுக்கு வந்திருக்காபோல. ப்ராட்வேயிலே ஏறினவன், நடுவிலே எங்கே இறங்கினானோ. இவள்ட்டெ என்னா செல்ஃபோனா இருக்கு? இருந்தாலும் அவன் அணெச்சு வச்சிற மாட்டான்?

என்னாங்க சொல்றீங்க? அவ புருசங்க அவன் . . ?

அதுக்காக? கையிலெ இருந்த பிள்ளெயெப் பாத்தீங்கள்ளே? எங்கெயாச்சும் விட்டுட்டுப் போயிறணும்னே கூட்டியாந்திருப் பான். தாய்க்காரில்லே. மாட்டேன்னிருப்பா. இவளையும் சேத்து விட்டுட்டுப் போயிட்டான் . . .

இவ என்னங்க செய்வா.

இப்பிடி நிர்க்கதியானா, பொம்பளைக்கிச் செய்றதுக்கு வேற என்ன இருக்கு?

முதுகுரல் விசிக்க ஆரம்பித்தது. திரும்பிப்பார்த்தேன். அலுவலகம் விட்டுத் திரும்புகிற, தலைமுடிக்குச் சாயம் பூசிய பேரிளம்பெண். யாரென்றே தெரியாத ஒருத்திக்காக அழுபவள், பேராச்சரியமாய்த் தென்பட்டாள். மறுகணம், மற்றவள் சொன்னது அவளுக்கு மட்டுமே நிஜமாய் இருக்கும் கதையாகப் போகட்டுமே என்று இஷ்ட தெய்வங்களை நோக்கிக்கூம்பியது என் மனம்.

இதுதாங்க அத்வைதம்ன்றது.

என்றார் சங்கர் சார். கொஞ்சம் புரிந்தமாதிரியும் கொஞ்சம் புரியாத மாதிரியும் இருந்தது எனக்கு.

வேதாளத்தின் வருகை நின்றுபோய், சில மாதங்கள் கழித்து நண்பர்களுடன் சாவகாசமாக உரையாடக் கிடைத்த சந்தர்ப்பத்தில், எனது கடைசி வாக்கியத்தின் முற்றுப்புள்ளிவரை அடிபிறழாமல் ஒப்பித்தேன். சங்கர் சாரின் பெயரைக் கவனமாகத் தவிர்த்துவிட்டு, 'ஒரு நண்பர்' என்றேன். இயற்கையிலேயே சந்தேகப் பிராணியான இஸ்மாயில் ஏனோ அதைக் கவனிக்காமல் விட்டுவிட்டது எவ்வளவு ஆறுதலாய் இருந்தது என்கிறீர்கள்!

அவன் எங்கேயோ வெறித்துப் பார்த்துக்கொண்டிருக்க, ஆமோதிப்பாகத் தலையாட்டினான் சுகவனம். ஓரிரு கணங்கள் கழித்து உபரியாக ஓரிரு வாக்கியங்கள் பேசினான்.

> எல்லா மதங்களுமே இப்படியொரு ஒருமையைத்தான் உருவாக்க முயல்கிறது. நடைமுறைப்படுத்த முனையும் தனிமனங்கள் அவரவர் இஷ்டப்படி விளக்கம் சொல்லி, ஒருமையைக் குலைக்கிற எதிர்நிறுவனங்களாக ஆக்கி விடுகின்றன.

உணர்வெழுச்சியைக் கிளப்பிய சம்பவம் என்றெண்ணி, விவரித்து முடித்திருந்த நான், இஸ்மாயிலின் கோட்பாடுகளை அவை ஆரம்பிக்கும் முன்பே நிராகரித்து விடும் நான், சுகவனத்தின் வாதங்களில் எப்போதும் நிலவும் விளக்கெண்ணெயில் ஊறிய வெண்டைக்காய்த்தனத்தைக் கேலியாகப் பார்க்கக்கூடிய நான், எனக்குள்ளும் ஒருவித ஒப்புதலை உணர்ந்தேன்.

என்னை ஒருபுறம் இஸ்மாயிலும், மறுபுறம் எரிக் பெர்னும் பற்றித் தூக்க, முதுகில் முட்டுக்கொடுத்த சுகவனமும் சேர்ந்து முன்னர் சொன்ன அகழிக்குள் இறக்கி விட்டதாகவும் உணர்ந்தேன்.

மூன்றாவது நாளிலும் எனக்கொரு ஆச்சரியத்தை வைத்திருந்தது வேதாளம். நான் கிட்டத்தட்ட மறந்தே போயிருந்த ஒரு நண்பனை நினைவுபடுத்திவிட்டது. மதுரை மாநகராட்சி நடத்தும் உயர்நிலைப்பள்ளியில் என் வகுப்புத்தோழன். படிப்பை முடித்து ஏகப்பட்ட ஆண்டுகள் கழிந்து, பின்னரும் நான் சென்னையில் வந்து குடியமர்ந்து சுமார் பத்து வருடங்கள் கழித்து, ஒரு சாயங்காலம் நிகழ்ந்த தற்செயல் சந்திப்பு அது.

இடைக்காலத்தில் முன்முதுமையின் நுழைவாசலுக்கு வந்து சேர்ந்திருந்தேன். பள்ளிக்கால, கல்லூரிக்கால நண்பர்கள், ஏன், பணியமர்ந்த ஆரம்பக்காலத்தில் நண்பர்களாக அமைந்த சக ஊழியர்கள் எனப் பலரும் அடையாளமற்ற அத்துவானத்தில் புதைந்து காணாமல் போயிருந்த காலகட்டம்.

வேதாளம் எங்கிருந்து தனக்கான தடயங்களைத் தோண்டி எடுக்கிறது என்பது பேராச்சரியம்தான். ஆனால் என்னளவில் திகைப்பாய் இருந்தது வேறொரு சங்கதி. அதை அப்புறம் சொல்கிறேன்.

வழக்கமான முகமன் சொற்களுக்குப் பிறகு, விஷயத்துக்கு வந்தது. வழக்கம்போல, கதை வேதாளம் சொன்னது; மொழியும் முன்னொட்டு பின்னொட்டுகளும் என்னுடையவை...

துன்பம் மாதிரியேதான் ஆறுதலும். யாருக்கு எந்த ரூபத்தில் வந்துசேரும் என்று யூகிக்கவே முடியாது. கிருஷ்ணனுக்கு குட்டி என்ற செங்குட்டுவன் மூலமாக வந்தது. தி.நகரின் ஆளரவமற்ற சாலையில் உள்ள உணவகத்தில் ஏதாவது கொரித்துவிட்டு வரலாம் என்று நுழைந்தபோது இருந்த தொய்வான மனநிலையை சர்வசாதாரணமாக மீட்டு, பெரும் உற்சாகத்தில் தள்ளிவிட்டது குட்டியின் உருவம்.

மேற்படி மனநிலைக்கும் ஒரு தனிநபர்தாம் காரணம். சற்றுமுன், நகர்ப் பேருந்தில் கடும் நெரிசலில் மிக நெருங்கி நின்றவர். குளிக்க அவகாசமில்லாத அளவு மும்முரமான வேலையில் உள்ளவராக இருக்கலாம்; அல்லது, மாநகர வழக்கப்படி கடந்த ஒரு வாரமாக அவர்கள் பகுதியில் குழாய்த்தண்ணீர் வராமல் இருந்திருக்கலாம்; அல்லது சுற்றிலும் உள்ளவர்களுக்குத்தானே தொந்தரவு, நமக்கில்லையே என்ற விவேகம் கொண்டவராக இருக்கலாம்; பிரச்சினை, அவருடைய உயரம்தான். கம்பியைப் பிடிக்கக் கை உயர்ந்தபோது, அபூர்வ தேகமணம் கொண்ட அவரது அக்குள், கிருஷ்ணனின் நாசிக்கு நேரே இருந்தது.

நெரியும் கூட்டத்தில் முகத்தை என்னதான் திருப்பினாலும், நறுமணம் துரத்தித் துரத்தி உறுத்தியது. மாநகரின் மணம் அது.

சுபாவமாகவே, கிருஷ்ணனுக்குத் தன் ஆகிருதி மீது அடங்காத தாழ்வுணர்ச்சி உண்டு. இன்னும் ஒரு பிடி அதிக உயரம் இருந்திருக்கலாம்; இன்னும் கொஞ்சம் அகலமான மார்பு இருந்திருக்கலாம்; முகத்திலும் உடலெங்கும் ரோமக்கட்டு இன்னும் கொஞ்சம் அடர்ந்து இருந்திருக்கலாம்; வேகவைத்து உரித்த உருளைக்கிழங்கின் சாயல் கொண்ட உடம்பிலிருந்து வெளிவரும் குரலாவது கொஞ்சம் கனத்து இருந்திருக்கலாம்; அட, இவற்றை ஈடுகட்டுகிறமாதிரி, தைரியமாவது கொஞ்சம் கூடுதலாய் இருந்திருக்கலாம். இதையெல்லாம் யாரிடமும் சொல்லிப் புலம்பவாவது முடியுமா – அடுத்த தடவை பார்க்கும்போது மேற்படிப் புலம்பல்தானே அவர்களுக்கு முதலில் நினைவு வரும்? அப்புறம், இயல்பாகக் கேலியும் ஆரம்பிக்கும்.

ஆனால், தன்னை மறந்த சந்தர்ப்பத்தில் இஸ்மாயிலிடம் சொல்லித் தொலைத்தான். அவனுடைய ஆறுதல் மொழிகளுக்கு, சின்னஞ்சிறு காயத்தைக் கூட ஆறாத ரணமாக்கிவிடும் வல்லமை உண்டு. அவன் சொன்ன பதில் என்ன என்பது கிடக்கட்டும் – சொல்லாமல்கூட விடலாம். குடி முழுகிவிடாது. சாதாரண தர்க்கத்துக்கு மீறிய வேறேதோ ஒழுங்கு எல்லாவற்றையும் – குறைந்தபட்சம் பவுதீகப் பரிமாணங்களை – தனக்கேயுரிய கணக்குடன்தான் நிர்ணயிக்கிறது என்ற ஞானம் கிருஷ்ணனுக்கு இயல்பாகவே சித்தியான கதைதான் இப்போதைக்கு முக்கியம்.

எதிர்மேசையில் அமர்ந்து பஜ்ஜி கொரித்த குட்டி என்ற செங்குட்டுவனை சுமார் இருபத்தைந்து வருடம் கழித்துப் பார்க்கிறான். அவன் இவனை அடையாளம் காண நிச்சயம் சிரமப்பட்டிருப்பான் – பள்ளிநாள்க் கண்ணாடியை அறுவைசிகிச்சை கழற்றிவிட்டது; தலைமுடி வெகுவாகக் குறைந்து, மீந்ததில் பெரும்பகுதி வெள்ளை நிறம். கடைவாய்ப் பற்கள் பக்கத்துக்கு இரண்டு உதிர்ந்து கன்னங்களில் குழி விழும் வசீகரமும் சேர்ந்துவிட்டது. மத்தியதர வர்க்க வாழ்முறையோ, மாநகரின் எந்நாளும் உக்கிரம் குறையாத சீதோஷ்ணமோ, பள்ளிக்காலத்திலிருந்த பால் நிறத்தில் விகிதப்பொருத்தமின்றி டிக்காக்ஷன் ஊடிக்கலந்து பழுப்புநிறமாகிவிட்ட சருமமோ, அல்லது, இளமைக்காலக் கனவுகளில் எதுவெதுவோ குலைந்த

நிராசையின் பீடிப்பேதானோ – சராசரியைவிடச் சற்று அதிக வேகத்தில் முதுமை தொற்றிவருகிறதே என்று இவனுக்குள் சதா நமட்டும் கவலையை வேறொரு சமயம் பார்க்கலாம்.

குட்டி அப்படியேதான் இருந்தான். இவனுடைய தோள் உயரம். ஐந்தடி இருக்கலாம். ஒடிசலான உடம்பில், சராசரிக்கும் பெரிய மண்டை. விகிதப் பொருத்தமற்று, குடைபோல அகலமாய் விரிந்த காதுமடல்கள். நடுநெற்றியில் ஆணித்தலையால் பதித்த சாந்துப்பொட்டு. தலைமைச் செயலகத்தில் ஒரு பிரிவின் தலைமை அதிகாரியாகப் பணிபுரிகிறானாம். கிருஷ்ணன் வந்து குடியமர்வதற்குப் பலவருடங்கள் முன்னரே சென்னை வந்துவிட்டான்.

இவன் தானாக அவனிடம் சென்று அறிமுகப்படுத்திக் கொண்டான். ஒரே விநாடி போதுமானதாய் இருந்தது – குட்டியின் பேராச்சரியமும் பெருமகிழ்ச்சியும் முகத்திலும் குரலிலும் உடல்மொழியிலும் பரபரவென்று பரவித் தகிப்பதற்கு.

பழைய நண்பர்கள், ஆசிரியர்கள் என்று ஒவ்வொருவரையாகப் பேர்சொல்லி இவன் விசாரிக்க விசாரிக்க, அவனுடைய இடுங்கிய கண்கள் அதிகபட்சமாக விரிந்துகொண்டே போயின.

ஏ, இதையெல்லாமாடா யாவுகம் வச்சிருக்கே?

என்று வாய்விட்டு வியந்தான். ஆனால், அவர்கள் அனைவரைப் பற்றியும் தகவல்கள் அவன்வசம் இருந்தன.

ரெண்டுமாசத்துக்கு ஒருவாட்டியாவது ஊர்ப்பக்கம் போயிருவம்ல்ல!

என்று பெருமிதமாகச் சொன்னான். எப்படியோ, தொடர்பின் சங்கிலி அறுந்து போயிருந்த போதிலும், கண்ணிகள் வலு குன்றாமலிருந்ததை இதமாக உணர்ந்தான் இவன்.

அட, சீரெட்டு வேற குடிப்பியா?

ஆச்சரியமாகக் குட்டி கேட்டதற்கு அசட்டுப் புன்னகையுடன் பதிலளிக்க இவன் வாய் திறக்கிறான் – இவர்களுக்கு அருகில் நின்ற கார் மறைவில் ஓடிவந்து குந்தினாள் ஓர் இளம்பெண். என்புதோல் போர்த்த உடம்பு. பரட்டையாய்ப் படர்ந்த தலை. அழுக்கு நிற மஞ்சள் கயிறு மட்டும் அணிந்த கழுத்து. தலையை இருபுறமும் அழுத்திப் பிடித்த கைகளில், கைக்கொன்றாக முழங்கையைப் பார்த்து இறங்கியிருந்த அரக்கு நிற ரப்பர்

வளையல்கள், முன்னங்கைகளை இன்னமும் ஒல்லியாய்க் காட்டின. திரட்சியற்ற நெஞ்சு ஏறியிறங்க, மூச்சுவாங்கியபடி ஒளிந்திருந்தாள்.

சிகரெட் முடியவிருக்கும் தறுவாயில், ஓர் ஆண்பிள்ளை வேகமாக வந்தான். தொழில்முறை பயில்வானாகவோ, ஸ்டண்ட் நடிகனாகவோ இருக்கத்தக்க உடம்பு. இரைதேடும் மிருகம் மாதிரி இரண்டு பக்கமும் துருவிவந்தது பார்வை. கார் மறைவைப் பார்த்துவிட்டான்.

தெவ்டியா முண்டெ. இங்கயாடீ இருக்க?

என்று பாய்ந்தான். அவசரமாக எழ முயன்றவளின் தலையில் இடி மாதிரி இறங்கிய தாக்குதலில் நிலைகுலைந்து தரையில் குப்புறச் சரிந்தாள். முதுகில் ஓங்கி மிதித்தான். காலை அவளது தட்டை நெஞ்சுக்கடியில் நுழைத்து நெம்பிப் புரட்டி, இடுப்பில் உள்ளங்காலால் எத்தினான். அவள்,

ஐயோ ... கொல்றானே ...

என்று அடிவயிற்றிலிருந்து உரத்து அரற்றினாள். தொடர்ந்து உதைகள், மிதிகள், அலறல்கள். அவனுடைய மொத்த உடம்பும் கால்களாக மட்டுமே ஆகிவிட்ட மாதிரி இருந்தது. அடுத்த இரண்டு மிதிகளில் அவள் உயிரிழந்துவிட வாய்ப்புண்டு. திடீரென்று குட்டி அவர்களை நோக்கி நகர்ந்தான். அதட்டலாகச் சொன்னான்:

ஏ, நிறுத்தப்பா.

அவன் ஆவேசமாக இவனிடம் திரும்பினான். இடதுகையை அவள்புறம் நீட்டி,

நீ யார்றா? இவ ஏம் பொண்டாட்டியா, ஓம் பொண்டாட்டியா?

வீட்டிலே வச்சிக்கிற வேண்டியதுதானே. நடுரோட்டுல வந்து ...

குட்டியின் குரல் உரத்தது. மற்றவன் குரல் இன்னும் உரத்தது.

நடுரோட்டுலெ வச்சு அடிப்பேன். ...ப்பேன். ஒனக்கென்னா வந்துச்சு. வேலெ மசிரெப் பாத்துக்கிட்டுப் போய்ச் சேரு.

இதற்குள் அவள் எழுந்து வேடிக்கை பார்க்க ஆரம்பித்திருந் தாள். குட்டியுடன் பேசியவாறே அவள் இடுப்பில் ஓங்கி உதைத்தான். அவள் ஓலமிட்டாள்:

அண்ணே, காப்பாத்துண்ணே.

குட்டி அவன்மீது பாய்ந்தான். எகிறி எகிறிச் சாத்தினான்.

கொல்லுண்ணே. அவனெக் கொன்னுருண்ணே. குடிக்கத் துட்டு தரலேன்னு தெனந்தெனம் இப்பிடித்தாண்ணெ என்னயச் சாவடிக்கிறான்.

என்று அழுதபடியே கத்தினாள் அவள். அலறும் குரலைப் பின்னணியாகக் கொண்டு, குட்டி நிலைநாட்டிய நீதியை கிருஷ்ணனால் தாள முடியவில்லை. நெஞ்சை அடைத்தது. தாழ்வுணர்ச்சி வேகமாகக் கூடியது.

இவனுடைய அடியின் வேகம் தாளாமல், புருஷன்காரன் பின்வாங்கினான்.

வீட்டுக்கு வாடி, வச்சிக்கிர்றேன். எந்த நாயி வந்து ஒன்னைய...

அந்த வாக்கியம் முடிவதற்கு முன்பே அவனுடைய வாயில் தன் புறங்கையால் ஒன்று வைத்தான் குட்டி. அவன் வேகமாகத் திரும்பி நடந்தான். போதிய இடைவெளிவிட்டு அவள் பின்தொடர்ந்தாள்.

கிருஷ்ணனுக்கு இன்னொரு சிகரெட் குடிக்க வேண்டும் போலிருந்தது.

வீடு திரும்பிய பிறகும், அடுத்து வந்த நாட்களிலும், கொஞ்சமும் தணியாமல் இவனுக்குள் திரும்பத்திரும்ப நிகழ்ந்தது அந்தச் சாயங்காலம். ஆனால் ஒருமுறை கூட, குட்டியின் இடத்தில் தன்னைப் பொருத்திப் பார்க்க தைரியம் வரவில்லை.

குட்டியின் வேகத்துக்கான அஸ்திவாரத்தைக் கண்டறிய முயன்றான். ம்ஹூம், கொஞ்சமும் முடியவில்லை. அரசாங்கத் தலைமையிடப் பணி தரும் அதிகாரம், சிறு நகரத்தில் பிறந்து வளர்ந்த மனம் போன்றவற்றுக்கும் அறச்சீற்றத்தின் அளவுக்கும் ஏதாவது தொடர்பு இருக்குமோ என்றுகூட யோசித்தான்.

ஆனால், எந்தவிதத்திலும், குட்டியின் ஆகிருதிக்கும் அவன் வெளிப்படுத்தின ஆவேசத்துக்கும் நேர்விகிதம் ஏதும் இல்லை என்பது மட்டும் உறைத்தது.

ஆக, தான் விசாரப்படவேண்டியது உடல் பற்றி இல்லை. இஸ்மாயில் வேறொரு சந்தர்ப்பத்தில் உதிர்த்த இன்னொரு மகாவாக்கியம் பற்றித்தான்:

வேதாளம் சொன்ன கதை

உடம்புக்குள் மனம் இருக்கிறதா, மனத்துக்குள் உடம்பு இருக்கிறதா?

உபரியாக, பழைய பட்டியலில் புதிதாக இன்னொரு விசனம் சேர்ந்தது. அட, நியாயவுணர்வாவது இன்னும் கொஞ்சம் அதிகம் இருந்திருக்கலாம் தனக்குள்.

○

கதையின் கடைசி வாக்கியம் எனக்குள் ஒலித்தபோது வேதாளம் இருந்ததா போய்விட்டிருந்ததா என்பது எனக்கு ஞாபகமில்லை. ஆனால், யாருக்குமே தெரியாமல் நான் எனக்குள் ஒளித்துவைத்திருக்கும் அந்தரங்க உணர்வுகளை அது தெரிந்து வைத்திருப்பது ஒருவித பீதியை எனக்குள் கிளப்பியது – என்னை சதா வேவு பார்க்கும் ஒற்றனை எனக்கே தெரிந்துவிட்டது நன்மையா தீமையா என்பதும் விளங்கவில்லை. அவனுடன் நட்புப் பாராட்டலாமா கூடாதா?

ஆனால், கிட்டத்தட்ட இதே மாதிரியான ஒரு சந்திப்பை முன்வைத்து நான் எழுதிய சிறுகதையொன்று உடனடியாக நினைவுக்கு வந்தது. எழுத்துலகில் என்னுடைய ஆரம்ப காலக் கதைகளில் ஒன்று அது. அபூர்வமாக, கொஞ்சம் கவனம் பெற்ற கதை என்றுகூடச் சொல்லலாம்.

யதேச்சையாக சந்திக்கக் கிடைத்த கல்லூரி நண்பனின் அசல் அடையாளங்களையும், சந்தித்த இடத்தின் அடையாளத்தையும் கவனமாக மாற்றியிருந்தேன். உதாரணமாக, நான் எழுதிய கதையில் அவன் ஒரு ராணுவ அதிகாரியின் மகனாக இருந்தான். நாங்கள் சந்தித்தது ஒரு மதுக்கூடத்தில் என்று எழுதியிருந்தேன். அந்தப் பாத்திரத்துக்கு குட்டி என்ற செங்குட்டுவன் என்றே பெயர்சூட்டி இருந்தேன்.

அந்தக் கதை ஒரு இணையத்தளத்தில் வலையேற்றப் பட்டிருந்தது என்பதையும், முந்தின நாள் சாயங்காலம் அதை நான் முழுக்க வாசித்திருந்தேன் என்பதையும் ஏனோ குறிப்பிடத் தோன்றுகிறது.

குட்டியைச் சந்தித்த நாளின் இரவில் எனக்கு நினைவு வந்த இன்னொரு சம்பவத்தையும் இங்கே குறிப்பிட ஆசையாய் இருக்கிறது...

முழுக்கப் புறக்கணிக்கப்பட்ட கிடங்கிலிருந்து நினைவுகள் பீறியடிப்பதன் பின்னுள்ள தர்க்கம் யாராலும் எளிதில் அளவிட

முடியாதது என்றே சொல்ல வேண்டும். தெருவில் எதிர்ப்பட்ட எவனோ ஒருத்தனை குட்டி அடித்துப் பின்னியெடுத்ததன் பின்னொட்டாக ராமையா வாத்தியார் மேலெழுந்து வந்திருக்கலாம். சரி, காரண காரியங்களைக் கண்டுபிடித்து இப்போது யாருக்கு என்ன ஆகப் போகிறது. சம்பவம்தான் முக்கியம். அதுதான் நிஜமாகவே நடந்தது. மற்றபடி அதைப் பற்றிய சிந்தனைகள் அவரவர் மனப்போக்கையும், அறிவின் பலத்தையும் பொறுத்தவை அல்லவா?

பள்ளிநாட்களில் சராசரியைவிடக் குறைவான உயரம் இருந்தான் குட்டி. அந்த நாளிலும் ஆணித்தலையால் ஒற்றிய சாந்துப்பொட்டு இட்டிருப்பான். பெண்குரலில் பிரமாதமாகப் பாடுவான். அவனுடைய சொந்தக் குரலேதான் அது. தொண்டை யிலிருந்து வர வேண்டிய குரல், மூக்கில் புறப்பட்டு மூக்கிலேயே முடிந்துவிடுகிறதோ என்று சந்தேகம் தட்டும். ஆனாலும், சுதியும் சுரமும் கொஞ்சமும் தப்பாது. ஒரேயொரு பிரச்சினை, பற்களைக் கிட்டித்துக்கொண்டு பாடுவான். ஏகாரமெல்லாம் ஈகாரமாய்க் கேட்கும். உதாரணமாக, பாரதிதாசனின் 'சித்திரச் சோலைகளே – உமை நன்கு திருத்த இப் பாரினிலே' என்ற பாடலைப் பாடும்போது, 'சோலைகளீ, பாரினிலீ' என்று கேட்கும்.

எங்களுடைய பள்ளிநாட்களில் மிகவும் பிரபலமாய் இருந்த 'மல்லிகை என் மன்னன் மயங்கும்' பாட்டை அடிக்கடி பாடக் கேட்டு ரசிப்பார் ராமையா வாத்தியார்.

பத்துவருசத்துக்கு ஒரு தறவெதான் இந்த மாதிரிப் பாட்டுக அமையுமப்பா.

என்று ஒவ்வொரு முறையும் மறக்காமல் சொல்வார். அவர் இவர்களுடைய அறிவியல் ஆசிரியர். இந்த இடத்தில் அவரைப் பற்றியும் நாலைந்து வாக்கியங்கள் அவசியம்.

ராமையா வாத்தியார் தமிழ்த் திரைப்பாடல்களின் கலைக்களஞ்சியம். டி.ஆர். மகாலிங்கம்போல கணீரென்ற வெண்கலக் குரல். பாடம் நடத்தும் விதமே அலாதியாய் இருக்கும். பித்தாகோரஸ் தேற்றம் நடத்துகிறார். தனது உயரம் காரணமாக நிரந்தரமாக முதல் வரிசையில் இருக்கும் குட்டி மலங்க மலங்க விழிக்கிறான் – ராமையா வாத்தியார் கவனித்து விடுகிறார்.

மயக்கமா கலக்கமா – மனதிலே குழப்பமா

என்று ராகமாக இரண்டுவரி பாடிவிட்டு, இன்னொரு தடவை விளக்குவார் – 'புரிந்து விட்டது' என்று குட்டி தானே எழுந்து

சொல்லும்வரை எளிமையாக, விளக்கமாக நடத்திக்கொண்டே இருப்பார். உபரியாக, ‘மனதிலே’ என்பது தப்பு, ‘மனத்திலே’ என்பதே சரி என்று தமிழ்ப் பாடம் வேறு.

அவர் தொடர்பாக இரண்டு சம்பவங்கள் நினைவு வருகின்றன. ஒன்று, பள்ளியிறுதிக்கான அரையாண்டுத் தேர்வு நடந்துகொண்டிருக்கிறது. பொதுத்தேர்வு மாதிரியே கறாராக அதை நடத்தவேண்டும் என்று சுற்றறிக்கை பள்ளிக்கு வந்து அதன் பிரதி அறிவிப்புப் பலகையிலும் ஒட்டப்பட்டிருந்தது.

துண்டுச் சீட்டில் எழுதிவைத்துக் காப்பியடிக்கும் ஞானசேகரனைக் கையும் களவுமாகப் பிடித்துவிட்டார். சிலம்பை ஏந்தி நீதி கேட்கும் கண்ணகியின் சிலை போலத் துண்டுச்சீட்டை உயர்த்தி மொத்த வகுப்பறைக்கும் காட்டியபடி, டி.ஆர். மகாலிங்கம் உரத்துப் பாடுகிறார்:

பொய்நெல்லைக் குத்தியே பொங்க நினைத்தவன்

கை நெல்லும் விட்டானம்மா …

அந்தச் சமயம், மாநகராட்சிப் பள்ளிகளுக்கான முதுநிலை ஆய்வாளர் தமது குழுவுடன் தாழ்வாரத்தில் நடந்து வந்திருக்கிறார். நல்லவேளை, ‘ஏதோ நிழலாடுகிறதே’ என்று சீட்டை உடனடியாக வாத்தியார் மறைத்துவிட்டார் – ஞானம் தப்பித்தான் … கையும் களவுமாகப் பிடிபடுவது இப்போது ராமையா வாத்தியாரின் முறை. ஆய்வாளர் இவரைப் பார்த்துச் சொன்னார்:

எக்ஸாம் முடிஞ்சதுக்கப்பறம் எச்செம் ரூம்லெ வந்து என்னெப் பாருங்க.

அவ்வளவுதான். நட்பும் சிரிப்புமான ஆசிரியரை இழக்கப் போகிறோமோ என்ற பதட்டத்தில், கைநடுங்க ஆரம்பித்துவிட்டது எனக்கு. முழு வீச்சுடன் தேர்வை எழுத முடியாமல் போனது. எல்லாருக்கும் அதே நிலைமைதான் என்பது, இறுதிமணி அடித்த பிறகு தெரியவந்தது. குறிப்பாக, குட்டி அழவே ஆரம்பித்து விட்டான்.

விடைத்தாள் கட்டுடன் ராமையா சார் போய் சில நிமிடங்கள் கழித்து, தலைமையாசிரியர் அறையைப் பார்த்து ஓடினோம். அறையின் பின்புற ஜன்னல் சராசரித் தலைக்கு இரண்டடி அதிக உயரத்தில் இருப்பது. உள்ளே தப்புத்தண்டா வாக ஏதும் நடப்பது தெரிந்தால், சரமாரியாய்க் கற்கள் பறந்திருக்கும்; ஜன்னல் கண்ணாடிகள் நொறுங்கியிருக்கும் – மாணவர்கள் மனநிலை அப்படித்தான் இருந்தது அன்று.

ஆனால், உள்ளே ராமையா வாத்தியார் பாடும் குரல் கேட்கிறது. 'இன்று போய் நாளை வாராய், ஆஹா நம் ஆசை நிறைவேறுமா, நினைந்து நினைந்து நெஞ்சம் உருகுதே' என்று பாடல்கள் வரிசைகட்டிப் பாய்கின்றன. துணிச்சலுக்குப் பேர்போன தவமணி ஜோஷ்வா நாலு படியேறி நீளும் வராந்தாவில் பம்மிப் பம்மி நடந்து அறை வாசலைத் தாண்டிப் போகும்போது ஓரக்கண்ணால் பார்த்துவந்து தகவல் சொன்னான். தலைமையாசிரியர், ஆய்வாளர் மற்றும் அவருடன் வந்திருந்த இன்னும் இரண்டு மூன்றுபேர் தலையாட்டிக் கேட்டுக்கொண்டிருந்தார்களாம்.

அன்றைக்கு நாங்கள் அனுபவித்த ஆனந்தத்தையும் நிம்மதியையும் அளவிட்டுச் சொல்ல முடியாது. அதெல்லாம் இன்னும் ஒரே மாதத்தில் பறிபோகவிருக்கிறது என்பது அப்போது எங்களுக்குத் தெரியாது எனும்போது, மிகவும் வெளிப்படையான ஒரு வேளை, சட்டென்று மர்மமானதாக ஆகிவிடவில்லை?

விதிவசப்பட்ட அந்த மற்றொரு நாளின் பரபரப்புகள் இன்னும் முழுக்க ஓய்ந்திராத சாயங்காலத்தில், அண்ணாச்சி டீக்கடையில் ராமையா வாத்தியாரைச் சூழ்ந்து மாணவர்கள் நின்றிருந்தோம். பார்க்கும் யாருக்கும், முதுகிலும் முழுக் கைகளிலும் புழுதி படிந்த வெள்ளைச் சட்டையுடன் மத்தியில் நிற்பவருக்கு நாங்கள் அனுதாபம் தெரிவிக்கிறோம் என்றுதான் தோன்றியிருக்கும். அது நியாயமும்கூட. ஆனால், நாங்கள் நின்றிருந்தது, அவருக்குப் பாதுகாப்பு அளிப்பதற்காக.

சுருக்கமாகச் சொல்வதென்றால், வீராச்சாமி வாத்தியார் ஆட்களுடன் வந்து ராமையா சாரைத் தாக்கப் போகிறார் என்று பள்ளிக்குள் வதந்தி உலவியது. மாணவர்களில் ஒருவரேகூட அதைக் கிளப்பிவிட்டிருக்கலாம் என்று இப்போது தோன்றுகிறது.

நடந்தது இதுதான்: அன்று மதிய உணவுவேளையில், பெண்கள் கழிவறைக்குக் கொஞ்சம் தள்ளி, விளையாட்டு மைதானம் ஆரம்பிக்கும் இடத்தில், வீராச்சாமி வாத்தியாரும் ராமையா வாத்தியாரும் கட்டி உருண்டு சண்டைபோட்டார்கள். பள்ளியின் ஒரே பெண்பால் ஆசிரியரும், அலகுபோலக் கூரிய மூக்கு உடையவரும், உபரி ஒப்பனையால் யாருடைய கவனத்தையும் ஈர்த்துவிடக் கூடியவரும், கிருமிநாசினிபோல மணக்கும் வாசனைத் திரவியத்தை தாராளமாகப் பூசிவருபவருமான சீனியம்மாளின் உள்ளம் கவர்ந்தவர் யார் என்பது தொடர்பான மல்யுத்தம் அது; சீனியம்மாள் டீச்சர் வீராச்சாமி வாத்தியாரின்

தொலைதூர உறவு மற்றும் ஒருவித முறைப்பெண் என்பது உபரித் தகவல். ஆனால், ராமையா வாத்தியாருக்குத்தான் சீட்டு விழும் என்பதும், பிரச்சினை என்றாவது இப்படி வெடிக்கும் என்பதும் எங்களுக்கு முன்னமே தெரிந்த சங்கதிகள்தாம்.

இனி அவர்கள் இருவரும் ஒரே பள்ளியில் பணிபுரிவதற்கான வாய்ப்புகள் அறவே இல்லை என்பதும் யாரும் பேசிக்கொள்ளாமலே தெரிந்ததால், குட்டி விசும்பினான். பின்னே, அவனை மாதிரி வசதியில்லாத மாணவர்களுக்குச் சீருடைக்கும் நோட்டு, புத்தகங்களுக்கும் உதவித்தொகைபோல வழங்குவதற்கு இனி யார் இருப்பார்கள்? பாடம் புரியாவிட்டால், "சாயங்காலம் வீட்டுக்கு வா இன்னமும் சொல்லித் தருகிறேன்" என்று, கட்டணம் கொடுத்து ட்யூஷன் படிக்கும் மாணவர்களுக்கு இணையாய் வைத்துப் பாடம் எடுக்கத்தான் யார் இருக்கிறார்கள்? அப்போதுதான் ராமையா வாத்தியார் ஒரு மகா வாக்கியம் உதிர்த்தார்:

> இதென்னாடா சின்னப்புள்ளெ கணக்கா அளுதுக்கிட்டு நிக்கிறெ. ஒரு கதவு மூடுச்சுன்னா, இன்னொரு கதவு தானாத் தெறந்துட்டுப் போகுது. நம்ம சீனிவாஸ் அண்ணன் என்னா பாடிருக்கார் யாவுகமில்லே? . . . நினைப்பதெல்லாம் . . . நடந்துவிட்டால் . . . தெய்வம் ஏதுமில்லை . . .

என்று மிருதுவான குரலில் பாடினார் – டி.ஆர். மகாலிங்கம் ரகசியம் பேசுகிற மாதிரி.

அதே ராமையா வாத்தியார், தொலைக்காட்சி ஊடகங்களின் செல்லப்பிள்ளை ஆகி, தமிழ் பேசும் பிரதேசங்களின் மூலைமுடுக்கெல்லாம் பிரபலமாவார் என்று அன்றைக்கு யாராவது எதிர்பார்த்தோமா? எதிர்பார்த்தபடியே தற்காலிக இடைநீக்கம் பெற்று, வேறு பள்ளிக்கு மாற்றலானவர், கன்னாபின்னாவென்று சம்பாதித்து ஐயர் பங்களா பகுதியில் ஒரு பங்களா கட்டியது; சீனியம்மாள் டீச்சர் வேலையையும் சொந்தக் குடும்பத்தையும் கைவிட்டு இவருக்கு இரண்டாம்தாரமாக வாழ்க்கைப்பட்டது: முதல் கணவருக்குப் பிறந்த அவரது பையன்கள் இருவரையும் ராமையா வாத்தியார் தனது மகன்களாக வளர்த்துவருவது; மற்றொரு வீரரான வீராச்சாமி வாத்தியார் இன்னமும் ட்யூஷன் எடுத்துக் கொண்டிருப்பது; ரிட்டையரான பிறகும் சைக்கிளிலேயே மதுரைத் தெருக்களில் நடமாடுவது என்பதெல்லாம் மதுரையிலேயே இன்னமும் வசிக்கும் பாக்கியவான்களான வகுப்புத் தோழர்கள் சொல்லக் கேள்வி. குட்டிக்கும் நிச்சயம் தெரிந்திருக்கும் . . .

அவருக்குத் திறந்த இன்னொரு கதவு இவருக்குத் திறக்காமலே போயிருச்சே.

என்று குட்டியிடம் சொல்லியிருக்கலாம்.

அட, அதையெல்லாமாடா யாவுகம் வச்சிருக்க?

என்று அவன் ஆச்சரியப்பட்டிருப்பான். போகட்டும், அவன் மொபைல் நம்பர் இருக்கிறதே, நாளைக்கு அவனை அழைத்துச் சொல்லவேண்டும் என்று நினைத்துக்கொண்டேன்.

அடுத்த நாள் காலையில் மறந்துவிட்டது—என்பது இப்போது நினைவு வருகிறது.

●

4

முன்னிரவில் ஒரு சம்பவம் நிகழ்ந்துவிட்டது. துக்ககரமான சம்பவம். அதைச் சொல்வதற்கு முன்னால், எங்கள் தெருவின் அமைப்பைச் சற்று விளக்க வேண்டும். சில இடங்களில் நாற்பதடி அகலம். துணிச்சலான வீட்டுக்காரர்கள் ஆக்கிரமித்த இடங்களில் இருபத்தைந்தடி. முன்பு ஒற்றைவீடாக இருந்து நாலு தளங்கள், பதினாறு குடியிருப்புகள் என மாறிவிட்ட அடுக்குமாடிக் கட்டடங்கள் நாலைந்து; பல் உதிர்ந்த இடத்தின் ஈறுபோல இருக்கும் ஏழெட்டுக் காலியிடங்கள். ஒன்றில் மீன் விற்பனை; இன்னொன்றில் நிரந்தர நடமாடும் இஸ்திரி நிலையம், சதா பான் குதப்பும் பிஹாரி நடத்துகிற, சாக்கடையோர பானிபூரிக் கடை என்று கிட்டத்தட்டக் கடைவீதியின் சாயல் கொண்டது எங்கள் தெரு. பொதுவாகவே, தள்ளுவண்டிப் பானிபூரிக் கடைகளுக்கும் நிரந்தரமாய்த் தேங்கி நறுமணம் பரப்பும் சாக்கடைகளுக்கும் இருக்கும் மாநிலம் தழுவிய நல்லிணக்கத்தை வியந்து மாளாது எனக்கு.

இதுபோக, நகரின் பரபரப்பான ஒரு பகுதி யிலிருந்து, அதைவிடப் பரபரப்பான இன்னொரு பகுதிக்குப் போவதற்கு, நாலு கிலோமீட்டர் சுற்றுவழியை மிச்சப்படுத்தும் குறுக்குவழி இந்தத் தெருதான். தெரு என்ற பெயரை சாலை என்று மாற்றுவதற்காகப் பேரூராட்சிக் கூட்டத்தில்

தீர்மானம் கொண்டுவர மூன்று தடவை முயன்றார் இந்தத் தெருவில் குடியிருக்கும் கவுன்சிலர். பாவம், எதிர்க்கட்சியைச் சேர்ந்தவர்.

வீட்டுக்கு நேரெதிரே எதிர்ச்சாரியில் மளிகைச் சாமான்கள் விற்கும் அண்ணாச்சி கடை. சிகரெட் விற்பனையும் உண்டு. ஆனால், நாற்பதடி தொலைவைக் கடப்பது அவ்வளவு சுலபமல்ல. சிகரெட் பிடிக்கும் ஆவல் முற்றாக வடிந்தபிறகுதான் தெருவைக் கடக்க முடியும். ஏனோ தெரியவில்லை, இந்தத் தெருவுக்குள் நுழைந்த மாத்திரத்தில் வாகனஓட்டிகளுக்கு அலாதி உற்சாகம் பிறந்துவிடும். முந்திப் பாய்ந்து சென்று பதக்கம் வெல்லும் வெறியுடன் வண்டியை விரட்டுவார்கள்.

சுற்றுச்சுவர் மார்பளவு உயரம். அதில் கைகளைப் பதித்து நின்று ஆனந்தமாக சிகரெட் புகைத்துக்கொண்டிருக்கிறேன். அந்தியின் சருமத்தில் மெல்லக் கருமை ஏறி வருகிறது. மழைத்துளிகள் மாதிரி இடைவெளியின்றி வாகனங்கள் பாய்ந்து செல்கின்றன.

எந்தவொரு நதியுமே கடைசி ஜாமத்தின் ஏதோ ஒரு தருணத்தில், ஓட்டத்தை ஒரு கணம் நிறுத்தி ஆசுவாசப்பட்டுவிட்டு, பிறகு மீண்டும் நகரத் தொடங்குமாம். காலத் தொடர்ச்சியும் அறுந்து அந்தரத்தில் தொங்கும் ஒற்றைக் கணம் அது என்று வாசித்திருக்கிறேன்.

அதுபோல, வாகன வரிசை ஒரு நொடி நேரம் ஓய்ந்தது. அபாரமான மௌனமும் நிசப்தமும் தெருவில் கவிந்தன.

எதிர்க்கடை வாசலில் புதிதாய் வந்த நாய்க்குடும்பம். சுற்றிலும் உள்ள சூழலுக்குக் கொஞ்சமும் சம்பந்தமில்லாத கோலாகலத்துடன் கும்மாளமிடும் பிஞ்சுகள் நாலைந்து. ஒன்றையொன்று துரத்திப் பிடிக்கவும், சட்டென்று மல்லாந்து படுத்துப் புரளவும், தனியாகக் கொஞ்சதூரம் ஓடித் திரும்பவும், மற்ற குட்டியைச் செல்லமாய்க் கவ்வவுமாக விளையாடிக் கொண்டிருந்தவற்றில், ஒரு வெள்ளைக்குட்டி மட்டும் என் கவனத்தை வெகுவாக ஈர்த்தது.

உபரியாக ஒரு மாத்திரை உற்சாகமும் துள்ளலும் கொண்டிருந்த பஞ்சுப் பொதி. கையில் எடுத்து நெஞ்சோடு இறுக்கிக் கொஞ்சவேண்டும் என்று மனம் தினவுகொண்டது.

எனது விழைவின் தொடர்ச்சிபோல தெருவின் திக்கில் பாய்ந்தது வெள்ளைக் குட்டி. உலகம் அழிவதற்கு முன்னால்

சேருமிடம் சேர்ந்துவிட வேண்டும் என்ற பெரும் பதட்டத்துடன் சீறிவந்த ட்ராவல்ஸ் காரின் முகப்பில், துள்ளிக் குதித்த குட்டியின் முகம் – அல்லது மொத்த உடம்புமோ – அடிபட்டது.

சட்டென்று என் அடிவயிற்றில் தொய்வு விழுந்தது. மனிதர்கள் அடிபட்டாலே நின்று பார்க்க அவகாசமில்லாத தொழில்முறைக் கார் அல்லவா, தயங்கக்கூட இல்லை; அதே வேகத்தில் பறந்துவிட்டது. வயிற்றெரிச்சல், அந்த இண்டிகாவின் நிறமும் வெள்ளைதான்.

இதற்குள் நாய்க் குடும்பத்தின் மற்றவர்கள் இந்தப்புறம் ஓடிவந்தனர். வெள்ளைக்குட்டி அசையாமல் படுத்திருக்கிறது. வெளிக்காயம் எதுவும் இல்லை. பிற குட்டிகள் அதன் உடம்பை மோந்து பார்க்க, பிஞ்சின் முகத்தருகில் தன் முகத்தை உரசிக் கொண்டு நின்றாள் தாயார். சில கணங்கள்தாம். பிறகு எல்லாரும் பழைய இடத்துக்குத் திரும்பினார்கள். விளையாட்டு மீண்டுவிட்டது. தாய் சாவகாசமாக முன்னங்கால்களை நீட்டிப் படுத்து, லேசாகப் பிளந்த வாயிலிருந்து நாக்கு நீண்டு தொங்க இழைக்க ஆரம்பித்தாள்.

அசைவின்றிக் கிடந்த வெள்ளைக்குட்டியின் உடம்பு மெல்லமெல்ல ஊதி வருவதாகப் பட்டது. தொடர்ந்து இரண்டாவ தாகப் பற்றவைத்திருந்த சிகரெட் துண்டு விரல்நுனியில் சுட்டது.

ஒரு கணம் எனக்குள் ஊறிய வாத்சல்யத்தில் அவ்வளவு நச்சுத்தன்மை இருந்ததா என்ன ? மனம் முழுக்க, உடல் முழுக்க, வீடு முழுக்க, தெரு முழுக்கக் கசப்பு நிரம்பிப் பிரவாகமெடுத்த மாதிரி உணர்ந்தேன்.

அனிச்சையாக இரவுணவு முடித்து, ஒரு கையில் செல்ஃபோனும், மறுகையில் மறுவாசிப்புக்காக எடுத்த புத்தகமுமாய் படுக்கைக்குப் போய்ச் சேர்ந்தேன். புத்தகத்தின் பெயரையும் சொல்லிவிடுகிறேன் – ஸி.ஜி. யுங்கின் 'மெமரீஸ் ட்ரீம்ஸ் அண்ட் ரிஃப்லெக்ஷன்ஸ்.' புத்தகத்தில் தோய விடாமல், திரும்பத் திரும்ப ஓடும் திரைக்காட்சி போல, அசைவற்ற வெள்ளைப்பொதியையே மனம் சுற்றி வந்தது.

இப்படித்தான் முன்பொருமுறை, நீரில் மிதந்த பிணத்தை யதேச்சையாகப் பார்த்துவிட்டு, சுமார் இரண்டு வாரங்கள் புழுங்கிக் கொண்டிருந்ததும், அப்புறம், எந்தக் காட்சி அல்லது நிகழ்வு தொடர்பாகவும் ஏதும் செய்ய இயலாத கையாலாகாத் தனத்தை எண்ணி மறுகியதும் நினைவு வந்தது.

மாநகரத்தில் வந்து குடியமர்ந்த புதிது. தினசரி ரயிலில் போகும்போது பாட்டுக் கேட்பது, புத்தகம் படிப்பது என்கிற மாதிரிப் பழக்கங்கள் இன்னமும் ஏற்பட்டிருக்கவில்லை. செல்ஃபோன்கள் புழக்கத்துக்கு வராத காலம்.

தவிர, புதிய ஊர் என்பதால் பார்ப்பதற்கு ஏகப்பட்ட சமாசாரங்கள் இருந்தன. எவ்வளவு பார்த்த பின்பும் அந்நிய மாகவே இருக்கக்கூடிய ஊர் இது என்பது தெரிவதற்கு இருபது வருடங்களுக்குமேல் ஆகியிருக்கிறது.

ரயிலுக்குள் நுழைந்த மாத்திரத்தில் எதிர்க் கதவருகில் போய் நின்று விடுவேன். அதே சுவர்களும், அதே கட்டாந்தரையும், அதே மரங்களும் என்றாலும், பூர்விக ஊரைப் பிரிந்து அரக்கர் பட்டணத்தில் அடையாளமற்றதுவாய் வந்து சேர நேர்ந்ததின் துக்கத்தை ஒவ்வொரு நாளும் அவை புதிதுபுதிதாய்க் காட்டும்.

நான் வருவதற்கு முன்பே ஆரம்பித்து, வந்த பிறகும் பல வருடங்கள் நீண்ட சில மேற்பாலப் பணிகளும், சுரங்கப்பாதைப் பணிகளும் தண்டவாளப் பாதையையொட்டி, பெரிய பெரிய பள்ளங்களை உருவாக்கியிருந்தன. சிறுமழை பெய்தால்கூட அந்தக் கிடங்குகளில் நீர் தேங்கி, ராட்சசக் கிணற்றின் சாயல் உருவாகிவிடும். ரயில் பெட்டிக் கதவருகில் நிற்கும் என் கால்களை நடுங்கச் செய்யும்...

இரவு முழுக்க கனமழை பெய்த மறுநாள் காலை, மின்ரயில் பாதையையொட்டி இருந்த நெடுநாள் கிடங்கில் அந்த மனிதர் குப்புற மிதப்பதைப் பார்த்தேன். பெரிய நீலநிறக் கட்டங்கள் நிரம்பிய முழுக்கை வெள்ளைச்சட்டையைக் காற்சட்டைக்குள் செருகி, சரணடைபவர்போலக் கைகள் இரண்டையும் தலைக்கு நேரே மேல்நோக்கி நீட்டியிருந்தார். வெளுத்துப் பளபளத்த பின்னந்தலை வழுக்கை வட்டத்துக்கு விளிம்பு பிடித்த அடர்கறுப்பு முடி; சாயம் பூசியிருக்க வேண்டும். நடு வயதுக் காரராக இருக்க வேண்டும். விரல்களும் நீண்டு பரந்தே இருந்தன. அவற்றில் மோதிரம் எதையும் பார்த்த நினைவு இல்லை. ஆனால், முழுக்கையின் மணிக்கட்டுக்கருகே தோசைக்கல் விட்டமுள்ள கடிகாரத்தைப் பார்த்தது மறக்கவில்லை.

பள்ளம் இருக்கும் இடம் என்பதாலோ, பணிகள் நடக்கும் பகுதி என்பதாலோ மின்சார ரயில் மிகவும் மந்தமாகவே கடக்கும். என்றாலும், ஒரே ஒருமுறை பார்த்ததில் இவ்வளவு திருத்தமான சித்திரம் தங்குமா என்று பலமுறை ஆச்சரியப்பட்டிருக்கிறேன். அல்லது, யாருக்குமே தங்கத்தான் செய்யுமோ. அல்லது, இயல்பாகவே புலம்புவதில் ஆசை கொண்ட மனங்களுக்கென்று விசேஷமான பதிவுத் திறன் இருக்குமோ என்னவோ. சிலசமயம்,

வேதாளம் சொன்ன கதை

நிஜமாகவே பார்த்த காட்சிதானா அது என்று வியந்துகொள்ளுமளவு காலம் ஓடிவிட்டது...

மறுநாள் சாயங்காலம் அலுவலகம் விட்டுத் திரும்பும்போது அவர் அங்கே மிதக்கவில்லை. ஆனால், அடுத்த ஓரிரு வாரங்களுக்கு என் வயிறும் மனமும் பொருமிக்கொண்டே இருந்தன – தினசரி காலையும் மாலையும் அந்த இடத்தை ரயில் கடக்கும்போது மூச்சுத் திணறும் எனக்கு.

ஏழை தேசம், வளரும் தேசம் என்று அவரவருக்குப் பிடித்த அடைமொழிகளை இட்டுக்கொள்ளட்டும். ஆறேழு மாதங்களில் முடியவேண்டிய – அடுக்குமாடிக் குடியிருப்புகளைத் தனியார் எழுப்பும் வேகத்தைப் பார்க்கத்தானே செய்கிறோம் – பணியை முடிக்க ஆறேழு வருடங்கள் அல்லது அதற்கு இருமடங்கு காலம் எடுத்துக்கொள்வதை, மெனக்கெட்டுச் செலவை அதிகரிக்க விடுவதைக்கூட மன்னித்துவிடலாம்; செயற்கையாக உருவான நீர்க் கிடங்குகளுக்குத் தடுப்பாக வேலிகள் அமைப்பதற்கு என்ன கொள்ளை?

ஏனோ, அந்த மனிதர் மிதந்த காரணம் வழிப்பறிக் கொலை அல்ல, தற்கொலையும் அல்ல என்று பிடிவாதமாக நம்பினேன். கொலைகாரன் கைக்கடிகாரத்தை விட்டுப் போக வேண்டிய அவசியம் என்ன. அப்புறம், தற்கொலைக்கு இடம் பார்த்து வருகிறவர், நேர்முகத் தேர்வுக்குப் போகிறவர் மாதிரியா உடுத்தியிருப்பார்.

இருளோ, எதிரில் வந்த ரயிலோ, அசந்தர்ப்பமாக இடறிய காலோதான் அவரைக் குப்புறக் கிடத்தியிருக்கும் என்று உறுதியாகப் பட்டது. அல்லது, தேசம் முழுக்க விரவியிருக்கும் அழுகிய மனங்களின் துர்நாற்றம்கூடக் காரணமாக இருக்கலாம்.

பத்மினியும் குழந்தைகளும் படுக்கையறைக்குள் எப்போது வந்தார்கள், எப்போது உறங்கத் தலைப்பட்டார்கள் என்ற எந்த சங்கதியும் கவனத்தில் படியவில்லை. எடுத்து வந்த புத்தகத்தைப் பிரிக்கக்கூட இல்லை, வட்டத்தகடு போல உறைந்துவிட்ட கூரைவிசிறியில் கண்களைப் பதித்து விறைத்துக் கிடந்தவனிடம்,

விளக்கை அணைத்துவிடவா?

என்று வழக்கம்போல அவள் கேட்கக்கூடச் செய்திருக்கலாம். நானும் ஆமோதித்திருக்க வாய்ப்பிருக்கிறது. போதத்தின் எல்லைக்கு அப்பால் தன்னிச்சையாக இயங்கும் வேறொரு போதம் செயல்பட்டு பதிலளித்திருக்குமோ என்னவோ.

மின்விசிறிக்கு மேற்புறம், திடீரென்று பளபளத்த நீல நிறம் என்னை நனவுலகத்துக்குக் கொண்டுவந்தது. அதை நனவுலகம் என்று சொல்வது சரிதானா ...

என்ன அப்பனே, குரலில் நேற்றிருந்த சுரத்து இல்லையே.

அதெல்லாமில்லை, வழக்கம்போலத்தான் இருக்கிறேன்.

சும்மா சமாளிக்காதே. எங்கள் உலகத்தின் பார்வை சாமானியமானது அல்ல. நீரில் ஓடிய பூச்சியின் தடம்கூட எங்கள் பார்வையில் பட்டுவிடுமாக்கும். அந்த நாய்க்குட்டி இன்னமும் உன் மனத்தில் நிரம்பியிருக்கிறதோ!

சண்டாள வேதாளம். எக்ஸ்ரே மாதிரியல்லவா ஊடுருவுகிறது.

இன்றைய நாளின் மனநிலைதான் காரணம் அப்பனே. நீரில் மிதக்கும் மனிதப் பிணத்தைப் பார்த்துவிட்டு சர்வ சாதாரணமாகப் பார்வையை விலக்கிக்கொண்டதில்லை நீ?

அதைத்தானே சற்றுமுன் பகிர்ந்துகொண்டேன். அட, இன்றைய ஞாபகத்தில்தான் அத்தனை துயரம் மண்டியிருந்ததா. சம்பவத்தை நேரில் கண்ட அன்று வெறுமனே வேடிக்கைதான் பார்த்தேனா என்ன?!

வேதாளம் உடனடியாகக் கண்மறைவாய்ப் போய்விடாதா என்று ஏங்கினேன். என் எண்ணங்களைத் துல்லியமாக வாசிக்கும் வேதாளம், ஒன்றுமே அறியாதது மாதிரி, தான் சொல்லவிருந்த கதைக்குள் நுழைந்தது ...

போகட்டும் விடு, கிருஷ்ணன் சம்பந்தப்பட்ட இன்னொரு கதை கேட்கிறாயா?

விருப்பமேயில்லாமல் 'ம்' கொட்டினேன்.

கிருஷ்ணன் முன்பு வசித்த சிறுநகரில், வீட்டின் பின்புறம் குட்டித் திடல்போல வெற்றிடம் உண்டு. அதற்கு 'பிருந்தாவனம்' என்று பெயர் சூட்டியிருந்தான். அங்கே கிருஷ்ணன்களும், கோபியருமாக உலவியது கடவுளரோ மனிதர்களோ அல்ல, நாலைந்து பன்றிக் குழுக்கள்.

பின்புற வாசலில் ஐந்து படிகள். படிக்கட்டை ஒட்டிக் குழித்த சிறு பள்ளத்தில் குட்டிகள் பம்மியிருக்கும். கதவைத் திறந்த மாத்திரத்தில் கலங்கி எழுந்தோடும். உடல் மதர்த்த

பெரியவை மட்டும் அலட்சியமாக மெல்ல நகரும். ஆனால், அத்தனையும் சத்தியத்துக்குக் கட்டுப்பட்டவை. ஒருநாளும் படியேறி நுழைய முயன்றதில்லை.

சரவணனுக்கு ஒன்றரை வயது. பத்மினியின் இடுப்பில் குரங்குக்குட்டிபோலத் தொற்றி அமர்ந்து, உண்பதற்குத் தகராறு செய்யும் குழந்தையை சமாளிக்கப் பன்றிகள் உதவின. பூச்சாண்டி அங்கிள், தோட்டத் தாத்தா போன்ற நிலவுலகவாசிகள்; மூணுகண்ணன், கட்டைபூதம் போன்ற மாயக் கதாபாத்திரங்கள் இவற்றுடன் பத்மினி இன்னொரு யுக்தியும் வைத்திருந்தாள்.

அந்தப் பன்னிக்கொரு வாய், சரவணாக்கு ஒரு வாய்... இந்தப் பன்னிக்கொரு வாய், சரவணாக் குட்டிக்கொரு வாய்... அந்தோ, செவுத்துக்கிட்டெ நிக்கற பன்னிக்கொரு வாய்... சரவணாச் செல்லத்துக்கு ஒரு வாய்...

தானே இயற்றி மெட்டமைத்த பாடலை இன்பமாய்ப் பாடிக்கொண்டே ஊட்டுவாள். வரிகளும் சுட்டுதலும் சிலவேளை இசையாது பிறழும். ஆனாலும், சாப்பாடு குழந்தையின் வாய்க்குள் மட்டும்தான் போகும்.

இருளின் துளிகள்போல, உணர்ச்சி வெளிப்படாத முகத்துடன், அழுக்கை அருவருக்காத ஞானபோதத்துடன் திரியும் பன்றிகளைப் பார்க்கும்போது கிருஷ்ணனின் சிந்தனை எங்கெங்கோ திரியும் – சிகரெட் புகை கலைவது மாதிரி. கைக் குண்டுகளில் தடவிய பன்றிக்கொழுப்பே, சிப்பாய்க் கலகத்துக்கு முக்கியக் காரணம் என எங்கோ வாசித்தது ஒருநாள் ஞாபகம் வந்தது. வரலாற்றின் போக்கையே மாற்ற வல்ல ஜீவன்கள் பாவம், சாக்கடையில் உழலுவது, இந்தியப் பிரஜையின் அழுத்தமான குறியீடு என்று பட்டது.

இன்னொருநாள், சிட்டுக்குருவி அல்லது பூனைபோலின்றி, பெருமாள் அவதாரம் எடுக்கத் தேர்ந்த முக்கியமான பிராணி என்பது உறைத்தது. வேறொருநாள், பல வருடங்களுக்கு முன்பு பார்த்த தொலைக்காட்சித் தொடரில், மதக்கலவரத்தை மூட்டும் உத்தேசத்தில், மசூதிக்குள் பன்றி இறைச்சி எறியும் சூழ்ச்சியின் முதல் கட்டமாக, நன்கு விளைந்த பன்றி ஒன்றுடன் ஓம் புரி போரிடும் காட்சி ஞாபகம் வந்தது. உணர்ச்சி காட்டாத பன்றியின் கூம்பு முகத்தில், தொகுப்பாளரின் திறனால் உக்கிரமும் மூர்க்கமும் மிளிர்ந்ததும், தொடரின் பெயர் தமஸ், இயக்குனர் கோவிந்த் நிஹலானி; சரி, தொகுப்பாளர் யார் என்ற கேள்வியும் ஒன்றாய்க் கிளம்பி ஆக்கிரமித்தன.

இன்னொரு முறை, கிருஷ்ணன் எழுத ஆரம்பித்த சமயத்தில் பிரசித்தமாகியிருந்த, 'பன்றிகளைப் பற்றி என்ன தெரியும் உங்களுக்கு?' என்று ஆரம்பித்த தமிழ்க் கவிதை நினைவு வந்தது.

இன்னும் எவ்வளவோ சொல்லலாம், எழுத்தில் ஈடுபட்ட ஒருத்தனுக்குப் பன்றிகள் எவ்வளவு சுயேச்சையான சிந்தனைகளை உருவாக்க முடியும் என்பதற்குச் சான்றாக. பெரிய பட்டியல். அவகாசம்தான் இல்லை.

ஆனால், சொல்ல வந்த விஷயம் மேற்சொன்ன எதற்கும் சம்பந்தமில்லாதது... அன்று காலை, பன்றிகளின் நடமாட்டம் குறைவாயிருந்தது. ஒரேயொரு பிரம்மாண்டப் பன்றி, திடல் முழுவதையும் குத்தகைக்கு எடுத்த மாதிரிச் சுற்றி வந்தது. பெண் பன்றி. வெளியின் வெளி ஓரத்துக்கு சாவதானமாக வந்த தெருநாயை வீறிட்டு விரட்டியடித்தது. பிறகு, அடிவயிறு குமுறும் ஓசையுடன், ஓட்டநடையைத் தொடர்ந்தது.

உற்றுக் கவனித்தபோது கிருஷ்ணனுக்கு இரண்டு விஷயங்கள் புலப்பட்டன. முதலாவது, பன்றியின் ஓட்ட எல்லை, திறந்தவெளியின் எதிர்க்கரை விளிம்பான பின்வீட்டுச் சுற்றுச்சுவரின் இந்தப்பக்கம் ஓர் இடத்தை மையமாகக் கொண்ட அரை வட்டம் என்பது.

இரண்டாவது, தனக்கு சரியாக உற்றுக் கவனிக்கத் தெரியவில்லை என்பது. ஆமாம், அரைவட்டத்தின் மானசீக மையத்தில் கிடந்து அசைந்தன, ஏழெட்டுக் கறுப்புப் புள்ளிகள். புத்தம்புதிய குட்டிகள்.

சுவரையொட்டித் தோண்டிய சிறு பள்ளத்தில் புழுக்கள் மாதிரி ஒன்றின்மீது ஒன்று புரண்டுகொண்டிருந்தன. அவை பார்வையில் பட்ட மாத்திரத்தில் கீச்கீச்சென்ற மெல்லொலியும் கேட்டது. பார்வைக்கும் ஓசைக்கும் உள்ள தொடர்பு அல்லது தொடர்பின்மை பற்றிய யோசனை கிருஷ்ணனுக்குள் கிளைவிட்ட அதே சமயம், தாய்ப்பன்றி சுவரை நோக்கி நடந்தது.

மேலோட்டமாக இருந்த குட்டியைக் கவ்வி எடுத்தது. என்ன நினைத்ததோ, அதை மீண்டும் குழியையொட்டி வெளியில் போட்டது. இரண்டாவதாக ஒன்றை எடுக்குமுன் குனிந்து ஒவ்வொரு குட்டியாய் மோந்து பார்த்தது. இதற்குள், கிருஷ்ணன் ஒருவிதமான பரபரப்பை உணர்ந்தான். மாரடைக்கிறது என்று ஆஸ்பத்திரிக்குக் கிளம்பி, ஆட்டோவிலேயே உயிர்நீத்த தாயார் கிளர்ந்து கண்ணீராக நிரம்பினாள்.

பத்துக் குழந்தைகள் பெற்றாள் அவள். கிருஷ்ணன் பத்தாவது. உண்மையில் இது இவனுக்குச் சூட்டியது அல்ல, எட்டாவதாகப் பிறந்து நாலுமாதமே உயிரோடிருந்த சிசுவுக்கு இட்ட பெயர். ஒன்பதாவதாகப் பிறந்து கூடுதலாக ஒருமாதம் பிழைத்திருந்த பெண்குழந்தையை கிருஷ்ணவேணி என்று அழைத்தார்களாம். பத்தாவதுக்கும் கிருஷ்ணன் என்றே பெயரிட்டபோது, உறவினர் யாரோ தடுத்திருக்கிறார்கள்.

அதான் ராசியில்லேன்னு ஆய்ட்டதே. வேறே பேரே கிடைக்கலையா?

அம்மா நிதானமாகச் சொன்னாளாம்:

அததோடெ தலையெழுத்துப்படி ஆயுசு. அதுக்காக ஐதீகத்தெ விட முடியுமா?

வாஸ்தவம். ஆனா, இது ஒனக்குப் பத்தாவது குழந்தைன்னா...

இதெ எட்டாவதுன்னு நெனச்சாத்தான், முந்தின ரெண்டும் போன துக்கம் ஞாபகம் வராமெ இருக்கும் எனக்கு...

அவளுடைய இயல்பு அது. ஏகப்பட்ட சண்டை சச்சரவுகளுடன் இணைந்திருக்கும் குழந்தைகளைவிட, தாய்க் குடும்பத்துடனும் தனது தனிக்குடும்பத்துடனும் பிணங்கிக் கண்காணாமல் போய்விட்ட மூன்றாவது குழந்தையைப் பற்றியே சதா பேசிக்கொண்டிருப்பாள். இந்தக் கதைக் காலகட்டத்தில் அதன் வயது அறுபதுக்கு மேல்.

***அ**ம்மாளூ... ஏ பத்மினீ, இங்கெ வந்து பாரேன்.*

இவனுடைய குரலின் வேகத்தில் அடுக்களைக்குள் ஏதோ பாத்திரம் விழுந்து உருளும் ஒலி. பத்மினி கையை உதறிக்கொண்டு வெளியில் வந்தாள். இவன் சும்மாதான் நிற்கிறான் என்பதைப் பார்த்தவுடன் ஒரு பெருமூச்சு விடுத்தாள்.

அங்கே பார், என்ன ஐந்துவாய் இருந்தால் என்ன? தாயார் தாயார்தான்!...

என்று வியப்பு தளும்பும் குரலில் மனைவிக்கு அவன் சுட்டிக் காட்டியபோது தாய்ப் பன்றி, தான் தேர்ந்த அடுத்த குட்டியைக் கவ்வி எடுத்திருந்தது.

ஒவ்வொண்ணா எடுத்துக் குழிக்கு வெளியிலே போடறது பார். அதுக்கு முன்னாடி எப்பிடிப் பாசமா மோந்து பாக்கறதுங்கிறே?

அவள் வீட்டினுள் திரும்பி சுவர்க்கடிகாரத்தைப் பார்த்தாள். இருவரும் ஒன்பதரைக்காவது கிளம்பினால்தான் நேரத்துக்கு அலுவலகம் சேரமுடியும்... இவனானால் பன்றியை ரசிக்க அழைக்கிறான். கூப்பிட்ட உடன் வந்து நிற்காவிட்டால் கோபம் தலைக்கேறிவிடும். கத்த ஆரம்பிப்பான். பதில் சொன்னாலும் பிசகு; சொல்லாவிட்டாலும் பிசகு. சண்டை வேகமெடுக்கும். இன்னும் தாமதமாகும்... இன்னொரு பெருமூச்சு.

இப்போது பன்றி வேறொரு காரியத்தில் இறங்கியிருந்தது. தீவிர மோப்பத்துக்குப் பிறகு தேர்ந்தெடுத்த குட்டியைக் கவ்வித் தூக்கி, குழியின் விட்டத்துக்கு வெளியே, சமதரையில் வாயிலிருந்து விடுவித்தது. ஓரிரு கண இடைவெளி. பிறகு குட்டியின் வயிற்றில் முன்னங்காலை வைத்து அழுத்திக்கொண்டது. குட்டியின் ஒரு காலை வாயால் பற்றி இழுத்தது. வாய்க்கும் அழுந்திய காலுக்குமான இடைவெளியில் குட்டியின் உடல் இரண்டாகக் கிழிபட்டது. குட்டி கீச்சுக் குரலில் வீறி அடங்கியது. கிழிபட்ட இடத்தின் சதையைக் கடித்துச் சவைக்க ஆரம்பித்தாள் தாய்.

‘ஐயோ’ என்று மெல்லிய குரலில் அரற்றியவாறு உள்ளே போகத் திரும்பினாள் பத்மினி. கிருஷ்ணனுக்கு உடம்பு உதற ஆரம்பித்தது. பொலபொலவென்று வியர்த்து விட்டது.

பின்னொட்டாக, மூன்று சங்கதிகள் பாக்கி. மதிய உணவு வேளையில், அலுவலக நண்பரிடம் மேற்படி சம்பவத்தை விவரித்தபோது, ‘பெரும்பாலான பிராணிகள் தாம் ஈன்ற குட்டிகளில் ஒன்றைத் தின்னும் – பிரசவ மருந்தாக’ என்று அவர் சாதாரணமாகக் கூறியது ஒன்று.

இரண்டாவது, அந்தக் காட்சியின் குரூரத்தைவிட்டு உடனடியாக பத்மினி அகன்ற மாதிரித் தன்னால் போக முடியவில்லையே; கடைசி இணுக்கை அது புசித்து முடிக்கும்வரை வேடிக்கை பார்க்கத் தோன்றியதே, ஏன்? – என்பது.

மூன்றாவது, துக்கத்தை இன்னும் ஆழப்படுத்தியது – முதன்முதல் குட்டிக்கு, தான் எந்த வாசல்வரை சென்று மீண்டோம் என்பது தெரியுமா – ஆயுள்முழுக்க?

❍

மறுநாள் காலையில்தானே இதை எழுதுகிறேன். அதனால், ஒரு விளக்கத்தையும் சேர்த்துவிடலாம்.

கடைசி மூன்று ஷரத்துக்கள் வேதாளம் சொன்னவை அல்ல. மேற்படி நினைவூட்டலை எழுதி வந்தபோது நான் மீண்டும் அந்தக் காட்சிக்குள்ளும் அதன் காலத்துக்குள்ளும் நுழைந்துவிட்டேனா, இந்த மாதிரிக் கேள்விகள் எழுப்பாமல் எனக்குக் கதைகளை முடிக்கத் தெரியாது என்பதால், நான் கோத்த மணிகள் அவை!

அது சரி, விக்கிரமாதித்தன் கதைகளில் வரும் வேதாளம் சொல்லும் கதைகள் எல்லாமே புதிர்களுடன்தானே முடியும்? இவர் சொல்கிற கதைகளில் புதிர்களும் இல்லை, அது தொடர்பான கேள்விகளும் இருப்பதில்லையே...

இடையில் ஒருநாள் அவரிடமே இந்தக் கேள்வியைக் கேட்டேன். அவர் உடனடியாகச் சொன்ன பதிலில் ரத்த அழுத்தம் எகிறியதுதான் மிச்சம்...

அட, நீ ஒன்று. அதெல்லாம் புத்திசாலிகளுக்குத்தான்! கோபித்துக்கொள்ளாதே, தமாஷுக்குச் சொன்னேன்!...

எரிச்சல் வெளியில் சிந்திவிடாமல், சிரமப்பட்டு அமைதி காத்தேன். பிறகு, மெனக்கெட்டுக் குரலில் நிதானத்தை வரவழைத்துக்கொண்டு,

உங்கள் கதைகளில் வர்ணனைகள்கூட இல்லையே, ஏன்?

என்று கேட்டேன்.

...போகட்டும் அப்பா. எவ்வளவோ மாறிவிட்டது. பழையகாலம் மாதிரி சாவகாசம் இல்லை எங்கேயும் எப்போதும் எவரிடமும். வீட்டைவிட்டுப் புறப்பட்டால் அலுவலகம் போய்ச் சேருவீர்களா என்பதற்கே உத்தரவாதம் கிடையாது. வாழ்வின் ஒவ்வொரு கணமும் புதிராக இருந்து அதைத் திறப்பதற்கே பெரும் பாடுபடுகிற ஒருத்தனிடம், கதைகளில் வேறு புதிர் உருவாக்க வேண்டுமா என்ன?

அவருடைய குரலில் இருந்த கரிசனம் எவ்வளவு ஆறுதலாக இருந்தது என்கிறீர்கள்? அன்றே இன்னொரு கேள்வி கேட்டதும் ஞாபகம் வருகிறது:

பெரிய எழுத்து விக்கிரமாதித்தன் கதை படித்திருக்கிறேன்... அதில் இருக்கும் மொழியும் நீங்கள் பேசும் மொழியும் மிக மிக வித்தியாசமாக இருக்கிறதே?

எங்களுக்கு உடம்பு கிடையாது என்பதால் இடம் கிடையாது என்று முன்னமே சொன்னேன் அல்லவா? உடம்பு இல்லாததால் மனம் என்ற வஸ்துவும் கிடையாது. எனவே,

காலம் என்பதும் கிடையாது. உங்களுக்கும் அப்படித்தான். எப்போதும் இப்போதுதான் ...

புரியவில்லையே?

இதில் புரிவதற்கு என்ன இருக்கிறது. நீ இப்போது என்னிடம் பேசிக்கொண்டிருக்கிறாய் இல்லையா? சாயங்காலம் அலுவலகத்தில் இருந்தபோது அப்போதும் 'இப்போதாக'த்தானே இருந்தது?

ஆமாம்.

ஆக, 'இப்போது' என்ற வண்டியில் மட்டுமே நீ சவாரி பண்ண முடியும். அல்லது இப்படியும் சொல்லலாம். இப்போது என்ற பொதிமூட்டையை எந்நேரமும் சுமந்து திரிவதுதான் மனித மனம் வாங்கி வந்திருக்கும் சாபம். இப்போது என்னும் சுனையிலிருந்துதான் முன்னொரு சமயம், இனி வரும் பொழுதுகள் என்ற இரண்டு ஓடைகளும் உற்பத்தியாகி எதிரெதிர்த் திசையில் ஓடுகின்றன. மனித சமூகம் எதிர்கொள்ளும் எல்லாப் பிரச்சினைகளுக்கும் காரணம் இதுதான்.

மறுபடியும் புரியவில்லையே.

அட நீயென்னப்பா. குழந்தைக்கு எடுத்துச்சொல்கிற மாதிரிச் சொல்கிறேன் ... அப்புறமும் ...

மனம் இல்லாமல் எப்படி இப்படிச் சலித்துக்கொள்கிறார் என்று ஆச்சரியப்பட்டேன். போகட்டும், ஒருகாலத்தில் மனித மனமாக இருந்ததுதானே அவருடையதும். முரண்பாடுகள் மட்டும் இல்லாமல் இருக்குமா என்ன! என்று சமாதானமும் உடனடியாகத் தோன்றியது. அவர் தொடர்ந்தார்:

இப்போதுடன் கடந்த வேளையை அல்லது எதிர்வரும் வேளையை சதா ஒப்பிட்டேதான் பொழுதைக் கழிக்கிறது மனிதக் கூட்டத்தின் பொதுமனம். அதிலிருந்துதான் அதன் வேதனைகளும் போலி எதிர்பார்ப்புக்களும் ஆரம்பிக்கின்றன...

திடீரென்று எனக்கு நினைவு வந்துவிட்டது. நான் என்ன கேட்டேன், இவர் என்ன சொல்லிக்கொண்டிருக்கிறார் ...

வந்துவிட்டேன்; உன்னுடைய கேள்வி ஞாபகம் இருக்கிறது...

என்று சிரித்தார்.

ஆமாம், காலம் மாறுவதை அழுத்தமாகப் பதிவுகொள்ளும் இன்னொரு அம்சம் மொழி. மொழிப் பிரயோகம்

மாறிக்கொண்டே வருவதால்தான் நீ நவீன மனிதனாய் இருக்கிறாய். அதாவது, இன்றைய நவீன மனிதன். நாளைய நவீனனுக்கு நீ பழைய பஞ்சாங்கமாய் இருப்பாய்!!

இந்த மாதிரி வாக்கியங்களைத் தொடர்ந்து எதிர்கொள்ளும்போது வழக்கமாக நடப்பதுபோலவே கண்ணை அமட்டியது. அவர் என்ன நினைத்துக்கொள்வாரோ என்று தோன்றுவதற்கு முன்பாகவே வெளியில் வந்து விழுந்துவிட்ட கொட்டாவியை விழுங்கிவைக்கக்கூடத் திராணியில்லாமல் உறக்கம் அவசரமாக என்மீது கவிந்தது. அவருடைய கடைசி வாக்கியம் எங்கோ தொலைவில் ஒலித்தது:

புனைகதையில் வரும் வேதாளமும் நிஜவாழ்க்கையில் நேரில் சந்திக்கக் கிடைக்கும் வேதாளமும் ஒரே மாதிரி இருக்குமா என்ன?

இந்தக் கேள்வியும், தொடர்ந்த அவருடைய சிரிப்பும் நிஜமாகவே நடந்தவைதானா, அல்லது உறக்கக் கலக்கம் விளைவித்த கற்பிதமா என்பது தெளிவாக இல்லை.

●

5

பகல் முழுக்க மோடம் போட்டிருந்தது. தரையும் வானிலையும் குளிர்ந்து விடுகிற நாளில் மனத்தின் இன்னொரு பகுதி இந்த மாநகரை ரசிக்கத் தொடங்கி விடுகிறது. அதுவரை இருந்த வெறுப்பு அத்தனையும் ஆவியாகி, இந்த ஊருக்கும் இன்னொரு ஊருக்கும் பெரிய வித்தியாசம் ஏதுமில்லை என்கிற மாதிரி சமனப்பட்டு விடுகிறது.

தட்பவெப்பத்துக்கும் மனநிலைக்கும் நேரடி உறவு இருப்பதாக உளவியல் நூல்கள் எதிலாவது பதிவு இருக்கிறதா என்று நண்பர்களிடம் விசாரித்து அறிய வேண்டும்.

எப்படியோ, இனம் புரியாத உல்லாசத்தில் மனம் அமிழ்ந்து பகலின் எல்லையை அனிச்சை யாய்க் கடந்து இரவின் ராஜாங்கத்துள் நுழைந்து, படுக்கையில் கிடந்தபோது, வேதாளம் உதயமானது. ஆனால் அதன் குரலில் வழக்கமான உற்சாகம் இல்லை - லேசான சிடுசிடுப்பு இருப்பதாக உணர்ந்தேன். வேதாளம் என்றால்தான் என்ன, மனம் என்று வந்துவிட்டால் ஏற்ற இறக்கங்கள் இல்லாமல் போகுமா என்று என்னையே சமாதானம் செய்துகொண்ட அதே நேரத்தில், வேதாளம் வாய் மலர்ந்தது , , ,

உன்னிடம் ஒரு சமாசாரம் சொல்ல வேண்டும் அப்பனே ...

சொல்லுங்கள்.

பார்த்தாயா, நேரில் பேசும்போது பன்மையில் விளிக்கிறாய். எழுதும்போது 'அது, இது' என்று குறிப்பிடுகிறாய்...

அட, உண்மைதான்!

... உனக்குச் சமமாகப் பேசுகிறேன். உனக்கே தெரியாதவற்றை எடுத்துச் சொல்கிறேன். ஆனாலும் என்னை மதிக்க மனம் சம்மதப்படவில்லை அல்லவா?...

நான் அமைதி காத்தேன்.

...நீ மரியாதை கொடுப்பதற்காக நான் ஏங்குகிறேன் என்று எண்ணிவிடாதே. இது என் சம்பந்தமானது அல்ல; உன்னுடைய மனவோட்டம் பற்றியது...

இரண்டுபேரும் கொஞ்சநேரம் மௌனமாக இருந்தோம். சுகவனம் எப்போதோ ஒருமுறை சொன்ன துணுக்கு நினைவுக்கு வந்தது:

வெளிநாட்டு அறிஞர் ஒருத்தர். தினசரி காலைநடை சென்று திரும்பும்போது ஒரு சஞ்சிகைக் கடையில் தினத்தாள் வாங்குவாராம். காசைக் கொடுத்துவிட்டு, 'இந்நாள் நன்னாளாக உமக்கு அமையட்டும்' என்று வாழ்த்துவார். கடைக்காரன் பதிலே சொல்லாமல் அடுத்த வாடிக்கையாளரைக் கவனிக்கத் திரும்பிவிடுவான்... அன்றாடம் உடன்வரும் நண்பர் இவரை ஒருநாள் கண்டித்தாராம்:

அவன்தான் உம்மைக் கண்டுகொள்ளவே இல்லையே. பிறகேன் வீணாக தினசரி வாழ்த்துச் சொல்கிறீர்?

இவர் நிதானமாக பதிலளித்தார்:

அவனை வாழ்த்துவது என் தனிவிருப்பம். இதைத் தீர்மானிப்பது நானாகத்தான் இருக்க வேண்டும் – அவனுடைய எதிர்வினை அல்ல...

இந்தக் கதை ஏன் இப்போது நினைவு வந்தது என்று புரியவில்லை. இதற்குள், வேதாளம் செருமும் ஒலி கேட்டது:

என்னை ஒருமையிலேயேகூட விளிக்கலாம் அப்பனே. உடம்புக்குத்தான் வயது. ஒருவிதத்தில், பூமியில் இன்றிருக்கும் ஆகப் பெரிய வயோதிகனைவிட நான் மூத்தவன். அல்லது, இந்த விநாடி தாயின் கருப்பையிலிருந்து தலையை வெளியில் நீட்டும் சிசுவைவிடச் சிறியவன்.

அட, என்னமாய்ப் பேசுகிறார்! ஆமாம், இனி 'அவர், இவர்' என்று குறிப்பிட வேண்டியதுதான்.

இன்னொரு எண்ணமும் உதித்தது. சிறுவனாய் இருந்த நானேதான் கூட்டுப்புழுவின் வளர்ச்சிப் பருவங்கள்போல எனக்குள் நிகழ்ந்த வளர்சிதை மாற்றத்தின் வழியாக இப்போது உள்ள நானாக ஆகியிருக்கிறேன் என்று நினைத்துக்கொண்டிருக்கிறேன் அல்லவா. இது என்னுடைய நினைப்புதான். மற்றவர்களைப் பொறுத்தமட்டில் அந்தச் சிறுவன் எப்போதோ எங்கோ காணாமல் போய்விட்டான், இப்போது இருக்கிற ஆண்மகன் வேறு ஆசாமி, என்பதைப் பிறர் என்னை விளிக்கும்போது உணரத்தானே செய்கிறேன். மற்றவர்களுக்கு ஒருமையில் தென்பட்ட சிறுவன், பன்மை மரியாதைக்குரியவனாக எப்போது மாறினான்?!

ஆனால் இந்த வேறுபாட்டை முதன்முதல் உணர்த்தியவர் வேலு வாத்தியார். உண்மையில் என்னைப் பற்றிய எனது பிம்பம் லேசாக மாறக் கிடைத்த முதல் தருணம் அது என்றுகூடச் சொல்லலாம்.

அந்தக் கதையை அப்புறம் சொல்கிறேன். நாளைக் காலை எழுத ஆரம்பிப்பதற்கு முன்னால், இதுவரை எழுதியவற்றில் வேதாளத்தை அஃறிணை போலக் குறிப்பிட்ட இடங்களை முதல் காரியமாகத் திருத்த வேண்டும் என்று தீர்மானித்துக் கொண்டேன்.

இனி, வேதாளம் சொன்ன கரட்டுப்பட்டிக் கதை. இதை இன்று என்னிடம் சொன்னதற்கான தர்க்கம் கடைசிவரை பிடிபடவில்லை...

‘**கா**லம்’ என்பதை ஒரு கனத்த சொல்லாக முதன்முதலில் கிருஷ்ணன் கேள்விப்பட்டது பன்னிரண்டாவது வயதில். குட்டைவாத்தியார் என்ற வேலு வாத்தியார் மூலமாக. நடுநிலைப் பள்ளியில் கிருஷ்ணனுக்கு பௌதிகம் போதித்தவர். அந்த நாட்களில் அது இயற்பியல் ஆகியிருக்கவில்லை.

அப்பா நடத்திய ஓராள் உணவகத்தில் சாப்பிட வந்த வாத்தியார், வழக்கம் போலக் கொஞ்சநேரம் பேசிக்கொண்டிருந்தார். குமுதத்தில் சாண்டில்யனின் ‘ஜலதீபம்’ வெளியாகிவந்த சமயம். அடுப்பும் சாப்பாட்டு மேஜையும் கல்லாவும் என்று சதா நின்றுகொண்டே இருப்பவர் அப்பா. கிருஷ்ணன் ஓர் அத்தியாயம் வாசித்தால் ஐந்து பைசா கொடுப்பார். ஆனால் அப்பாவின் ஆர்வம் ஸ்தனங்களோடும் பிருஷ்டங்களோடும் மராத்தியக் கடலின் கடற்கொள்ளைகளோடும், மன்னர்காலத்தின் ராஜ தந்திரங்களோடும் போர் வியூகங்களோடும் மட்டும்

நின்றுகொள்வதில்லை என்பதற்கு வேலுவாத்தியார் போன்றவர்களின் சகவாசமும், அவர்களுடனான அவரது உரையாடல்களும் நிரூபணங்கள்.

வேலு வாத்தியார் பத்திரிகை வாசிக்கமாட்டாராம் – அப்பா சொல்லியிருக்கிறார். புத்தகங்கள்தாம் படிப்பார். அன்று சாப்பாட்டு மேஜையில் அவர் கிடத்திய புத்தகம் கிருஷ்ணனுக்கு நினைவிருக்கிறது. *Doors of Perception.* பின்னாளில் அந்தப் புத்தகத்தை அவன் படிக்க நேர்ந்தபோது, அதன் பல பத்திகளுக்கு, தமிழ்ப் பின்னணிக் குரலாக வேலு வாத்தியாரின் குரல் ஒலித்தது, விசித்திரமான கிளுகிளுப்பைத் தந்தது.

பெரியவர்களின் பேச்சு இயல்பாக அலைந்து ஒரு முட்டுச்சந்தில் திரும்பியது. திடீரென்று அந்தச் சொல்லை உதிர்த்தார் வாத்தியார்.

> ...சாமி, 'காலாதீதம்'னு ஒண்ணு இருக்குதாம். காலத்துக்கும் முந்தின நிலெ. அதாவது, அது ஒரு முட்டெ மாதிரி. காலம், காலமின்மேண்ற ரெண்டு கருவும் அதுக்குள்ளாறெதான் இருக்கு.
>
> ஓஹோ. அப்பிடீன்னா, காலத்தை உணர்ற மாதிரி, அந்தக் காலமின்மெயெ நாம அனுபவிக்க முடியுமோ?
>
> நல்லாக் கேட்டீங்க சாமி. காலம்ங்குறது என்னா, நம்ப அனுபவம்தானே? இந்தா நான் வந்து கால் மணிநேரம் ஆகுதுங்குது என் கடியாரம். இதெ நான் தெரிஞ்சுக் கிறதுக்கு முன்னாடி, அந்தக் கால் மணிநேரமும் எனக்கு துலக்கமில்லாத அனுபவம்தானே? ஆக, நாம அனுபவம்னு புரிஞ்சுக்கிர்றதேகூட, புரியிறதுக்கு முன்னாடி, காலமின்மெலதான் நடக்குது. இதுபோக, நம்மாலெ அனுபவம்னு புரிஞ்சிக்க முடியாததெல்லாமும் கூட காலமின்மேலதான் நடக்குது. கொஞ்ச முன்னாடி, நான் சாப்புட்ட இட்லி செமிக்கிறதும் அதே தளத்துலதான். என்ன, அளக்க ஆரமிச்சிட்டம்ன்னா, அதெல்லாம் காலத்துக்குள்ளாறெ வந்துரும். இதையெல்லாம் இப்பிடிக் குத்துமதிப்பாப் பேசிப் பாக்கத்தான் முடியும். என்ன அளகாச் சொல்லீட்டுப் போயிருக்கான் – கண்டவர் விண்டிலர், விண்டவர் கண்டிலர்...
>
> அது மரணத்துக்குப் பின்னாடி இருக்கிற வாழ்க்கையைப் பத்திச் சொன்னது இல்லையோ?!
>
> அதுவும் இதே புதிர்க்கதெதானே சாமி. நான் செத்துப் போயிட்டதுக்கு அப்பறம், இந்த ஞாயித்துக்கிளமையையும்,

கரட்டுப்பட்டியையும் நான் அனுபவிக்க முடியுமா முடியாதாண்ற குளப்பம்தானே! எங்குட்டுச் சுத்தியும் இந்தக் காலம்ண்ற சமாசாரம்தான் மனுசப் பிறவியாலெ புரிஞ்சுக்க முடியாத பெருங் குளப்பமா இருக்குது சாமி...

வாஸ்தவம்தாம்ப்பா. நீ சொல்ல வந்ததெச் சொல்லு. நான் எங்கேயோ இளுத்துட்டுப் போயிட்டென்.

அதாஞ் சாமி, இப்போ ஒரு குளந்தெ பெறக்குதூண்டு வையிங்க. அது, என்னா செய்யிது, காலாதீதத்திலே இருந்து காலத்துக்குள்ளே எறங்குது... அடடே! இது நல்லாயிருக்கே!!

அதே குளந்தெ வளந்து பெரியாளாயி, வாழ்ந்து முடிச்சதும் திரும்பப் போய்ச் சேர்றதும் அதே காலாதீதத்துக் குள்ளாறெதான்...

புரியிற மாதிரி இருக்கு, ஆனாத் தொலக்கமா இல்லெயேப்பா.

சாமி, இப்பொ சீட்டு விளையாடுறம், எதிராளி கையிலெ பிடிச்ச சீட்டு நமக்குத் தெரியுமா?

அதெப்பிடித் தெரியும்? அவன் இறக்கினதுக்கு அப்பறம்தானே தெரியும்?

பிரமாதமா வாங்கீட்டீங்க சாமி. அதாவது, அவன் கையிலெ இருக்கும்போது சீட்டு காலாதீதமா இருக்கு. கீழே போடும்போது காலமா ஆயிருது. சரியா?

இப்பொப் புரியிற மாதிரி இருக்கு வேலு. ஆனா, ஒண்ணு இடிக்கிதே.

சொல்லுங்க சாமி.

கையிலே மறைச்சுப் பிடிச்சிருக்கிறவனுக்கு சீட்டு காலத்திலேதானே இருக்கு?

அதாஞ் சாமி சூச்சுமம். அதுனாலதான் காலம்ங்குறது பொது அனுபவம் இல்லேண்றாங்ய. ஒருத்தனோட காலஅனுபவமும் இன்னோருத்தனோடதும் வேறெ வேறெ.

என்னப்பா சொல்றே நீ?

சாமி, நான் எளவுவீட்டுக்குப் போறேன். எம் மக அவ காதலனெப் பாக்கப் போறா. கடியாரப்படி, ஒரு மணிநேரம்போல இருந்துட்டுத் திரும்புறம். எனக்கு ரெம்ப நேரம் அங்கிணெ இருந்தோம்ண்ற மாதிரி இருக்கும். அதே, எம் மகளுக்கு? என்னாடா இது, பொசுக்குண்டு முடிஞ்சு போச்சேன்னு இருக்குமில்லே?

சரியாச் சொன்னே. நாளைக்கிக் கல்யாணம் ஆயி, ஒனக்குப் பொண்ணு பெறந்து, அவ நல்ல பையனாப் பாத்துக் காதலிக்கட்டும்!

ஒங்க ஆசீர்வாதம் சாமி!

இருவரும் சிரித்தார்கள். கிருஷ்ணனுக்கு ஒரு மண்ணும் புரியவில்லை. மேற்சொன்ன வாக்கியங்களை மனப்பாடச் செய்யுள் போல உருப்போட்டுக்கொள்ள மட்டும் செய்தான்.

ஆனால் அப்பாவுக்குப் புரிந்திருக்க வேண்டும். மகோதரம் வந்து, படுக்கையில் கிடக்கும்போது அவருக்கும் பெரியண்ணாவுக்கும் வாக்குவாதம். அம்மா முன்னிலையில். மன்னி ஊரில் இல்லை. தலைச்சனைப் பெற்றெடுக்கப் பிறந்தகம் போயிருந்தாள். மனைவியின் தாசானுதாசனாக மகன் ஆனதில் தவறில்லை; தாமே அப்படித்தான் இருக்கிறார்; ஆனால் தாயாரை அவன் மதிக்காமல் இருப்பது தவறு என்றார் அப்பா. அம்மா தன் மனைவியைப் புரிந்துகொள்ள மாட்டேனென்கிறாள் என்று அண்ணா புகார் செய்தான். அப்பா இன்னொரு மனப்பாடச் செய்யுள் உதிர்த்தார்:

த பாரு, அய்யா. நீ நானு இந்தக் கிருஷ்ணன் பய எல்லாரும் ஒண்ணாத்தான் உக்காந்திருக்கோம். அதுக்காக ஒரே காலத்திலே இருக்கோம்னு ஆயிடுமா? ராவண சபையிலே அனுமார் ஒக்காந்த மாதிரித்தான். சபையோர் ஒரு மட்டத்திலே. ராஜா இல்லியா, ராவணன் அதெவிட ஒசரத்திலே. அனுமார்? அவர் ராவணனுக்குச் சவால் விடறாரே? வாலைச் சுருட்டிச்சுருட்டி இன்னும் ஒசரத்துலே... எதுக்குச்சொல்றேன், ங்கொம்மா அனுமார் மாதிரி. வயசோடெ ஒசரத்துக்கு மட்டும் சொல்லல்லேடா, மொகஜாடைக்கும் சேத்துத்தான் ...!

எல்லாரும் சிரித்து இனிதே முடிந்தது விவாதம். கிருஷ்ணன் மனத்துக்குள் குறித்துக்கொண்டான்.

வாத்தியார் விஷயத்துக்கு மீண்டும் வரலாம்... முக்கியமான ஒரு சொல், அது குறித்த தெளிவு என்று பின்னாளில் மீட்டெடுக்கப்பட வேண்டிய ஞாபகமாய் இருந்திருக்க வேண்டியது அந்த நாள். ஆனால், தீராத குழப்பத்துக்கு அடிகோலி விட்டது.

வேலுவாத்தியாரின் சித்தப்பா மதுரையில் வசித்தார். இவருக்கு வாசிக்கும் பழக்கத்தை ஆரம்பித்து வைத்தவர். அவர் பேராசிரியராய் இருந்த அதே கல்லூரியில்தான் பின்னாட்களில் கிருஷ்ணன் படிக்கச் சேர்ந்தான். உலகம் உருண்டை என்பதற்கு இன்னொரு சான்று கிடைத்துவிட்டது. 'பிரபஞ்சத்தின் விஸ்தாரத்துடன் ஒப்பிடும்போது, நாம் வசிக்கும் பூமி கட்டைவிரல் நகத்தில் சேர்ந்த அழுக்கின் அளவுகூடக் கிடையாது' என்று வேலுவாத்தியார் பௌதிக வகுப்பில் சொன்னதற்கும்தான் ...

பேராசிரியரின் நினைவாக நிறுவப்பட்ட அறிவியல் கட்டுரைப்போட்டியில் கிருஷ்ணனே முதல் பரிசு பெற்றான் என்பது பின்னொட்டு; ஆனால், அதிலிருந்த சங்கதிகள் அனைத்துமே அவனாக யோசித்துக் கோத்ததில்லை, பல்வேறு நூல்களிலிருந்து பெயர்த்தெடுத்தவற்றை ஒரு சரத்தில் தொடுத்தவை என்பது பின்னொட்டுக்குப் பின்னொட்டு . . . சாப்பிட்டு முடித்ததும் வாத்தியார் கேட்டார்:

எம்புட்டு சாமி?

அட விடப்பா. நாந்தான் ஒனக்குத் தரணும். அது சரி, போன வாரம் முளுக்க ஒன்னெக் காணலியே?

மதுரேல நம்ம ப்ரொஃபஸர் சித்தப்பா இல்லே? அவரு காலமாயிட்டாரு சாமி.

அடடே ... ஒன்னோடெ குருநாதரில்லப்பா போயிட்டாரு.

வேலுவாத்தியாரின் கறுத்த முகம் மேலும் கறுத்தது, பாவம். ஆனால் கிருஷ்ணனின் பிஞ்சு மனத்தில் மாபெரும் உறுத்தல் வந்து அமர்ந்தது. பிறப்பதுதான் காலமாக ஆவது என்று கொஞ்சநேரம் முன்புதானே பேசி முடிவெடுத்தார்கள்? இப்போது இறப்பதைக் காலமாவது என்கிறார்?

இதை அப்பாவிடமே கேட்டுத் தெரிந்துகொண்டிருக்க முடியும். ஆனால் மறுநாளே அவர் படுக்கையில் வீழ்ந்தாரா, காலம் என்றாலே மரணம் என்கிற மாதிரி பயம் தட்டியதா, அவரிடம் கேட்கத் தைரியமில்லாமல் போய்விட்டது கிருஷ்ணனுக்கு.

வேதாளம் சொன்ன கதையில் இரண்டு புள்ளிகள் எனக்கு முக்கியமானவையாய்ப் பட்டன. ஒன்று, வேலு வாத்தியார். அவர் தொடர்பான இன்னொரு சம்பவம் எனக்கு நினைவிருக்கிறது. பார்க்கப் போனால், இரண்டாவது புள்ளியைப் பூடகமாக வலியுறுத்திய சம்பவமேதான் அது. குழப்பமாக இருக்கிறதா, அது

வேறொன்றுமில்லை, காலம் என்பது பொது அனுபவமில்லை என்று அவர் சொன்ன வாக்கியம்.

ஊரைவிட்டு வெளியேறிய பிறகும், இரண்டு வருடங்களுக்கு ஒருமுறையாவது கரட்டுப்பட்டி போவதை வழக்கமாக வைத்திருந்தேன். போய் இறங்கிய மாத்திரத்தில் எனக்குள் அப்பா வந்து நிரம்புவார். ஊர்மண்ணின் ஒவ்வொரு துகளிலும், அங்கே கடக்கும் ஒவ்வொரு கணத்திலும் நிறைந்திருக்கிறார் அவர். தவிர, அவர் தொட்டு ஆராதித்த பிள்ளையார் – முன்பு கடவுளாக மட்டும் காட்சி தந்தவர், இப்போது அப்பாவின் மறுஉருவாகத் தெரிந்தார். எனக்கு வயது கூடிக்கொண்டே போனாலும், பிள்ளையார் அதே வயதில் நிரந்தரமாகத் தங்கியிருப்பது நூதனமான கிளர்ச்சி தரும்.

ஆமாம், ஒருவித அளவுகோலாக விளங்கியது கரட்டுப்பட்டி. முன்பு நிமிர்ந்து பார்க்க வேண்டியிருந்த ஆட்கள் யாருமே அவ்வளவொன்றும் உயரமில்லை, சராசரி மட்டம்தான், சிலர் என்னைவிடக் குள்ளம் என்று தெரிய ஏழெட்டு வருடங்கள் ஆனது. ஆனால் முதல்தடவையே, எங்கள் வளாகத்தின் சுற்றுச்சுவரும், அதன் வாயிற்தூண்களும், ராட்சதக் கதவுகளும், வெறும் பத்தடி உயரம்தான் என்று புரிந்துவிட்டது. இத்தனைக்கும் இரண்டே வருடங்கள்தாம் ஓடியிருந்தன. ஆக, என்னுடைய வளர்ச்சியின் நிலைத்த சான்றாகப் பயன்பட்டது கரட்டுப்பட்டி.

ரகசியமான இன்னொரு அனுகூலமும் இருந்தது. சுந்தரம் அண்ணாவும், அவருடைய ஆளுகைக்குக் கட்டுப்பட்ட அம்மாவும் என்மீது செலுத்திய அதிகாரத்திலிருந்து விலகி, நான் சுதந்திரமாக உலவக் கிடைத்த இடமாகக் கரட்டுப்பட்டி திகழ்ந்தது. நானும் அப்பாவும் மட்டுமே கொண்ட தனிக் குடும்பத்தின் உறுப்பினனாக உணர்வேன்.

ஒவ்வொரு முறை போகும்போதும், கரட்டுப்பட்டி தொடர்பாக ஆவல்கொள்ளும் பட்டியலில் வேலுவாத்தியார் தவறாமல் இடம்பெறுவார். ஆனால் விதிவசமாக, தெர்தாவைத்தான் பார்க்கக் கிடைக்கும். பாடம் நடத்தும்போது ஒவ்வொரு வாக்கியத்தையும் ‘தெரியுதா’ என்று முடிப்பது அவருடைய வழக்கம். முன்புறம் கரீம் ஸாராகவும், முதுகுப்புறம் தெர்தாவாகவும் அவர் ஆன காரணம் இதுதான்.

அவென் பெரியோளம் போயிருக்கானே மக்களே.

என்று இதமாகச் சொல்வார் தெர்தா. கையில் மணிப்பிரம்பை சதா உருட்டிக்கொண்டிருக்கும் பயங்கரவாதி, பூமிதானக்

கமிட்டியின் செயலாளர் போன்று இதமானவரானது முதல்தடவை ஆச்சரியமாக இருந்தது. ஆனால் நான் தற்போது அவருடைய வகுப்பு மாணவன் இல்லையே என்று மறுதடவை போகும்போதே புரிந்துவிட்டது.

வேலு வாத்தியாருக்குத் திருமணமாகி, டீச்சர் பெரியகுளத்தில் தனியார் பள்ளியில் பணிபுரிகிறார்கள். அரசு வேலை கிடைக்கும் பட்சத்தில், பக்கத்திலேயே வந்து விடலாம்; இவர் அங்கே போவதற்கு மார்க்கமே கிடையாது – இவர் வேலை பார்ப்பதும் தனியார் பள்ளியில்தான். அரசாங்க வேலைக்கான வயதுவரம்பையும் தாண்டியிருந்தார்.

> வாரக் கடைசியிலே மட்டும்தான் பொண்டாட்டியெப் பாக்க முடியும்டா பங்காளீ...

என்றான் பால்யசகா கோபாலகிருஷ்ணன். உண்மையில் அவன் சொன்னது 'பாக்க' என்ற சொல் அல்ல. அதற்கு எதுகை. இடக்கரடக்கலாக மாற்றுச்சொல் பயன்படுத்த வேண்டி யிருக்கிறது. இன்னும், இளிவரல், ஈறுகெட்ட எதிர்மறை வினையெச்சம், ஒருபொருட்பன்மொழி என்று பலவும், 'தெர்தா' என்ற பின்னொட்டுடன் எனக்குள் பத்திரமாக உள்ளன – இதுநாள்வரை எந்தவிதத்திலும் பயன்படாமல்.

கல்லூரி கடைசி வருடம் படிக்கும்போது ஒருதடவை கரட்டுப்பட்டி போனேன். இந்த முறை பிள்ளையாரிடம் சிறப்புமனு போட்டுவிட்டு வரும்படி அம்மா சொல்லி அனுப்பினாள். 'நல்ல உத்தியோகம் கிடைக்க வேண்டும்'. சும்மா ஒன்றும் அவர் வழங்க வேண்டாம், முதல் சம்பளத்தில் நூற்றெட்டு விடல் போட்டுவிடலாம் – இதில் 'சும்மா' என்று தொடங்கும் அரைவாக்கியம் மட்டும் என் சொந்தச்சரக்கு.

உற்சாகமாகக் கிளம்பினேன். இந்தமுறை வேலு வாத்தியாரிடம் பேசுவதற்கு விஷயம் சேர்ந்திருக்கிறது. ஆமாம், நானும் ஒரு புதுவிதமான வாசிப்பில் புகுந்திருக்கிறேன். ஃப்ரிட்ஜாஃப் காப்ரா, கேரி ஸுக்காவ், டெஸ்மாண் மாரிஸ், ப்ரோனோவ்ஸ்கி என்று உள்ளும் புறமும் ஆராய்ச்சி மேற்கொண்ட ஆசாமிகளுடன் மானசீக உரையாடல் தொடங்கியிருக்கிறது. முன்னொரு தடவை வாத்தியார் குழப்பிவிட்ட 'காலம்' என்ற சொல்லை மேலும் குழப்பும் உதவியை தாமறியாமல், வெகு ஆர்வமாக, செய்து வருகிறார்கள்.

இவர்களில் எத்தனைபேரை வாத்தியார் அறிவார், ஒரு புதிய எழுத்தாளர் அல்லது புத்தகத்தின் பெயரை நான் சொல்லி

விட்டால் எப்படி எதிர்கொள்வார், சமஸ்கிருத அழகியலின் வர்ணனையை, கனோஜி ஆங்கரேவின் கடற்போர் நுட்பத்தை, ரதன் சந்தாவத்தின் வாள்வலியை, வளைஎறி என்ற ஆயுதத்தின் பெயரை, நாகப்பட்டணம் சூடாமணி விகாரையை, பெயர் மறந்துவிட்ட நங்கைகளின் கொங்கைகளை அமரரான அப்பாவுக்காக ரோடுக்குக் கேட்குமளவு உரத்து வாசித்து ஐந்து பைசா ஈட்டிய சிறுவன், மனவாசிப்பின் ஆழ்தடங்களில் நகர்ந்துபோவதை எப்படி வியப்பார் என்றெல்லாம் எனக்குள் நிகழ்த்திப் பார்த்துக்கொண்டே போனேன்.

பத்துப் பனிரெண்டு வருடம் கழித்து, இந்தமுறை அவரைச் சந்தித்துவிட நூறு சதவீதம் வாய்ப்பிருக்கிறது – சகுந்தலா டீச்சர் கீழ்நாச்சிகுளம் வந்துவிட்டார்கள். மாவட்டநிலைக் கபடிப் போட்டியில் முதல் சுற்றிலேயே வெளியேறுவதற்காக, போன வருடம் மதுரை வந்த கல்லூரிக்குழுவில் பங்குபெற்றிருந்த கோபாலகிருஷ்ணன், வியர்வை நாற, சிகரெட் புகையுடன் தகவலை ஊதினான். இப்படி முடித்தான் – எதுகையில்தான்:

இப்பல்லாம் அவுங்க தெனசரி பாத்துக்கிறலாம்டா.

தானே வாய்விட்டுச் சிரித்துக்கொண்டான்.

திருவேடகம் காலேஜில் எழுத்தராகப் பணியாற்றுகிற அவன், சைக்கிளில் கூட்டிப் போனான் – வழிநெடுகத் தகவல் உதிர்த்துக்கொண்டே. வேலுவாத்தியார் கீழ்நாச்சிகுளத்திலேயே வசிக்கிறார்; கரட்டுப்பட்டிக்கு தினசரி சைக்கிளில் வந்து போகிறார்; டீச்சர் கர்ப்பமாக இருக்கிறார்கள்; வயிற்றின் பருமனைப் பார்த்தால் ரெட்டையாக இருக்கும் என்று கோபால் யூகிக்கிறான். 'பாக்காமெ இருந்து பாக்கும்போது சிலசமயம் வேகம் சாஸ்தியா ஆயிருமில்லப்பா'.

பாரதிதாசன் தெருவுக்குள் நுழையும்போதே பரபரப்பு அதிகரித்தது. தெருவின் பழைய கட்டடங்கள் இன்னும் பழையதாகி யிருந்தன. தன்னியல்பாக, மும்முரமாக, ஓடிக்கொண்டிருந்த நாய்கள் ஓரிரண்டு அவசரமாக நின்று, 'யாரப்பா, உங்களுக்கு இங்கே என்ன வேலை' என்று விசாரிக்கிறமாதிரிப் பார்த்தன. அவை குரைக்கத் தொடங்குமுன் விரைவாக மிதித்தான் கோபால். என்னை வாத்தியார் வீட்டு வாசலில் இறக்கிவிட்டு, புகைக்கப் போனான்.

வேலு வாத்தியாருக்கு முன்நரை கண்டிருந்தது. நெற்றியின் விஸ்தீரணம் அதிகரித்திருந்தது. மூக்குக்கண்ணாடியின்

அடர்த்தியும்தான். எட்ட இருக்கும்போதே அமிர்தாஞ்சன மணம் வலுவாகத் தாக்கியது.

அவருக்கு முதலில் அடையாளம் தெரியவில்லை. இன்னார் என்று அறிமுகப்படுத்திக்கொண்டேன்.

அடேடே. உக்காருங்க.

என்று பன்மையில் விளித்து, பாயை உதறிப் போட்டார்.

முன்முதுமை காரணமாக அவருக்கு மறதி வந்துவிட்டதா, அல்லது அம்மா அடிக்கடி சொல்வது மாதிரி, 'தோளுக்கு மிஞ்சினால் தோழன்' என்பதை நடைமுறைப்படுத்துகிறாரா, அல்லது எனக்கு அப்பாவாக மாறித் தெரியும் பிள்ளையார் மாதிரி, தனது முந்திய தலைமுறை சிநேகிதராக நான் வேலு வாத்தியாருக்குத் தென்பட்டேனா என்று கேள்விகள் வரிசையாக வந்து மோதித் திரும்பின – செய்வதறியாது கடலுக்குள் மீளும் அலைகள் மாதிரி.

அந்த மாதிரிப் புஸ்தகங்களெ வாசிக்கிறதில்லே தம்பி. இப்ப வேற புஸ்தகங்கள்ளெ நோங்கிட்டது. வடக்கு வாளுது, தெக்கு தேயுது. கண்ணு முன்னாடி இப்பிடி அக்குருமங்க நடக்கும்போது, ஏட்டுச் சொரக்காயெக் கட்டிக்கிட்டு மாரடிக்கிறது என்னா எளவுக்கு? தலையெத் தரையிலெ பொதச்சிக்கிர்றதுக்கு நாம என்னா தீக்கோளியா? நீங்க சொல்ற ஆட்கள்லெ எவனாவது தமிழ்நாட்டுலே இன்னைக்கி என்னா நடக்குதுன்னு தெரிஞ்சவனா, சொல்லுங்க? நேரமிருந்தா, மட்டப்பாறைக்கி ஒரு தபா போயிட்டுப் போங்க. அங்க மணிமாறன்னு ஒரு தோளர் இருக்காரு. ரெம்ப விசயம் தெரிஞ்சவரு ...

அவருடைய புத்தக அலமாரியைப் பார்க்க வேண்டும் என்ற ஆசை எப்படியோ மறந்து போனது.

ஆனால், பேருந்தில் ஊர் திரும்பும்போது, வேறொரு பக்கம் பாய்ந்தது மனம். தொடர்ந்து பல பத்துவருடங்கள் ஒரே குடுவைக்குள் ஊறுகாயாய்க் கிடப்பதைவிட, மாற்றம் தேவலைதான் என்று பட்டது. எனக்கு உவப்பில்லாத மாற்றங்களெல்லாம் எதிர்மறையானவை என்று கொள்வதற்கு எனக்கு என்ன உரிமை இருக்கிறது?

தவிர, அடுத்த பத்து வருடங்களில் நான் என்ன ஆவேன் என்பதும் சுவாரசியமான புதிராய் உதித்தது.

வழக்கத்தைவிடவும் அதிகாலையில் எழுந்துவிட்டிருந்தேன். மேற்சொன்ன சகலத்தையும் எழுதி முடித்தபிறகும் ஒரு

மணிநேரம் போல மிச்சமிருந்தது. கடிகாரத்தில் மீந்திருக்கும் அவகாசத்தை, மனம் தன்னுடையதாக்கிக்கொள்ள விழைந்தது மாதிரி, மேற்படிச் சம்பவங்களுக்குப் பல வருடங்கள் கழித்து, தாம்பரம் சானட்டோரியம் ரயில் நிலைய நடைமேடையில் நடந்த ஒன்றும் மேலெழுந்தது. அதையும் பதிவிட்டுவிடலாம்.

ஒட்டுக் கேட்பது நல்ல பழக்கமில்லை. ஆனால், பிறர் பேசுவதைக் கவனிக்காமல் பொது இடங்களில் புழங்குவது சாத்தியமேயில்லை. ஜனத்தொகை வரைமுறையின்றி அதிகரித்து விட்டதால், வகைமாதிரிகளுக்குப் பஞ்சமேயில்லை. இன்ன சங்கதியைத்தான் உரத்துப் பேசலாம் என்று வரைமுறை கொண்டவர்களும் சொற்பமே.

ரயில்மேடையில் மின்சார ரயிலுக்காகக் காத்திருக்கும் வேளையில் யதேச்சையாகக் கேட்கக் கிடைத்தது உரையாடல் ஒன்று. நாங்கள் மூவருமே நடுவயதைக் கடந்தவர்கள். குடும்பம், முன்முதுமை வழங்கிய நிரந்தர வியாதிகள், பணியிடத்தின் தீராத் தொந்தரவுகள் என்று எதுவேண்டுமானாலும் இப்படியொரு உரையாடலைக் கிளர்த்தியிருக்கலாம். சிந்தனை என்பதும் ஒருவகையில் தப்பிக்கும் மார்க்கம்தானே,

அல்லது, எதையுமே எதிர்மறையாய்ப் பார்த்துப் பழகிய பார்வை இப்படியெல்லாம் காரணம் கற்பிக்கிறது; மற்றபடி மூவருமே, இயல்பாகவே, இப்படிப் பேசவும் சிந்திக்கவும் கூடியவர்கள் என்பதும் உண்மைதானே. ஆராய வேண்டிய அவசியம் என்ன? காதில் விழுந்ததை அடிபிறழாமல் அல்லது நினைவில் தங்கியவரை ஒப்பித்துவிட்டுப் போய்க்கொண்டே இருக்கலாம்.

காலம் என்பது பொது அனுபவமல்ல என்று வேலு வாத்தியார் சொன்ன வாக்கியம் என்னுள் நிரந்தரமாகப் படித்திருப்பதுதான். இதைப் புரிந்துகொள்வது கடினமொன்றுமில்லை. ஒரு பேருந்தில் பயணம் செய்யும் எல்லாரும் ஒரே வயதினராய் இருப்பார்களா. அவரவருடைய அனுபவத் தொகுப்பு அவரவர் முதுகில் தொங்கும்போது, ஆளுக்கொரு காலத்தில்தானே அந்தந்த மனமும் சஞ்சரிக்கும்? ஒரே பிராயமும், வயதும், கல்விப் பின்புலமும் கொண்ட வகுப்புத் தோழர்களுக்குள்ளும், அவரவர் சமூக, பொருளாதாரப் பின்புலம் சார்ந்து பேதங்கள் இருக்காதா! அப்பா விவரித்த ராவணசபை ஒருகணம் நினைவில் வந்துபோனது.

காலம் மட்டுமல்ல இடமுமே அப்படியான வரையறை கொண்டது என்பதற்கும் மேற்சொன்ன உதாரணங்களையே கொள்ள முடியும் என்பது எனது கருத்து. 'பகல் நேரப் பாஸஞ்சர் வண்டியில் பயணிக்கும் ஒருவர் ஓயாமல் வியர்வை துடைத்தபடி இருப்பதும், சகபயணிக்கு துளிகூடத் துளிர்க்காமல் இருப்பதும் அதனால்தானே' என்றேன். 'முதல் மதிப்பெண்காரனும், கடைசிப் பெஞ்ச்சில் கடனேயென்று இருப்பவனும் பகிர்ந்துகொள்வது ஒரே வகுப்பறையையா' என்றும் கேட்டேன். இஸ்மாயில் கொதித்தான்:

> உன்னுடைய ஈஸிச்சேருக்குள் ஒட்டுமொத்த அறிவுலகத்தையும் கொண்டுவர நினைக்கிறாய். பொதுவானதும், தனி அனுபவமும் ஒன்றையொன்று விலக்குபவை என்கிற மாதிரிப் பேசுகிறாய். தெரிந்ததை வைத்து தெரியாததைப் புரிந்துகொள்ள முயன்றால், தெரியாததன் மர்மம் எப்படித் துலங்கும்.

சரி, அன்றைக்கு அப்படி ஒரு மனநிலையில் இருந்தான்போல. இன்னொரு சந்தர்ப்பத்தில் இதையே என்னுடைய பலம் என்று அவனே விரிவாக எடுத்துச் சொல்லியிருக்கக் கூடும். எதிர்கொள்ள நேரும் கோட்பாடுகள் அனைத்தையும் தன்னனுபவமாக ஆக்கிப் புரிந்துகொள்வதும் ஒருவகையில் சிறப்பானதுதானே என்றுகூடச் சொல்லியிருப்பான்.

ஆனால், நண்பர்கள் என்று ஆகிவிட்டால், ஒப்புதலும் மறுப்பும் ஆத்திரமும்கூட மேலோட்டமானவைதாம். எதிர்ப்புணர்வு ஆழமாய் இருக்கும் பட்சத்தில் அவர்களை நண்பர்கள் என்று சொல்ல முடியுமா!

தவிர, இஸ்மாயிலின் வார்த்தைகள், அவற்றின் தொனி, முகபாவம், உடல்மொழி என்று சகலமும் தெரிவித்த இன்னொரு ரகசியமும் உண்டு – அவனது கருத்துக்களை செவிமடுக்கும் எதிர் மனத்துக்குள் குழப்பம் மீறாத சந்தர்ப்பம் ஒன்றாவது இருந்திருக்க வாய்ப்பில்லை என்பது. இப்போது சுகவனம் வாய்மலர்ந்தருளினான்:

> இரண்டு பேருமே சரியில்லை. ஏதோ, இடமும் காலமும் வெறும் உளவியல் அனுபவம் மட்டுமே என்கிற மாதிரி சுருக்கிப் பேசுகிறீர்கள். இது, மேற்கத்திய அறிவியல் மனோபாவம் உருவாக்கித் தந்த தர்க்கம். உண்மையில் கோள்களும் அவற்றின் இடைவெளிகளும் பூமிக் கிரகத்தின் பௌதிகத் தர்க்கத்துக்குள் அடங்கிக் கிடப்பவை என்று எண்ணுவதே மானுட அகங்காரத்தின் விளைவுகள்தாம்.

முழுக்க முழுக்க வேறான அறிவியல் பார்வை கொண்ட உயிர்வாழ்வு ஒன்று, என்றுமே எட்டமுடியாத தொலைவிலிருக்கும் ஏதோவொரு கோளில் இந்தக் கணமே நிகழ்ந்துகொண்டிருக்கக் கூடும். அதை நாம் ஒருபோதும் அறிவதற்கில்லை. அனைத்துக் கோள்களையும் இயக்கும் விசைக்குக் கடவுள் என்று பெயர்சூட்டுவதை வேண்டுமானால் ஒருவர் மறுக்கலாம். ஆனால் அப்படியொரு வியக்தி இருப்பதை, அதன் செயல்பாட்டு முறைகளை, பூமியில் உள்ள சோதனைச்சாலைகள் முழுமையாய் அறிந்துவிட முடியும் என்று நான் நம்பவில்லை.

பயலுடைய ஆங்கிலம்தான் எத்தனை நேர்த்தியாக இருக்கிறது!

எத்தனையோ சந்தர்ப்பங்களில் எவ்வளவோ சமாசாரங்கள் காதில் விழுகின்றன – புதிதாக வெளிவந்த திரைப்படம் பற்றி, முந்தினநாள் ஆட்டத்தில் இந்தியா கேவலமாகத் தோற்றது பற்றி, மைத்துனி மகளின் திருமணம் நின்றுபோனது பற்றி, நம்பிப்போன மருத்துமவனையில் லட்சக்கணக்கில் செலவு வைத்து விட்டார்கள் என்கிற மாதிரித் தொடர்பவை. விரும்பினாலும் விரும்பாவிட்டாலும் காதில் விழத்தான் செய்யும். கேட்கும் பாழாய்ப்போன மனம் அவற்றைத் தொடர்ந்து கொஞ்சநேரம் ஓடவும் செய்யும்.

மேற்சொன்ன உரையாடலில் இன்னொரு கிளர்ச்சியும் இருந்தது. சாதாரணமாக எழுத்துத் தமிழில் மட்டுமே நடக்க முடியும் என்பது போன்ற கனத்த விவாதம் – இயல்பான பேச்சுத் தமிழில் நிகழ்ந்தது. கொச்சைவழக்கில் மீண்டும் எழுதிப் பார்ப்பது சாத்தியமேயில்லை. இடையிடையே குறுக்கிட்ட ஆங்கில வார்த்தைகள் வேறு... சுகவனம் பேசியதோ, முழுக்க ஆங்கிலத்தில்.

ஆனாலும், இப்படியொரு விவாதத்திலிருந்து கவனத்தைத் திருப்பிய தருணமும் அவர்களுடன் இருக்கும்போதே நிகழும் என்று எதிர்பார்த்திருக்கவில்லை.

நாங்கள் நின்றிருந்தது தாம்பரம் சானடோரியம் ரயில் நிலைய மேடையில். படபடபடவெனப் பேசிய எங்களுக்கிடையில் திடீரென்று விசித்திரமான மௌனம் கனத்துப் படிந்தது. கவனத்தை ஈர்க்கும் விதமாகவும், கனத்துப் பரந்த மௌனத்தின் பரப்பில் சிற்றலை எழுப்பும் விதமாகவும், உரத்தும், வேறொரு உரையாடல் ஒலித்தது.

நடைமேடையின் மத்தியில் தலைவிரித்திருந்த மரத்தடியில் அமர்ந்து பாசிமணி தொடுத்துக்கொண்டிருந்த இரு நரிக்குறவப் பெண்கள். ஒருத்தியின் மேலாடை வெகுவாகச் சரிந்திருந்தது. இளம் வயதினள். தாண்டிச் செல்லும் யாவரும் ஒரு கணம் தயங்கி நகர்ந்தார்கள். இடதுகாலைக் குத்தவைத்து வலதுகால் நீட்டி அமர்ந்திருந்த மற்றவளின் குட்டைப்பாவாடை முழங்காலுக்குச் சற்று மேலாகச் சுருண்டிருந்தது.

லேசாகத் தூசி கிளம்பியது. நடைமேடையைக் கூட்டிச் சுத்தம் செய்கிறாள் ஒரு மாது. வெற்றிலை அதக்கிய கன்னம், கோணல் கொண்டை, அதன் விளிம்பில் கனகாம்பரச்சரம், கருநீலச் சீருடைப் புடவை; வலதுகையில் நீள விளக்குமாறு, முதுகின் மீது மடக்கிய இடதுகை. அரைவட்டங்களை உருவாக்கி உருவாக்கி அழித்து நகர்ந்தாள். அவள் மீத்துச் செல்கிற இடங்கள் தூசி அகன்ற வெளுப்பில் பொலிந்தன. சரிந்த மேலாடைக்காரி திடீரென்று சொன்னாள்:

> யக்கா, நானும் எல்லா டேசனும் பாத்துட்டன். ஒன்னய மாரி சுத்தமாக் கூட்டுற இன்னொரு பொம்பளையப் பாத்ததில்லே.

பெருக்குகிறவள் இவளைப் பிரியமாகவும், பெருமிதமாகவும் ஒரு கணம் உற்றுப் பார்த்தாள். சிறு புன்சிரிப்பு. பிறகு ஆள்காட்டிவிரலையும் நடுவிரலையும் வெற்றிக்குறி போல அகட்டி, குவிந்த உதடுகளின் குறுக்காகப் பதித்து, தண்டவாளச் சரளையின்மேல் ரத்தநிறத்தில் பீய்ச்சி உமிழ்ந்தாள். பிறகு, பழைய தினுசில் பெருக்கத் தொடங்கினாள். விளக்குமாறு, இந்தப் பெண்கள் இருந்த இடத்தை விட்டுவிட்டு நகர்ந்தது.

"அதற்காகத்தான் அந்தப் பாராட்டு" என்றான் இஸ்மாயில் – பெருக்கும் பெண்மணி தங்களை நகரச் சொல்லாமல் இருப்பதற்காகவாம். அந்த உரையாடலின் உள்மடிப்பில் ஒரு முழு உளவியல் பாடம் இருக்கிற்து என்றான்.

சுகவனம் கண்டித்தான். கலைநேர்த்தியை ரசிக்க சமூகப் படிநிலை ஒரு தடையோ, ஊக்கியோ அல்ல. கலை என்பது இயல்பு வாழ்க்கையில் நடக்கிற சம்பவங்களுக்கு அந்நியமானது அல்லது அப்பாற்பட்டதும் அல்ல. நிஜமாகவே இவள் அக்கறையாக, சுத்தமாகப் பெருக்குகிறவள்; நானே பலதடவை பார்த்திருக்கிறேன் என்றான். இதே தடத்தின் மற்ற நிலையங்களில் போய்ப் பார்த்தால் வித்தியாசம் தெரியும் என்றும் சொன்னான்.

இஸ்மாயில் வேறுவிதமாக அபிப்பிராயப்பட்டான். பிற நிலையங்களில் போலீஸ் தொந்தரவும், நிலைய ஊழியர்கள்

தொந்தரவும் அதிகம். இவர்களை உட்காரவே விடுவதில்லை. அதனால்தான் இவள் அவளை நைச்சியம் செய்கிறாள். தவிர, இதுபோல உறுதிப்படும் தனிநபர் உறவுகள்தான் பல சந்தர்ப்பங்களில் பொது இடங்களில் வெடிகுண்டுகள் வெடிக்கக்கூடக் காரணமாகி விடுகின்றன என்றான் அவன்.

இந்த இடத்தில் மனம் வேறுபக்கம் திருகித் திரும்பியது. மேற்படிப் பத்தியில் வந்து விழுந்த 'தனிநபர் உறவு' என்ற சொற்றொடர் காரணமா, அல்லது அதற்கு முந்திய பத்திகளில் வேலு வாத்தியாரும் அவருடைய வாக்கியங்களும் மீள் உருவாக்கம் கொண்டதனால் விளைந்த ஞாபகக் கொந்தளிப்பு காரணமா என்று தெரியவில்லை. அல்லது, காலம் என்ற சொல்லும், மரணம் என்ற சொல்லும் பிரிக்கமுடியாத சயாமிய இரட்டையர்கள்போல எனக்குள் நிரந்தரமாக ஒட்டிக் கிடப்பதுகூடக் காரணமாய் இருக்கலாம். எப்படியோ, தானாக அரும்புவிடும் புதுச் செடிபோல வியப்பும் கிளர்ச்சியும் வழங்கி மேலேறி வந்தது இன்னொரு சம்பவம்:

அதை எழுத இப்போது அவகாசமில்லை. நேரமாகிவிட்டது. அலுவலகம் கிளம்ப வேண்டும்.

ஆனால் எழுதத்தான் அவகாசமில்லையே தவிர, தன்னிச்சை யாய் அந்தச் சம்பவம் வரிவரியாக உள்ளே ஓட ஆரம்பித்தது...

காலசம்ஹாரமூர்த்தி சந்நிதியில் அவ்வளவாகக் கூட்ட மில்லை. இவருக்குப் பக்கவாட்டில் இடம் கொடுத்து, மூலவராக நின்றிருக்கும் அமிர்தகடேஸ்வரர் முன்பும்தான். மார்க்கண்டேயன் சார்பாக யமனை எட்டி உதைக்கும் மூர்த்தி முன்பு நின்றிருந்த வெகுசிலரில், கழுத்தில் மாலையுடன் இருந்த வயோதிக தம்பதியும் அடக்கம். மற்றவர்கள் அவர்களுடைய சுற்றத்தார் மாதிரி இருந்தார்கள். அந்த அம்மாளுக்கு பலத்த மாறுகண். எதிரெதிராய்ப் பார்க்கும் இரண்டு திசைகளையும் தவிர்த்து, மூன்றாவது திசையில் கவனம் பொருந்திய விட்டேற்றியான பாவம். பெரியவர், 'எனக்கெதுக்கப்பா மாலையும் பூசையும்' என்கிற மாதிரிச் சுளித்த முகத்துடன் நின்றிருந்தார்.

இந்தக் கோயில் முழுக்க இப்படித்தான். பிரகாரத்தில் வயோதிக தம்பதிகள் ஹோமம் வளர்த்து, அபிஷேகம் செய்து, ஆயுளை வளர்க்கும் முயற்சியில் குவிந்திருப்பார்கள் – எந்த ஒரு

நாளிலும். நான் பலமுறை வந்திருக்கிறேன். காலசம்ஹாரர் முன் நிற்கும்போது வழக்கமாக ஓர் எண்ணம் ஓடும். 'பகுத்தறிவு என்றாலே நாத்திகம்தான்' என்று பரவலான அபிப்பிராயம் இருக்கிறதே, தெய்வீகம் கமழும் இந்த இடத்தில் எவ்வளவு பகுத்தறிவு செயல்படுகிறது – ஒருத்தராவது, 'என்னை சிரஞ்சீவி ஆக்கு' என்று வேண்டுவார்களா? 'மரணத்தை ஒத்திப்போடு' என்பதுதானே பொதுக்கோரிக்கை? 'பிறந்தால் சாவு உண்டு' என்ற அறிதல் பகுத்தறிவில்லையா என்ன!

கவனத்தையும் பார்வையையும் ஈர்க்கும்விதமாக, தீபத் தட்டு நெடுக்காக வளையம் போட்டது. பக்கத்தில் நின்ற கிழவரிடம் அசௌகரியமான சலனத்தை உணர்ந்தேன். திரும்பிப் பார்த்தேன். அவருடைய நெற்றியில் பொலலென்று வியர்வை பூத்திருந்தது. உடலில் தொற்றிய சிறு நடுக்கம், சட்டடியாக வீழ்வதற்கு ஆயத்தமாகிறார் என்று காட்டியது – நிச்சயம் பக்தி மயக்கம் அல்ல. கண்கள் மெல்லச் சொருகுகிற மாதிரி இருந்தது. அவருடைய புஜத்தைப் பற்றினேன். அதற்காகவே காத்திருந்த மாதிரி என்மீது சாய்ந்துகொண்டார். மேற்படிக் குடும்பத்தைச் சேர்ந்தவர் இல்லை போல. அவர்கள் தங்களுக்குள் குவிந்திருந்தார்கள்.

எனக்கும் கிழவருக்கும் அர்ச்சகரே திருநீறு பூசிவிட்டார். கைத்தாங்கலாக வெளியில் அழைத்து வந்தேன். வெளிநடையின் மறுகோடியில் யானை நின்றது. அம்மன் சந்நிதியை ஒட்டி அவரைத் தரையில் அமர்த்தினேன். சற்று இதமடைந்தார்.

அவர் சொக்கலிங்கம். தேனி அல்லிநகரத்துக்காரர். அறுபத்தேழு வயது. போன வருடம்வரை விவசாயம் பார்த்து வந்தவர். ('கணக்குப் போட்டுப் பாத்ததிலே, ஒளக்குகூட மிஞ்சலே தம்பி') மகன்களிடம் பொறுப்பை ஒப்படைத்து ஒதுங்கி விட்டார். பூச்சிக்கொல்லி, ட்ராக்டர், ஜேஸிபி என்று நகர்கிற விவசாயத்தின்மீது பல வருடங்களுக்கு முன்பே வெறுப்பு வந்திருந்தது. இரண்டு காதிலும் 'பாட்டு மிசினை' மாட்டிக் கொண்டு மருந்து தெளிக்கும் மொக்கையனைப் பார்க்கச் சகிக்காமல், முடிவே எடுத்துவிட்டார்.

இந்தக் கோயிலுக்கு ஒரு சிறப்பு விண்ணப்பத்துடன் வந்திருக்கிறார். அதற்கு ஒரு சிறப்பான காரணமும் இருக்கிறது. பார்க்கப்போனால், ஒன்று அல்ல, ஏழு காரணங்கள். சொக்கலிங்கத்தின் உடன்பிறந்தவர்கள் ஏழு பேர்.

முதலாமவர், அறுபத்தெட்டில் இறந்தார். காங்கிரஸ்காரர். அப்பிராணி மனிதர். அமைதியின் காதலர். பக்கத்துவீட்டுக்காரர்களின் பங்காளிச்சண்டை வார்த்தைகளைக் கடந்து அரிவாளுக்கு முற்றியபோது, விலக்கிவிடப் போனார். வெட்டுப்பட்டுச் செத்தார்.

இரண்டாமவர், திமுககாரர். அண்ணா மறைவையொட்டி, சென்னைக்கு ரயில்கூரைப் பயணம் செய்தார். முந்தின நிலையத்தில் எச்சரித்தும் கேட்காமல், கொள்ளிடம் தாண்டி வல்லம்படுகைப் பாலத்தின் இரும்புச்சட்டத்தில் மோதி நசுங்கினார்.

அடுத்தவர், தமிழகத்தில் மதுவிலக்கு நீங்கியதை முழுமூச்சாகக் கொண்டாடியவர். வயிறுமுட்டக் குடித்துவிட்டு வந்தவர், இருமல் மருந்து என்று தவறுதலாகப் பாலிடாலைக் குடித்துவிட்டார்.

களைபறித்துக்கொண்டிருந்தபோது, கைக்குழந்தை ஞாபகம் வந்து வீட்டுக்கு விரைந்த மூத்த அக்கா, தடுப்புச்சுவரில்லாத தோட்டக்கிணற்றில் கால் இடறி விழுந்தாள். நீச்சல் நன்கு தெரிந்தவள்தான், உட்சுவரில் படிக்கட்டாகப் பொருத்திய கல் பாளத்தில் பின்னந்தலை மோதி, தண்ணீரில் மிதந்தாள்.

ஐந்தாவதும் அக்காதான். கொட்டும் மழைக்கு அஞ்சி மரத்தடியில் ஒதுங்கினாள். உச்சந்தலையில் மின்னல் இறங்கிக் கருகினாள்.

ஆறாமவர், கட்டட மேஸ்திரியாக இருந்தவர். பிறவியிலேயே சரியாகக் காது கேட்காது. அதனாலேயே யாருடனும் ஒத்துப்போக மாட்டார். மதுரையில் பிழைப்பு. நாலாவது மாடியின் கூரையைச் சரிபார்க்கப் போனார். சரியாகப் பொருந்தாத ஆஸ்பெஸ்டாஸ் தகடு வழுக்கியது. கம்பி வளைப்பதற்காக ஊன்றிய மரத்தூணில் நீட்டிக்கொண்டிருந்த கம்பி நெற்றிப்பொட்டைத் துளைத்தது.

ஏழாவது, சொக்கலிங்கத்துக்கு நேர்மூத்த அக்கா. தாய்வீடு வந்திருந்த பேத்திக்காகத் தூளிக் கயிறு எடுக்கப் பரண் ஏறியவரை, நட்டுவாக்காலி கொட்டியது. கிழவி அன்றைக்கு எண்ணெய் தேய்த்துக் குளித்திருந்தாராம்.

சொக்கலிங்கத்துக்கு, சந்நிதியில் நின்றபோதைவிட அதிகமாக வியர்த்திருந்தது. ஆனால் இது உடல் பிரச்சினை அல்ல, ஞாபகங்கள் தந்த ஆயாசம் என்று தோன்றியது எனக்கு. மேல்துண்டால் முகத்தை அழுத்தித் துடைத்துக்கொண்டார் கிழவர்.

...இதெல்லாம் அடுத்தடுத்த வருசத்திலெ நடந்துரலெ தம்பி. ஆனாக்கெ, நடந்துருச்சா இல்லயா?

வாஸ்தவம்தான்.

சாபம் வாங்கின குடும்பம் ண்டு ஊருக்குள்ளெ பேச்சாயிருச்சு பாருங்க.

ம்.

சின்னவயசிலே போனவுக பேர்பாதி. மத்தவுக பேரம்பேத்தியெப் பாத்துட்டுத்தேன் போனாக. ஆனாலும், நமக்கு பயந்து வருதுல்ல?

நான் மௌனமாய் இருந்தேன். கிழவரின் உதடு துடிப்பதைப் பார்க்கச் சங்கடமாக இருந்தது. பார்வையை விலக்க முடியாமலும் இருந்தது. முதல் சொட்டுக் கண்ணீர் ஊறி உதிரும் பட்சத்தில், உடனடியாக முன்னங்கையைத் தொட்டு ஆறுதல் சொல்லிவிட வேண்டும் என்று மனம் ஆயத்தமானது.

ஆனால், கிழவர் மெல்லமெல்ல உறுதிப்படுகிறார். குரலில் நிலவிய நடுக்கம் தேய்கிறது. கால்மாற்றிக் கால்மாற்றி அசைந்தபடி நின்றிருக்கும் யானைமீது பார்வை நிலைத்துப் படிகிறது.

...எம்புட்டோ பேரு பெறக்குறாக. எம்புட்டோ பேரு சாகுறாக. அதுக்கெல்லாம் பயந்தா மனுசப்பெறவி எடுக்க முடியுமா? எல்லாப்பய கதையும் ஒண்ணுதேன்... நேத்து இருந்தான், இன்னைக்கி இல்லேண்ற மாரி. ஆனாக்கெ, பேரு வாங்கப் புடாதுல்ல? நல்லமனுசனப்பா, படுத்தாம், ஒறங்கினாம், போய்ச் சேந்தாம்னு நிம்மதியாச் சாகவேணாமா? இந்தக் கோயில்லெ போயிக் கும்புடுடாண்டு அநயம்பேரு சொன்னாக. அதுக்குத்தான் கெளம்பி வந்தது. சாமீ, ஆண்டவனே, எம்புள்ளெ குட்டிகளெ ஊருக்காரென் லந்து பண்ண விட்டுராதெ. என்னைய மட்டுமாச்சும், சாதாரணமாச் சாகவுடு... ண்டு நேந்துக்கிறத்தேன் வந்தேன்...

அன்றைக்குப் போலவே இன்றைக்கும் நெஞ்சை அடைத்தது எனக்கு. சாயங்காலமோ, நாளையோ மறக்காமல் இதையும் எழுதிச் சேர்த்துவிட வேண்டும்.

•

6

ரயிலுக்காகக் காத்திருந்த வேளையில் திடீரென்று நினைவு வந்தது. 'அடடா, அவருக்கு நான் வெளியூர் போவது தெரியாதே?' சொல்லவேண்டாம் என்று இல்லை, இன்று காலையில்கூட எனக்கே தெரியாதே, நான் மதுரை போகப் போகிறேன் என்று...

வழக்கம்போலப் படுக்கையறைக்குள் வந்து தேடிப் பார்த்து ஏமாறுவாரோ? உடனடியாக இந்தக் கவலை அறுபட்டது. சொல்ல முடியாது, கால - இடக் கட்டுப்பாடுகள் அற்றவர் அல்லவா. இப்போது இந்த ரயில் மேடையில்கூட உதயமாகலாம்...

இப்படியொரு எண்ணம் வந்த மாத்திரத்தில், சுற்றிலும் காத்திருக்கும் சக பிரயாணிகளைப் பார்க்கும் பார்வை மாறிவிட்டதாக உணர்ந்தேன். ஒவ்வொரு முகமும், ஒவ்வொரு சாமான் பெட்டியும் வேதாளச் சாயலுடன் இருக்கிற மாதிரிப் பட்டது.

ஆனால், அவர் வரவில்லை. ஒருவேளை, பிரயாணங்களில் நான் வழக்கமாகக் கடைப் பிடிக்கிற மாதிரி உறக்கம் அமட்டும்வரை பாட்டுக் கேட்டதுகூடக் காரணமாய் இருக்கலாம். அசரீரிகள் போல, காதுக்கொருவராக சுல்தான் கானும், ஜாகீர் ஹுஸேனும் இணைந்து இழைத்துக்கொண்டிருந்த பூபாலி ராகத்தைக் கீறிக்கொண்டு என்னை நெருங்க

அவருக்கு விருப்பம் இல்லாதிருந்திருக்கலாம். அல்லது சங்கீத வாசனை பிடிக்காதவரோ? ஏன், இப்படிக்கூட இருக்கலாம், சங்கீதம் ஆழமாகத் தெரிந்தவரோ என்னவோ. பூபாலி இரவு ராகம் இல்லை என்பதால் எரிச்சல்கூட உண்டாகியிருக்கலாம். மனிதர்களுக்குப் போலவே, வேதாளங்களுக்கும் அறிவின் விம்முதல்களும் விளிம்புகளும் இருக்குமா இருக்காதா?

அவ்வளவு ஏன், துக்கத்தில் இருப்பவனிடம் பேச்சுக் கொடுப்பானேன் என்றுகூட யோசித்திருக்கலாம். இந்தக் குறுகிய பழக்கத்திலும், இங்கிதமானவர் என்றே எனக்குள் பதிவாகியிருக்கிறார். சிலவேளைகளில் தொனிக்கும் கடுகடுப்பை விட்டுத் தள்ளுங்கள் – யாரிடம்தான் அது இல்லை?...

சாதாரணமாக ரம்மியமாய் ஒலிக்கும் பூபாலி, சாரங்கியின் துயர்மிகு ஒலியில் எனக்குள் ஏற்கனவே மண்டியிருந்த துக்கத்தைக் கூர்மையாக்கி, தன்னுள் என்னைப் பரபரவென்று இழுத்துப்போய்க்கொண்டேயிருந்தது. அதனுடன் இசைந்து ரயில் என்னை மதுரைக்கு இழுத்துப்போனது.

மதிச்சியத்தின் கோணல்மாணலான அமைப்பில், புழுதி மண்டிய தெருவும், அதன் சரிகைவிளிம்பு போன்ற கருநிறச் சாக்கடையும் வெளி எல்லையாக இருக்க, தற்காலிகமாகக் காலிசெய்யப்பட்ட முன்முற்றத்தில் கண்ணாடிப் பேழைக்குள் கிடத்தப்பட்டிருந்தான் வெங்கடாசலம்.

நான் உள்ளே நுழைந்த மாத்திரத்தில், அவன் மனைவி பெருங்குரலெடுத்துத் தன் துக்கத்தைப் புதுப்பித்தாள். மட்ட ரக ஊதுபத்திக் கொத்தும், அதிகாலையிலேயே கடமையை நிறைவேற்றிப் போனவர்கள் சார்த்திய பூமாலையின் அபத்த மணமும், அந்த இடத்தில் நிற்கவிடாமல் வெளியே தள்ளின. சாவு வீட்டுக்குப் போக யாருக்குத்தான் பிடிக்கும்? அதிலும், நெருங்கியவர்கள் என்றால், காலில் இரும்புக்குண்டைக் கட்டிய மாதிரி எனக்கு நடை பின்னும். ஆனால் அந்த வீடுகளுக்குத்தானே கட்டாயம் போயாக வேண்டியிருக்கிறது?

அதிலும், எனக்கு ஒரு பிரத்தியேகமான உபரிச் சிக்கல் இருந்தது. பன்னிரண்டு வயதுச் சிறுவனை அநாதரவாக விட்டு இறந்து நாற்பத்தைந்து ஆண்டுகளாகியும், இன்னமும் மனம் முழுக்கப் பெரும் பளுவாக நிரம்பியிருக்கும் தகப்பனாரின் நினைவு பொங்கியெழுந்து விடும். அந்த நாளின் அதிகாலைமுதல், அந்தி கவிவதற்கு நாலைந்து மணிநேரம் முன்பு, சேவாங்கோவில் சுடுகாட்டில், நட்டநடு மத்தியானத்தில், கருணையற்ற உஷ்ணம்

ஆவிபோல உயர்ந்து தகிக்கும் வேளையில், 'வெய்யிலே நமக்குத் தாங்கலையே, சட்டியிலிருக்கும் நெருப்பை அப்பாவின் நடு நெஞ்சில் கொண்டு கவிழ்க்கிறானே பெரியண்ணா – அவருக்கு எப்பிடி இருக்கும்' என்ற எண்ணம் எழுந்து, நெஞ்சுக்குள் உதறலாகத் தோன்றிய நடுக்கம்வரை திரைப்படமாக ஓடும்...

எனவே, சாவுவீடுகளில் பயன்படுத்தவென்றே, எனக்கென்று ஒரு உத்தி உருவாக்கி வைத்திருந்தேன். திமிறும் மனத்தை அடக்க இது ஒரு நல்ல மார்க்கம் என்றும் கண்டுபிடித்து வைத்திருந்தேன். போய் நின்று, போய்விட்ட ஆன்மாவுக்கு மனப்பூர்வமாய் அஞ்சலி செலுத்திய மாத்திரத்தில் பரபரப்பான ஆளாக மாறிவிடுவேன்.

வண்டியை எடுத்துக்கொண்டு கடைக்கு ஓடுவது, காட்டுக்குச் சென்று ஏற்பாடுகள் கச்சிதமாக இருக்கிறதா என்று பார்த்துவருவது, கடமைக்காக வந்து, முகத்தில் துயரத்தின் நிழல்கூடத் தெரியாமல் நிற்கும் உறவினர்கள் முதல், பாடை தயாரிப்பவர்வரை ஒருவர் விடாமல் காபி வந்ததா என்று விசாரிப்பது, இறுதியாத்திரைக்கான வேலைகள் தொடங்கும் விதமாக நீராட்டப்பட்ட சடலத்தைப் புரட்டிக் கோடித் துணி உடுத்த உதவுவது, ஈரத்தரையிலிருந்து பாடைக்குத் தூக்கி வருபவர்களுக்கு ஒரு கை கொடுப்பது, தேவைப்பட்டால் சுமந்து செல்லத் தோள்கொடுப்பது என்று மும்முரமாக வேலை செய்ய ஆரம்பித்துவிடுவேன்.

வெங்கடாசலமும் நானும் ஒரே தெருவில் அடுத்தடுத்த வீட்டில் வசித்தவர்கள். நான் மாநகராட்சிப் பள்ளி. அவன் சேதுபதி பள்ளி. மற்றபடி எல்லா நேரமும் சேர்ந்தேயிருப்போம். உயரம், பருமன், நிறம், கல்வித் தகுதி என்று சகலத்திலும் ஒரேமாதிரி வளர்ந்தோம். அவனுக்கு ஆங்கிலம் சரியாக வராது. கல்லூரியில் நான் வணிகவியல் எடுத்தபோது, அவன் தமிழ் இலக்கியம் சேர்ந்தான்.

நான் வங்கியில் சேர்ந்து சில ஆண்டுகள் கழித்து அவன் தமிழாசிரியரானான். என்னைப்போலவே, பதவி உயர்வில் விருப்பமில்லாது இருந்தான். ட்யூஷன் எடுப்பதிலும் விருப்பமின்மை உண்டு (தமிழுக்கு ட்யூஷன் எடுங்கள் என்று கோரி யாருமே வருவதில்லை என்பது வேறு விஷயம்). ஆக, என்னுடைய கண்ணாடிப் பிம்பம்போல இருந்தவன்.

என்னைப் போலவே தொடர்புகை மன்னன். அவனுக்கும் எனக்கும் நான்கே வித்தியாசங்கள்தாம் உண்டு என்று அவனே

ஒருமுறை கண்டுபிடித்துச் சொன்னான். ஒன்று, அவன் ஆசிரியர் – நான் வங்கிக் குமாஸ்தா. இரண்டு, என்னை மாதிரி ஆங்கில செய்தித்தாளைக் கரைத்துக் குடிக்கும் பழக்கம் அவனுக்குக் கிடையாது; மேலும், என்னைப்போல கிரிக்கெட் டென்னிஸ் கால்பந்து கைப்பந்து என்று தொலைக்காட்சியில் உருளும் பந்துக்கு இணையாக ரத்தத்தில் கொதிப்பேற்றிக்கொள்ளும் பழக்கம் அறவே இல்லாதவன். இளமையில் கொஞ்சம் கபடி விளையாடியதோடு சரி. பொழுதுபோக்கு என்பதே கிடை யாது.

மூன்றாவது, உபதொழில் ஒன்று வைத்திருந்தான். அதைப் பொழுதுபோக்காய்ச் செய்வதாகச் சொல்லவேறு செய்வான். சக ஆசிரியர்களுக்கும், வெளியில் மிகவும் அறிமுகமான வட்டாரத்திலும் வட்டிக்குக் கொடுப்பது. வேறுசில ஆசிரியர் கள்போல மீட்டர் வட்டி வாங்கியதில்லை என்பது அவனது நியாய உணர்வுக்குச் சான்று.

நான்காவது வேறுபாடு, அவன் தினசரி குடிப்பான். நான் வருஷத்தில் ஓரிரு தடவை குடிப்பேன். அதிலும் ஏகப்பட்ட முன்நிபந்தனைகள். மனத்துக்கு உகந்த நண்பர்களோடு மட்டுமே குடிப்பது – வங்கி நண்பர்களாய் இல்லாதிருப்பது உத்தமம் – இரண்டு ரவுண்டு தாண்டுவதில்லை, உசத்திச் சரக்கு என்றால் மட்டுமே குடிப்பது, ஜின் வித் லெமனேட் தவிர வேறு பானத்தை நுகர்ந்துகூடப் பார்ப்பது இல்லை என்று. தனியாக இருந்து ஒருதடவைகூடக் குடித்ததில்லை.

இந்தியச் சூழ்நிலையில் மது அருந்த ஆகும் செலவு, மத்தியவர்க்க மாதச் சம்பளக்காரனுக்கு அத்தனை உகந்ததாக இல்லை என்பதே நான் குடிகாரனாக ஆகாததற்கு நிஜமான காரணமோ என்று பலதடவை யோசித்துப் பார்த்திருக்கிறேன். மூன்றாவது வேறுபாட்டின் பிரகாரம், வெங்கடாசலத்துக்கு மேற்சொன்ன பிரச்சினை கிடையாது; அதனால், நான்காவது வேறுபாடு ஆழமாக வேர்விட்டிருந்தது . . .

ஒரேயொரு விஷயத்தில் மட்டும் அவன்மீது ஆழமான ஆதங்கம் உண்டு; சிறுபத்திரிகைகளில் என் கதைகளும் கவிதை களும் பிரசுரமாவதும் அவை தொகுப்புகளாக வெளியாவதும் அவனுக்குத் தெரியுமல்லவா, அதில் எனக்கு லட்ச லட்சமாக வருமானம் வருகிறது என்று கடைசிவரை நம்பினான்; எவ்வளவு விளக்கிச் சொன்னாலும் கேட்டுக்கொள்ள மாட்டான்!

குளிர்பேழைக்குள் ஆழ்ந்து தூங்குகிற மாதிரிக் கிடந்தான். அறைமூலையில் கிடந்த மாலைகள் மற்றும் தலைமாட்டில்

இடைவிடாமல் புகையும் ஊதுபத்திக் கொத்திலிருந்து எழுந்த, பிணவீட்டுக்கே உரிய துர்மணமா; சர்க்கரைநோய், ரத்த அழுத்தம், உறக்கமின்மை என்று வரிசையில் வரத் தொடங்கியிருந்த உற்பாதங்களா; முந்தைய சந்திப்புகளில் வெங்கிடுவுடன் பிரியமாகப் பகிர்ந்த பள்ளி விவகாரங்கள் மற்றும் இளமை விளையாட்டுகளின் அந்தரங்கம் மீண்டெழுந்ததா; அல்லது துக்கநாளைச் சாக்காக வைத்து இடைவெளியின்றித் தொடர்ந்து புகைத்த சிகரெட்டுகளா – எது என்று காரணம் என்று தெரியவில்லை – எனக்குள் எதுவோ இளகும் பதத்துக்கு வந்திருந்தது.

என் வயதிலேயே திருமணம் செய்துகொண்டு, சரவணன் வயதிலேயே மகனையும் பெற்றிருந்த வெங்கிடுவின் முகத்தைப் பார்க்கப் பார்க்க அது அவன் முகம் மாதிரியே இல்லாமல் ஆகிக்கொண்டு போனது.

ராஜாராம் ஈரவேஷ்டி, ஒல்லியான புதுப்பூணூல் (அவர்கள் சாதிக்கும் பூணூல் உண்டு என்று விளக்கினார் ஐயர்), பித்தளைச் செம்பில் நீர் சகிதம் கர்மகாரியங்கள் செய்வதற்காக தகப்பனின் சடலத்துக்கு எதிரில் வந்து விறைப்பாக நிமிர்ந்து அமர்ந்த மாத்திரத்தில், தெளிவு கிடைத்துவிட்டது.

ஆமாம், தற்போது சடலமாகக் கிடப்பது நாற்பத்திரண்டு வருடங்களுக்கு முன் காலமான தகப்பனாரின் பிம்பமோ, பலவருட நண்பன் வெங்கிடுவின் உருவமோ அல்ல – என்னுடைய உடலேதான் என்று ஒரு கணம் என் மனத்தில் மின்னல் வெட்டியது.

அடுத்த பிராயத்தில் நான் நுழைந்துவிட்ட தருணம் அது என்று உறுதியாக நம்புகிறேன்.

'**ஆ**ண்களைவிடப் பெண்கள் ஓர் அம்சத்தில் மிகவும் உசத்தியானவர்கள் – ஆண்கள் போட்டிபோடும் நிலையிலேயே இல்லாத அம்சம் அது' என்பது வெங்கிடுவின் கருத்து. காலத்தின் நிகழ்முறை பெண்களிடம் மிகத் துல்லியமாக இருக்கிறது என்று சொல்வான். ஆமாம், செடி மரமாவது, அரும்பு மலராவது, பால் தயிராவது என்பதுபோல மசங்கலான வளர்ச்சிமுறை அல்ல, ஒவ்வொரு நிறுத்தமாக நகர்ந்து செல்லும் நகர்ப்பேருந்து போன்ற நகர்தல் அவர்களுடையது என்பது அவன் எண்ணம்.

பெண்ணியத்துக்கு எதிரான சிந்தனையோ என்று ஒரு குழப்பம் உண்டாகத்தான் செய்யும் என்றாலும், நம்புவதை

வெளிப்படையாய்ச் சொல்ல யாருக்கும் உள்ள உரிமை, ஒரு தமிழாசிரியனுக்கு மட்டும் மறுக்கப்பட்டதல்ல என்றும் சொன்னான். இருபால் பள்ளியில் ஆறாம் ஏழாம் வகுப்புகளுக்குப் பாடம் எடுப்பவன் என்பதால் அனுபவபூர்வமாகவே உணர்ந்தும் இருந்தானாம். இருந்தாற்போலிருந்து, ஒருவார விடுமுறையில் போய்விட்டு, மீண்டும் வகுப்புக்குத் திரும்பும் மாணவிகளிடம் தென்படும் விலகலோ, முகத்தில் ஏறிவிட்ட ரகசியமும் முதிர்ச்சியுமோ மாணவர்களின் தட்டையான முகங்களில் பள்ளியிறுதிவரை காணக் கிடைப்பதில்லை என்றான்.

அவர்களுக்கும் மீசை அரும்பத்தானே செய்யும் என்று சந்தேகம் கேட்டேன். 'அதென்ன ஒரே நாளிலா முளைத்து வருகிறது,' என்று பதிலுக்குக் கேட்டான்.

மேற்சொன்னவற்றின் சுருக்கமான விரிவாக்கம் இதுதான்: தான் பெண்ணாக மலர்ந்த நாள், வேளை எல்லாமே, ஐயமின்றி அவர்களுக்குத் தெரியும். ஆண்களால் சொல்ல முடியுமா? பூப்பெய்துதலுக்குப் பத்திரிகை அடிக்க மட்டும்தான் தெரியும் – அதிலும் 'பூப்பெய்தல்' என்று பிழையாக இருந்ததை இவன் பார்த்திருக்கிறான். 'பூ+பெய்தல்' என்று சந்தி பிரித்தால் ஆபாசமான பொருள் தருவதற்கு இடமுண்டே என்று கவலையும் பட்டிருக்கிறான். ஆனால், 'அம்பு எய்துதல்' என்ற அபத்தமான வரி உள்ள நூல் துணைப்பாடமாக இருந்ததும், பி.டி மாஸ்டர் பீட்டரின் மகள் பருவமடைந்த மாபெரும் விழாவுக்கு அழைப்பிதழ் கொடுத்துவிட்டு அவர் நகர்ந்ததும் 'இந்தக் காரியம் கர்த்தரால் வந்தது' என்று தலைப்பில் இருந்த வரியைக் குறித்து சக ஆசிரியர்கள் கும்பலாகச் சேர்ந்து சிரித்ததும் நினைவிலெழும்போது, இவையெல்லாமே நுண்ணுணர்வு அறவே அற்ற ஆணுலகின் அபத்தங்கள் என்று தோன்றுமாம்.

இந்த ஒரு விஷயத்தில் மட்டுமல்ல, இன்னும் பல சங்கதிகளி லும் இயற்கை பெண்களுக்குச் சாதகமான பாரபட்சத்துடன் இருக்கிறது என்பான். (கருத்தரித்தல் கூட அவர்களுக்குத் துலாம்பரமான காலப் பதிவு கொண்டது என்றான். சில நுட்பர்கள் சம்போகம் முடிந்தவுடனே அறிவித்துவிடுவார்கள் – உதாரணமாக, ராஜாராம் தனக்குள் உதித்த தகவலை அன்றிரவி லேயே வெங்கிடுவின் மனைவி ஆனந்தமாய்த் தெரிவித்தாளாம். வழக்கம்போலத்தானே நடந்தது; தனக்கு வித்தியாசம் ஏதும் தெரியவில்லையே என்று குழம்பியிருக்கிறான் இவன்.)

ஆக, எல்லாமே துல்லியமான வேளைகள். முதுமை எய்துவதும்கூட உடலின் துலக்கமான அறிகுறியில் தெரிந்துவிடும் அவர்களுக்கு. ஆண்கள் நிலைமை பரிதாபம்தான். சகலத்தையும்

யூகத்தின் அளவிலேயே விட்டு வைத்திருக்கிறது இயற்கை. வயோதிகத்தைத் தான் எட்டியதே அறியாமல், சாகும்வரை பெண்களிடம் அசடு வழியத்தான் ஆண்களுக்குக் கொடுத்து வைத்திருக்கிறது.

ஆனால் அன்று காலையில், வெங்கிடுவையும் அவனுக்கு இறுதிக் கிரியை செய்ய வந்து அமர்ந்த அவன் மகனையும் ஒருசேரப் பார்த்த கணத்தில், மேற்படி எல்லையின் வரையறையை நான் தாண்டிவிட்டேன் என்பதாக உணர்ந்தேன்...

பாண்டியன் எக்ஸ்ப்ரஸ் நடைமேடைக்கு வரவிருக்கிறது என்று அறிவித்தார்கள்.

தன்னிச்சையாக ஏதேதோ தடத்தில் தொடர்ந்து ஓடிய எண்ணங்கள், ஏதோ ஒரு தருணத்தில் மறுபடியும் வேதாளத்திடம் சென்று குவிந்தன.

என்னுடைய வீட்டில் தவிர, பிற இடங்களில் சந்திப்பதில்லை என்று முடிவெடுத்திருக்கிறாரோ என்னவோ. ஆனால், தற்போதைய மனநிலையில், அவருடன் நாலு வார்த்தை பேசினால் இதமாக இருக்கும் என்று பட்டது.

அவரைச் சந்திப்பதற்கான விழைவு, சற்றுமுன் மதுரை நிலையத்தில் காத்திருக்கும்போதே எனக்குள் நிலவ ஆரம்பித்திருக்க வேண்டும். முந்தைய தினம் இல்லாத ஒருவிதப் பரபரப்பு மனம் முழுக்க நிரம்ப ஆரம்பித்தது. சாதாரணமாகத் தென்படும் வடிவங்களும், ஒலிகளும்கூட நினைவின் பாதாளத்திலிருந்து கேட்பவைபோலத் தோன்ற ஆரம்பித்தன.

மதுரைக்குச் செல்வது எத்தனை உற்சாகம் தரும் சமாசாரமோ, அதே அளவு, அல்லது அதைவிடக் கொஞ்சம் அதிகமாகவே, சென்னை திரும்புவது துக்கம் அளிக்கும். சென்னைக்கென்று இல்லை, பிழைப்புக்காக எந்த ஊரில் நான் குடியமர்ந்திருந் தாலும் எனக்குள் அப்படியொரு துயரம் நிலவியிருக்கத்தான் செய்யும் என்று தோன்றியது. ஆமாம், என் பால்ய நாட்களின் சதைப்பரப்பிலிருந்து என்னைப் பிய்த்து இழுக்கிறதல்லவா அந்த ஊர். ஆனால், இந்தமுறை, மதுரைக்கு வந்தபோது இருந்ததைவிட, திரும்பும்போது துக்கம் குறைவாகத்தான் இருக்கிறது எனக்குள். காரணம் புரியவில்லை.

ரயில் கிளம்ப இன்னும் முக்கால் மணிநேரத்துக்கு மேல் இருந்தது. மேம்பாலத்தில் ஏறி, நிலையத்தின் வடக்குவாசலை நோக்கித் திரும்பி நடந்தேன். ஒரு சிகரெட் பிடிக்கலாம்.

எல்லிஸ் நகருக்குள்ளிருந்து அந்த ஒலி வந்தது என்று நினைக்கிறேன். ஒலிபெருக்கியில் உரத்துக் கேட்டது முளைப்பாரிப் பாட்டு. குழாய் ஒலிபெருக்கியும், அதில் ஓயாமல் ஒலிக்கும் கறுப்பு – வெள்ளைப் படக் காலப் பாட்டுகளும் மட்டுமல்ல, ஸ்பெஷல் நாடகப் பாட்டுகளும், ஒப்பாரிப் பாட்டுகளும்கூட மதுரை மண்ணைவிட்டு அகலவில்லை இன்னமும்.

சிகரெட்டை முடித்து, நடைமேடைக்குப் போவதற்காகத் திரும்பியபோது, ஒலிபெருக்கியின் ஒற்றைப் பெண்குரல் பாடும் வரிகளைக் கூட்டாகத் தொடர்ந்த பெண்குரல்கள் தொடர்ந்து ஒலித்துக்கொண்டிருந்தன.

முள்ளு முனையிலே மூணுகொளம் வெட்டினேன்
ரெண்டு கொளம் பாழு – ஒண்ணு
தண்ணியே இல்லே...

இரவுத் தேவைக்காகத் தண்ணீர் சீசா வாங்கிக்கொண்டு, நடைமேடைக்கு வந்து சேர்ந்திருந்த ரயிலில் என்னுடைய பெட்டியை, என்னுடைய படுக்கையை இனம் கண்டு முதுகுப்பையை இறக்கிவைத்துவிட்டு தொம்மென்று உட்கார்ந்து பெருமூச்சு விடுவதுவரை சகலமும் அனிச்சையாக நடந்து கொண்டிருக்க, மதுரை ரயில்நிலைய முன்னிரவின் சகல இரைச்சல்களையும் மீறி, எனக்குள் வரிசையாகப் பாட்டு வரிகள் ஊறி மூச்சுத் திணற வைத்தன.

ஆத்தெப் பாரு ஊத்தேப் பாரு
அலங்காநல்லூர் ரோட்டெப்பாரு...

என்ற குறவன் – குறத்தி ஆட்டப் பாடல் ஒரு கணமும்,

அப்பா மாண்டயோ
ஓ பாலகா

என்ற அரிச்சந்திர மயான காண்டப் பாட்டு மறுகணமும் என்று முதல் வரிகள் மட்டுமே ஒலித்துவந்த சரத்தில் ஒரேயொரு பல்லவி மட்டும் முழுசாக நிறைந்தது.

சந்தெயிலே மீனு வாங்கி
சலசலன்னு கொளம்பு வச்சு
கொத்தமல்லி பத்தலேண்டு
குத்துறாடி டப்பாங்குத்து.

தொடர்ந்து நையாண்டி மேளத்தின் ஆர்ப்பாட்டமான தாளமும், பருத்த சலங்கை மணிகள் ஒலிக்கக் கரகாட்டம் ஆடும் பாலமேடு மேனகா குழுவினரின் நடன அசைவுகளும் ஊறிப் பெருகின.

ரயில் கிளம்புகிறது. சதை பிய்யும் வலி தொற்றுகிறது. இந்த முறை அவ்வளவாகத் துக்கம் இல்லை என்று எண்ணியது தவறு; வைகையாற்றுப் பாலத்தைக் கடக்கும்போது, விளக்குகளின் உற்சவக் கோலம் ஏக்கத்தை அதிகரிக்க வைக்கிறது. பகலில் தெரியும் வைகைபோல விரக்தியுறச் செய்வதில்லை இரவு நேர வைகை.

இன்னும் முடியவில்லை என்கிற மாதிரி, தொலைதூர ஒலிபெருக்கியில் உள்ளூர் மேளத்தின் நாதசுரம் தேசலாகக் காதுக்கு எட்டுகிறது. நாதம் எப்படிக் கீறலாக ஒலித்தால் என்ன, எத்தனை அபஸ்வரம் விழுந்தால்தான் என்ன – இந்தச் சப்தம் வெறும் பாட்டு மட்டுமா? என் பிஞ்சுவயதின் மானசீகத் தொகுப்பு அல்லவா? இதோ, நாற்பத்தைது வருடங்களுக்கு முன்னால் ஒரு அதிகாலையில் என்னைவிட்டுப் பிரிந்து விட்ட என் தகப்பனார், கரி அடுப்பின் முன்னால் நின்று ராட்சச வாணலியில், ஈட்டி போன்ற நீளமும், தோசைத் திருப்பி போன்ற முனையும் கொண்ட கனத்த இரும்புக் கம்பியைச் செலுத்தி, மைசூர்ப்பாகு கிளறிக்கொண்டிருக்கிறார் . . .

திண்டுக்கல் வரும்போது, படுக்க ஆயத்தமாகியிருந்தேன். பிற பயணிகள் கொத்துக்கொத்தாக வந்து சேர்ந்தது; கொடைரோடில் நின்ற இரண்டு நிமிடங்களில் ஏறிய மிகச் சில பயணிகள் காரணமாக முழுப்பெட்டியும் நிரம்பிவிட்ட உணர்வு தட்டியது; இரவுச் சாப்பாடும் பாலும் தண்ணீரும் பழங்களும் விற்கிறவர்கள் என் முழங்காலில் இடித்தபடி நாலைந்து தடவை போய்வந்தது; இடையில் பரிசோதகர் வந்துவிட்டுச் சென்றது என எல்லாமே யாருக்கோ எப்போதோ நடந்த மாதிரி இருக்கிறது.

மேல்மனம் சகலத்திலும் தடையின்றி ஈடுபட்டதுதான்; அதற்குக் கீழுள்ள அடுக்கில் பிடிவாதமாக வேறொரு காட்சித்தொடர் ஓடிக்கொண்டிருந்தது. தொடர்ந்து இரவுக்குள் ரயில் ஊடுருவிப் பாய்ந்துகொண்டிருக்க, முல்லையாற்றின் கரையில் சவலைக் குழந்தைபோலக் குன்றி நின்றிருந்தேன். நான் மட்டும் நிலையாக நிற்க, சக்கரவட்டமாக என்னைச் சுற்றி ஓடிய காட்சிகளின் பின்னணியில் நிரந்தரமாக ஒரு கேலிக் குரல் ஒலித்தமாதிரிப் பிரமை தட்டியது. இன்னார் குரல் என்று ஊன்றிக் கவனிக்க முடியாதபடி வழுக்கி வழுக்கி ஓடியது அது...

திண்டுக்கல்லிலிருந்து ரயில் புறப்பட்டவுடன், இனி மதுரை இல்லை, சென்னைதான் என்ற நிர்தாட்சண்யமான உண்மைக்கு மனம் சமரசமாகிவிடும் போலிருக்கிறது. அல்லது, எனக்குள்

முள்போலக் குத்தி நிற்கும் வேதனையை, உறக்கத்தின் ஆதுரம் வலி தெரியாமல் பிடுங்கிப் போட்டுவிடுமோ என்னவோ.

என்னுடையது பக்கவாட்டுக் கீழ்ப் படுக்கை. மல்லாந்து படுக்கிறேன். அமரும் நேரத்தில் மடித்து வைக்கும்போது மீண்டும் சரிந்துவிடாமலிருக்க கொண்டி போன்ற ஒன்று பகுப்பின் சுவரில் பொருத்தப்பட்டிருக்குமல்லவா, அதை ஒற்றைக்கையால் பிடித்தபடி தொங்கிக்கொண்டிருந்தார் அவர்!

உடனடியாக ஒரு ஜாக்கிரதை உணர்வு தட்டியது. இது வீடு அல்ல, ரயில். என்னை மறந்து எதையேனும் வாய்விட்டுப் பேசிவிடக் கூடாது. சக பயணிகள் என்னை வேறுவிதமாக நினைக்க நேரிட்டுவிடுமல்லவா.

எனக்குத்தான் இந்தச் சிக்கல். அவர் வழக்கம்போல உரத்த குரலில் பேசினார். வழக்கத்தைவிடக் கேலியான குரல்.

என்ன அப்பனே, ஊரைவிட்டு வெளியேறி நாற்பது வருடத்துக்கு மேலாகி விட்டது. இன்னும் முழுக்க வெளியேறியபாடாக இல்லையே நீ?

ம்.

சொந்த ஊரின் மீது உள்ள அபிமானம் மாதிரித் தெரிய வில்லை அப்பனே. வாழ வந்த ஊர்மீது கொண்டிருக்கும் வெறுப்பு என்றுதான் படுகிறது.

ம்.

என்ன இது, வாய்திறந்து பேசமாட்டேனென்கிறாய். ஓ, பொது இடம் என்று யோசிக்கிறாயாக்கும்?

ம்.

போகட்டும் போ. உன் நினைப்பையே என்னால் கேட்டறிய முடியும். எங்கள் இனத்தின் செவிகளுக்கு புனலும் பறையும் கிடையாது அய்யா.

சண்டாள வேதாளம். என்னமாய்த் தமிழ் பேசுகிறது!

...நாராயணனை நினைவிருக்கிறதா!

அடியாழத்தில் புதைந்திருந்த 'நிகழ்ச்சி மன்னன்' நாராயணன், கலப்பையால் கிளறப்பட்ட நிலத்தில் மேற்பரப்புக்குப் புரண்டெழுந்த விதையைப்போலப் பெருகத் தொடங்கினான். ஆமாம், வெங்கிடுவைப் போலவே அகாலத்தில் மரித்த இன்னொரு நண்பன் அவன்.

நாராயணனுக்கும் அமெரிக்க எழுத்தாளர் காஸ்டநெடாவுக்கும் ஓர் ஒற்றுமை உண்டு. கார்லோஸ் காஸ்டநெடா அரிஸோனாவின் பூர்வகுடியினரான டான் ஜுவானிடம் ('செவ்விந்திய வர்ம ஆசான்' என்பான் சுகவனம்) சில வருடங்கள் சீடராக இருந்தவர்; மானுடவியல் ஆய்வு மாணவர். போதை தரும் பச்சிலைகள் பற்றிய அறிவியல்பூர்வ ஆராய்ச்சியின் பகுதியாக மேற்கொண்ட பயணத்தில், தற்செயலாக டான் ஜுவானை எட்டியவர், ஆன்மீக உச்சம் நோக்கிப் பயணத் திசை திரும்பியவர்.

குருநாதர் பயிற்றுவித்தவைகளை, அவற்றால் தாம் அடைந்தவற்றை விவரித்து ஒன்று; 'இல்லை இல்லை, நான் தவறாகப் புரிந்துகொண்டு எழுதியது அது; சரியான விளக்கம் இதுவாகத்தான் இருக்க முடியும்' என்று இன்னொன்று – இரண்டிலும் இடம்பெறும் சம்பவங்களின் வேறொரு கோணம் அல்லது விஸ்தரிப்பாக மற்றொன்று என ஏழெட்டு நூல்கள் எழுதியிருக்கிறார். ஒன்று மட்டும் வித்தியாசமானது. தாம் கற்றவற்றில் நடைமுறை வாழ்வில் பொருந்துபவற்றை, நடைமுறைச் சம்பவங்களை வைத்து விளக்கியிருப்பார்.

நாராயணனின் பரபரப்பான வாழ்க்கையில் வாசிப்புக்கு இடம் இருந்ததே ஆச்சரியமான சங்கதி. ஆனால் பெயர் உதிர்க்கிற அளவுக்காவது நூல்களும் ஆசிரியர்களும் தெரிந்திருக்க வேண்டும். அவன் தொழிலுக்குப் பெயர்கள் மிகவும் முக்கியம். ஆனால் பிற எழுத்தாளர்கள் சங்கதிதான் அப்படி. காஸ்டநெடாவை விரும்பிப் படித்தான். காணக்கிடைக்கும் உலகத்தின்மீது பார்வைக்கெட்டாத இன்னொரு உலகம் படிந்திருப்பதை அவர் பார்க்கிற விதமும், கிட்டத்தட்ட அதே ரீதியில் தனது தொழில் நடப்பதும் இன்னொரு ஒற்றுமைதானே.

'ஜுவான் என்பது பிழை; யுவான் என்பதே சரி' என அமேரிக்க உறவினர் அறிவுறுத்தினாராம்; மாற்றி உச்சரித்தால் வருடக்கணக்காகக் கொண்டாடிவரும் நெருக்கம் குன்றிவிடும் என்பது நாராயணனின் கருத்து. 'டான் ஜுவான் என்று ஒரு நபரே கிடையாது; அவரது போதனைகள் என காஸ்டநெடா எழுதியிருக்கும் அத்தனையும் புளுகு' என்ற விமரிசனம் நிலவுவதையும் அறிவான். ஆனாலும், அவர்மீது அபிமானம் வற்றவில்லை. மர்மக்கதைகளும் துப்பறியும் கதைகளும் எவ்வளவு இருக்கின்றன – அத்தனையும் உண்மையாகவே நடந்தவையா? வாழ்க்கை பற்றிய மர்மத்தைத் துப்பறிய மெனக்கெடுபவை மட்டும் நிஜமாக இருக்க வேண்டும் என்று என்ன கட்டாயம்? தவிர, ஒரு கதையின் பாத்திரம் நிஜப் பாத்திரமாக இருந்தேயாக வேண்டும் என்று நிர்ப்பந்திப்பது எப்படி நியாயமாகும்?

அரிஸோனாவின் காஸ்டநெடாவும், மந்தவெளியில் வசிக்கும் தானும் சமதொலைவில் தெரியும் கண்ணாடிப் பிம்பங்களாக இருப்பதில் நாராயணனுக்கே ஆச்சரியம் உண்டு. ஒன்றுக்கொன்று பொருத்தமில்லாத சமாசாரங்களை வைத்து, கடந்த முப்பது வருடங்களாகத் தொழில் நடத்தி வருகிறோமே, என்ற சலிப்பும் இருக்கத்தான் செய்தது. என்ன செய்ய, மனிதர்களின் நம்பிக்கைகளையும், கேளிக்கை ஆசையையும் இணைக்கவும் ஒருங்கிணைக்கவும் செய்யும் மாயக்கயிறு குருட்டாம்போக்கில் பிணைத்துக்கொண்டே போகத்தானே செய்கிறது... தத்துவார்த்தம் கிடக்கட்டும், பேச ஆரம்பித்தால் நீண்டுகொண்டே போகும். இப்போது அதுவா பேச்சு.

சும்மா நாராயணன் என்றால் தெரியாது. 'நிகழ்ச்சி மன்னன்' நாராயணன் என்றால் உடனே புரிந்துவிடும் – நீங்கள் சென்னைக்காரர் என்றால். அவனது முழு நேரத் தொழில் – நிகழ்ச்சிகள் ஏற்பாடு செய்வது. தேசிய வங்கியின் கடன் விழா, கல்வி மற்றும் விவசாயக் கடன்களை ரத்துசெய்வது குறித்த தேசியக் கருத்தரங்கம், வாராக்கடன் சுமையால் தேசியவங்கிகளின் முதுகில் விழுந்த கூன் பற்றி ஊழியர் கூட்டமைப்பு மாநாடு என்று ஒரு பிரச்சினையின் சகல முகங்களிலும் நிகழ்ச்சிகள் ஏற்பாடு செய்வான்.

தேசியப்புகழ் நடனமணி, ஜவுளிக்கடை அதிபர், தூதரகங்களில் உச்சநிலையில் பணியாற்றி, ஓய்வுக்குப் பின் கூட்டங்களில் பேசி கவுரவிப்பதை முழுநேரத் தொழிலாக்கிக்கொண்ட ஐ.எஃப்.எஸ், பல்கலைக்கழகப் பேராசிரியர், முதல் படத்துக்கு தேசிய விருது வாங்கி, அடுத்தடுத்து நாலு தோல்விப் படங்களுடன் ஓய்ந்த இயக்குநர், மாநில மந்திரிகள் நால்வர், மத்திய இணை அமைச்சர் ஒருவர் –அடுக்குவதற்கே அலுப்பான மிகப் பெரிய பட்டியலையும் அவர்களுடைய அபிமானத்தையும் ஈட்டியிருந்தான். இதுபோக, சென்னை அரங்குகளில் பெரும்பான்மை அவன் வசம்.

உங்களுடைய பட்ஜெட், நீங்கள் எதிர்பார்க்கிற கூட்டம் என்று ஆதாரமான சில தகவல்களை நாராயணன் தருகிற படிவத்தில் பூர்த்தி செய்துவிட்டு, நிம்மதியாகத் தூங்கப் போய்விடலாம். குறித்த நாளில் விழா இனிதே நடந்தேறும்.

அவனுடைய சிறப்புகளுக்கு மகுடம் சூட்டுகிற ஓர் உதாரணம் இது. இரண்டு மூன்று வருடங்களுக்கு முன், முடி கொட்டுவதைத் தவிர்ப்பதற்காக பாரம்பரிய முறைப்படி தயாரான,

மிகச் சில வாரங்களில் தேசிய அளவில் முன்னணிச் சரக்காக விற்பனையான தைலத்தை தெலுங்குத் திரை முன்னாள் கவர்ச்சிக் கன்னியும் இந்நாள் பாராளுமன்ற உறுப்பினருமான ஒருவர் விற்பனை தொடங்கிவைத்த விழா நடந்து, ஊடகங்களில் நிரம்பிக் கிடந்ததல்லவா? அதை ஏற்பாடு செய்தது நாராயணன்தான்.

மேற்படித் தைலத்தால் முன்னைவிட வேகமாக முடி உதிர்கிறது, நாற்பது வயதைக் கடந்த ஆண்களுக்கு முன்னந்தலையில் வெண்தேமல் படர்கிறது என்று அகில இந்திய நுகர்வோர் கூட்டமைப்பின் தமிழகக் கிளை சார்பில் மாபெரும் கண்டனக் கூட்டம் சென்ற ஆண்டு நடந்ததே, அதுவும் இவன் ஏற்பாடே. அரிஸோனாவும் மந்தவெளியும் அடுத்தடுத்துக் கிடக்கும் வரைபடம் இன்னும் அழுத்தமாய்ப் புரிகிறதா?

'தொழில்னு வந்துப்புட்டா பாரபட்சம், நியாய அநியாயமெல்லாம் பார்க்கப்படாது' என்று அடிக்கடி சொல்வான் நாராயணன். அற்புதமான கோட்பாடு அது. அயரா உழைப்பு, விழா ஏற்பாட்டில் எஞ்சும் கணிசமான தொகை, விழாத் தரப்பினர் மனமுவந்து கொடுக்கும் உபரி சன்மானம் இவற்றால் மந்தவெளியிலும் மதுரவாயலிலும் அடுக்குமாடிக் குடியிருப்புகள், ரதம் போன்ற சொகுசுக்கார் என ஈட்டித் தந்த கோட்பாடு.

எதிலுமே தனித்துவம் பேணுபவன் நாராயணன். உதாரணமாக, புகைக்கும் பாணி. ஒத்துக்காரர் சீவாளியின் வேரில் வலது கையால் மூடியிருக்கிற மாதிரி சிகரெட்டைப் பொத்தியிருப்பான். ஓயாத ஒத்து.

அவ்வளவு பணமும், புகழும், தொடர்புகளும் சும்மா விடுமா? அபரிமிதமான குடிப்பழக்கம் தொற்றியிருந்தது. சேர்ந்து குடிக்கும் வேளைகளில், அவனது வேகத்தைக் கண்டு நண்பர்கள் மிரள்வதுண்டு. தொடுதீனியைத் தொட்டும் பார்க்காமல், வெளிநாட்டுச் சரக்கை நீர்க்கவும் வைக்காமல், ஒரே மிடறில் சீசா காலியாகும். நெய்யில் வறுத்த முந்திரிப்பருப்பு தாம்பாளம் நிறைய எதிரில் இருக்கும். குடித்து முடித்தபின், சாவகாசமாக மெல்ல ஆரம்பித்தால், தட்டு காலியாகும்வரை நிறுத்த மாட்டான். அது தீரும்போது, அடுத்த சுற்றுக்கான வேட்கை கிளர்ந்திருக்கும். அடுத்த தாம்பாளம் வந்து சேர்ந்திருக்கும்...

அடப் போடா, இருக்குறவரைக்கும் அனுபவிச்சிட்டுப் போகாமெ. சாமியார் மாதிரி இருந்து நூறு வருஷம் வாழ்றதா, மனசுக்குப் பிடிச்ச மாதிரி அம்பது வருஷம்

வாழ்றதா, எது உசத்தி? இதெல்லாம் அவனவன் முடிவு பண்ணணும்.

முட்டக் குடித்திருந்தாலும் வார்த்தைகளில், சிந்தனையில் தடுமாற்றம் இருக்காது.

கல்லீரல் ஒருநாள் கைவிட்டது. மஞ்சள் காமாலை தொற்றி, கட்டுக்கடங்காமல் போனது. மருத்துவமனையில் சேர்த்தார்கள். நாற்பதே நாட்கள். அவன் வயதும் நாற்பது என்பது அபத்தமான ஒற்றுமை. அவனுடைய கணக்குக்கே பத்து வருடம் குறைவு.

அகாலமாக அவன் இறந்த சந்தர்ப்பம்தான் இவ்வளவையும் சொல்ல வைத்தது.

அகாலம் என்றது, உரிய வயதை அடைவதற்கு முன்னால் இறந்ததால் அல்ல – மரணத்துக்கென்று உரிய வயது உண்டா என்ன? அவன் இறந்த நாளை முன்னிட்டு.

பிள்ளையாரைக் கடலில் கரைக்க ஏற்பாடான மாபெரும் ஊர்வலத்தில் கல் வீச்சு, தடியடி, துப்பாக்கிச்சூடு எல்லாம் நடந்தது அல்லவா? அன்று முற்பகலில்தான் நாராயணன் சடலமாகத் திரும்பியிருந்தான். சாயங்காலம் எடுத்துவிடப் போகிறோம், முக்கியஸ்தர்கள்தான் ஆஸ்பத்திரிக்கே வந்து அஞ் சலி செலுத்தி விட்டார்களே என்று ஐஸ் பெட்டி ஏற்பாடு செய்யாமல் விட்டிருந்தார்கள் – அது தவறாகிவிட்டது. நாராயணனின் மரணத்தில் சேர்ந்த இரண்டாவது அபத்தம்.

கலவரப்பகுதி சுடுகாட்டை ஒட்டியது. உடனடியாக 144 அமலானது. சுற்றுச் சுவருக்கு வெளியிலும் மயான அமைதி படர்ந்துவிட்டது. வளாக மூலையில் குடிசை போட்டு வசித்த வெட்டியானைக் காணவில்லை. கடற்கரையை ஒட்டிய பகுதியில் குடியிருந்த வேதியர் வீட்டைவிட்டு வெளியே வர மறுத்தார். சவ ஊர்வலத்துக்குத் தடை கிடையாதுதான். என்றாலும் உயிர் பயம் சாதாரணமானதா என்ன?

கடைகள் அத்தனையும் மூடியிருந்தன. அங்கே இங்கே என்று அலைந்து ஒரு கடையைத் திறக்கவைத்து பெரும்பாடுபட்டு வாங்கிய மூங்கிலைக் கட்டித்தர ஆள் தேடிப் போனது இன்னொரு அணி.

என்னென்னமோ சிக்கல்கள். நிகழ்ச்சி மன்னனின் இறுதிக்கிரியை ஏற்பாடு பெரும் பிரயாசையாகிவிட்டது. மர்மக்கதை மாதிரி, ஷேக்ஸ்பியர் நாடகத்தின் நகை முரண்போல ஆனது என்றார் அஞ்சலிக் கூட்டத்தில் உரையாற்றிய

பல்கலைக்கழகப் பேராசிரியர். காஸ்டநெடாவை அவருக்குத் தெரிந்திருக்குமோ இல்லையோ.

கதை முடியும்போது, கொண்டி மட்டுமே இருந்தது. முதல் தடவையாக ஒரு சந்தேகம் தோன்றியது – மேற்சொன்ன கதை வேதாளம் சொன்னதுதானா, இல்லை நானே நினைவூட்டிக் கொண்டதா? வேதாளம் வந்து அமர்ந்திருந்ததாக நான் கண்டது வெறும் பிரமையோ?

தடம் தெரியாத கும்மிருட்டில் ரயிலின் வேகம் குறைகிறது. கைக்கடிகாரத்தைப் பார்த்தேன். இல்லை, திருச்சி வருவதற்கான நேரம் ஆகவில்லை. சிக்னல் சிக்கல் ஏதும் இருக்கிறதோ என்னவோ.

ஆமாம், அதேதான். லேசாகத் தயங்கிய ரயில் முன்போலவே வேகமெடுக்கிறது. அதற்கு இணையாக என் மனத்தில் பால்யகாலப் பாட்டு ஒன்று ஊற்றெடுத்தது. பிள்ளையார் கோவில் வாசல்படியில் அமர்ந்து, அவருக்கு நைவேத்தியமாய்ப் படைத்த கிஸ்மிஷ் பழங்களை மென்றபடி, கொஞ்சமும் நயமில்லாத குரலில் இளங்கோ பாடிய பாட்டு. என்னை முதிர வைத்ததில், அந்தப் பாட்டில் கொத்துக்கொத்தாகப் பெருகிய கெட்டவார்த்தைகளுக்கும் கணிசமான பங்கு உண்டு.

காட்டிலாகா ரேஞ்சராகப் பணியிலிருந்த இளங்கோ, இப்போது இல்லை. பெண் சீக்கு முற்றி, அது ஊருக்கே தெரியவந்தது தனக்குத் தெரிந்த மாத்திரத்தில் தூக்குப் போட்டு இறந்துவிட்டான் என்று சில வருடங்களுக்கு முன்னால் தகவல் கிடைத்தது.

ஆனால், அந்தப் பாடல் வரிபிசகாமல் மனத்தில் இருக்கிறது. நண்பர்களுடன் குடித்துப் பரவசமடையும் இரவுகளில், டி.கே. பட்டம்மாள், எம்.கே. தியாகராஜ பாகவதர், ஸி.எஸ். ஜெயராமன் போன்றவர்கள் திரைப்படத்தில் பாடிய ஸெமி – க்ளாஸிக்கல் வரிசையில், ஏதோ ஒரு கட்டத்தில், நேயர் விருப்பமாக இந்தப் பாடலையும் பாடியிருக்கிறேன்.

மழெ பேஞ்சு ஊரெல்லாம் தண்ணி – அந்த
மலையப்ப சாமிக்கி தொடெதண்டி . . .

மூடிய இமைகளுக்குள் உறக்கம் படிய அனுமதிக்கவில்லை நாராயணன். வேதாளத்தின்மீது கோபம் கோபமாய் வந்தது.

பின்னே, ஒரு நண்பனின் மரணத்தால் விளைந்த துயரத்தை மறக்க வைக்கிறேன் என்று, இன்னொரு நண்பனின் மரணத்தை நினைவுறுத்திவிட்டுப் போய்விட்டார் அல்லவா. போகட்டும், அசட்டுத்தனம் பொதுவானதுதானே, சரீரமற்று இருந்தாலும் மனித மனம் மனித மனம்தானே, என்று சமாதானம் கொண்டேன்.

ஆனால், நாராயணனின் ஞாபகம் எழும்பியதில் வேறொரு நன்மை கிடைத்தது. அவன் தொடர்பான இன்னொரு சம்பவம் மேலெழுந்து, முன்னதை அமுக்கிவிட்டது. அதையும் இந்தச் சந்தர்ப்பத்தில் சொல்லிவிடலாம். பின்னர் நினைவு இருக்குமோ இருக்காதோ.

நாராயணன் எனக்கு அறிமுகமானதே தனிக் கதை. எங்கள் வங்கிக் கிளையின் சார்பில், பிராந்திய அளவில் நடைபெற்ற விழாவொன்றை ஏற்பாடு செய்கிறவனாக அடிக்கடி வந்து போனான்.

அவனுக்குள்ளிருந்த விற்பனையாளன் முழுவீச்சில் செயல்பட்ட ஒரு தினத்தில் எனக்கு நண்பனானான். என்னைப் போன்ற பூஞ்சைக்கு, நேரெதிர் மனோபாவம் கொண்ட ஒருவனின் மீது ஈர்ப்பு உருவாவது இயல்புதானே. அவனும் மதுரைக்காரன், ஓபுளா படித்துறைக்கு அருகில் வசித்தவன், மதுரைக் கல்லூரியில் பொருளாதாரம் இளங்கலை படித்தவன், நான் முடித்த அதே வருடம் கல்லூரிப் படிப்பு முடித்தவன்... இவைபோக, கொஞ்சம் புத்தக ஆர்வம் உள்ளவன். இவையனைத்தையும்விட, நான் புகைக்கும் அதே பிராண்ட் சிகரெட் பழக்கம் கொண்டவன்.

விழா முடிந்தபிறகும் எங்கள் நட்பு தொடர்ந்தது. இன்னும் ஆழப்பட்டது என்று கூடச் சொல்லலாம். நாற்பது வயதுக்கப்புறம் புதிதாக ஒரு 'போடா, வாடா' நண்பன் கிடைப்பது அவ்வளவு சாமானியமா என்ன.

வாரத்தில் ஓரிரு நாட்கள் என்னைப் பார்க்க வந்துவிடுவான். மாதத்தில் ஒரு தடவையாவது, நகரின் முன்னணி மதுக்கூடங்களுக்கு இட்டுச் செல்வான். இது பத்மினிக்குள் கிலேசத்தை உருவாக்கி, எங்களுக்குள் தகராறாக உருப்பெறவிருக்கிற சமயத்தில் அந்தப் பயல் அகாலமாக இறந்ததால் என் குடும்பவாழ்க்கை தப்பித்ததோ என்று இப்போது தோன்றுகிறது – இப்படித் தோன்றுகிறதே என்று அவமானமாய் இருக்கவும் செய்கிறது. தானாய் ஊறும் எண்ணங்களுக்கு யாரைப் பொறுப்பாக்க முடியும்?

நாராயணன் தொடர்பாக இன்னொரு சந்தர்ப்பம் எனக்குள் கல்வெட்டில்போலப் பதிந்திருக்கிறது. இதிலும் பத்மினி சம்பந்தப்பட்டிருக்கிறாள் என்பதுதான் ஆச்சரியம் அல்லது விபரீதம்...

சென்னையில் நடக்கவிருந்த அகில இந்திய நடன விழாவுக்கு, நாராயணன் பொறுப்பேற்றிருந்தான். ஸோனல் மான்சிங் தலைமை. கலாக்ஷேத்ராவின் ராமாயண நாடகம் ஒருநாள். பிர்ஜு மஹராஜின் புதல்வன் ஒருநாள். கேளுசரண் மகாபாத்ராவின் சிஷ்யர்கள் ஒருநாள். கடைசிநாளில், ஆந்திரத்து நிரஞ்சனா ரெட்டியின் நிகழ்ச்சி. 'அவருடைய நாட்டியமுறை அவரே உருவாக்கியது' என்றது, சிறு புத்தகம் போலிருந்த அழைப்பிதழ். 'ருத்ர நாட்டியம்' என்று பெயர்.

தொலைக்காட்சி சொரியும் கண்ணீர் மழை; முன்னூற்றறுபத்தைந்து நாளும் இடைவிடாமல் நடந்து ஆக்கிரமிக்கும் கிரிக்கெட், அது ஓய்ந்த முன்னிரவுகளில் அதிமுக்கியமான தலைப்புகளில் யார் பேசுவதும் ஒழுங்காய்க் கேட்காதவண்ணம் குரைத்துத் தள்ளும் சீரிய விவாதங்கள், இவைபோக, தமிழ் வாசிப்புச் செழுமையின் சான்றாக, இன்னாரென்றே தெரியாத, நூறு சதவீதம் பெண் பெயர் சூடிய, மொழியிலும் அது செல்லும் வழியிலும் துளிக்கூட நயமின்றி, தமிழ்க் குடும்பவாழ்வின் அசட்டு நிலைகளைப் பதிவு செய்யும் எழுத்தாளர்களின் இரவல் நூலக வணிகக் குப்பை என மாநகர வாழ்வை நிரப்பி வழியும் முழுநேரப் பொழுதுபோக்குகளுக் கிடையில் இந்த மாதிரி நிகழ்ச்சிகளை விரும்பக்கூடியவர்கள் எண்ணிக்கை என்ன என்பதைத் தெரிந்து கொள்வதற்காகவாவது கட்டாயம் போகவேண்டும் என்று முடிவெடுத்தேன். ஆனால், அது அல்ல சங்கதி.

நிகழ்ச்சித் தொடர் ஆரம்பிக்கும் தினத்தன்றே சென்னை வருகிறார் மிஸ். ரெட்டி. காஞ்சிபுரம், தென்னாங்கூர், திருவண்ணாமலை, விருத்தாசலம் என்று சுற்றிப் பார்த்துவிட்டு, தமது நிகழ்ச்சிக்கு மறுநாள் ஊர் திரும்புகிறார். வி ஐ பி வரிசைக் கான இலவச நுழைவுச்சீட்டையும், ஒரு வேண்டுகோளையும் என் கையில் திணித்தான் நாராயணன்.

மிஸ். ரெட்டி ஹோட்டல்களில் தங்க விரும்புவதில்லையாம். ஒரு குடும்பத்துடன், அதிலும் நடுத்தர வர்க்கக் குடும்பத்துடன், தங்கவே விரும்புவார்.

பத்மினி கையாலே சாப்பிடுறதுக்கு அந்தப் பொம்பளை குடுத்து வச்சிருக்கான்னு நினைக்கிறேண்டா.

மனைவியைப் பாராட்டும்போது மனமகிழ மாட்டாதவனா நான்? சரியென்று சொல்லிவிட்டேன். ஆனால் பத்மினியையும் ஒரு வார்த்தை கேட்டிருக்கலாம்.

பேரிளம்பெண்ணாக உடல்மாறும் அவஸ்தையில் நாளுக்கொரு உபாதை அனுபவித்துவரும் பத்மினி, விஷயத்தைச் சொன்னவுடன் முகம் சுளித்தாள். அன்று அசாத்தியமான முதுகுவலி அவளுக்கு. தண்டுவடத்தின் கீழ்முனையில் உள்ள எல்4, எல்5 என்ற இரண்டு எலும்புகளுக்குள் தகராறு நடந்து வருவதாகவும், மல்லாந்து படுப்பதைத் தவிர்க்கவேண்டும் என்றும் மூட்டியல் நிபுணர் பரிந்துரைத்திருந்தார். இடுப்போ, மல்லாந்து நின்றாலே கடுமையாய்த் தொந்தரவு செய்தது.

ஆனால் பத்மினியின் ஆழ்மனத்தை நாராயணன் நன்கு அறிவான். விருந்தினர் வரும்வரைதான் புழுங்குவாள். வந்துவிட்டால், அக்கார அடிசில், அரைத்துவிட்ட வற்றல் குழம்பு, கொத்தவரங்காய் உசிலி, சேனையும் வாழையும் போட்ட எரிசேரி என்று ஜமாய்த்து விடுவாள். வாராவாரம் வந்து நாட்கணக்கில் தங்கவேண்டும் என்று விருந்தினர் ஏங்குமளவு உபசரிக்கவும், உரையாடவும் செய்வாள்.

மிஸ். ரெட்டி விஷயத்திலும் அதுவேதான் நடந்தது. ஆனால் பழிகார நாராயணன் வேறொரு விஷயத்தில் சொதப்பிவிட்டான். நிரஞ்சனா ரெட்டியை அழைத்துவர விமான நிலையம் போகும்போது சொல்கிறான் – அவருக்கு ஆண்களைக் கண்டாலே ஆகாதாம். கொடுக்குபோலச் சொடுக்கும் பெண்மனம் அவருடைய பேட்டிகளிலும் கட்டுரைகளிலும் நாட்டிய அமைப்பிலும் சதா வெளிப்பட்டவாறிருக்கும் என்றான் நாராயணன் – கூகிளும் கிட்டத்தட்ட அதையே சொன்னது; ஆனால், நேர்மறையான வாக்கியங்களில்.

அவனும் சரி, கூகிளும் சரி, அவ்வளவு பயமுறுத்தியிருக்க வேண்டாம் என்று மிஸ்.ரெட்டி கிளம்பிப்போன அன்று தோன்றியது. நாராயணனிடம் கேட்டு அறிந்திருப்பார் போல, ஜலதரங்க இசையோடு சுடர் எழும் சிகரெட் லைட்டர் வாங்கி வந்திருந்தார் எனக்குப் பரிசளிக்க. இத்தனைக்கும், அவருக்கு சிகரெட் மணமே ஆகாதாம்.

நான் தள்ளிப் போகலாமே தவிர, மற்றவர்களை வற்புறுத்த எனக்கேது உரிமை?

ஐயோ, அந்தப் புன்முறுவலும் ஆங்கிலமும் என்னமாய் இருந்தது என்கிறீர்கள்!

பத்மினிக்கு கலம்காரி டிஸைன் விளிம்பில் அச்சிட்ட போச்சம்பள்ளி பட்டுப்புடவை பரிசாகத் தந்தார். நிகழ்ச்சிக்கு அதைத்தான் உடுத்திவர வேண்டுமென்று கறாராகச் சொன்னார். பத்மினி பரவசமாக ஒப்புக்கொண்டாள்.

எனக்கு நூல்களில், இசையில் உள்ள ஆசையும் சிக்கனமான அறிவும் நடனத்தில் கிடையாது. தவிர, 'வடிவான பெண்கள் நடனமாடும்போது நடனத்தில் எங்கே கவனம் குவிகிறது?' என்று ஒருதடவை மனம்விட்டுச் சொல்லி, இஸ்மாயிலிடம் வாங்கிக் கட்டிக்கொண்டேன்.

நிரஞ்சனா ரெட்டி ஐம்பதைத் தாண்டியவர். புகழ்பெற்ற நடனமணி சந்திர லேகாவின் புகைப்படங்கள் பார்த்ததுண்டா, அல்லது மராட்டிய ஹிந்துஸ்தானிப் பாடகி ப்ரபா ஆத்ரே படத்தைப் பார்த்ததுண்டா – அதே வெண்பஞ்சுத் தலை. முகத்தின் மேல்பகுதியை முழுசாய் நிரப்பிய, அழுத்தமான மை விளிம்பினால் உபரிக் கூர்மை கொண்ட, மகத்தான விழிகள். சருமத்தில், பாவனைகளில் மீந்திருக்கும் இளமையைப் பார்க்கும்போது, தமக்கு மட்டுமே தெரிந்த காரணத்தை முன்னிட்டு, கூந்தலுக்கு வெள்ளைச் சாயம் பூசியிருக்கிறாரோ என்று ஐயம் தட்டியது. உதாரணமாகச் சொன்ன மாதரசிகள் இருவரையும் எனக்குத் தெரிந்திருந்தது என்பதே அவருக்குப் பேராச்சரியமாக இருந்தது ...

எனது குறைந்தபட்ச நாட்டிய அனுபவத்தில், அறிவிப்பு முடிந்தவுடன் பார்வையாளர் மத்தியிலிருந்து மேடைக்கு எழுந்துபோன முதல் சாஸ்திரீய நடனமணி அவர்தான். உடையும் சம்பிரதாயமான நடன உடை அல்ல – பொதுவாக நடனக் கலைஞர்கள் பயிற்சிக்கு அணிவது போன்றது. குதிரைச் சதையை இறுக்கிப் பிடிக்கும் வெண்ணிறக் கால் சராய். கவுன் மாதிரி முழங்காலுடன் நின்று இடுப்புக்குமேல் முந்தானை யாகிய ரத்தநிறப் பருத்திப் புடவை. வெண்ணிற ரவிக்கை. கழுத்தில் தொங்கும் பவள மாலைக்கு இசைய நீளமான பவளத் தொங்கட்டான்கள். ஒளியமைப்பின் காரணமோ, எனக்குத்தான் அப்படித் தெரிந்ததோ, நெருப்புத்துளிகள் சொட்டச்சொட்ட ஆடுகிற மாதிரித் தென்பட்டது. ஆமாம், அது நாட்டியம் அல்ல, தாண்டவம்.

சொட்டிய துளிகள் இணைகின்றன. திரவமாக நகரக் கிளம்புகின்றன. சுடர் எழுகிறது. ஜ்வாலையாகிறது. கொழுந்து விட்டு உயர்கிறது. அரங்கத்தின் விதானத்தை எட்டத் துடிக்கிறது. தாகத்தால் தவிக்கும் நெருப்பின் நாவு ஒரேயொருமுறை தீண்டிய மாத்திரத்தில் மாபெரும் கோலாகலம் தொடங்குகிறது. சடசடவென்ற ஓசை. துணிகளும் மரமும் காகிதமும் ரோமமும் சதையும் எலும்புகளும் பொசுங்கும் நாற்றம். இரும்பு இளகும் நெடி. இன்னும் கொஞ்சநேரத்தில் அவையிலும் தீ இறங்கி, சகலமும் கருகும் வாய்ப்பிருக்கிறது ...

எழுந்து ஓட முடியாது. கால்கள் தரையில் வேர் பிடித்திருக் கின்றன. அவையில் உள்ள மற்றவர்களும் ஓடும் முனைப்பு இல்லாதவர்களாகத்தான் தென்படுகிறார்கள். அத்தனை கால்களிலும் வேர்கள் முளைத்துவிட்டதோ. பத்மினியைத் திரும்பிப் பார்த்தேன் – ஆனந்தமாக ரசித்துக்கொண்டிருந்தாள். நீரையும் நெருப்பையும் யானையையும் விமானத்தையும் ஆவலாய் மாந்தும் குழந்தைமை பூத்துவிட்டதா அவளுக்குள்?... அல்லது, அல்லது, பெண்களைத் தீண்டாத நெருப்போ இது?...

நிகழ்ச்சி முடிந்து திரும்பும்போது சந்நதம் அடங்கி, லேசாக வெளிறிய முகத்துடன் முன்னிருக்கையில் கம்பீரமாக அமர்ந்துவந்த நிரஞ்சனா ரெட்டியிடம் நான் உணர்ந்ததைச் சொன்னேன் – கொஞ்சம் தயக்கத்தோடும், முன்னால் நீண்டிருக்கும் அண்ணாசாலைப் போக்குவரத்தில் பதிந்த செயற்கையான அக்கறைப் பார்வையை விலக்காமலும். திரும்பிப் பார்த்த முகத்திலும், கனத்த குரலிலும் பெருமிதம் பொங்க வாங்கிக்கொண்டார் அவர்.

ஆண்மனத்தில் இப்படியொரு சித்திரத்தை உருவாக்கியதென்றால், நான் அமைத்த நடனம் முழு வெற்றி என்றுதான் அர்த்தம்!

அப்படியா!

அநேக சந்தர்ப்பங்களில் மௌனத்தை ஆபரணமாகத் தரிக்கும் பத்மினி இன்றைய அலைமுகட்டின்மேல் அமர்ந்து உரையாடலில் தானும் கலந்தாள்:

இப்படியொரு கற்பனை எப்படி உதித்தது மேடம்?

கற்பனையில்லை மகளே. நிஜமான சீற்றம். ஒத்துவரவில்லை என்றுதானே மணமுறிவு வாங்கினேன். அதன் பிறகும்

தொந்தரவு செய்தால்? பொசுக்கிவிட வேண்டாம், பொசுக்கி?

பின்னே? சாம்பல்கூட மிஞ்சக் கூடாது.

பின்னிருக்கையில் பக்கத்தில் முழு முதுகையும் சாய்த்து அமர்ந்திருந்த பத்மினி வேகமாக பதில் சொன்னாள். அவளை உடனடியாகத் திரும்பிப் பார்க்கவேண்டும் என்றும், அது உசிதமில்லையோ என்றும் இரண்டு கொள்ளித்தலைகளின் இடையில் மாட்டிய சிற்றெறும்பாகச் சற்று அவதிப்பட்டேன். அவள் அருகில் இருக்க பயமாக இருந்தது.

அதைவிட அச்சம் ஊறியது மறுநாள்... நிரஞ்சனா ரெட்டி ஊர் திரும்பிவிட்டார். நாங்கள் கட்டிலில் படுத்திருந்தோம். பத்து நாளுக்குமேல் இடைவெளி விழுந்துவிட்டதே என்ற எண்ணம் எனக்குள்ளிருந்து ஆவியாய்க் கிளம்பியது. அவளுமே அதேவிதமாக உணர்ந்திருக்கலாம். தண்டுவட முனையில் வலிப்பது பௌதிக உடலுக்குத்தானே; மனத்தில் நிரம்பி அடைத்துக்கொண்டிருக்கும் உடம்பு தனக்கான விழைவை எந்த ஆழத்திலிருந்து எடுத்துக்கொள்கிறதோ!

யதேச்சை போன்ற தொடுகைகளுடன் உரிய தருணம்வரை நகர்ந்தாக வேண்டிய உரையாடல், மேற்படி நடனத்திடம் வந்து சேர்ந்தது. நான் உணர்ந்த மாதிரியே தானும் உணர்ந்தாளா என்று கேட்டேன்.

இல்லவே இல்லை.

என்றாள். கண்ணுக்குத்தான் உறுத்தும் செந்நிறம் தென்பட்டதே தவிர, மனத்துக்குள், உறைபனி மழை பொழிந்து மேடை பனிமலையாகிவிட்ட மாதிரி இருந்ததாம். அரங்கம் முழுவதுமே சிலகணங்களில் உறைந்துவிடும் என்று பட்டதாகச் சொன்னாள் பத்மினி.

அவசரமாகத் தள்ளிப்படுத்துக்கொண்டேன். அவள் ஆச்சரியமாகப் பார்த்தாள்...

அட! திருச்சி வந்துவிட்டது.

ஆனால் உறக்கம்தான் வரவில்லை. இன்னொரு நாராயணன் பக்கம் அனிச்சையாய்த் திரும்பியது மனம். மேற்சொன்ன நாராயணனும், மிஸ். நிரஞ்சனா ரெட்டியும் வழங்கியவற்றுக்கு நேர் எதிர் அனுபவம் என்பதால் நினைவு வந்ததா, அதுவும் ரயிலை முன்னிட்ட சங்கதி என்பதாலா, ஓடும் ரயிலில்

வேதாளம் வந்து சேர்ந்தது பிரமையோ என்ற சந்தேகத்தை ரத்து செய்வதற்காக நேர்ந்ததா ... எதுவுமே புரியவில்லை.

மின்சார ரயிலின் நெரிசலுக்குள், நின்று படிக்கும் பழக்கம் உண்டு எனக்கு. ஒலிநாடா இசைக்கிற வாக்மேன் புழக்கத்தில் இருந்த காலம். ஆனால் திறந்த கண்களை ஈர்க்கும் அச்சடித்த காட்சிகள், இசையில் நிபந்தனையின்றித் தோய அனுமதிக்காது. கண்களைத்தவிர வேறு புலனுக்கு வேலையில்லை என்றாலும், உலகின் தலைசிறந்த கலைமனங்கள், ஐம்புலன்களை அவற்றின் குவிமையத்தை ஒருங்கே தன்வசம் இழுத்துக்கொள்ளும். சக பயணிகள் பற்றிய கவனம் அறவே விலகி, நான் மட்டுமே நடமாடும் புனைவுத் தாழ்வாரத்தின் அலாதியான தனிமைக்குள் அமிழ்வேன்.

இந்தப் பழக்கம் சில நண்பர்களை, ஏகப்பட்ட விரோதி களை ஈட்டிக் கொடுத்தது. பின்னே, அடுத்தடுத்து ஆட்கள் ஏறிவரும்போது உரியவிதத்தில் அசைந்தும் நகர்ந்தும் ஒத்துழைக்க வேண்டாமா? சிலபேர் இடிப்பார்கள், சிலபேர் உஸ்ஸ் என்று சத்தம் கொடுப்பார்கள். சிலபேர் மனம்விட்டு, வாய்விட்டு 'எருமை மாடு' என்று திட்டுவார்கள். ஒருகணம் தரையிறங்கி அனுசரித்துவிட்டு, பழைய நிலைக்கு மீள்வேன்.

விரோதிகளைப் பற்றி எதற்காக விவரிப்பது? அவர்களை மறப்பதுதானே உத்தமம்? நண்பர்கள் பலரையும் அழுத்தமாக நினைவிருக்கிறது – சிலரது முகம் மறந்துவிட்டது என்றாலும், அவர்களை நினைவிருக்கிறது என்றுதான் சொல்லவேண்டும்.

கவனக்குறைவால் கால் பட்டதுக்காக என் தாயாரின் பத்தினித்துவத்தைக் கேள்விகேட்டுப் போனவன் முதல், ஜே. கிருஷ்ணமூர்த்தியின் உரையை வாசிக்க ஆரம்பித்ததும் எட்டிப் பார்த்து, ஓரிரு சொற்கள் பேசி, புத்தகத்தை மூடி வைக்குமளவு உரையாடி, தம் சொந்த ஊருக்கு மாற்றலாகிப் போகும்வரை ரயிலில் ஒரு வாக்கியம் கூடப் படிக்கவியலாதபடி நெருங்கிவிட்ட சுந்தரேசன்வரை எத்தனை விதங்கள்!

அப்படித்தான் அந்த நாராயணனும் அறிமுகமானார். அடிக்கடி பார்த்த முகம். ஏனோ, அன்று காற்றின் சுழியில் அப்படியொரு அமைப்பு இருந்திருக்கிறது. பேச்சுக் கொடுத்தார்.

அன்றைக்குப் படித்துக்கொண்டிருந்தது ஏதோ மொழிபெயர்ப்பு என்பது மட்டும் நினைவிருக்கிறது. காதருகில் மூச்சுப் படுகிறதே என்று திரும்பியபோது, நாராயணன்.

அவ்வளவுதான், மழை பொழிய ஆரம்பித்தது. மசாலா பாக்குப் போடுகிறவர் என்பதும், எச்சில் தெறிக்காமல் பேசும் வழக்கம் இல்லை என்பதும் தெரிந்திருந்தால் திரும்பியே பார்த்திருக்க மாட்டேன்.

ஆரோக்கிய நிகேதனம், நீலகண்டப் பறவையைத் தேடி, தர்பாரி ராகம் என்று தொடங்கி, அந்நியன், மீள முடியுமா, அபாயம் என்று சர்வதேச மொழிபெயர்ப்புகள் வரை பட்டியல் ஒப்பித்தார். தம்மிடம் மகா பீட்டர் இருக்கிறது என்று அவர் சொன்னவுடன் பரபரப்பானேன். விலாசம் கேட்டேன். மற்ற விஷயங்களை வேகவேகமாகப் பேசியவர், நிதானமாய், யோசித்துச் சொன்ன மாதிரி இருந்தது – தன்னுடைய விலாசமேவா ஒருத்தருக்கு இடறும்? தொலைபேசி எண்ணும் கொடுத்தார்.

மறுநாளிலிருந்து அவரைப் பார்க்க முடியாமல் போனது. அபூர்வமாகப் பார்த்த ஒரு நாளில், குனிந்து ஜன்னல்வழியாக ஒவ்வொரு நிலையத்தையும் எட்டிப் பார்த்து, ரயில் நகரத் தொடங்கியதும் வெளியில் தெரியும் கட்டடங்களை உற்றுப் பார்த்து, ரயில் செல்வது சரியான திசையில்தானா என்று உறுதிப்படுத்தியவாறே பயணம் செய்தார் – என் புறமே திரும்பாமல்.

அருகில் சென்று, அவ்வளவு சிரமம் வேண்டாம் என்றும், மேற்படி நூல் தம்மிடம் இருப்பதாக வாய்தவறிச் சொன்னதை நான் மறந்தாயிற்று என்பதையும், தொலைபேசி எண்களைப் பொறுத்தவரை, கூடுமானவரை சரியான எண்களையே கொடுப்பதில் தவறில்லை என்றும் சொல்லி விலகலாமா என்று ஒரு கணம் யோசித்தேன். ஆனால் அவர் ஓடும் ரயிலிலிருந்து குதித்துவிடுவாரோ என்று அச்சமாய் இருந்தது.

மதுரையில் இதேபோன்று ஒருவர் பழக்கமானார். பின்னாட்களில் மாநிலம் முழுக்கப் பிரபலமானார் அவர் – முக்கியமான வேலை எதையும் செய்திராத போதிலும். அபாரமான ஞாபகசக்தி கொண்ட மனிதர். மருதகாசியின் பாடல்கள், மதுரைக் காண்டச் செய்யுள்கள், ரோம சாம்ராஜ்ய வரலாறு, சிறுநீரும் கண்ணீரும் ஒரே மாதிரிக் கரித்தாலும், இரண்டுக்குமான சுரப்பு வேறுபாடுகள் எனப் பல்வேறு தகவல்கள் பொதிந்த கலைக்களஞ்சியம். அதிலாவது பக்கங்களைப் புரட்டும் சிரமம் உண்டு. இவருக்குக் காதில் ஒரு சொல் விழுந்தாலே போதும்.

யதேச்சையாக ஒருமுறை அவருடைய வீட்டுக்குப் போனபோது அதிர்ந்து போனேன். இரண்டு கைகளையும் இருபுறமும் முழுக்க நீட்டினால், நடுவிலுள்ள உடம்பையும் சேர்த்த

நீளத்தை ஒரு பாகம் என்று அளவு சொல்வார்கள். விரற்கடை, சாண், முழம் ஆகியவைபோல அவரவர் கைகளின் நீளத்தைப் பொறுத்து மாறுபடக் கூடியது என்பதால்தான் அவையெல்லாம் நிலையான அளவீடாகத் தங்காமல் போய்விட்டன போல.

என் கைகளுக்கு ஒரு பாகம் அகலம் இருந்த இரும்பு அலமாரியை, சுவரை நோக்கித் திருப்பி வைத்திருந்தார் நாராயணன். அவ்வளவும் புத்தகங்களாம். அவரே நினைத்தாலும் இரண்டு ஆள் உதவியின்றி திருப்பித் திறக்க முடியாது. காரணம் சொன்னார்:

வாங்கிட்டுப் போற நாய் எதுவுமே யாவுகமாத் திருப்பித்தர மாட்டங்குது.

அபூர்வமான விவேகம் என் மனத்தில் ததும்பிக்கொண்டிருந்த நாட்கள். ரூபாய் நோட்டுகள் போன்றே நூல்களுக்கும் தனித்துவமான பயணமுறை இருக்கிறது அல்லவா? போகட்டும், அவனவன் பணத்தையும், சொத்துப் பத்திரங்களையும் பூதம் காத்து வருகிறான்; புத்தகங்களின் காதலனாக ஒரு உலோபி இருப்பதில் என்ன தவறு? தவிர, என்னுடைய இருப்பில் உள்ள புத்தகங்கள் அத்தனையும் என்னுடையவையேவா என்ன?...

இன்னொருவரும் உண்டு. ஆனால் அவர் நாராயணன் இல்லை. சுப்பிரமணியன். வாழ்க்கையில் எதிர்கொள்ளக் கிடைத்த சுப்பிரமணியன்கள் ராமச்சந்திரன்கள்தான் எத்தனைபேர் என்று பலதடவை வியந்திருக்கிறேன். 'நாமங்கள் பலவாயினும் நாதன் ஒருவனே' என்று எங்கோ படித்ததும் உண்டு. ஆனாலும், 'பெயரில் என்ன இருக்கிறது' என்ற கேள்வி மிக எளிமையானது; இத்தனை மணிகளின் பளுவைத் தாங்க முடியாதது.

தூக்கம் மெல்லப் படிகிற மாதிரி இருக்கிறது. ரயில் ஏதோ பாலத்தைக் கடக்கிறது போல. தடதடப்பின் கார்வையும் ஆழமும் அதிகரிக்கிறது... உறக்கத்தின் வேகத்தை முந்திக்கொண்டு இன்னொருவர் ஓடி வருகிறார். சுப்பிரமணியன்தான்...

ரயில் நிலையத்துக்கு அருகே தேநீர்க்கடையை ஒட்டி நிரந்தரமாக மூடியிருக்கும் கடை ஒன்று உண்டு. அன்றாடம் காலையில் அலுவலகம் செல்லும்முன் நான் ஒரு சிகரெட் பிடிக்கும் இடம்.

ஸார், நீங்க கிருஷ்ணன்தானே.

என்று புன்னகையோடு நெருங்கினார், அருகில் நின்று தானும் ஒன்று பற்றவைத்தார். வாசகராம்.

பேச ஆரம்பித்தோம். தனியார் நிறுவனத்தில் அதி உயர் பதவியில் இருக்கிறாராம். தீவிரமான இசை ரசிகர். ஏகப்பட்டது சேகரித்து வைத்திருக்கிறார். தகப்பனாரிடமிருந்து ஆரம்பித்த பழக்கமாம். அவர் காலத்தில் வினைல் தட்டுகளாகச் சேகரித்திருந்ததும் இவரிடம்தான் இருக்கிறது. 'நாலாயிரம் ரிக்காடு' என்றார். அவைபோக ஸிடிக்களும், கேஸட்டுகளும் உண்டு.

இசையும் புத்தகங்களும் இடைப்பட்டுவிட்டால் போதும், எனக்குள் நிரந்தரமாய் வாசம் செய்யும் பிச்சைக்காரன் வெளிப்பட்டுவிடுவான். புதிய நண்பரோ, கடையெழு வள்ளல்கள் வரிசையில் எட்டு அல்லது ஒன்பதாவதாக வைக்கப்பட வேண்டியவர். தமது தொகுப்பில் வேண்டியது அனைத்தையும் நான் பிரதி செய்துகொள்ளலாம் என்றார்.

'ஓய்வு கிடைக்கும்போது ஒருநாள் வாருங்கள்' என்று சொல்லி, விஸிட்டிங் கார்டை அவர் கொடுக்கவும், இருவருமே போக வேண்டிய ரயில் தென்படவும் சரியாக இருந்தது. எனது வழக்கமான பெட்டி நிற்கும் இடத்துக்கு நகர்ந்தேன். அவர் முதல் வகுப்பு சீஸன் டிக்கெட் வைத்திருக்கிறார்.

அவ்வளவுதான். அந்தக் கார்டில் இருந்த எண்கள் அத்தனையிலும் அழைத்துப் பார்த்துவிட்டேன். எத்தனை இருந்தன என்கிறீர்கள்! எடுக்க மாட்டார்கள். அல்லது எடுத்து 'ஸார் இல்லையே' என்பார்கள். ஆமாம், செல்ஃபோனையும் சேர்த்துத்தான். நானும் விடாக்கண்டன், சாத்தியமான வெவ்வேறு எண்களிலிருந்து அழைத்துப் பார்த்தேன். ஒரு கட்டத்தில், இசை மீது உள்ள ஆர்வத்தைவிட, அவரோடு நேரடியாகப் பேசி, 'ஏனய்யா ஏமாற்றினீர்?' என்று நாலுவார்த்தை கேட்கும் ஆவல் அதிகமானது.

அவர் கெட்டிக்காரர். என்னை முன்னிட்டு, அலுவலகத்தையோ, போகும் நேரத்தையோ நிரந்தரமாக மாற்றிக்கொண்டுவிட்டார் போல – அல்லது சிகரெட் பிடிக்கும் பழக்கத்தையேகூட விட்டுவிட்டிருக்கலாம்.

அப்புறம் ஒருநாள் தோன்றியது – ஒருத்தன் தலைமுறை தலைமுறையாய்ச் சேகரித்து வைத்திருக்கும் சமாசாரத்தை, புதிதாய் அறிமுகமான இன்னொருத்தனுக்குக் கிள்ளிக்கொடுக்க வேண்டும் என்று கட்டாயம் ஏதும் இருக்கிறதா என்ன?

அரசாங்கங்களும், உலக அமைப்புகளுமே வாக்குறுதிகளை நிறைவேற்றத் தவறும்போது, பாவம், தனிமனிதரை எதற்காகப் புகார் சொல்வது? ஆனால் என்னதான் சமாதானம் செய்துகொண்டாலும், திருவோட்டில் ஊசிப்போன பதார்த்தம் விழுந்த உணர்வைத் தவிர்க்க முடியாமல் மாதக்கணக்கில் சிரமப்பட்டேன்.

உறக்கம் என்மீது வாஞ்சையுடன் இறங்குவதை இதமாக உணர்ந்த தறுவாயில், அவர் என்னை நிரந்தரமாகச் சந்திக்க முடியாமல் போனதற்கு, நியாயமான காரணம் ஏதாவதுகூட இருக்கலாமோ என்று தோன்றியது. நல்லவேளை, அந்த வகையில் நாலைந்து அயிட்டங்களை யூகிக்கக் கிளம்பவில்லை மனம் என்பது எவ்வளவு ஆறுதலாக இருந்தது என்கிறீர்கள்!...

●

7

கடந்த ஒருவாரத்தில், குடும்ப உறுப்பினர் மாதிரி ஆகியிருக்கிறார் வேதாளம். பள்ளிக்கும் அலுவலகத்துக்கும் செல்லும் மற்றவர்கள் குறிப்பிட்ட நேரத்தில் வீடு திரும்பாவிட்டால், வீட்டின் மனோபாவத்தில் மெல்லிய கவலை படர ஆரம்பிக்குமல்லவா, அதே மாதிரித்தான் வேதாளம் விஷயத்திலும் எனக்குள் நடக்கிறது.

ஓரிரு தடவை, அவர் உதயமானவுடனே, 'ஆஹா' என்று வாய்விட்டுச் சொல்லியிருக்கிறேன். இதையொட்டி, மற்றவர்கள் என் சித்தசுவாதீனத்தைப் பற்றி சந்தேகப்பட்டுவிடக் கூடாதே என்று பயமும் தட்ட ஆரம்பித்திருந்தது எனக்கு.

பத்மினி ஒருமுறை கேட்கவே செய்தாள் – பழைய பிரச்சினை திரும்ப வந்து விட்டதோ என்ற அச்சம் இருந்தது குரலில். பின்னே? நடுராத்திரியில் யதேச்சையாகத் திரும்பிப் படுக்கும்போது, புருஷன்மீது இயல்பாகக் கையைப் போட்டால் உறங்குகிறவன் உடம்புமாதிரி இல்லாமல் சட்டென்று விறைத்துக்கொள்வது அச்சம் தராதா?

'பழைய பிரச்சினை' என்று அவள் அஞ்சுவதில் பெரிய ரகசியம் ஒன்றும் இல்லை – இடையில் சிலவருடங்கள் உளவியல் மருத்துவரின் ஆலோசனைப்படி மாத்திரைகள் விழுங்கிவந்தேன். இப்போது கிட்டத்தட்ட முழுக்கவே குணமாகி விட்டது. அல்லது அப்படி நம்புகிறேன்.

வேதாளத்துடனான எனது உரையாடலையும், உறவின் போக்கையும் கவனித்தால் உங்களுக்கே புரியுமே.

வேதாளம் எவ்வளவு நுட்பமாய் யோசிக்கிறது என்று வியக்கும் விதமாக எங்களது அடுத்த சந்திப்பு நிகழ்ந்தேறியது. உண்மையில், கனவுலகத்துக்கும் நனவுலகத்துக்கும் இடையே எப்பேர்ப்பட்ட பாலம் நிறுவப்பட்டிருக்கிறது என்பதற்கான சான்றாகவும் இருந்தது அது. இப்படியெல்லாம் சுற்றி வளைப்பதற்குப் பதிலாக நேரடியாகவே சொல்லிவிடலாம்.

படுக்கையறையின் அலாதியான நிசப்தத்தில், நேற்றைய ஞானம் அரற்றுகிற ஒலி அதிகரித்து வருகிறது. இனறு முழுவதும் ஒரு சிகரெட்டைக்கூட நிம்மதியாகப் புகைக்க முடியவில்லை. சிகரெட்டைக் கையில் எடுத்த மாத்திரத்தில், துணிக் கிழிசலால் சேர்த்துக் கட்டிய, மஞ்சள் பூத்த கால் பெருவிரல்களும், அவற்றைப் பார்த்தபடி சாம்பல் தரையில் வீற்றிருந்த, முகம் இறுகிய 'ட'னாவும், மூலையில் அமர்ந்து அழுதழுது வீங்கியிருந்த முகமும் குதித்தோடி வந்து அமுக்கின.

மனம் வேறுவிதமாகக் கனக்கிறது. வெங்கிடுவை மாதிரி நானும் போய்விட்டால், பத்மினியும் குழந்தைகளும் என்ன ஆவார்கள்.

வேதாளம் உடனடியாக வந்துவிட மாட்டாரா, என்னை மீட்டுவிட மாட்டாரா என்ற ஏக்கம் முற்றிய மாத்திரத்தில் அவர் உதித்தார். தம்முடைய வழக்கமான இடத்தில் சாந்தமாகத் தென்பட்டார்.

> என்ன அப்பனே, மதுரையிலிருந்து திரும்பவில்லையா இன்னும்!

நான் அமைதியாக இருந்தேன். எனக்குள் திரும்பத் திரும்ப முறுக்கி விறைப்பேறியிருந்த கயிறு அவரைப் பார்த்த கணத்திலிருந்து எதிர்ப்புறம் சுழல ஆரம்பித்துத் தளர்வதை ஆனந்தமாக உணர்ந்தேன்.

> சரி, வெங்கடாசலம் இறந்ததற்கு நீயாக ஒரு காரணம் தேடி சமாதானப்பட்டாய். அவனோடு ஒப்பிட்டு அஞ்சுவதும் உன்னுடைய கற்பிதம்தானே. இயற்கையோடு தன் வழியில் ஒத்திசைந்து அவனவன் மரணத்தை அவனவனே தேடிப் போகிறான். மனத்தின் இயற்கையையும் சேர்த்துத்தான் சொல்கிறேன்.

நான் பேசாமல் இருந்தேன். இந்த மாதிரி வியாக்கியானங்களை இப்போதெல்லாம் கேட்கவே பிடிப்பதில்லை. என்னமோ, பிறந்த குழந்தை கையைக் காலை அசைப்பதே, சாவுக்கு வெகு அருகில் மிகச் சீக்கிரம் போய்விட வேண்டும் என்பதற்காகத்தான் என்பது மாதியான அசட்டுச் சூத்திரங்களுக்கெல்லாம் வேறு ஆட்கள் இருக்கிறார்கள் ஐயா.

மரணம் முறித்த இரண்டு நட்புகள் பற்றிப் பேசியாகிவிட்டது. மௌனக்கெட்டு முறித்துக்கொண்ட நட்பைப் பற்றிப் பேச வேண்டாமா!

யாரைச் சொல்கிறார்? கண நேரம் குழம்பினேன். தேடியெடுக்கும் சிரமம் வைக்காமல் அவரே தொடர்ந்து கடகடக்க ஆரம்பித்தார்.

கல்லூரி நாட்களிலேயே எழுத ஆரம்பித்துவிட்டான் கிருஷ்ணன். பெரும்பாலும் காதல் கவிதைகள். காதல் கொண்டதான பிரமைகொண்ட, எழுதுவதற்கான திறமையோ ஆர்வமோ இல்லாத, நண்பர்கள் மத்தியில் இவனுடைய கவிதைகள் மிகப் பிரபலம். பேருந்து நிறுத்தங்களில், மகளிர் கல்லூரி வாசல்களில் மின்னற் பொழுதில் அவர்கள் கைமாற்றித் தரும் காகிதத் துண்டுகளை ரவிக்கைக்குள் சொருகிக்கொண்டவர்களும் சரி, பிரித்த மாத்திரத்தில் கண்ணெதிரே சுக்குநூறாய்க் கிழித்தெறிந்தவர்களும் சரி, மேலோட்டமாகவாவது ஒரு தடவை படித்துவிட்டுத்தான் முடிவெடுத்திருப்பார்கள்.

ஆக, ஒரு கணக்குக்கு, முழுவீச்சில் எழுத்தாளனான பிறகு கிடைத்ததைவிட, மாணவப்பருவத்தில் கிருஷ்ணனுக்கு வாய்த்த வாசகப் பரப்பு விசாலமானது. என்ன, நண்பர்கள் இவனுடைய பெயரைப் போட்டிருக்க மாட்டார்கள், கீழே. அதனாலென்ன, கவிச் சுனை பெருகிய இடம் எது என்பதல்லவா முக்கியம். அடிக்கோடிட வேண்டிய இன்னொரு விஷயம், நட்புக்காக எதையும் செய்வான் கிருஷ்ணன் என்பது.

அந்த நாட்களில் இருந்த புனைபெயர் வேத. கிருஷ்ணன். கிருஷ்ணனின் எழுத்துக்களைத் தொடர்ந்து படிக்கிறவர்களுக்குக் காரணம் புரிந்திருக்கும். வேதவல்லி. இவளைப் பார்ப்பதற்காக வெளிமாநிலம் வரை பயணச்சீட்டு வாங்காமல் போய் வந்த அனுபவத்தை விரிவாகவே எழுதியிருக்கிறான்.

அவளுடைய பிரிவுக்குப் பிறகு இரண்டு விஷயங்கள் நடந்தேறின. ஒன்று வேத. கிருஷ்ணன் வெறும் கிருஷ்ணனானான். இரண்டாவது, நட்பின் பெறுமானத்தை இன்னமும்

போற்றக்கூடியவனானான். 'ஒரு உறவு முறிவது, ஒரு பிரபஞ்சம் தொலைவதற்குச் சமானம்' என்று பின்னாளில் ஒரு கட்டுரையில் எழுதி இஸ்மாயிலிடமே பாராட்டு வாங்கினான்.

நட்பு முறிந்த சந்தர்ப்பத்துக்கு வருவோம். இளம்பரணன் என்ற பெயரில் கல்லூரி மலர்களில் கவிதைகள் எழுதிவந்த சோமசுந்தரம்.

'தமிழ் மானத்தைக் காக்க, தமிழ்க் கற்பைப் பேண, தமிழ் வீரத்தைப் போற்ற, எதிரிகளாம் வீணர்களை விரட்டியடிக்க ஏந்த வேண்டிய போர்க்கலனை, கேவலம் வீதிப்பெண்டிர் மாட்டு வீணடிக்கிறான்' என்று கிருஷ்ணன்மீது ஆதங்கம் கொண்டவன். அதிலும், புனைபெயரிலேயே தனது அரசியல் சார்பை வெளிப்படுத்துகிறான் கிருஷ்ணன் என்று இவனைத்தவிர எல்லாரிடமும் புலம்பிவந்ததாகக் கேள்வி. அதற்காக வேதவல்லி பற்றி எல்லாரிடமும் பகிர்ந்துகொள்ள முடியுமா என்ன!

தவிர, உளப்பூர்வமாக எந்த நூற்றாண்டில் வாழ்வது என்பது அவரவர் முடிவைப் பொறுத்ததுதானே. ஆனாலும், தேநீரும் சிகரெட்டும் பகிர்ந்து உண்டு நண்பர்களாகவே திகழ்ந்து வந்தார்கள்.

கல்லூரியின் இலக்கியப்பேரவை விசித்திரமான வாழ்முறை கொண்டது; ஆண்டுதோறும் பிறந்து இறக்கும். அந்த வருடம் ஆரம்ப விழாவுக்குக் கவியரங்கம் ஏற்பாடானது. கிருஷ்ணன் முதல் வரிசையில் இருந்து கேட்க, நானூறு வரிக் கவிதை வாசித்தான் சோமு. சாராம்சத்தை முந்தின பத்தியிலேயே சொல்லியாயிற்று. கவிதை இப்படி ஆரம்பித்தது:

ஆரிய நாய்களின் வரவால் அந்தோ!
மாறியதே எம் தமிழ்க் கவிதை...

கூடைகூடையாகக் கொட்டியவை வெறும் வார்த்தைகள். சோறில்லாத எலும்பு போல, உள்ளீடற்ற வெற்றொலிகள். அவற்றில் ஒன்றைக்கூடப் பொருட்படுத்த வேண்டியதில்லைதான். ஆனாலும், மேற்சொன்ன ஆரம்பவரிகளை, கவியரங்க மரபுப்படி இரண்டாம் தடவை வாசிக்கும்போது தன்னை ஏன் பார்த்தான் அவன் என்று கிருஷ்ணன் புழுங்கத் தொடங்கினான்.

மேடையிலிருந்து இறங்கி நேரே இவனிடம் வந்தான் சோமசுந்தரம். எதுவுமே நடக்காததுபோலப் பேசுவதுதான் இவன் உத்தேசம். அவனுக்குத் தெரியாதே. பேசித் தொலைத்தான்.

தப்பா எடுத்துக்கிறாதீங்க உடன்பிறப்பு. மேடைக்கு இதெல்லாம் தேவைப்படுது. மத்தபடி நாம என்னைக்கும் இனிமையான நண்பர்கள்தான். அட, மொகம் செவக்குதே. கோவமாயிட்டீங்களா? கிட்ணன்... கிட்ணன்...

படுவேகமாகத் திரும்பி அரங்கத்தைவிட்டும் அந்த உறவை விட்டும் வெளியேறினான் கிருஷ்ணன்.

வேதாளம் இருந்த இடம் காலியாய் இருந்தது. எதற்கு வந்தார்; ஏன் உடனே போனார்? ஒருவேளை நான் அவரை நண்பராகக் கருதுகிற அளவு என்னை அவர் கருதவில்லையோ. போகட்டும், மனிதர்களுடனான உறவே ஈர்க்குச்சிபோல முறிந்து போகிறது. வேதாளம்தானே. அதற்கு உணர்வும், உறவு சம்பந்தமான மெல்லுணர்வும் இருக்க வாய்ப்பிருக்கிறதா என்ன?

நானும்தான் ஆகட்டும், என் ஐம்பத்தைந்து வருட வாழ்க்கையில் எத்தனை நண்பர்களை ஈட்டியிருப்பேன்; எவ்வளவு பேரை இழந்திருப்பேன். வெகு நீளமான பட்டியல் ஒன்று தானாய்க் கிளம்பியது. நெருக்கமும் இழப்பும் மாறிமாறிப் படிய அவசர அவசரமாக முகங்களின் வரிசை ஓட ஆரம்பித்தது.

சோமுவுடன் போலவே, சிலருடைய நட்பை நானாகவே முறித்திருக்கிறேன். சண்டையெல்லாம் போடாமல், 'ஒரு டீ சாப்பிடுவோமா?' என்று கேட்கும் அதே தொனியில், அதே நாசூக்குடன், 'இனிமே நாம சந்திக்க வேணாமே.' என்று முகத்துக்கு நேரே சொல்லிப் பிரிந்திருக்கிறேன்.

அவர்களில் பலரும் நேர்மையானவர்கள். மறுபடி என்னைத் தொடர்புகொள்ள முயற்சிக்கவேயில்லை, பாவம். முன்னரே இவ்வளவு நேர்மையுடன் நடந்திருந்தால் முறித்திருக்கவே மாட்டேனே என்று நினைத்துக் கொஞ்சநாள் வருத்தப்பட்டுக் கொண்டிருப்பேன். அப்புறம், மறந்தே போவேன்.

ஆனால், மறக்க முடியாத வகையில் என் நட்பை முறித்துக் கொண்டவனை மட்டும் மறக்கவே முடியவில்லை. அதிலும், காரணமற்ற சுவாதீனமும் நெருக்கமும் என்னிடம் பாராட்டுகிற வேதாளத்தை முன்னிட்டு அவனுடைய ஞாபகம் அடிக்கடி எழுகிறது. தீவிரமாகவும் இருக்கிறது.

வழக்கமாக, நடைமுறைவாழ்வில் நிஜமாகவே நடந்தவற்றை எழுத்தில் விவரிக்க ஆரம்பிக்கும்போதே, ஒருவிதமான சுதாரிப்பும் கூடிவிடும். ஆனால், இந்தமுறை அவனுடைய உண்மைப் பெயரையே சொன்னாலும் தப்பில்லை – அவனுக்குக் கொஞ்சிக்

கொஞ்சிப் பேசும் அளவுக்கு மட்டுமே தமிழ் தெரியும். எழுத்து வடிவத்தின் ஓர் அட்சரம்கூடத் தெரியாது.

ரமண் தாக்கர்ஷீ கோக்ரி. மாநகரில் வந்து குடியமர்ந்து சில வாரங்களில் அவனது நட்பு கிடைத்துவிட்டது. ட்ராஃப்ட் எடுப்பதற்காகக் கிளைக்குள் வந்தான். அவனுடைய கையில் நாலைந்து ஸிடிக்கள் இருந்தன. அன்று கூட்டம் குறைவாக இருந்தது. ஆவலாகக் கேட்டேன்:

அது என்ன ஸி டி ஸார்!

பாருங்களேன், இந்தாங்க.

என்று உடனே நீட்டினான் அவன். வாடிக்கையாளராக மட்டும் மீந்திருந்தால் பன்மையில் குறிப்பிடுவதுதான் சரியாக இருக்கும். அவன்தான் அந்தக் கணமே நண்பனாகிவிட்டானே.

அந்த ஸிடிக்களையும் சொல்லவேண்டும். பீம்ஸேன் ஜோஷியின் தொகுப்பு ஒன்று. ஹரிப்ரஸாத் சௌராஸியாவுடையது. விலாயத் கான். சுல்தான் கான். நாலு ஸிடிக்களுக்கும் ஓர் ஒற்றுமை, எல்லாவற்றிலுமே ஜெய்ஜெய்வந்த்தி ராகம் இருந்தது. ரமண் அப்படித்தான் கேட்பானாம். ஒரு மாதம் முழுவதும் ஒரே வித்வானை திரும்பத் திரும்பக் கேட்பது; அல்லது ஒரே ராகத்தைக் கேட்பது; அல்லது, ஒரே பாணியைச் சேர்ந்தவர்களைக் கேட்பது. தினசரி இசை கேட்பது என்பதே ஒருவித சலிப்பூட்டும் பழக்கமாக ஆகிவிடாமல் காத்துவிடுமாம் – இதுபோன்ற நூதனங்கள். இன்னொருவருக்கு இப்படியெதுவும் தேவைப்படாமலேகூட இருக்கலாம் என்று சிரித்தபடி சொன்னான்.

இதையெல்லாம் பிற்பாடு ஒருநாள் சொன்னான். ஆனால் அந்த முதல் நாளிலேயே என் கண்களில் மிளிர்ந்த ஆவலைக் கவனித்து ஜோஷியையும் சுல்தான் கானையும் கொடுத்து, உடனடி நண்பனானான்.

கேட்டுட்டுக் குடுங்க. ஸிடியிலெ ஸ்க்ராச் மட்டும் விளுந்துறாமப் பாத்துக்குங்க.

அவ்வளவுதான். ஒலிகளின் புதிய உலகம் திறந்துவிட்டது எனக்கு. ஒரு கட்டத்தில் கோக்ரியை விட அதிகமாகக் கேட்கத்தொடங்கி, இன்னும் இன்னும் என்று சீன, அராபிய, ஜப்பானிய, ஆப்பிரிக்க, கிரேக்க சாஸ்திரீய சங்கீதங்களின் பரப்புக்குள் நீந்திப் போக ஆரம்பித்தேன்.

இன்னொரு மாற்றமும் நிகழ்ந்தது. சினிமாப் பாடல்களை மட்டும் கேட்டிருந்த காலத்தில், நாயகனின் குரலை எனதாகவே

வரித்துப் பழகியிருந்தேன். இப்போது குரலிசைஞர்கள் எட்ட முடியாத உயரத்திலிருந்து பாடினார்கள். ஆகாயத்திலிருந்து சொரிவது போன்ற சங்கீதத்தில் நனையும் ஆள்இலியாக மாறினேன்.

உபரியாக, இன்னொரு அனுபவம் சித்தித்தது. சங்கீதம் கேட்கும்போதெல்லாம் எனக்குள் உடனடியாக துளும்பத் தொடங்கும் தாளம், ஹிந்துஸ்தானி வாத்திய சங்கீதத்தின் நாலாம் காலத்தில், அறுதியாக நின்றுபோய், உறைந்தது. ஆள்இலியின் தன்னுணர்வும் அகன்றுவிடும். உயிர் திகைத்து நிற்பது மாதிரியான அனுபவம் அது; போகத்தின் உச்சத்தில் நிலவும் செயலின்மைக்கு நிகரானது.

கோக்ரியை வாரத்தில் இரண்டு நாளாவது சந்தித்துப் பேசுவது வழக்கமாகியது. வெகுநேரம் பேசியபின், ஸிடிக்களைப் பரிவர்த்தனை செய்துகொண்டு பிரிவோம்...

கர்ப்பிணிகள் சாயங்கால வேளைகளில் திறந்தவெளியில் இருக்கக்கூடாது என்று ஓர் ஐதீகம் உண்டு. துர்தேவதைகள் சாபம் விடுக்கும் மனநிலையுடன் ஆகாயத்தில் அலையும் நேரமாம் அது – 'அசுர சந்திவேளை' என்பாள் என் அம்மா. அப்படியானதொரு வேளையில்தான் அது நடந்தது.

ரயில் நிலைய மாடிப்படியில் நாலாவது சிகரெட் முடியும் தறுவாயில் கோக்ரியின் செல்ஃபோனில் அழைப்பு வந்தது. என்றும்போல ஆட்டோ பிடித்து வீடு திரும்ப வேண்டாம் அவன். மனுபென் வந்து அழைத்துப் போவாள். இவர்கள் இருக்கும் இடத்துக்கு அருகில்தான் அலுவலக வேலையாக வந்திருக்கிறாள்.

படியிறங்கி வீதிக்கு வந்து இன்னொரு சிகரெட் பற்ற வைத்தோம். கடைசிக் கொத்துப் புகையிலிருந்து கசிந்ததுபோல இருசக்கர வாகனமொன்று வந்து நின்றது. கோக்ரி முன்னகர்ந்தான். வந்தவள் தலைக்கவசத்தைக் கழற்றினாள்.

ஐயோ, ஐயோ.. வேதவல்லிகள் குஜராத்திலுமா பிறக்கிறார்கள்?... நான் அதிர்ந்தேன். முகம் கறுத்துச் சிறுத்தது.

எத்தனை வருடங்கள் ஆனாலென்ன, முகமுழியில்லாமல் பிரிந்தேதான் போனாலென்ன, 'முன்னாள்' என்ற முன்னொட்டு இருந்தால்தான் என்ன, காதலியைக் காதல் இல்லாமல் பார்ப்பது யாருக்குத்தான் சாத்தியம்?

சமாளித்து மீளத் தேவைப்பட்ட ஒரு நொடிக்குள் கோக்ரி அதைக் கவனித்து விட்டிருக்க வேண்டும். அல்லது மனுபென்

என்ற வேதவல்லி என்ற கந்தர்வப் பெண்மணியின் பார்வைக்குப் பட்டு, அவள் கணவனிடம் எடுத்தியம்பியிருக்க வேண்டும்.

இல்லாவிட்டால், ஆத்மநண்பன் கோக்ரி என்னை சந்திப்பதைத் தவிர்ப்பானா?

கடைசியாகச் சந்தித்தபோது அவன் கொடுத்த ஸிடிக்கள் இரண்டையும் இன்னமும் பத்திரமாக வைத்திருக்கிறேன் – என்றேனும் ஒருநாள் திருப்பிக் கொடுக்க முடியும் என்ற நம்பிக்கையில்.

வெறுமையான காற்றாடிவிட்டத்தைப் பார்த்தபடி படுத்திருந்தேன் நான். அடக்க அடக்கப் பெருமூச்சுகள் வந்தவண்ணம் இருந்தன. பட்டியல் லேசில் அடங்காது போலிருக்கிறது.

ரத்தமும் சதையுமாய் நெருங்கியிருந்து பிரிந்தவர்கள் பட்டியல் கிடக்கட்டும். மாயாவிபோல என் வாழ்வில் நுழைந்து காணாமல் போனவன் ஒருவன் இருக்கிறானே... கோக்ரியைப் போலத்தான், ஒரு கணத்தில் நண்பனானவன்.

அவனைப் பற்றியும் இப்போதே சொல்லிவிடுகிறேன் – மிகச் சுலபமாக மறந்துவிடும் எனக்கு. அப்புறம் இதையும் நினைவூட்ட வேதாளம்தான் வரவேண்டும்.

வேதாளத்துடனான அல்லது கோக்ரியுடனான உடனடி நட்பு தொடர்பாக வியப்பதற்கோ திகைப்பதற்கோ ஏதும் இல்லை. கிட்டத்தட்ட இதே மாதிரியான அனுபவம் எனக்கு முன்பே நேர்ந்திருக்கிறது. தென்மாவட்டமொன்றின் கடைக்கோடியில் ஒரு இலக்கியக் கூட்டம். ஆண்டுக்கொருமுறை நடப்பது. அறுபது எழுபது பேர் வரையிலும் கூடுவார்கள். அமைப்பாளர் அவ்வப்போது அருகில் இருப்பவரிடம் பெருமிதமாய்க் கேட்டுக்கொள்வார் – 'ஒரு எரநூறு பேர் வந்துருப்பாங்களா!' நானெல்லாம் கொஞ்சம்கூடத் தயங்காமல் ஆமோதிப்பாய்த் தலையாட்டுவேன்.

ஆண்டுதவறாமல் போய்க்கொண்டிருந்தேன். நாட்பட நாட்பட, இலக்கிய ஆர்வத்தைக் காட்டிலும், குடி ஆர்வம் உள்ளவர்களின் எண்ணிக்கைதான் பெரும்பான்மையாய் இருக்கிறதோ என்று சந்தேகம் தட்ட ஆரம்பித்தது. ஆனாலும், கூட்டத்தில் நடக்கும் விவாதங்களைவிட, குடித்தபின் நடக்கும் இரவு விவாதங்களில் இலக்கியத்தின் ஆழமும் தீவிரமும் அதிகமாய் இருக்கும். சுவாரசியமாகவும் இருக்கும்.

மற்றபடி, வேஷ்டி அவிழ்ந்தோ, அடிப்பகுதியை உடைத்த பீர் பாட்டிலுடன் சங்ககாலப் போர்வீரன்போலத் தாக்கப் புறப்பட்டோ, நிமிடத்துக்கு ஒன்று என்ற கணக்கில் பீடிகள் புகைத்தோ இலக்கியத்தைக் கொண்டாடுகிறவர்களும் சுவாரசியம் கூட்டத்தான் செய்வார்கள்.

மேற்படி நிகழ்வின் இன்னொரு மடிப்பையும் குறிப்பிட வேண்டும். சொற்கள் குழறும் போதையிலும் அவர்கள் இலக்கிய விசாரம் மேற்கொள்கிறவர்களாகவே இருப்பது. மௌனி அல்லது கு.ப. ராஜகோபாலன் எதிரிலிருப்பதாகப் பாவனை செய்து கொண்டு கணக்கிலடங்காத வசவு வார்த்தைகளை அவர்கள்மீது பொழிவார்கள். என்னைப்போன்ற கற்றுக்குட்டிகளுக்கு, பின்வரும் தலைமுறை எழுத்தாளர், கவிஞர்களிடமிருந்து நமக்கும் இத்தனை வசவுகள் கிடைத்துவிடாதா என்று ஏக்கமாக இருக்கும்.

சரி, ரொம்பவும் விலகிப் போகிறேன் என்பது உறைக்கிறது. மேற்சொன்ன கூட்ட வரிசையில் நாலாவதோ ஐந்தாவதோ – சரியாக நினைவில்லை. நானும் சுகவனமும் போகிறோம். இஸ்மாயில் இதுபோன்ற திருவிழாக்களுக்கு வருவதில் ஆர்வமில்லாதவன். அதில் எங்கள் இருவருக்கும் உள்ளூற ஒருவித ஆறுதல் இருந்தது என்றே நினைக்கிறேன். குறுக்கீடு இல்லாமல் எங்கள் போக்கில் நாங்கள் பங்கேற்கலாம் அல்லவா. நம்மை சதா வேவு பார்த்தபடி இருக்கும் ஒற்றனோடு இருப்பது எந்த விதத்தில் நிம்மதி, சொல்லுங்கள்.

கூட்டம் நடக்கும் இடத்தை நெருங்குகிறோம். பச்சைத்துணியில் உருமால் அணிந்த ஒருவர், சூழ இருந்த நாலைந்து இளைஞர்களிடம் 'த – மிழ்' என்று பிரித்து வேர்ச்சொல்லியல் பாடம் நடத்திக்கொண்டிருந்தார்.

அரங்கின் உள்ளே ஏறத்தாழ ஐம்பது பேர் அமர்ந்து கேட்டுக் கொண்டிருக்க, ஒருவர் தமக்கு முன்னால் விரித்துவைக்கப்பட்ட தாள்களிருந்த கட்டுரையை வாசித்துக்கொண்டிருந்தார். சுளித்த முகத்துடன், குரல் கமற அவர் வாசித்து வந்ததும்; அவையினரின் முகங்கள் ஒன்று பாக்கியில்லாமல் அபாரமான துயரத்தை அணிந்திருந்ததும் மிகச் சில நிமிடங்களில் சலித்துவிட்டது. அதைவிட, கட்டுரையில் இடம்பெற்ற நூதனமான கலைச்சொற்கள். தமிழ்ச் சொற்றொடர்கள் போன்றே ஒலிக்காத அக்மார்க் தமிழ்ச் சொற்றொடர்கள். ப்ரெஞ்ச்சில் அல்லது வேறேதோ ஐரோப்பிய மொழிப்பரப்பின் சிந்தனைப் பலனாக விளைந்த கோட்பாடுகளைத் தமிழில் சுவீகரிக்க அவசரமாய் முயன்றதன் விளைவாக உருவானவை. அப்பப்பா, காதுக்குச்

சேர்ந்து மனத்துக்குச் சேராத வாக்கியங்களை எவ்வளவுதான் கேட்டுக் கொண்டிருப்பது.

வேகமாய் எழுந்து வெளியேறினோம். பச்சை உருமால் அணி காணாமல் போயிருந்தது. பார்வைக்கெட்டும் தொலைவுவரை யாரையுமே காணவில்லை. அவ்வளவு வேகமாக மறைய வேண்டுமென்றால், முதல் பார்வைக்கு எங்களுக்குத் தட்டுப்படாத இறக்கைகளை அவர்கள் அக்குளில் ஒடுக்கி வைத்திருக்கவேண்டும்; அல்லது, அவர்களே மாயாவிகளாய் இருக்க வேண்டும்.

அப்போதுதான் அவன் தென்பட்டான். தலைக்குயரமாய் வைத்தால் வெகு சுகமாய் இருக்கும் என்று தோன்றச் செய்த பெரும் புத்தகம் ஒன்றைக் கையில் வைத்திருந்தான். எனக்கு உடனடியாக மகா பீட்டர் நினைவு வந்தது. அலெக்ஸீய் தோல்ஸ்தோய் எழுதிய பெரும் நூல். ராயல் அளவில் சுமார் ஆயிரம் பக்கம் கொண்டது. இத்தனைக்கும் நான் அந்த நூலை வாசித்ததில்லை – ஒரு நண்பர் கையில் வைத்திருந்தபோது வாங்கிப் பார்க்க மட்டுமே செய்திருக்கிறேன்.

படித்துக்கொண்டிருந்தவன் எங்களை நிமிர்ந்து பார்த்தான். புன்னகைத்தான். அடர்மீசை வசீகரமாய் அசைந்தது. கண்களும் புன்னகைத்தன. செவ்வரியோடிய பெரும் கண்கள். அதே இடத்தில் அறிமுகமாகிப் பேசத் தொடங்கினோம். கட்டுரை வாசிப்பில் சலிப்புற்று வெளியில் வந்தவன்தானாம் அவனும். அந்தக் கண்களில் தெரிந்த பாவம் முழுக்கமுழுக்க வேறானது. கண்ணாடியில் என் முகத்தைப் பார்க்கும்போதோ, அதுநாள் வரையில் என்னுடைய வட்டத்தில் இடம்பெற்ற மற்றவர்களின் கண்களிலோ – இஸ்மாயிலையும் சுகவனத்தையும் சேர்த்துத்தான் சொல்கிறேன் – நான் ஒருபோதும் கண்டிராதது. ஆமாம், அவ்வளவு ஆவேசமான கண்கள் அவை.

இருட்டு அடர்ந்தவுடன், தன்னுடைய அறைக்கு எங்களை இட்டுச் சென்றான். கைக்குழந்தைபோலக் கட்டிலில் கிடந்த தோள்பை. அந்த நாட்களில் பிரபலமாய் இருந்த வி.ஐ.பி சூட்கேஸ். அறைக்கு வந்தபின் அந்தப் பெட்டியை எதற்காகவோ நகர்த்த வேண்டி வந்தது – அதிர்ந்துவிட்டேன். பிண கனம் கனத்தது.

'அவ்வளவும் புத்தகங்கள்' என்றான். மலைப்பாக இருந்தது. படித்தவையா படிக்க வேண்டியவையா என்று சுகவனம் கேட்டான். மற்றவன் மாறாத புன்னகையோடு சொன்னான் – 'பாதிப் பாதி!'

நடமாடும் பிசாசு என்று பட்டது. மகத்தான எழுத்தாளனாய் வரக் கூடியவன் என்றும் பட்டது. ஆனால் அதன் பிறகு அவன் எங்கே போனான் என்று தெரியவில்லை. இரண்டு கடிதங்கள் எனக்கு எழுதினான். நானும் விசுவாசமாக பதில் போட்டேன். அப்புறம் எங்களுக்கு இடையில் அபாரமான நிசப்தம் கவிந்துவிட்டது.

என்னையும் அவனையும் அறிந்தவரான மூத்த எழுத்தாளருக்கும் அவனைப் பற்றிய தகவல் ஏதும் தெரிய வில்லையே என்ற ஆதங்கம் இருந்தது. பின்னர் அவருடனும் எனக்குத் தொடர்பு அறுந்துவிட்டது. நட்புகளும் கனவுகள் மாதிரித்தான் – அவற்றின் போக்கும் வரத்தும் நிர்ணயிக்க முடியாதவை. நிகழும்போது தத்ரூபமாக, நிஜம்போலவே தென்படக் கூடியவை; அப்புறம், நிகழ்ந்த தடம் தெரியாமல் காணாமல் போய்விடுகிறவை. என்ன சொல்கிறீர்கள்?...

ஆனால், அந்த இரண்டு கடிதங்களும் வரிக்கு வரி எனக்கு மனப்பாடம். அதிலும் அவனது முதலாவது கடிதத்தில் இருந்த வரி ஒன்று. எங்கள் சந்திப்பையும் திடீர் நட்பையும் பற்றி நான் சற்றுமுன் குறிப்பிட்ட, நாங்கள் இருவருமே மதித்த, மூத்த எழுத்தாளரிடம் தொலைபேசியில் குறிப்பிட்டானாம். அவர் சொல்லியிருக்கிறார்:

சமானமான மனங்கள் எப்படி இணைகின்றன பார்த்தீர்களா!

ஊருக்குப் போனவுடன் அவன் எனக்கு எழுதிய போஸ்ட் கார்டில் இருந்த செய்தி இது.

நினைக்கும்போதெல்லாம் பிசாசு என்றே எனக்குள் உருவகமாகிறவன் அந்த மாயாவி நண்பன். இந்த விதமாகத் தொகுத்துக்கொண்ட மாத்திரத்தில், தானாக ஒரு சமன்பாடு உருவாகிறது – மனித உருவம் கொண்ட பிசாசிடம் நட்புக்கொள்ளலாம் என்றால், பிசாசு உருவம் கொண்ட மனிதரிடம் நட்புக் கொள்வதற்குத் தடையேது?

ஆக, வேதாளத்துடன் எனக்கு உருவான சிநேகிதத்துக்கு நீண்டதொரு விளக்கமும், நியாயமும் உரைத்த திருப்தியை மீறிக்கொண்டு இன்னொரு சம்பவம் மேலேறி வருவதற்கு முன்னால், அலுவலகம் கிளம்பியாக வேண்டும்...

அவசர அவசரமாய்ப் புறப்பட்டு மின்சார ரயிலில் ஏறி ஆசுவாச மூச்சு விடுத்தபோது, இன்னொரு கேள்வி எழுந்து இம்சை செய்தது... மேற்சொன்ன மாதிரி ஞாபகங்களை

வைத்துக்கொண்டு என்ன செய்வது? அவற்றை எதற்காக பத்திரப்படுத்தி வைத்திருக்கிறது மனம்? ஞாபகங்கள் இல்லாத மனித உலகம் எப்படி இருக்கும்? ஒருவேளை, இப்போது இருக்கும் தந்திரமும் வஞ்சகமும் கணக்குகளும் கணிப்புகளும் இருக்காதோ? ஆனால் அதே தளத்தில்தானே வாஞ்சையும் பரிவும் கனிவும்கூட இருக்கின்றன?

அலுவலக வாசல்வரைதான் இந்தத் தொந்தரவு. கட்டடத்தையும் பெயர்ப் பலகையையும் பார்த்த மாத்திரத்தில் நான் மூத்த காசாளர் ஆகிவிட்டேன்...

●

8

நாளது தேதிவரை மனித மனம் கண்டுபிடித்த வற்றில் ஆக விசித்திரமான வஸ்து மனித மனமேதான் என்று நான் கண்டுபிடிப்பதற்கு ஏகப்பட்ட சான்றுகள் உதவியிருக்கின்றன. அவற்றில் மற்றொரு குஞ்சமாக ஒரு பேருந்துப் பலகை என்முன் உதித்து நின்றது.

ஆமாம், வெங்கடாசலத்தின் இறுதிச் சடங்கு முடிந்து மதுரை ரயில்நிலையம் போகும் வழியில் எதிர்ப்பட்ட நகரப் பேருந்தின் பெயர்ப்பலகை. கரட்டுப்பட்டி போகும் பேருந்து அது.

ஊர் திரும்பி இரண்டு நாள் கழித்து அது ஏன் நினைவில் உதித்தது என்பதற்கு நேரடிக் காரணம் எதையும் கண்டறிய முடியவில்லை. ஆனால், சிறுகச் சிறுக அந்தப் பெயர்ப்பலகை தன் அளவில் பெரிதாகிக்கொண்டே வந்து, கண்முன் விரியும் நிலப்பரப்பாகியது. இப்படி ஒரேயொரு சொல்லை விளம்பர பலூன்போல ஊதிப் பெரிதாக்குவதும் மனத்தின் வேலைதானே? கண்முன்னால் சென்னையும், அக ஆழத்தில் கரட்டுப்பட்டியும் தத்ரூபமான காட்சிகளாகவே இலங்கும் இரட்டைநிலை வேடிக்கையை நிகழ்த்திக் காட்டுவதும் அதே மனம்தானே?...

கடைசியாய்ப் போனபோது பார்த்த அதே நிலப்பரப்பு. முல்லையாற்றின்மேல் புதுப் பாலம் கட்டியிருக்கிறார்கள். ஆலயம் போன்ற பரிமாணத்தில் என் பால்யத்தில் பார்க்கக் கிடைத்த பிள்ளையார் கோவில், ஒற்றைச் சந்நிதி கொண்ட

குடிலின் அளவுக்குச் சிறுத்து விட்டது. நான் சிறுவனாயிருந்த காலத்தில் உலவியவர்கள் அனைவருமே இறந்துவிட்டார்கள். என் சகாக்களாய் இருந்தவர்களில் பலரும்தான். மீந்திருக்கும் மிகச் சிலரும், என்னைவிட தாட்டியமாய், என்னைவிட முதியவர்களாய், என்னை விட அதிக நரையுடன் தோற்றமளிக்கிறார்கள்.

கிட்டத்தட்ட அரைநூற்றாண்டாக எனக்குள் பதிந்திருக்கும் கரட்டுப்பட்டிக்கும் இப்போதைய கிராமத்துக்கும் சாயல் அளவில்கூடப் பொருத்தம் கிடையாது. ஞாபகத்தில் மீந்திருப்பது வெறும் இடமல்ல, அது ஒரு தொலைதூரக் காட்சியாக, ஒரு குறியீடாக, மங்கலான கனவாக, உருமாறி விலகி நிற்கிறது. கிராமத்துக்குத் திரும்பிப் போய்விடுவது பற்றிய ரொமாண்ட்டிக் கற்பனைகளும் அநேகமாக முழுக்கவே வெளிறிவிட்டன – மல்ட்டி ஸ்பெஷாலிட்டி ஆஸ்பத்திரிகள் இல்லாத இடத்தில் வசிப்பதை யோசித்துப் பார்க்கவே பயங்கரமாகிவிட்ட காலகட்டம் இது . . .

என்னப்பா.

என்று வாஞ்சையாய் அழைத்தது வேதாளத்தின் குரல்.

ம்.

என்றேன்.

கரட்டுப்பட்டி யோசனையாக்கும்!

வேதாளத்தின் குரலில் இருந்த லேசான கேலி இருந்ததோ என்ற சந்தேகம் தோன்றி, சற்று உறுத்தியது. நானும் வேதாளமாக மாறிவிட்டால், இப்போதிருக்கும் உணர்ச்சி வெள்ளம் முழுக்கவே வடிந்துவிடும் வாய்ப்பிருக்கிறதோ என்னவோ என்று சமாதானப் படுத்திக்கொண்டேன்.

கரட்டுப்பட்டிக் கதை ஒன்று சொல்லட்டுமா?

பிரியமாய்க் கேட்டார். அட, அது கேலியில்லை. பிசகு என்னுடையதுதான்.

ம்.

என்றேன்.

வாடிப்பட்டியிலிருந்து கொடைரோடு செல்லும் தேசிய நெடுஞ்சாலையை நோக்கி நின்றிருப்பது பொன்பெருமாள் மலை. ஒற்றையடிப்பாதை வண்டிப்பாதையாகி, கருங்கல் மற்றும் செம்மண்ணின் திடம் கொண்டு உறுதிப்பட்டு, சில பத்து

வருடங்களில் தார்க் கறுப்பேற்ற ஒற்றைத் தடமாக நிலைப்பட்டு, சிறுகச் சிறுக அகலமாகி சிறகுக்கு மூன்றாக ஆறு பேருந்துகள் பக்கவாட்டில் விரைய ஏதுவான இரண்டு இறக்கைகளுடன் அசையாத அசுரப் பறவையாக உருமாறிய பயணத்தைப் பிடிவாதமாக நின்று பார்த்து வந்திருந்தது. தீக்குழம்பாகப் பீறி உயர்ந்து குளிர்ந்து இறுகிய நாள்முதல் அடையாளம் மாறாமல் இருந்தபடி தான் இருக்க, சுற்றிலும் மாற்றத்தின் குரூரத் தடயங்கள் பதிவாகி வருவதை, சாலைத் தரையின் பூர்விக அடையாளம் ஆழ ஆழப் புதைந்து போவதை, விருப்புவெறுப்பற்ற பார்வையாளனாக நின்று வேடிக்கை பார்த்திருந்தது.

சின்னச்சாமி சிறுவனாக இருக்கும்போது ஆண்டுக்கொருமுறை மலையேறுவான். உச்சியில் உள்ள முருகன் கோவிலுக்குப் பால்குடம் எடுத்து மேலேறும் கூட்டத்துடன் ஓயாமல் அரோகரா போட்டு குரல் கீறி வலு இழக்கும் தொண்டைக்கு இதமாக பன்னீர் சோடாவோ நன்னாரி சர்பத்தோ வாங்கித் தருவார் அப்பா. அத்தனை ஜனங்கள் அத்தனை ஓசைகள் அத்தனை வாசனைகள் அத்தனை தாளங்கள் அத்தனை மேளங்கள் அத்தனை நிறங்கள் அத்தனை கோலாகலம். அத்தனைக்குமிடையே நீங்காமல் நினைவிலிருக்கும் பிம்பம் ஒன்று உண்டு – காளை ஆட்டம் மயிலாட்டம் ஆடி வந்த இருவர், தலைகளைக் கழற்றிக் கையில் வைத்துக்கொண்டு இளைப்பாறிய வேளை. மயில் உடம்பும் மாட்டு உடம்பும் மனிதத் தலைகளை ஏந்தி நின்று பீடி குடித்த காட்சி.

பொன்பெருமாள் மலையின் உச்சியில் முருகன் கோவில் எப்படி வந்தது என்ற ஆச்சரியத்தை எட்டிய நாளில் சியாச்சன் பனிக்குன்றில் வெட்டவெளியின் காவலுக்கு நின்றிருந்தான் சின்னச்சாமி. உடலையும் மனத்தையும், ஏன், எண்ணங்களையுமே உறையச் செய்யும் அடர்பனியில் வெதுவெதுப்பாக நிரம்பிய பால்ய ஞாபகத்தில் மலையேறும் பாதைக்கு அருகே தனித்து நின்ற மூங்கில் குத்து உதித்தது.

ஆலும் அரசும் வேம்பும் வாதரக்காச்சியும் கருவேலும் இலந்தையும் இடைவெளிகளில் எருக்கும் கண்டங்கத்திரியும் கள்ளியும் இன்னும் பெயர்தெரியாப் பசுமையும் படர்ந்த பிராந்தியத்தின் ஒற்றை மூங்கில் குத்தில் பொன்பெருமாள் மலையின் ஏகாந்தத்துக்குக் கொஞ்சமும் குறைவில்லாத தனிமை மண்டியிருந்தது. சியாச்சனுக்குச் சற்றும் சளைக்காத தனிமை . . .

மட்டப்பாறை முனியாண்டி கோவில் பூசாரியும் அந்தமுறை உடன் வந்திருந்தார். வழிபாடு முடிந்து திரும்பும் வழியில் அப்பா கேட்டார்:

அதெப்பிடிண்ணே, இங்கிட்டெல்லாம் அம்புட்டு மூங்கிலு கெடையாதுல்ல, இங்கிணெ மலெ உச்சியிலெ இந்த ஒரு எடத்துலெ இப்பிடிக் குத்தா மொளெச்சிருக்கு?

தொண்டையைச் செருமிக்கொண்டு பூசாரி ஆரம்பித்தார்:

அது பெரிய ஆச்சிரியம் தம்பி. ஏளெட்டுக் கதெ சொல்லுறாங்ய... எது உம்மேண்டு எவனுக்குத் தெரியும்?...

எல்லாக் கதைகளுமே நடந்தது வெள்ளைக்காரன் காலத்தில். இரண்டாவது ஒற்றுமையும் உண்டு. எல்லாக் கதைகளுக்கும் நாயகன் ஓர் இசைக் கலைஞன்.

துந்தனாவும் சுரைக்குடுக்கை ஃபிபிடிலும் டோலக்கும் கிளாரினெட்டும் துக்கியும் (பூசாரி விவரித்ததை வைத்து பின்னாட்களில் சின்னச்சாமி இனம்கண்ட கருவிகள் இவை. அதுவும் வடக்கே வேலைக்கு வந்ததால்) பக்கவாத்தியமாய் இருக்க, பாடியும் ஆடியும் இரந்து வாழும் லம்பாடிக் கூட்டம் இந்தப் பக்கம் வந்திருக்கிறது.

வந்த கூட்டத்தில் ஒரு குழல் கலைஞன். வாலிபன். வந்த இடத்தில் இறந்து போனான். அவனைப் புதைத்த இடத்தில் ஞாபகார்த்தமாக ஒரு மூங்கிலை நட்டு வழிபட்டது அந்தக் கூட்டம். ஒற்றை மூங்கில் இப்போது இப்படிப் பல்கியிருக்கிறது. அவன் இறந்ததுக்கான காரணங்களும் பல்கி, விதவிதமான கதைகளாய் உலவுகின்றன.

1. இனம் தெரியாத விஷக் காய்ச்சல் கண்ட நாலாவது நாள் மரித்துவிட்டான்.

2. சுதந்திரப் போராட்ட வீரனாம் அவன். இந்தக் கூட்டத்தில் பொதிந்து தலைமறைவாய் இருந்தவனை, எப்படியோ மோப்பம் பிடித்துக் கண்டறிந்த வெள்ளைக்காரப் போலீசு கண்ட இடத்தில் சுட்டுவிட்டது.

3. தெய்வீகமான இசையைப் பிறப்பிக்கக் கூடியவன். உச்சபட்சமான சங்கீதத்தை வழங்கிய நாட்களில் தேவதைகள் இறங்கிவந்து அவனைத் தூக்கிப் போயின. உடலை விடுத்துவிட்டு, குழலையும் உயிரையும் மட்டும் கொண்டுபோயினவாம். தேவலோகத்தில் வசிப்பதற்கு மனுஷ உடம்புக்கு அனுமதி கிடையாது.

4. லேசான குடிப்பழக்கம் உள்ளவன். சம்பவம் நடந்த அன்று மிதமிஞ்சிக் குடித்திருக்கிறான். அளவற்ற போதையோடு வாசிக்க அமர்ந்ததில் மாரடைத்துவிட்டது.

5. பால்குடம் எடுக்க வந்தவர்களோடு பிச்சையெடுத்தபடி மலையேறிவந்த யானைக்கு திடீரென மதம் பிடித்ததில் இவனை நசுக்கிக் கொன்றுவிட்டது. (பொன்பெருமாள் மலைத் திருவிழா எதிலும் தான் யானையைப் பார்த்ததே கிடையாது என்பது சின்னச்சாமிக்கு ஞாபகம் வந்தது.)

6. கூட்டமாய் அமர்ந்து வாசிப்பை ரசித்தவர்களில் ஒரு கிருஷ்ண பக்தர், 'அது என்னாண்டு சாமி வாத்தியத்தை மனுசன் இப்பிடி வாசிக்கலாம்' என்ற ஆற்றாமையில் கத்தியால் குத்திவிட்டாராம். (இந்த ஒரு கதை மட்டும் பூசாரியின் சொந்தச் சரக்கோ என்ற சந்தேகம் இன்னமும் உண்டு. காரணம், முனியாண்டி சாமிக்கு மட்டுமே வீச்சரிவாள் ஏந்த உரிமையுண்டு என்று சொல்லி, ஊருக்குள் கருக்கரிவாள் மட்டுமே வைத்திருக்கலாம் என்று சந்நதம் வந்து அறிவித்திருந்தார் பூசாரி. மேற்படி விதியை அவருடைய சாதிக்காரர்கள் மதிக்கவில்லை என்பது, கலவரம் நடந்தபோது தெரியவந்தது. எதிர்ச்சாதிக்காரர்கள் ஈட்டி திருக்கைவால் சுருள்கத்தி சகிதம் போர்க்களம் வந்தபோது, பூசாரியின் சொந்தத் தம்பியும் உறவினர்களும் சாதிக்காரர்களும் விதவிதமான நீளத்தில் வீச்சரிவாள்களைக் கொண்டுவந்தனர். வெட்டுப்பட்டு இறந்தவர்களில் சின்னச்சாமியின் அப்பாவும் ஒருவர். பதில் கலவரத்தில் காவு வாங்கக் கிளம்பியவர்கள், சின்னச்சாமியை முந்தின வாரமே ஊரைவிட்டு அனுப்பி விட்டனர் – (மிலிட்டிரிக்கி செலிக்ஸன் ஆயிருக்கு, போலீசுக் கேசு ஆயிறக் கூடாதுல்லப்பு...)

7. குடும்பத்துடன் சாமிகும்பிட வந்த தெற்கத்தி ஜமீந்தாரரின் மூத்த மகள் இசைஞனைப் பார்த்தவுடன் ஓடிவந்து கட்டிக்கொண்டாளாம். முந்தின பல பிறவிகளில் இவர்தான் என் புருசன். இந்தப் பிறவிக்கும் இவரேதான் என்று அறிவித்தாள். மொழிதெரியாமல் மலங்கமலங்க விழித்தாலும், அடைக்கலம் என்று அணைத்தவளைப் பிரிய மறுத்துவிட்டான் கலைஞன். அவன் தலையைத் தனியாக வெட்டியெடுத்துத்தான் பிரிக்க முடிந்தது – ஆனால் பிரயோசனமில்லை. துண்டிக்கப்பட்ட தலையை மாரோடு இறுக்கியபடி அவளும் பிராணனை விட்டாள்...

அடிவாரம் வந்திருந்தது. ட்ராக்டரின் வாலாய் நீண்ட ட்ரெய்லரில் ஏறினார்கள்.

பூசாரி வகையறாவுடன் பேச்சுவார்த்தையே நின்றுபோனது. விடுமுறைக்குப் போகும் காலங்களில் அப்பாவின் குருபூசை இருக்கிற மாதிரிப் பார்த்துக்கொள்வான். எதிர்த்தரப்பில் விடுதலையானவர்கள் எத்தனை பேர், இன்னமும் உள்ளே இருக்கிறவர்கள் எத்தனை பேர் என்று சாவகாசமாகக் கதை சொல்வாள் அம்மா. விசாரணைக்காகக் கொண்டுவரப்பட்ட பூசாரியை கோர்ட் வாசலில் வைத்தே போட்டுத் தள்ளி விட்டதாகப் போனமுறை செய்தி சொன்னாள். சின்னச்சாமியின் சித்தப்பாவும் அவருடைய இரண்டாவது மகனும் கோர்ட்டுக்கு அலைகிறார்கள்.

> போன மனுசன் போயிட்டாரு. இருக்குறவுகளாவது நிம்மதியா இருப்போண்ற நானம் இல்லையே, ஒங்க சித்தப்பனுக்கு.

என்று அங்கலாய்த்தாள். பூசாரியின்மீது இருக்கும் மனத்தாங்கல் அல்லது பச்சாதாபம் அந்த ஆள் சொன்ன கதைகள் மீது இல்லையே என ஆச்சரியம் எழுந்தது இப்போது. தரையில் ஊன்றி நுனியைப் பற்றியிருந்த துப்பாக்கியை அடுத்த கைக்கு மாற்றினான்.

கூட்டமும் ஆரவாரமும் இல்லாத நாட்களில் மூங்கில் குத்தைக் கடக்கும்போது சுத்தமான சங்கீதம் கேட்கும் என்று பூசாரி சொல்லி முடித்த கதைவரிசை இத்தனை ஆண்டுகள் கழித்து இப்போது நினைவு வந்ததுக்குக் காரணம் என்ன. இரவிலும் பிற்காலைபோல வெளிச்சம் படர்ந்த பனித்தரையா, செரிக்காமல் வயிற்றில் மீந்த பதப்படுத்திய உணவா, தனிமையைப் பயன்படுத்திப் பெருக்கெடுத்த ஆழ்மனத்தின் விசித்திரமா, விடுமுறைக்காக ஊர்திரும்பும் நாள் நெருங்குவதா... கொஞ்ச நேரம் யோசித்து மெனக்கெட்ட சின்னச்சாமி, தீர்க்கமாக முடிவெடுத்தான் – இந்த முறை பொன்பெருமாளைப் பார்த்துவிட வேண்டும். குழலோசை கேட்கிறதா என்றும்தான்.

என்ன, விடுமுறையில் இருந்த இருபத்தோரு நாட்களில், அவகாசமும் கிடைக்கவில்லை, ஞாபகமும் இருக்கவில்லை...

○

மறுநாள் காலை என்னுடைய மொழியில் தொகுத்துக் கொண்டபோது, (வழக்கம்போல, கடைசிப் பத்திக்கு முந்தைய பத்தி மட்டும் எழுதும்போது சேர்ந்த சொந்தச் சரக்கு!) வேதாளம் சொன்ன கதை சம்பந்தமாக ஏதோ உறுத்தியது. சில நிமிட யோசனைக்குப் பிறகு பொறிதட்டியது – ஆமாம், அது சின்னச்சாமி

இல்லை, செல்லப்பாண்டி. அது சரி, வேதாளங்களுக்கு ஞாபகம் இருக்குமானால், ஞாபகப் பிறழ்வு இருப்பதும் ஞாபக மறதி இருப்பதும்கூட சகஜம்தானே.

செல்லப்பாண்டி யார் என்றால், சின்னக்காளைக்கு இரண்டாம் தாரமாக வாழ்க்கைப்பட்டு, பஞ்சாயத்துக் குழாயடியில் சக பெண்களுக்கு மாபெரும் அச்சுறுத்தலாக விளங்கிய, எந்நேரமும் முழங்காலுக்குமேல் வழித்தேற்றிய சேலையும், திரடுதிரடாகப் புடைத்த குதிரைச் சதையும், செவிமடலின் கீழ்ப்புறத்தைக் கனமாக இழுத்து ஊசலாடும் பாம்படங்களும், சினத்தால் நிரந்தரமாக விடைத்த நாசியுமாக எனக்குள் சித்திரமாக இருக்கும் செல்லத்தாயக்காவின் மூத்த மகன்.

வேலை கிடைத்தபிறகு, ஒருமுறை கரட்டுப்பட்டி போயிருந்தேன். விடுமுறையில் வந்திருந்த செல்லப்பாண்டி பக்கத்து இலையில் அமர்ந்து சாப்பிட்டுக்கொண்டே மேற்சொன்ன கதையைச் சொன்னான்.

ஆத்தீ, அய்யிரு மயெனா. எத்தாப் பெரிய ஆம்பளையாருச்சு?

என்று பார்த்தவுடன் விசாரித்த செல்லத்தாயக்காவுக்கு இடது கண்ணில் புரை முற்றி விட்டது; நாளை ஊர் திரும்பவேண்டும், இனிமேல் எங்கே, அடுத்த விடுமுறையில்தான் ஏற்பாடு செய்யவேண்டும் என்று அங்கலாய்த்த செல்லப்பாண்டியின் பேச்சை இடைமறித்து,

இன்னம்புட்டுப் பொங்கல் வைக்கட்டா?

என்னைக் கேட்டு, நான் பதில்சொல்வதற்கு முன்பே சொத்தென்று இலையில் ஒரு முழுக்கரண்டியைத் தட்டினாள் செல்லத்தாயக்கா. சின்னக்காளை மாமாவுக்குப் படையல் வைத்த பொங்கல் அது – அன்றைக்கு அவருடைய நினைவுநாள்.

இதில் என் கவனத்தை மிகவும் ஈர்த்த விஷயம், வேதாளம் எனது நேரடி அனுபவமல்லாத ஒன்றை நினைவூட்டியிருக்கிறார் – முதன்முதல் தடவையாக. அதாவது, நான் நேரடியாய்க் கேட்டிருந்த கதைதான் என்றாலும், அதன் மையம் எனக்கே நேர்ந்தது அல்லவே.

இதில் சமிக்ஞை ஏதும் இருக்கிறதோ என்று கொஞ்ச நேரம் தேடிக்கொண்டிருந்தேன். அப்புறம் தானாகவே அந்த அல்லாட்டத்திலிருந்து விடுபட்டுவிட்டது மனம்.

மேற்படிக் கதையை எழுதி முடித்துவிட்டு, கணிப்பொறியை சும்மா நோண்டிக் கொண்டிருந்தேன் – இன்று ஞாயிற்றுக்கிழமை. அலுவலகத்துக்கு ஓடிக் கிளம்பவேண்டிய அவசரமில்லை.

எப்போதோ எழுதிவைத்த குறுங்கதை ஒன்று சிக்கியது. கரட்டுப்பட்டி என்ற, தொலைந்துபோன கனாக்காலத்தின் ஞாபகார்த்தமாக அந்தக் கதையையும் இங்கேயே கோத்துச் சொல்லலாம் என்று தோன்றுகிறது...

ஸ்தனிஸ்லாஸ் வாத்தியாருக்கு இரண்டு பையன்கள் – ஒரு பெண் குழந்தை. அவள்தான் கடைசி. வாத்தியாரின் குடும்பமே யேசுவுக்குள் அடங்கியது என்பதால், தற்காலிகத் தடுப்பு எதையும் நிறுவ முயலாமல் போனது. ஆனாலும், சதைக்கும் ஆன்மாவுக்குமான நிரந்தர யுத்தத்தில் சதையின் வெற்றி அபரிமிதமானது. விளைவு, ஆண்டுக்கொருமுறையாவது குண்டாச்சிக் கிழவியின் எருக்கலை வைத்தியத்தை நாட வேண்டியதானது. பொருளாதாரத்துக்கும் பக்திக்குமான போரில் முன்னதே பெரும்பாலும் வெற்றிகொள்வதில்லையா, அது மாதிரி.

கை, கழுத்து, காது என்று சகலமும் மூளியாய் இருந்தாலும் ஒளிரும் கண்கள் கொண்ட பேரழகி சந்தனமேரி டீச்சர். தோல் போர்த்திய எலும்புக்கூடாகச் சிறுகச் சிறுக மாறுவதைத் தவிர வேறு வழியில்லாமல் போனது அவருக்கு. ஆனால் சதைதான் வற்றியது. நகைச்சுவையுணர்வு கொஞ்சமும் வற்றவில்லை. சிரிக்க ஆரம்பிப்பதற்குச் சற்று முன்பே சிரிப்பைத் தெரிவித்துவிடும் தெற்றுப்பல்லின் வசீகரமும்தான்.

> கர்த்தரும் எங்க ஸாரும் கொஞ்சம் மனசு வச்சிருந்தாங்கண்டா, எங்க குடும்பமே தனியா ஒரு முழு ஆர்க்கெஷ்ட்ரா வச்சிருப்பம்...

என்று மதிய உணவு இடைவேளையில் நிர்மலா டீச்சரிடம் சொல்லிச் சிரித்தது, ஜன்னலுக்கு வெளியில் விளையாடிக்கொண்டிருந்த ஓரிரு மாணவிகள் காதில் விழத்தான் செய்தது – நாலாம் வகுப்பு மாணவிகளுக்கு அதெல்லாம் புரியுமா என்ன!

சம்பாத்தியத்தில் பாதிக்குமேல் இசைக்கருவிகள் வாங்கவும், அவற்றை மேம்படுத்தவும், ஒக்கிடவும் செலவாகிவிடுவதால், சாப்பிடவும், ஓரளவு கண்ணியமாக உடுத்தவும் ஒட்டுமொத்தக் குடும்பத்துக்கும் அவசியமான முகப்பவுடர் வாங்கவும் மட்டுமே மீதமிருந்தது. இன்னமும் வாத்தியாரின் மனத்தில் ஒரு ஆறாக்குறை இருக்கத்தான் செய்தது – பாதியறை அளவுக்குப் பெரியதான பியானோ ஒன்று வாங்குமளவுக்கு வசதி கூடவில்லையே என்று. ஆனால் பியானோவை வைப்பதற்கு இட வசதியற்ற, சாணிமெழுகிய தரைகொண்ட கூரைவீட்டில்தான் வசிக்கக் கிடைத்தது அவருக்கு என்பது வேறு விஷயம்.

விவிலிய சங்கீதங்களுக்கு நிகராக, க்வேவர் செமி க்வேவர் டெமி செமி க்வேவர், ஸி மைனர், டி மேஜர் என்கிற மாதிரிச் சொற்களையும் – சிலவேளை பிலாவல், சிம்மேந்திர மத்யமம் என்ற சொற்களையும்கூட –செவிமடுத்தவாறே தூளியில் உறங்கி வளர்ந்த குழந்தைகள் மூவரில், தெரஸாவின் குரல் அபூர்வமானது.

ஆத்துமமே என் முழு உள்ளமே – உன் ஆண்டவரை
தொழுதேத்து . . .

என்று பிஞ்சுக்குரல் பாடும்போது, தகப்பனாரின் வயலின் காத்திரமாய்ப் பின் தொடரும். ஒரு கட்டத்தில் எது குரல் எது கருவி என்ற பேதம் முற்றாக மறைந்து விடும். மகன்களுக்குச் சொல்லித்தரும்போது ஸ்தனிஸ்லாஸ் வாத்தியார் கித்தாருடன் அமர்ந்திருப்பார். தாளமும் சுருதியும் ஒருங்கே வழங்கும் வாத்தியம் என்பதோடு, அதுதான் ஆண்மை நிரம்பிய வாத்தியம் என்றும் சொல்வார். மாண்டலின், ஹார்மோனியம் உள்ளிட்டு சுமார் இருபது வாத்தியங்கள் வாசிக்க அறிந்தவர் அவர். தன் குழந்தைகள் தவிர, வேண்டி வரும் மற்றவர்களுக்கும் கற்றுத் தருவதுண்டு. சன்மானம் வாங்க மாட்டார். இசையை விற்கக்கூடாது என்று அப்படியொரு பிடிவாதம்.

கர்த்தரோடெ கிருபைக்கி விலை வைக்க மனுஷர்களாலெ
முடியுமா?

என்று சிரித்துக்கொண்டே கேட்பார். அவருடைய நினைவு வரும்போதெல்லாம்,

வித்தையை விக்கிறவன் பிராம்மணனா?

என்று திவசம் செய்துவைக்க வந்த சாஸ்திரிகளைக் கேட்டு அவமதித்த விஸ்வநாத சித்தப்பாவின் நினைப்பும் சிரிப்பும் வரும் எனக்கு. ஆடிட்டராகத் தொழில்புரிந்து, லட்ச லட்சமாகச் சம்பாதித்தவர் அவர்.

மூத்தவன் அக்கார்டியன் வாசிப்பான். ஆனாலும், அவனுக்கு மிகவும் பிடித்த வாத்தியம் ஆர்கன். சிப்பம்பட்டி மாதா தேவாலயத்தில் ஞாயிற்றுக்கிழமைப் பிரார்த்தனைகளுக்கு வசீகரம் கூட்டியது வாத்தியார் குடும்பத்தின் இசைதான். ஆர்கன் ஒலி அதீத அழுத்தத்துடன், கனலும் நெருப்பின் புகைபோல உயர்ந்து தேவாலயக் கூடம் முழுக்க நிரம்பித் ததும்பி திறந்த ஆளுயர ஜன்னல்கள் வழி வெளியில் சிந்தவும் செய்யும். கிறிஸ்தவர் அல்லாதவர்களும் ஆலய வளாகத்தில் குழுமியிருந்து அந்த இசையின் நிகரற்ற அனுபவத்தில் திளைப்பது

வழக்கம். இசையின் வேகமும் ஸ்தாயியும் அதிகரிக்கும்போது, சிப்பம்பட்டியின் கருநிறச் சாக்கடைகளுக்கும், உறுமித் துரத்தி விளையாடும் பன்றிகளுக்கும் காற்றில் நிரம்பிய கருவாட்டு மணத்துக்கும் மத்தியில், பழைய நூற்றாண்டு ஐரோப்பியச் சிறு நகரம் உதித்துவிட்ட மாதிரி இருக்கும்.

இளையவன் ஜேம்ஸ் புல்லாங்குழல் கற்றான். கிளாரிநெட்டும் வாசிப்பான் என்றாலும் அதன் கமறிய ஒலியைவிட கிளாரிநெட் போலவே நேராகப் பிடித்து வாசிக்க வேண்டிய, ஸ்வரத் துளைகளை மறைக்கப் பித்தான்கள் கொண்ட மேற்கத்திய உலோகப் புல்லாங்குழலை சிறு பிசிறுகூட இல்லாமல் வாசிக்கும்போது, தேவாலயச் சுவரில் சட்டகத்தில் சிறைப்பட்ட மைக்கேலாஞ்சலோ ஓவியத்திலுள்ள குழந்தைத் தேவதை போல விலாவில் இறக்கைகள் கொண்டவன், அவை வெளித் தெரியாமல் இருப்பதற்காகவே தன் அளவைவிடப் பெரிய சட்டை போட்டிருக்கிறான் என்றே நம்பத் தோன்றும். உண்மை அது அல்ல; அண்ணனுக்குச் சிறிதான சட்டை, புதுச் சட்டை வாங்க கிறிஸ்துமஸ் நாள்வரை காத்திருக்க வேண்டிய குடும்பம் என்பதுதான் காரணம்

விதியின் கரத்தில் இறுக்கமாகச் சிக்கிய ஒருநாளில் அது நடந்தது. ஞாயிற்றுக்கிழமை சாயங்காலம். தனது எட்டாம் வகுப்புத் தோழர்கள் புடைசூழ பள்ளி மைதானத்தில் அமர்ந்திருந்தான் ஜேம்ஸ் – புல்லாங்குழலோடுதான். அதை இடுப்பில் செருகிக்கொள்ளாமல் வீட்டைவிட்டு வெளியில் வரவே மாட்டான்.

நண்பர்களில் எவனுக்கோ உல்லாசம் பொங்கிவிட்டிருக்க வேண்டும். அவன் வேண்டுகோளுக்கிணங்க, ‘சந்தையிலெ மீனு வாங்கி’ வாசித்தான் இவன். மற்றவர்கள் குத்தாட்டம் போடத் தொடங்கினார்கள். ‘மழெ பெஞ்சு ஊரெல்லாம் தண்ணீ...’ என்று தொடர்ந்து, ‘ஆத்தெப் பாரு ஊத்தெப் பாரு – அலங்காநல்லூர் ரோட்டெப் பாரு’ என்று மூன்றாம் பாடலுக்கு நகர்ந்தபோது அந்த வழியாக வந்தான் பெரியவன். குழலைப் பிடுங்கி, தம்பியின் கன்னத்தில் ஓங்கி அறைந்தான்.

அன்றிரவு வீட்டைவிட்டு ஓடினான் ஜேம்ஸ்.

பத்து வருடங்கள் கழித்து வீடு திரும்பியபோது, முதலில் யாருக்குமே அடையாளம் தெரியவில்லை. கண்ணுக்கு வலது

கை மறைப்பு வைத்துப் பார்த்த டீச்சர் மூர்ச்சை போட்டார்கள். முகத்தில் தெளிக்கத் தண்ணீருடன் ஓடிவந்தவள் தன் அண்ணன் மனைவி என்றும், தெரஸா குள்ளலக்குண்டில் வாழ்க்கைப்பட்டிருக்கிறாள்; ஓய்வு பெற்ற பிறகு கருப்புசாமி மிலிட்டரி ஓட்டல் கல்லாவில் உட்கார்கிறார் அப்பா என்றும் மயக்கம் தெளிந்த அம்மா சொல்லித் தெரிந்துகொண்டான் ஜேம்ஸ்.

உடனடியாக அவரைப் பார்க்கப் போனான். கொத்துப்புரோட்டாவுக்காக இரண்டு கை தோசைக்கரண்டி களையும் லயசுத்தமாக இரும்பு தோசைக்கல்லில் கணகண கணகண கண்ணக் கணகண கணகக் கணகண என்று கொத்திய வஸ்தாதுவுக்கு அனுசரணையாக நாற்காலியின் கைத்தாங்கலில் விரல்களால் தாளமிட்டபடி அமர்ந்திருந்த பெரியவருக்கு இளையவனை அடையாளம் தெரியவில்லை. அந்தக் கோலத்தில் தகப்பனைப் பார்த்தவனுக்குத் தன்னைத் தெரிவிக்கத் தொண்டை எழும்பவில்லை.

தெரஸாவுக்குத் தகவல் சொல்லி வரவழைத்தான். வாடிப்பட்டியில் அண்ணன் வைத்திருக்கும் எலெக்ட்ரிக்கல் ஃபிட்டிங்ஸ் கடையைப் போய்ப் பார்த்து வந்தான். மறுநாள், சோழவந்தான் தாயுமானவரில் ‘ஆளுக்கொரு பாதை’ படம் பார்க்கக் குடும்பத்தை அழைத்துப் போனான்.

கலைஞர்கள் பட்டியல் திரையில் ஓடியது. இசைக்கு, ‘உதவி: ஜேம்ஸ் வேதநாயகம்’ என்ற பெயர் வந்தபோது தெரஸா பித்துப் பிடித்தவள் மாதிரிக் கைதட்டினாள். ‘தோப்புப்பக்கம் வாடி, நாம சேந்து போலாம் ஓடி’ என்ற புகழ்பெற்ற பாடல் முழுசாகத் தானே மெட்டும் இசையும் அமைத்தது, கற்றுக்குட்டி என்பதால் அவர் பெயரில் போட்டுக்கொண்டார் இசையமைப்பாளர் என்று பெருமிதமாகச் சொன்னான் ஜேம்ஸ்.

அடுத்து வந்த வருடங்களில் ஏகப்பட்ட மாற்றங்கள். தெலுங்குப் பட உலகின் முன்னணி இசையமைப்பாளனானான் – சாகேத் ராவ் என்ற புனைபெயரில். நாலு அறைகளுடன் கட்டப்பட்ட காரைக் கட்டடத்துக்குக் குடிபெயர்ந்தனர் பெற்றோர். ஓர் அறையில் பாதியை நிரப்பி நின்ற பியானோவின் முன்பு எந்நேரமும் இருந்தார் அப்பா. மகன் அழைத்தால் பாடல்பதிவுக்கும் போய் வந்தார். ஞாயிற்றுக்கிழமைப் பிரார்த்தனைகளுக்குப் பட்டுப்புடவை அணிந்து போக ஆரம்பித்தாள் அம்மா.

பூர்விகக் கூரைவீட்டை விட்டு இடம்பெயர மறுத்துவிட்டான் பெரியவன். பெற்றவர்கள் வருவதற்கு முன்னால் வந்து, பிரார்த்தனை முடிந்தவுடன் ஃபாதரின் தனியறைக்குள் சென்று அமர்வான். எல்லாரும் கலைந்துவிட்ட தகவலை கோயில்பிள்ளை வந்து சொன்னதும் வெளியே வருவான். ஆனால், அவனுடைய வாசிப்பின் மெருகு வாரத்துக்கு வாரம் அதிகரித்துக்கொண்டே போவதாக மற்றவர்களுக்குப் பட்டது.

எதுலயுமே நாம சொல்றதுக்கு என்னா இருக்கு? அவுகவுகளுக்குக் கர்த்தர் விதிச்சது மாதிரி நடக்கும்... அம்புட்டுத்தேன்.

என்று தன்னைப் பார்க்க வந்த நிர்மலா டீச்சரிடம் சொன்னார் சந்தனமேரி டீச்சர்.

ஆமாம், பெரியவனும் தம்பியும் அதற்கப்புறம் நேரில் சந்திக்கவேயில்லை. இதில் நாம் சொல்வதற்குமே என்ன இருக்கிறது முதல் பத்தியில் விவரித்த மற்ற இரண்டு யுத்தங்களோடு இதையும் சேர்த்துக்கொள்ள வேண்டியதுதான்.

◯

மேற்சொன்ன கதையையும் இன்னும் இரண்டு மூன்று கதைகளையும் ஒன்றாய்க் கோத்து, ஒரு சிறுகதையாக ஆக்கி, அது பிரசுரமும் ஆனது. ஆனால் பின்னர் வெளிவந்த தொகுப்புகள் எதிலும் அதைச் சேர்க்கவில்லை. 'கிருஷ்ணன் எழுதுவது கதைகள் அல்ல, அவனுக்கு அந்த வடிவமே உருப்படியாகப் பிடிபடவில்லை, அவன் எழுதுவதெல்லாம் கதைக்கொத்துக்கள்தாம்' என்று நான் மிக மதிக்கும் ஒரு எழுத்தாளர் அதைவிட இன்னும் அதிகமாய் மதிக்கும் எழுத்தாளரிடம் சொல்லி, அவர் என்னிடமும் தெரிவித்திருந்த சமயத்தில் மேற்படிக் கதை பிரசுரமாகியதா, காரணம் தெரியாத விலக்கம் இதன்மீது ஏற்பட்டுவிட்டது.

இப்போது முந்தைய இரண்டிலும் ராணுவமும் இசையும் இருப்பதால், அந்தக் கொத்தில் ஒன்றைத் திருப்பிச் சொல்வதில் தவறில்லை என்று நினைக்கிறேன். தவிர, நான் எழுதும் அனைத்தையும் அப்படிப் பிடிவாதமாக வாசிக்கும் வாசகர்கள் எத்தனைபேர் இருப்பார்கள் என்று நினைக்கிறீர்கள்!

பெரியவர் மயில்சாமியை மற்றவர்கள் 'தாத்தா' என்று அழைக்க ஆரம்பித்து ஆண்டுகள் பல ஓடிவிட்டன. கிழவருக்கு ஆட்சேபணை எதுவும் கிடையாது. பெரும்பாலான முன்னாள் ராணுவ வீரர்கள்போல, எஞ்சிய தலைமுடியும் முறுக்கு மீசையும்

பழுப்பாகும்வரை கறுப்புச்சாயம் அடித்துக்கொள்ளும் வழக்கமும் இல்லை.

ஆட்சேபணைதான் இல்லை; நிபந்தனை உண்டு – மற்றவர்கள் நலன் கருதி. கிழவரின் வலதுபுறம் நின்றுதான் அழைக்க வேண்டும். அதுவுமே, சமீபகாலமாக அடிவயிற்றிலிருந்து உரத்துக் கத்த வேண்டியிருந்தது. இரண்டுபங்கு வேலையைத் தானே பார்க்கவேண்டி வந்ததில் வலது காது சோர்ந்துபோய், சிறுகச்சிறுக திறனை இழந்திருக்க வேண்டும்.

ஆனால், பெரியவருக்கு அது தெரியாது. உதட்டசைவை வைத்தும் சந்தர்ப்பத்தையொட்டிய யூகத்தை வைத்தும் பதில் சொல்லிக்கொண்டுதான் இருந்தார். யூகம் பெரும்பாலும் தவறாக இருப்பதற்கும், மிகப் பல வார்த்தைகளுக்கு உதடுகள் ஒரேவிதமாக அசைவதற்கும் அவரா பொறுப்பு? உங்களுக்கு வேண்டிய பதில் கிடைக்க வேண்டுமென்றால், நாலைந்து தடவையோ, பத்துப் பதினைந்து தடவையோ விதவிதமான சொற்களில், விதவிதமான பாவங்களில், விதவிதமான ஒலி அளவுகளில், தேவைப்பட்டால் கதறிக்கூட, கேட்கவேண்டியது உங்கள் பொறுப்புத்தானே.

அவரது முகம் மட்டும் சூரியகாந்திப் பூப்போல, பேசுபவர் முகம் நோக்கித் தன்னியல்பாகத் திரும்பும். இடது உள்ளங்கையில் புகையிலைத் தூளையும் சுண்ணாம்பையும் ஒன்றாக்கிக் கைனி பிசையும் வலதுகட்டை விரலின் வேகமும் அழுத்தமும் அதிகரிக்கும்.

பொதுவாக, கிழவர் கேள்விகளுக்காகக் காத்திருக்க மாட்டார். ஓயாமல் தாமே பேசிக்கொண்டிருப்பார். அவரைச் சொல்லிக் குற்றமில்லை, ஐந்து புலன்களில் ஒன்று பலவீனமாகும்போது, மற்றது கூடுதல் பணிபுரிய வேண்டிவருவதும் சகஜம்தானே – பட்டாளத்தில்கூட, சுகவீனமுறும் சிப்பாயின் வேலையை மற்றவர்களுக்குப் பிரித்துக் கொடுப்பதில்லை?

சொல்லி அலுக்காத கதைகள் சுமார் நூற்றைம்பது வைத்திருந்தார் – சிலசமயம் ஒருகதை முடிந்த இடத்திலிருந்து மற்றது ஆரம்பித்துவிடும். இமயமலை பற்றி, அருணாசலப் பிரதேசத்தின் பெண்கள் பற்றி, பாரதத்தின் பல மொழிகளிலும் கெட்டவார்த்தைகள் கற்றுக்கொடுத்த சகாக்கள் பற்றி, தம்முடைய மமதைக்குத் தீனியாக காரணமேயின்றி இவரை மைதானத்தைச் சுற்றி ஓடவைத்த அதிகாரி பற்றி, எல்லைக்கு வருகை தந்த, 'உரிச்ச உருளக்கிளங்கு மாருதி இருந்த' ராணுவ மந்திரி இவருடைய கன்னத்தில் தட்டிக்கொடுத்தது பற்றி,

வடக்கத்தி ரொட்டியின் அபார மிருதுத்தன்மை பற்றி, பஞ்சாபின் வயல்களோரம் குன்றுகளாகக் குவிந்த கோதுமை அம்பாரங்கள் பற்றி... அநேகமாக இந்த இடம் வரும்போது மௌனமாகி விடுவார்.

காரணம், அவர் யாரிடமும் சொல்ல விரும்பாத கதை ஒன்றில் வந்து நிலைத்துவிடும் மனம். சொல்லக்கூடாத கதை என்பதில்லை – சொன்னால், மனத்தில் நிரந்தரமாய்க் குடியிருக்கும் குல்தீப் இறங்கிப் போய்விடுவான் என்று தமக்குள் ஒரு கற்பிதம்.

குல்தீப்சிங் மயில்சாமியின் உயிர் நண்பன். இவருக்குக் கைனிப் பழக்கம் தொற்றியதே அவனிடமிருந்துதான். முப்பது வயதில் தேனிக்கார மாமன்மகளுக்குத் தாலி கட்டி, பத்தான்கோட்டில் குடித்தனம் வைத்த பிறகும் அவனுடன் பணிபுரிந்தார். அங்காளுவை 'பாபி, பாபி' என்று எவ்வளவு பாசமாய் அழைப்பான்! சதைப் பொதியாக அவனைத் திரட்டி வைத்திருந்ததைப் பார்த்து அங்காளு மூர்ச்சையே போட்டு விட்டாள். பின்னே, சுண்டக்குழம்பும் காராமணிப் பொரியலும் பழகிய அங்காளுவுக்கு, ஃபுல்க்காவும் குல்ச்சாவும் பிந்திமசாலாவும் ஜீராசோறும் சமைக்கக் கற்றுத்தந்த அருமைக் கொழுந்தனல்லவா குல்தீப்சிங்..

குல்தீப்பும் மயில்சாமியின் இடதுகாதும் ஒரே குண்டுவீச்சுக்குப் பலியானது அவர்களுடைய ஆழமான நட்புக்கு இன்னொரு சான்று.

நிலைமை அப்படியே தொடர்ந்திருக்கலாம் – ஆனால், அப்படி சுமுகமாக விட்டுவிடுவது விதியின் வழக்கமில்லையே. ஆறுமாதத்துக்கு முன்னால், ஒரு புதன்கிழமை பட்டப்பகலில், மின்னல் வெட்டிப் பகல்பொழுது முற்றாகக் கரிந்துவிட்ட மாதிரி, கிழவரின் வலதுகாதும் இயக்கத்தை நிறுத்திக்கொண்டது.

எதிரில் உள்ளவர் பேசுவது மட்டுமல்ல, தானாக ஊறிச் செவிகளின் ஆழத்திலிருந்து கேட்டுவந்த ஓசைகளும் முழுசாக ஓய்ந்துவிட்டன. ஒலியின்மையின் அந்தகாரத்தில் தாம் தனித்து இருப்பதைப் பொறுக்க முடியாமல்தானோ என்னவோ, இன்னும் அதிகமாகப் பேச ஆரம்பித்தார்.

இடையில் ஒரு தகவலைச் சொல்ல விட்டுப்போய்விட்டது. மயில்சாமிக் கிழவர் யாரிடமும் சொல்லாத குல்தீப்சிங் சம்பந்தமானதுதான்.

தன்னுடைய ஹோல்டாலுக்குள் மேலாக ஒரு ஒற்றைத்தந்தி சுரைக்குடுக்கை வயலின் வைத்திருப்பான் அவன். ஓய்வு கிடைக்கும்போதெல்லாம் அதை எடுத்து வில்லால் அழுத்தி உரசியமணியமாக இருப்பான்.

அட, அதெயேம்ப்பா இந்தப் பிறாண்டு பிறாண்டுறே?

என்று தமிழில் உருவாகும் வாக்கியத்தை ஹிந்தியில் மொழிமாற்றிக் கேட்பார். அவன் சிரித்துக்கொண்டே சொல்வான்:

மொயில் பையா... உங்களுக்கு நான் வாசிப்பதுதான் கேட்கிறது. இதுவரை நான் எங்கெங்கோ கேட்டிருக்கும் உன்னதமான சங்கீதத்தை மானசீகமாகக் கேட்டபடியேவாக்கும் நான் வாசிப்பது?!

ஜலந்தருக்கு அருகில் முகாமிட்டிருந்தபோது, மயில்சாமியை ஓர் இசைவிழாவுக்குக் கூட்டிப் போனான் குல்தீப்சிங். நாலுநாள் விழா. முதல்நாள் இவரால் பொருந்தி உட்காரவே முடியவில்லை. மீட்டும் வாத்தியங்களும் சொடுக்கும் வாத்தியங்களும் ஊதும் வாத்தியங்களும் வில்லால் தேய்க்கும் வாத்தியங்களும் வாத்தியம்போலவே அகாத உயரங்களுக்கும் ஆழங்களுக்கும் தாவும் குரல்களும், அவையத்தனைக்கும் ஒத்தாசையாகக் கூடவே வரும் தாளக்கருவிகளும் என்று தன்னால் ஒருபோதும் நுழைய முடியாத மாயஉலகம்போலத் தென்பட்டது.

ஆனாலும், நண்பனின் வாஞ்சைக்கும்; அரங்கத்துக்கு வெளியில் நிலவிய, தோலை உரிக்கும் குளிருக்கும்; உள்ளே போன மூன்று ரவுண்டு மிலிட்டரி ரம்முக்கும் கட்டுப்பட்டு, பொறுமையாக உட்கார்ந்திருந்தார்.

இரண்டாவது நாள் ஓர் ஒத்திசைவு பிடிபட்டது. ஊரில், ஓரடி அகலமுள்ள சதுர ஆட்டுரலில் அம்மாவும் அக்காவும் மாவாட்டும் சித்திரம் நினைவு வந்தது. வாத்தியக்காரன் சுழற்றும் குழவிக்கு அனுசரணையாக, தாளக்காரன் மாவு தள்ளி விடுகிறான். சுவரில் மாட்டிய கம்பி வளையத்துக்குள் செருகிய மத்தில் சுற்றிய கயிற்றின் நுனிகளை இருகையாலும் பற்றி அம்மா தயிர் கடைகிறாள் – அசையாத சுவர் மாதிரிப் பின்னால் இரண்டுபேர் ஒரு குடம் மட்டும் கொண்ட வீணையை நிமிர்த்திப் பிடித்து, சலனமேயில்லாமல் அமர்ந்திருக்கிறார்கள். இன்னும் கமலையின்மேல் அம்மா முன்னும்பின்னும் நடந்தபடி இருக்க, தாளக்காரன் சாலில் உள்ள தண்ணீரை வாய்க்காலில் சரிக்கிறான். புதுக்கோடு போட்டும், போட்ட கோட்டை அழித்தும் கலப்பையை இழுத்துச் செல்லும் இரட்டைமாடுகள்போலப்

பாடி நகருகிறவர்கள் பின்னால் மேழியை அழுத்தியபடி நகர்ந்து போகிறார் அப்பா.

ஆக, காட்சிக்குத் தொடர்பில்லாத ஒலிகளும், ஒலிக்குத் தொடர்பில்லாத காட்சிகளுமாய் அடுத்த மூன்று நாட்களும் இனிதே கழிந்து முடிந்தன. அரங்க வாசலில் ராட்சத வாணலியில் சுடச்சுடக் கிடந்த குலாப்ஜாமூன்களைப்போல, கொஞ்சம் கூட மூச்சுத் திணறாமல் சப்தக்குளத்துக்குள் அமிழ்ந்து கிடந்த அனுபவமும், அவற்றை மட்டில்லாமல் தின்றதன் அடிநாக்கு ருசியும் மட்டும்தான் மிச்சம் சுபேதார் மயில்சாமிக்கு.

மற்றபடி ஒரு வாத்தியத்தின் பெயரும் நினைவில்லை, ஒரு கலைஞனின் முகமும் நினைவில்லை. ஆனால் விழாவை அடுத்து வந்த நாலைந்து இரவுகளுக்கு, ஓயாமல் தாளச் சத்தம் கேட்டுக்கொண்டிருந்தது பின்மண்டைக்குள்.

பத்தான்கோட் முகாமைத் தீவிரவாதிகள் தாக்கிய செய்தி தினசரியில் வந்திருந்தது. சண்டையில் இறந்த வீரர்களின் படங்களும்தான்... ஆறுமுகம் கடையில் காலைத் தேநீருக்குச் சைகை காட்டிவிட்டுத் தாளில் புதைந்த மயில்சாமி அதிர்ந்தார் – ஆமாம், பலியான ஒரு சிங்குக்கு அச்சுஅசலாக குல்தீப்பின் ஜாடை.

எந்த ஆழத்தில் என்னவிதமாகப் புதைந்து பதிந்திருந்ததோ, ஜலந்தர் இசைவிழா முதல் கச்சேரியிலிருந்து மழைபோலப் பொழிய ஆரம்பித்தது கிழவருக்குள். அதுவேதானா என்று உறுதியாகத் தெரியாது. ஆனால் வேறொன்றாக இருக்க வாய்ப்பேயில்லை.

பேச்சு அறுதியாய் நின்றுவிட்டது. மற்றவர்களுக்கு, குறிப்பாக மகனுக்கும் மருமகளுக்கும், ஒருவிதத்தில் சௌகரியம்தான். ஆனால், கிழவர் தானாய்ப் புன்சிரிப்பதும், அது ஓயவேயில்லை என்பதும் வேறுவகை பீதியைக் கிளப்பத்தான் செய்தது.

•

9

எழுதுகிறவன் என்று ஆன பிறகு, அதிலும் கணிப்பொறியில் தட்டச்சு செய்தே எழுதுகிறவன் என்று ஆனபிறகு, வீட்டில் இருக்கும் நேரம் முழுக்க அதன் எதிரில் அமர்ந்திருப்பது வழக்கமாகிவிட்டது. ஏதும் எழுதவோ, இணையத்தில் மேயவோ ஆர்வமில்லாமல் இருக்கும் வேளைகளில், பழைய குப்பைகளைக் கிளற ஆரம்பிப்பேன். எப்போதெல்லாமோ எழுதி வைத்த, தொடர்ந்து எழுதி முடிக்கத் தவறிய சமாசாரங்களை *dump 1, dump 2, dump 3* என்று தலைப்பிட்ட மடிப்புகளில் சேகரித்து வைத்திருந்தேன். ஒவ்வொன்றிலும் பலநூறு பக்கங்கள் கிடக்கும்.

சில சமயம், யாரோ என்றைக்கோ எழுதியது போன்று, மறதியின் ஆழத்துக்குள் வெகுதூரம் போயிருந்த ஏதேனும் தட்டுப்படும். உதாரணமாக, இந்தப் பத்தியைப் பாருங்களேன்.

> *சிலசமயம் மனம் இருண்டுவிடுகிறது. கண் பார்க்கிறது, காது கேட்கிறது, சருமம் சீதோஷ்ணத்தை உணர்கிறது, மணமும் ருசியும்கூடத் தெரியக்கூடும் என்றுதான் நினைக்கிறேன். ஆனால் புலன்கள் குவியும் மையத்தில் ஏதோ வழு நேர்ந்துவிடுகிறது. புலன்முனைகளுக்கும் மையத்துக்குமான தொடர்பில் சிடுக்கு விழுந்துவிடுகிறது – மகரந்த மேடும் இதழ்களும் ஒட்டியே இருந்தபோதும், ரோஜா மையமும் மல்லிகை அல்லிவட்டமும் கொண்ட விநோத மலர் ஆகிவிடுகிறேன்.*

விளக்கமாய்ச் சொல்கிறேன் – கிட்டத்தட்ட முப்பது வருடங்களாக இணைந்தும் அளவற்ற பிரியத்துடனும் வாழ்ந்துவருகிறோம். கண்ணெதிரில் நிற்கிறாள் பத்மினி. அவளைக் கூப்பிட வாய் எழுகிறது – ஆனால் பெயர் மறந்து விட்டது. படுவேகமாக பெயர்களின் பட்டியல் ஒன்று உள்ளுக்குள் ஓடிக் கலைகிறது. அதில் எங்குமே அவள் பெயர் இல்லை. இதிலும் ஒரு உள்மடிப்பு இருக்கிறது – அவள் பெயர் இன்னது என்று நினைவுவர மாட்டேனென்கிறதே தவிர, பட்டியலில் இருக்கும் பெயர் எதுவுமே அவளுடையது இல்லை என்ற தெளிவு இருக்கிறது!

ஆனால், இனம் தெரியாத ஏதோவொன்றுக்கு என்மேல் இருக்கும் அளப்பரிய வாஞ்சையை இன்னொருமுறை அனுபவிக்கக் கிடைத்துவிட்டது: ஆம், ஓரிரு கணத் திகைப்பு முடியும்போது, அவள் பத்மினியாக இருக்கிறாள். முழுக்க பத்மினியாகவே. எனக்கு உள்ளேயும் வெளியேயும் பத்மினியேதான் அவள்.

ஞாபகத் தொடரில் அரிவாள் வெட்டுப்போல விழுந்த மேற்படி இடைவேளை எனக்கு மட்டும் நடப்பதாக இல்லாமல் இருக்கலாம்; அநேகம் பேரை இதே போன்ற நிலை பீடித்திருக்கலாம். ஆனால் மீண்டபிறகு எனக்குள் உதித்த கேள்விதான் முக்கியம் என்று நினைக்கிறேன் – ஆமாம், மேற்படி சமாசாரம் நடந்தபோது நான் யாராக இருந்தேன். அல்லது எப்போதும் நான் என்றே சுய அறிதல் கொண்டிருக்கும் என் மனம் அந்த ஒரு வேளையில் தன்னை யாரெனக் கற்பிதம் கொண்டது?

உறங்கும்போது உன்னைப் பேணும் வியக்தி எதுவோ, விழித்திருக்கும்போது அதனிடமே உன்னை ஒப்படைத்துக்கொள் என்ற மஹாவாக்கியத்தை எங்கோ படித்திருக்கிறேன். அந்த வியக்தி என்னைத் தன் ஆளுகைக்குள் எடுத்துக்கொள்ளும் கணமோ அது!

வியப்புக்குறியோடு முடிந்த ஒரு காரணத்துக்காகவே இதைத் தொடராமல் இருந்திருப்பேன் என்று படுகிறது. தவிர, பெண்டாட்டியைப் பெயர் சொல்லி அழைப்பதில் ஏற்பட்ட சிறு தடுமாற்றத்தை, இருத்தலியல் பிரச்சினைபோல ஊதிப் பெரிதாக்கிய பத்தியின் பாசாங்கு பிற்பாடு படித்தபோது எரிச்சல் தந்திருக்கலாம்; மேலும், கதையாக விரிவதற்கான சாத்தியங்கள் மேற்சொன்ன பத்திகளில் இல்லை என்பதுதான் இன்னும் வலுவான காரணமாய் இருந்திருக்கும்!

இப்படி மேய்ந்துகொண்டே போகும்போது, பிரபல எழுத்தாளர் ஒருவரைப் பற்றி, பழைய தலைமுறை விமர்சகர் ஒருவர் எழுதியது நினைவு வரும்: 'இவர் எழுதிப் பிரசுரமானவையே ஒரு கார்ப்பரேஷன் லாரி தேறும். இதில் பிரசுரம் செய்யாமல் தவிர்த்ததையும் சேர்த்தால் ஏழெட்டு லாரி தேறும் போலிருக்கிறதே . . .' இந்த வாக்கியம் நினைவு வரும்வரை மேற்படி மடிப்புக்களைத் துழாவுவது என்பதுதான் நியமம். உடனடியாக, நாற்காலியை விட்டு எழுந்துவிடுவேன்.

சிலவேளை, பழைய குப்பையிலிருந்து, புதிதாக எதையேனும் எழுத உந்துதல் கிடைக்கும். அப்படி ஆரம்பித்து, ஒரு முழு நாவலேகூட எழுதியிருக்கிறேன்...

அன்று இப்படியொன்று கிடைத்தது. ஆனால், சேமித்துவைத்தவற்றில் இருந்து அல்ல, கணிப்பொறியின் திரையிலிருந்தே!

எண்பதுகளின் கடைசியில் என்னை ஒரு வியாதி தொற்றியது. சினிமா. அது பீடித்திருந்த விதத்தை இன்று பூராவும் விவரித்துக் கொண்டே போக முடியும். நேரமும் வாசக நன்மையும் கருதி, சுருக்கமாகச் சொல்லிக் கடக்கலாம்.

வெளியூரில் வேலைபார்த்த காலகட்டம். திருமணம் ஆகியிருக்கவில்லை. அண்ணாவின் பார்வை சதா துருவும் – என் சம்பந்தமான உண்மை எதையோ கண்டுபிடிக்கும் நோக்கத்துடன். கண்டுபிடிக்க வேண்டியவை எனக்குள் நிறைய சேகரமும் ஆகியிருந்தன. தெருமுனையில் திருட்டு சிகரெட் குடித்துவிட்டு, மெந்தால் மணக்க வீடு திரும்புவதில் ஆரம்பிக்கும் பட்டியல். அப்பாவிக் குரலில்,

> இந்தப் பெப்பர்மிண்ட்டெச் சும்ம்மாத் தின்னா, தொண்டை புண்ணாகும்னு நீயாவது சொல்லப்படாதாம்மா?

என்பார் அண்ணா. அடுத்த தலைமுறைக்குள் நுழைந்து கொண்டிருந்த அம்மா,

> எந்தப் பப்புருமுட்டுப்பா?

என்று நிஜமான அப்பிராணியாகக் கேட்பாள். நான் மெல்ல நகர்ந்து விலகுவேன்.

போகட்டும், சினிமாவுக்கு வருவோம். அண்ணா ஒற்றறிவதிலிருந்து தப்பும் மார்க்கமாக, இரண்டாம் ஆட்டம் சினிமா போக ஆரம்பித்தேன். மதுரையின் புறநகர் வீட்டுக்கு

நள்ளிரவில் திரும்புவது உசிதமல்ல. தெருநாய்கள் கூடி, இருளில் வரும் உருவம் தொடர்பான அச்சங்களை, ஐயங்களை உரத்து கோஷமிட்டுப் பகிர்ந்துகொள்ளும். சீனு உயிர்த் தோழனாக விளங்கிய நாட்கள். அதாவது, என்மேல் தனது உயிரை வைத்திருந்தான்.

அவனுக்குத் திருமணம் ஆனதும், உயிர் இடம் மாறியது. அதைப் பேணும் பொறுப்பு மதுரத்திடம் போனது. சினிமா போய்வந்து, சீனு வீட்டு மொட்டைமாடியில் நடுராத்திரியில் கள்ள சிகரெட் குடிக்கும் இன்பமும் ஓய்ந்தது..

ஆளுக்கொரு சைக்கிளில் மதுரையின் நீள அகலங்கள் முழுக்கப் போய், ஏதேதோ படங்கள் பார்த்தவர்கள். நார்மன் விஸ்டத்தின் கறுப்பு – வெள்ளைக் காவியங்கள், ஆர்வத்துடன் போய், இடைவேளையில் வெளியேறிய உள்ளூர்க் கொடுமை 'அண்ணே அண்ணே', முன்பாதியில் வரலாற்றுத் தன்மையும், பின்பாதியில் பிரச்சாரத் தன்மையும் கொண்ட 'பென் – ஹர்', நவீனகால மலையாள 'யாத்ரா' என. அப்புறம் கொஞ்சநாள் நான் மட்டும் தனியாகப் போய் வரத் தலைப்பட்டேன். சரிப்பட்டு வரவில்லை. எங்கள் தெரு நாய்கள், இரண்டாம் ஆட்டம் போய்த் திரும்புவதற்கு ஆட்சேபம் தெரிவித்தன.

நல்லவேளை, வெகுசீக்கிரமே எனக்கும் மணமானது. நானும் பத்மினியும் வெவ்வேறு ஊர்களில் இருந்தோமா, வார இறுதியில், அண்ணாவின் வீட்டில் மட்டுமே, ஒரு கூரைக்கீழ் உறங்கக் கிடைத்தது. வேறுவகை இரண்டாம் ஆட்டங்கள் தொடங்கின. படம் முடிந்ததும், மொட்டைமாடி சிகரெட் மட்டும் தொடர்ந்தது. பப்புருமுட்டு தேவைப்படவில்லை. அண்ணா,

தோளுக்கு மிஞ்சிட்டான். இனிமே நாம சொன்னாக் கேப்பானா?

என்று துக்கமாய்ச் சொல்வார். வழக்கம்போல ஆமோதித்துத் தலையாட்டுவாள் அம்மா. பத்மினிக்குத் தாலி கட்டிய மாத்திரத்தில், மளமளவென்று சில அங்குலம் உயர்ந்துவிட்ட மாதிரி பிரமை தட்டும் எனக்கு.

இந்தச் சமயத்தில் இன்னொரு மாற்றமும் நேர்ந்தது – சினிமா சம்பந்தமாக எனக்குள் இருந்த கருதுகோள் மாறியது – தேசியத் தொலைக்காட்சியில் 'பிறவி' என்ற மலையாளப் படம் பார்க்கக் கிடைத்ததால். அரையிருட்டுக் காட்சிகள், அதிராத குரலில் பேசும் பாத்திரங்கள், அவர்கள் முகங்களில்

நிரந்தரமாகப் படிந்திருந்த துயரம், மிகமிக நிதானமான நகர்வு, துயரத்தைக் கூட்டும் பின்னணியிசை என அடக்கின துக்கம் நெடுக மேவிய படம்.

நெருக்கடிநிலையின்போது கேரளத்தில் நடந்த உண்மைச் சம்பவமான ராஜன் கொலையை ஒட்டிய அந்தக் கதை நிகழும் காலத்தில் என் வயதும், ராஜனின் வயதும் கிட்டத்தட்ட ஒன்றேதான். ராஜன் என்னைவிட நாலைந்து வயது மூத்தவனாக இருக்கலாம்... அந்தப் படத்தில், காணாமல் போன மகனைத் தேடி அலையும் தகப்பன், கோவிலில் கொடிமரம் முன்பு நின்று குமுறுவார்:

> மகனை நான் இன்னும் முழுசாகப் பார்க்கக்கூட இல்லையே தெய்வமே.

திரையில் முடிந்தபிறகும், எனக்குள் முடிவற்றுப் பிறாண்டத் தொடங்கியது அந்தப் படம். அவ்வளவுதான், வேறொருவிதமான சினிமாரசனைக்குள் தீவிரமாகப் புதைந்து போனேன்.

பின்னர், மாநகருக்குக் குடிபெயர்ந்து, அன்றாடத்தின் பளு தாளாமல் தோள்கள் துவளத் தொடங்கிய பிறகு, திரைப்பட ஆசை கொஞ்சம் கொஞ்சமாகத் தேய ஆரம்பித்து, முழுமையாக நின்றுபோனது. வாசிப்பதிலும் எழுதுவதிலும் ஆசை அதிகரித்தது இன்னொரு காரணமாக இருக்கலாம்.

ஆனால், கறுப்பு வெள்ளைத் தொலைக்காட்சியில் ஒரு மத்தியானப் பொழுதில் பார்த்த படத்தை, இன்னும் ஒருதடவை பார்க்க வேண்டுமென்ற ஆசை மட்டும் தீராமல் அடிமனத்தில் கனன்றுகொண்டிருந்தது. ஒரு கட்டத்தில், யார்யாரிடமோ விசாரிக்க ஆரம்பித்தேன்.

இணையதளம் பரவலாகி, பலசரக்கு சாமான்களைத் தவிர்த்து சகலமும் அங்கே இலவசமாகவே கிடைக்கும் என்று ஆன பிறகும் வசப்படாத 'பிறவி', எதிர்பாராத ஒருநாளில் கிடைத்தேவிட்டது. அன்று நான் அடைந்த பரவசம், முதற் சம்போகம் முடிந்த பிறகு இருந்த மனநிலைக்கு நிகரானது.

ஆனால், தற்போதைய கரிசனம் அது இல்லை – வெகுகாலம் தேடிய படத்தை, கிடைத்து ஒருவருடம் ஆகியும், நான் பார்க்கவில்லை என்பதுதான்.

மடிக்கணினியின் முகப்பிலேயே வைத்திருக்கிறேன். வாரத்தில் ஓரிரு படங்கள் பார்க்கவும் செய்கிறேன். போனவாரம்கூட, 'பெருந்தச்சன்' பார்த்தேன் – முதல் தடவை பார்த்து இருபது

வருடங்களுக்குப் பிறகு. அதே காலகட்டத்தில் பார்த்து, மீண்டும் பார்க்க ஏங்கி, தேடித்தேடிப் பிடித்த படமான. 'பிறவி'யை மாத்திரம் பார்க்கத் தோன்ற மாட்டேனென்கிறது.

தர்க்கத்துக்கு அப்பாற்பட்டது என எதுவுமே கிடையாது என்று நம்புகிறவன் அல்ல நான். ஆமாம், அ-தர்க்கமும் தனக்கேயுரிய, வெளித்தெரியாத தர்க்கத்தின் பாற்பட்டதுதான் என்று நம்புகிறவன். மேற்படிப் படத்தை என் மனம் நானேயறியாத வகையில் ஏன் தவிர்க்கிறது என்பதற்கும் காரணங்கள் தேடிவைத்திருக்கிறேன். சும்மாயிருக்கும் வேளைகளில் சோம்பியிருக்கவில்லை; யோசனையில் கழிக்கிறோம் என்கிற திருப்தி முக்கியம் அல்லவா!

1. எத்தனையோ நாவல்கள், எழுத்தாளர்கள் வெளிறியாகி விட்டது. அவர்கள் தவறல்ல – என்னுடைய உணர்வுநிலை களில் முன்முதுமை பூசணம் பிடித்தது காரண மோ? இந்தப் படமும் மங்கியிருக்கலாம் என்று என் அடிமனம் சந்தேகிக்கிறதா?

2. கடந்த கால் நூற்றாண்டில் சினிமாமொழி வெகுவாக மாறியிருக்கிறது. சீன, கொரிய, இரானியப் படங்கள் திரைக்கலையின் நுட்பத்தை, நளினத்தைக் கூட்டியிருக்கின்றன. பலவற்றை நானும் பார்த்துத் தொலைத்திருக்கிறேன்.

3. 'பிறவி'யை முதன்முறை பார்த்த நாளில் எனக்குக் குழந்தைகள் கிடையாது. இப்போது சரவணன் இருக்கிறான் – படத்தில் காணாமல் போன இளைஞன் வயதில். கிழவரை நான் என வரிக்கும் வயதும் மனோபாவமும் எனக்கு வந்தாகிவிட்டது.

4. மெனக்கெட்டு துக்கத்தை மனத்தில் ஏற்றிக்கொள்வதற்கான திராணி குறைந்து, நடைமுறை வாழ்வு தன்னியல்பாய் வழங்கும் துயரங்களே போதும் என்று என் ஆழ்மனம் சுயமாக முடிவெடுத்திருக்கலாம்.

5. இப்படியெல்லாம் ஆழத் தோண்டும் அவசியமற்று, மேலோட்டமான, மிக லகுவான, எளிமையான காரணம் எதுவேனும்கூட இருக்கலாம்.

எப்படியோ, கணினியை முடுக்கும்போதெல்லாம் அந்தப் படம் என்னை வெறித்துப் பார்க்கிற மாதிரி பிரமை தட்டத்தான் செய்கிறது. நான் அதைத் துரத்தியது போக, இப்போது என்னை அது துரத்துகிற மாதிரிப் படுகிறது.

○

வேதாளம் சொன்ன கதை

இந்தக் கதையில் நிலவும் காலக்குறிப்புகளை வைத்துப் பார்க்கும்போது, எழுதி அதிக நாட்கள் போயிருக்காது என்றே தோன்றுகிறது. ஒன்று அல்லது இரண்டு வருடங்கள் ஆகியிருக்கலாம். ஆனாலும், இதன் ஒரு வரிகூட நினைவில் தங்காத அளவுக்கு விலகிப் போய்விட்டது. நான் ஏன் இதை பிரசுரம் செய்யவில்லை என்பதை இனிமேல்தான் யோசித்து அறியவேண்டும். உடனடியாகத் தோன்றும் ஒரு காரணம், தன்னளவில் முழுமையாக இருந்தாலும், இதைப் பொருத்திப் பார்க்க உரிய சட்டகம் சிக்காமல் விட்டுவிட்டிருப்பேனோ என்னவோ.

இரவு உணவை முடித்துவிட்டு, படுக்கைக்குப் போகும்போது வேதாளம் எனக்காகக் காத்திருந்தார். ஏது, இவ்வளவு சீக்கிரம் வந்துவிட்டார் என்று சற்றே வியப்புத் தட்டினாலும், மற்றவர்கள் உறக்கத்தில் ஆழ்வதற்காகக் காத்திருந்தேன். சுமார் ஒரு மணி நேரம் *Anthony Storr* எழுதிய *'Solitude'*ல் மூழ்கிக் கிடந்த பிறகு, உரையாடும் வாய்ப்பு அரும்பியது. அவருமே அவ்வளவு நேரம் பொறுமையாகக் காத்திருந்தார் என்பதில் கிடைத்த ஆறுதலும் ஆச்சரியமும் அடங்குமுன்பே படபடவென விவரிக்கத் தொடங்கினார்:

அந்தச் சிறு வளாகத்தினுள் தீவிரமான அமைதி நிலவியது. எளிதில் தொற்றக் கூடியது. மாநகரச் சாலையின் அத்தனை வண்டிகளும், அசந்தர்ப்பமான வெயிலும், அலுப்பும் என எல்லா அசௌகரியங்களையும் மீறி, அற்புதமான மௌனம் கிருஷ்ணனை ஆட்கொண்டது; ஒரு கணம்தான் – என்றாலும்.

அழைப்புமணியை அழுத்திவிட்டுக் காத்திருக்கும்போது கண்கள் தன்னிச்சையாகக் காட்சியைச் சேகரித்தன. மனம் சலனமற்றுக் கிடந்தது. பின்னர் அந்தத் தருணத்தை இவ்விதமாகத் தொகுத்துக்கொண்டான் கிருஷ்ணன்: 'காட்சிகளை மட்டும் கவனிக்கக் கிடைத்தது – அவை பற்றிய அபிப்பிராயம் உருவாகவில்லை'

சுற்றுச்சுவரில் போலவே வராந்தா உட்சுவரிலும் வண்ணம் உரிந்திருந்தது. முன்னாள் இளநீலம். திப்பி உதிர்ந்து உருவான காரைத் தழும்புகள். உறைந்து தொங்கிய திரைச்சீலையில் ஆதிநாள் முதல் சேர்ந்த அழுக்கு பிசுக்காக மாறியிருந்தது. சருகுகள், எச்சத் தடங்கள் அப்பி, நாலு சக்கரங்களிலும் காற்றிழந்து, முன்வாசலில் நின்றிருந்த ப்ரீமியர் பத்மினி, திரைச்சீலையின் இரட்டைப்பிறப்புபோல இருந்தது. வளாகத்தின்

வாயிற்காவலர்கள்போல நின்ற அசோக மரங்கள் இரண்டும் வதங்கித் தலைகுனிந்து தமக்குள் முடங்கிச் சோர்ந்திருந்தன.

உள்ளே ஆளரவம் கேட்டது. கதவிலிருந்த குட்டி ஜன்னல் திறந்து முகம் காட்டிய கிழவியின் முகத்தில் திட்டுத்திட்டாகப் பவுடரும், காது மடல்களில் சோப்புநுரையும் தென்பட்டன. இப்போது கதவு லேசாகத் திறந்து கிழவி கழுத்தை முழுசாக நீட்டினார். 'யாரு?' உரத்துக் கேட்கவிடாமல் சிரமப்படுத்திய கபத்தைச் செருமி விழுங்கினார்.

குப்புராஜ் ஸார் அனுப்பினார். தீபாவளி ஸ்வீட் குடுக்க.

என்று மெல்லிய அவமானம் பூசிய குரலில் சொன்னான் கிருஷ்ணன். கடந்த இரண்டு ஆண்டுகளாக தீபாவளி சமயத்தில் திமிறும் உணர்வுதான் இது – தான் வேலைபார்ப்பது வங்கியிலா, கூரியர் சர்வீஸிலா என்று குமைவான். கூரியர் சர்வீஸ் வேலை என்பது தரக்குறைவு என்று அல்ல; தனது பணி ஒப்பந்தத்தில் இல்லாத வேலையைத் தன்னிடம் எப்படிக் கறக்கலாம் என்று. ஆனால், அத்தனைவிதமான வாடிக்கையாளர்களுக்கும் ஏற்றவன், அவர்களுடைய அபிமானத்தைப் பெற்றவன் இவன் என்பது மேலாளர் குப்புராஜின் கருத்து... கிழவி பதிலளித்தார்:

> ஓ. பேங்க்லெர்ந்து வர்றீங்களா. நா உங்களைப் பாத்துருக்கனோ? எங்கெ, வயசாகுதல்ல. காலையிலெ பாத்தது மத்தியானம் மறந்துருது. அது செரி, அந்தக் கருமத்தெ என்னாத்துக்கு மெனக்கிட்டுக் குடுத்தனுப்புறாரு. தித்திப்பெப் பாத்தாலே கிறுகிறுத்துரும் நமக்கு. ஏகத்துக்கு சுகரு... இரிங்க, இன்னா வாரேன்...

கக் கக் கக் என்று தானாகச் சிரித்தபடி மீண்டும் உள்ளே போனார். சாவியுடன் திரும்பி வந்து, இவனை உள்ளே அனுமதித்தார். அவசரமாக உடுத்திய பருத்திப் புடவை, கோணல்மாணலாகக் காட்சியளித்தது.

ஷூக்களைக் கழற்றிவிட்டு வெறுந்தரையில் நடக்கக் கூசியது. தரைமீது துணி மாதிரிப் படிந்திருந்த தூசி.

> ...அடடா. ஸாக்ஸையும் கழட்டியிருக்கலாமே. வள்ளி வேலையெ விட்டு நின்னு ஆறுமாசமாச்சு. அவ புருசன் சாராயம் குடிச்சுச் செத்ததுலெ மனசு ரெம்ப ஒடெஞ்சு போனா, பாவம். ஊரோடெ போயிட்டா. செஞ்சிக்குப் பக்கத்திலெ ஏதோ கிராமம். அண்ணாமலையாரே...!

அனிச்சையாகக் கன்னத்தில் போட்டுக்கொண்டார். அதாவது, கடைவாய்ப்பற்கள் உதிர்ந்த குழியில்.

விக்கிரமாதித்தன் கதையில் இடம்பெற வேண்டிய மாளிகைக்குள் நிற்பது மாதிரி உணர்ந்தான் கிருஷ்ணன் – பேய்ப்படங்களிலும் வரக்கூடியதுதான். என்ன, இதுபோன்று செட் நிர்மாணிக்க ஆர்ட் டைரக்டருக்கு மாதக்கணக்கில் பிடிக்கும். ஒட்டடையும் தூசியும் அந்தப் பெண்மணியை விழுங்கக் காத்திருக்கும் மாய அரக்கனின் தூதுவர்கள் மாதிரி ஒவ்வொரு அங்குலத்தையும் அரவமின்றி நிரப்பியிருந்தன. உட்காரும்படி சைகை செய்துவிட்டு உட்புற அறைக்குள் போனார்.

பல இடங்களில் பொத்தல் விழுந்த ஸோஃபா. ஓர் ஓரத்தில், உறையைவிட்டுப் பாதி நீங்கிய தலையணை. அதன்மீது கிடந்த சாயம் வெளிறிய நைட்டி... ஸோஃபாவில் ஓர் ஆள் உட்கார்வதற்கான குழிவு மட்டும் சுத்தமாக இருந்தது. அமர்ந்தான். வறண்ட மண் நிரம்பிய பூந்தொட்டி. அதில் கிட்டத்தட்டப் பிராணன் போகும் நிலையில், பசுமை வெளிறிய செடி. எதிர்மூலையில், மரமூடி போட்ட தொலைக்காட்சிப் பெட்டி. இருபது அங்குல கறுப்புவெள்ளை. கதவற்ற அலமாரி. விரலே படாத சாயலுடன், பத்திருபது புத்தகங்கள்.

எதிர்ச்சுவரில் ஏகப்பட்ட புகைப்படங்கள். அண்ணா பேசும் மேடையில் பவ்வியமாகப் பின்னால் நின்றிருந்த கண்ணாடிக்காரர், வாரியார் தமது வழக்கமான சிரிப்புடன் அமர்ந்திருக்கும் மேடையில் மைக்கில் பேசினார். பரதநாட்டிய உடையில் இருந்த சிறுமி காமராஜரிடம் பரிசு வாங்கினாள். கறுப்புவெள்ளைப் படங்களுக்குப் பொருந்தாத பலவண்ணப் படம் ஒன்று இடையில் தொங்கியது. பிஎம்டபிள்யு கார் முன்பு நிற்கும் நரைத் தலைத் தம்பதி. ஆண் மட்டும் வெள்ளையர். பின்புலத்தில் உறைபனி படிந்த ஊசியிலை மரங்கள். பக்கவாட்டில் மாட்டிய துடுப்பின் நுனி, தண்ணீரில் பாதியளவு அமிழ்ந்திருக்க, முனையைக் காட்டி நின்ற படகு.

ராஜாஜிக்கி இவுகன்னா ரெம்ப இஸ்டம்... அது ஏன், பக்தவச்சலம், இவுகளெக் கேக்காமெ ஒரு வேலை செய்யமாட்டாரு... ஒங்களுக்கு எந்தூரு?

மதுரெ.

அவர் நீட்டிய கண்ணாடித் தம்ளரை வாங்கினான். ரசாயன மணம் கமழ்ந்த ஆரஞ்சுப் பானம். தம்ளரின் உள்ளும் புறமும் தூசியும் வியாதியும் நிரம்பியதாக உள்ளூரக் கிளம்பிய பீதியை, பானத்தோடு சேர்த்து விழுங்கினான்.

அட! அங்கிணெ இவுக டிப்ட்டி கலெக்ட்ரா இருந்தப்பதான் பெரியவ பெறந்தா.

ஓ.

எங்கே, பதிமூணாவது வயசிலே போயிட்டாளே. எங்க சொந்தபந்தம் அத்தனைக்கும் ஒரே ஆச்சிரியம். காமாலையிலே போயி யாராவது சாவாங்களான்னு. அதான் போயிட்டாளே. அப்பறமென்னா ஆச்சிரியம்? என்னா.

ம்.

சின்னவ, அவதான், அமேரிக்காவுலே இருக்குறவ, நல்லா ஆடுவா. அங்கிணெயே நாட்டியப் பள்ளி நடத்துறா. மூத்தவ பெறந்து பத்துவருசம் கழிச்சுப் பெறந்தா. ரெம்பச் செல்லம். வாரியார் சாமிதான் பேர் வச்சாரு. மஹா... லெச்சுமி. பாக்குறதுக்கும் அப்பிடியேதான் இருப்பா. எர்னெஸ்ட்டெக் கலியாணம் முடிச்ச பெறவு மார்கரெட் ஆயிட்டா! அவுரு மாதிரியே நாங்களும் மாகி மாகீன்னு கூப்புட்டுக்கிர்றது. நாங்க என்னா நாங்க. நானு... நா மட்டும்...

புன்னகைத்தார். சதைப்பிடிப்பே அற்ற கன்னம். பள்ளத்தில் புன்னகை மேவியபோது முகம் இன்னும் அமானுஷ்யமானது.

...சைவ முதலியாராப் பொறந்துட்டு, கிறிஸ்தவுக வூட்டுலெ போயி என்னான்னு இருக்குறது? நான் வரமாட்டேனுட்டேன். தனியா இருந்தா என்னா, நம்பூரு தானெ. அதுாங் கெடக்க, நா என்னா கொமரியா. வாறவென் தூக்கீட்டுப்போக இங்கெ என்னா கொட்டிக் கெடக்கு, தூசியும் ஒட்டறையும்தானெ. தாராளமா எடுத்துட்டுப் போகட்டுமே, நல்லதாப்போச்சு!...

மறுபடியும் அமானுஷ்யமான புன்னகை.

... எவனாச்சும் வந்தான்னு வைங்க, ஒடனடியா எல்லாச் சாவியும் குடுத்துருவேன். உயில்லெ வேணும்னாலும் ஒம் பேரெ எளுதிர்றெனப்பா. ஆனா ஒரு கண்டுசன். என்னெயெக் கொன்னு போட்டுறணும் மொதல்லே. அப்பறம்தான் களவாங்கணும்!

சிரிப்பு தொடர்ந்தது. பொக்கைவாய் திறந்து பகபகபகவென வெளிப்பட்ட சிரிப்பு. பீதியூட்டுவதாக இருந்தது. நல்லவேளை, பின்புறம் குக்கர் கூவியது. சாவி முடுக்கிய பொம்மைபோலக் கழுத்தைத் திருப்பி உட்புறம் பார்த்தார்.

வெயிலில் சாலை பளபளக்கிறது. அதன் தீவிரமான பரபரப்பு வசீகரமாக இருக்கிறது. இந்த மத்தியான வேளையில் இவ்வளவு

வேகமாக இத்தனைபேர் பறப்பதைக் காண ஆனந்தமாக இருந்தது. அத்தனை வண்டிகளும், அசந்தர்ப்பமான வெயிலும், அலுப்பும் என எல்லா அசௌகரியங்களும் அற்புதமான சுகமாக ஒரு கணம் தன்னை ஆட்கொள்வதை உணர்ந்தான் கிருஷ்ணன்.

❍

ஏதோ ஒரு இரவில், ஏதோ ஒரு கதையைக் கேட்கும்போது, இது நிஜமாகவே எனக்கு நடந்ததுதானா என்று மலைக்கிறது மனம். வேறொரு அபிப்பிராயம் உதிக்கிறது. ஆமாம், எனக்கோ, மற்றவருக்கோ நனவில் நடந்ததை மட்டும்தான் வேதாளம் மீட்டுச் சொல்ல வேண்டும் என்று கட்டாயம் இருக்கிறதா என்ன? யார்யாருடைய ஆழ்மனத்தில் என்னென்ன புதைந்து கிடைக்கிறதோ. வேதாளமும் இங்கே மட்டும் வருகிறவராக இருப்பாரா என்ன? யாருடைய அனுபவத்தை என்னுடையதாய்ச் சொல்கிறாரோ. ஓட்டல் சர்வர்போன்ற ஞாபகசக்தி அவருக்கு இருக்கும் என்று எதிர்பார்க்கலாமா?

ஆனால், திரைப்படக் காட்சி போன்ற துல்லியத்துடன் வேதாளம் சொல்லிப் போன கதையை அசைபோட்டுக்கொண்டு கிடந்தேனா, உறக்கம் லேசில் வருவதாயில்லை. வேறொரு திக்கில் தட்டுத் தடுமாறி நடைபோட்ட மனம், இன்றுவரை தீராமல் இருக்கும் குற்ற உணர்ச்சியில் கொண்டுபோய்த் தள்ளியது.

இதுவும் ஒருவிதத்தில் திரையுலகத்தோடு தொடர்புடைய சம்பவம்தான். ஆனால், கொஞ்சம் வேறுமாதிரியானது...

என்னுடைய இரண்டுவிட்ட சகோதரி ஒரு இரண்டுங்கெட்டான் ஊரில் வாழ்க்கைப்பட்டிருந்தார். பெயர் எதற்கு. சகோதரியின் பெயர் மட்டுமல்ல, ஊரின் பெயருமேதான். நகரமாக வளரவும் முடியாமல், கிராமமாய் மீந்து நிற்கவும் முடியாமல் இடைநிலையில் சிக்கி அவதிப்படும் ஊர்... சகோதரி பற்றியுமே இப்படியொரு அபிப்பிராயம் உறவினர்கள் மத்தியில் நிலவி வந்தது. குழந்தைமையை முற்றாக முடிக்க முடியாமலும், வாலிபத்தினுள் முழுசாக நுழையாமலும் வெகுவாக நீண்ட சாம்பல் பிரதேசத்தில் இருந்த பெண்மணி அவர்.

சினிமா பார்ப்பதில் அலாதியான விருப்பம். சினிமாத் தாரகைகள் நிஜமாகவே வானத்தில் உலவுவதாக நம்புகிறவர். அந்த நாட்களில் பெரும் புகழ் பெற்றிருந்த நகைச்சுவை நடிகர்

இவர் வாழ்க்கைப்பட்ட ஊரில் பிறந்து வளர்ந்தவர் என்று கேள்விப்பட்டதிலிருந்து கணவரை நச்சரிக்கத் தொடங்கினார் – நடிகரை நேரில் பார்க்க வேண்டும் என்று.

பிரபலமான பின்பு, நடிகர் ஊருக்கு வருவது மிகமிகக் குறைந்திருந்தது. ஓயாமல் படப்பிடிப்புகள். புகழின் உச்சத்தில் இருப்பது தந்த சிரமத்தால், எந்நேரமும் குடியில் அமிழ்ந்து கிடக்க வேண்டியிருந்ததும், உள்ளூர் உறவினர்களுக்கு அவர் மீது ஏற்பட்ட வெறுப்பும் பொறாமையும் அவருடைய புகழோடு சமவிகிதத்தில் வளர்ந்துவந்ததும் உபரிக்காரணங்கள். வரும்போதெல்லாம் அவர்கள் வழங்கிய உதாசீனமும், எதிர்பார்த்த பரிசுகளும் என ஏகப்பட்ட காரணங்கள்.

நடிகரின் உடன்பிறந்த சகோதரர் மகளுக்குத் திருமணம் நிச்சயமாயிற்று.. இந்தமுறை ஊருக்கு வந்தே தீரவேண்டிய நிர்ப்பந்தம். அந்தச் சகோதரர் என்னுடைய அக்காள் கணவருக்கு வகுப்புத்தோழர். கல்யாணவீட்டில் நடிகரைப் பார்த்துப் பேசவும், அவருடன் அக்காள் தம்பதி ஆளுக்கொரு புறமாக நின்று புகைப்படம் எடுத்துக்கொள்ளவும் சம்மதம் வாங்கிவைத்திருந்தார். சட்டமிட்ட படத்தை எந்தச் சுவரில் எந்த இடத்தில் மாட்டுவது என்பதெல்லாம் கிட்டத்தட்ட இரண்டு வாரங்களுக்கு முன்பே தீர்மானமாகிவிட்டது.

திருமணத்துக்கு உடுத்திப்போகவேண்டிய புடவையில் சரிகை அதிகமாக இருக்கவேண்டும் என்பதில் தொடங்கி, அன்றைக்குச் செய்துகொள்ள வேண்டிய தலையலங்காரம், கழுத்திலும் கையிலும் காதிலும் பூணவேண்டிய ஆபரணங்கள், நடிகரின் அருகில் புகைப்படத்துக்கு நிற்கும்போது அவருக்கு ரம்மியமாகப் படுவதற்கேற்ற வாசனைத் திரவியங்கள் என்று பார்த்துப் பார்த்து முடிவுசெய்து வைத்திருந்தார் சகோதரி.

முதல்நாளே வந்துவிடுவதாகக் கூறியிருந்த நடிகரை, அதற்கும் முந்தினநாள் மருத்துவமனையில் சேர்த்தார்கள். தொடர்குடியினால் கெட்டுப்போன கல்லீரலும், ஓயாமல் புகைபிடித்துக் கபம் அடர்ந்த நுரையீரலும் ஒன்று சேர்ந்து விளைவித்த ஆறே மணிநேர அவஸ்தை, சிகிச்சையுடன் முடிந்துபோனார். முற்றிய போதையில் வாந்தியெடுத்தபோது, உணவுப்பாதையைவிட்டு விலகிப் பீறிய அடர்திரவத்தில் சில சொட்டுகள் மூச்சுக்குழலுக்குள் இறங்கி, முன்னமே பலவீனமாகி யிருந்த நுரையீரலின் காற்றறைகளை நிரப்பியதுதான் காரணம் என்று அடுத்தவாரம் வெளிவந்த புலனாய்வுப் பத்திரிகைக்குப் பேட்டி கொடுத்திருந்தார் நடிகரின் குடும்ப மருத்துவர்...

ஒன்னெப் பாக்க பயந்துதான் பிராணனை விட்டுட்டாரோ என்னமோ.

என்று கேலியாய்ச் சிரித்தேன் நான். கணவரோடு சேர்ந்து அக்காவும் சிரிக்கத்தான் செய்தார். ஆனால், முகம் வெகுவாகக் கறுத்திருந்தது...

இந்த இடத்தில் நினைவு வேறு திக்கில் திரும்பியது.

ஆன்மிகவாதிகள் மட்டுமில்லாமல், அரசியல்வாதிகளும் அறிவுஜீவிகளும்கூடப் பெரும் மரியாதை செலுத்திய மடாதிபதி அவர். பெருவாழ்வு வாழ்ந்தவர். குறைகளைச் சுட்டிக்காட்டி யாரோ கேட்டபோது,

என்ன செய்வது. நான் துறவியில்லையே, வெறும் மடாதிபதிதானே.

என்று சொன்ன தன்னடக்கம் கொண்டவர்.

சமாதியடைந்துவிட்டார் என்ற செய்தி தொலைக்காட்சியில் வெளியானபோது, அடக்க முடியாத துக்கத்துடன் பத்மினி சொன்னாள்:

ஒரு தடவையாவது நேர்ல பாக்கணும்னு நெனைச்சிருந்தேன். இனிமே எங்கே போய்ப் பாக்க?

முக்காலமும் உணர்ந்த ஞானியில்லையா, நீ வரப்போறேங்கறதும் தெரிஞ்சிருக்கும்.

வழக்கம்போலச் சிரித்தேன். பத்மினி சிரிக்கவில்லை. முறைத்தாள்.

ஒன்றாம் வகுப்பிலிருந்தே அபாரமாய்ப் படித்துவந்த சரவணன், பள்ளியிறுதியில் சொதப்பியிராவிட்டால், இந்த மாதிரி ஆசாமிகளைத் தேடி நான் போகவேண்டியே இருந்திருக்காது என்று குறைப்பட்டுக்கொண்டுதான் கிளம்பிப் போனேன். ஆளுங்கட்சி மாவட்டச் செயலாளரும், தமது சாதி அமைப்பில் முக்கியஸ்தருமானவரின் சகோதரரைச் சந்திக்க ஏற்பாடாகியிருந்தது.

மாநகரின் முன்னணிப் பொறியியல் கல்லூரியில் இடம் வாங்கித்தரும் செல்வாக்கு உள்ளவர் அந்தச் சகோதரர், நம் எதிர்வீட்டுக்காரரர் அவருடைய தொலைதூர உறவினர், இடம் வாங்கித்தருவது தன் பொறுப்பு என்று அடித்துச்சொல்கிறார்,

நம்முடைய கௌரவம், கொள்கை போன்ற சில்லறை விவகாரங்களைக் குழந்தையின் எதிர்காலம் மாதிரியான பெரிய சமாசாரங்களில் கொண்டுபோய்க் கலப்பது அபத்தம் என்று கிட்டத்தட்ட இரண்டு நாட்கள் அழுது என்னைச் சம்மதிக்க வைத்திருந்தாள் பத்மினி.

எவ்வளவு தொகை லஞ்சம் கேட்டாலென்ன, கொடுப்பதற்கு நம்மிடம் பணம் இல்லையா, காரியம் பலிப்பதற்கு முன்பாக ஒரு சல்லிக்காசு வேண்டாமென்றுதானே சொல்கிறார். எந்நேரமும் எல்லாரையும் சந்தேகப்பட்டுக்கொண்டே இருக்கும் அளவுக்கு நாமென்ன அவ்வளவு நேர்மையானவர்களா என்று குமுறிக்கொண்டே அவள் அடுக்கியதில் ஒரு தர்க்கம் இருக்கத்தான் செய்கிறது என்று எனக்குப் பட்டது...

மாளிகையை எதிர்பார்த்துப் போனவனுக்கு, எங்கள் வீட்டைவிடச் சிறிய அடுக்குமாடிக் குடியிருப்பில் அவர் வசித்தது ஆச்சரியமாய் இருந்தது. இதமாகப் பேசினார். 'நானாயிற்று, நீங்கள் கவலைப்படாமல் போங்கள், கல்லூரிக் கட்டணம் எல்லாம் செலுத்திவிட்டு எனக்குரியதைக் கொடுத்தால் போதும், தொகை அதிகம் என்று நினைக்காதீர்கள் – நாளைக்குப் பையன் கோடிகோடியாய்ச் சம்பாதித்துக் கொட்டுவதைப் பார்க்க, இதெல்லாம் தூசு' என்று பொறுமையாக எடுத்துரைத்தார். கனிவும் நிதானமும் நிரம்பி அப்போது இருந்த முகம் அல்ல, அடுத்த முறை அவர் காட்டியது.

ஆமாம், மறுநாளுக்கு மறுநாள், காலைத் தினசரியில் புகைப்படமும் செய்தியுமாக இடம்பெற்றிருந்தார் – நெடுஞ்சாலை விபத்தில், ஓட்டிப்போனவர் தப்பித்து விட்டார். இவருக்கு நெஞ்சில் பலத்த அடி. ஸ்தலத்திலேயே மரணம்.

பத்திரிகையை ஒழுங்காக மடித்து, உரிய இடத்தில் கொண்டுவைக்கும் வேலையைத் தன்னிச்சையாக உடல் செய்தது. என்னுடைய ராசியை எண்ணி மனம் புழுங்கிக்கொண்டிருந்தது. மற்றவர்களை நான் செய்த கேலிகளெல்லாம் என்னைச் சுற்றி நின்று கைகொட்டுவது மாதிரி அவ்வப்போது தோன்றவும் செய்தது...

●

10

சாயங்காலம் வீட்டுக்குள் நடமாடியபோது யதேச்சையாகத் தொலைக்காட்சியில் பார்க்கக் கிடைத்த திரைப்படத்தில், தொப்புள் குழியும் ஜிகினா வேலைப்பாடுகள் மண்டிய மார்க்கச்சின் புடைப்புகளும் மட்டும் துலக்கமாக வெளித் தெரிய, பூக்குவியலில் மல்லாந்து படுத்திருந்த நாயகி, விரகம் தாளாமல் நெளிந்தாள். அவளுடைய கனவுக்காட்சி அது. அத்தர்த் தொழிற்சாலைக்குச் சொந்தமான ரோஜாப் பண்ணையில் ஆண்டுக்கணக்காக வசித்து வந்தவர்களுக்கு மட்டுமே அப்பேர்ப்பட்ட கனவு சித்திக்க முடியும்.

இடது கீழ் மூலையில் நுழைந்து நாயகியின் இடுப்புப் பிரதேசத்தை நோக்கி ஆவேசமாக முன்னேறிய நாயகனின் முகத்தில், வெகுதூரம் ஓடியதால் இழைத்து நாவை வெளித்தொங்க விட்டிருக்கும் நாயின் முகபாவம் தத்ரூபமாக இருந்தது. அவளுடைய உடம்பின் மத்தியப் பகுதியில் ஒவ்வொரு அங்குலமாக முத்தமிட்டு முன்னேறிய, அரும்பு மீசையைக் கோடாக வரைந்திருந்த முகம் தொப்புளைத் தீண்டுவதற்காக எத்தனை கோடி மனங்கள் பதற்றமாகக் காத்திருந்திருக்கும் என்று தோன்றியது. காறித் துப்புவதற்காக வாசலை நோக்கி விரைந்தேன் – நாலைந்து நாளாகவே கபம் படுத்தியெடுக்கிறது.

உளவியல் பார்வையில் தமிழ்த்திரை முதிர்ந்திருக்கிறதா என்று யாராவது கேட்டால்

இந்தக் காட்சியைப் போட்டுக் காட்டலாம் – *voyeurism* என்ற கருதுகோளுக்கு மிகச்சிறந்த ஆவணமாகப் பயன்படுமே.

ஆனால், அகில உலக இலக்கியவாதிகள் வட்டாரத்தில் ஒரு சொலவடை உண்டே! புனைவைவிடவும் விசித்திரமானது நிஜம் என்று. அதன் நடைமுறைச் சான்றாக ஒரு கதை கேட்கிறாயா?

என்று வேதாளத்தின் குரல் ஒலித்தது.

வங்கிப் பணியில் கிருஷ்ணனின் வயது முப்பது. நான்கு ஊர்களில், ஆறு கிளைகளில் வேலை பார்த்திருக்கிறான். மூன்றாவது கிளையில் நடந்த சம்பவம் இது. வழக்கம்போல, சம்பந்தப்பட்டவர்களின் பெயர்கள் உண்மையானவை அல்ல.

மிகப் பெரிய கிளை. பதவி ஏணியில் நான்கு படிகள் ஏறிய அதிகாரிகள்தாம் மேலாளராக வர முடியும். இவன் மாற்றலாகி வந்து சேர்ந்த சமயத்தில் மேலாளராக இருந்தவர் ரமா விஸ்வநாதன். 'மிகவும் கறாரான பெண்மணி, அதிகம் பேச்சு வைத்துக்கொள்ள வேண்டாம், வந்தோமா வேலையைப் பார்த்தோமா போனோமா என்று இருப்பதுதான் உத்தமம்' என்று ஊழியர் சங்கச்செயலர் அறிவுரைத்தார். அவர் சொன்னது சரி என்பது சீக்கிரமே தெரிய வந்தது.

இரண்டு வருடத்துக்கொருமுறை ஊழியர்கள் தங்கள் குடும்பத்தோடு இன்பச் சுற்றுலா செல்வதற்கு வங்கி பணம் கொடுக்கும். அதாவது, பயணச் செலவை மட்டும் ஈடு செய்யும். ஆனால் தங்குவதும் சாப்பாடும் சுற்றிப் பார்ப்பதும் என்று நான்கு பங்கு அதிகம் செலவாகுமே? அதனால், சங்கரபாண்டி போன்ற தைரியசாலிகள் வேறொரு உபாயம் செய்வார்கள். வாடகைக்குக் கார் எடுத்த மாதிரி பில்கள் மட்டும் தயார் செய்துவிடுவார்கள். வருமானத்தில் பத்து சதவீதம் கார் நிறுவனத்துக்கு. இவர்களுக்கு லாபத்தில்தானே நஷ்டம்! வங்கி நிர்வாகமும் கண்டுகொள்ளாது.

சங்கரபாண்டி கிளையின் காவலராக இருந்தார். பளபளக்கும் காலணிகள், இடுப்பு வார், கஞ்சி விறைப்பு கொண்ட சீருடை, கோணலாகப் பதிந்த தொப்பி, பல வண்ணத் துண்டங்கள் கோத்த சுமார் நாலங்குல நீளப் பிளாஸ்டிக் பட்டி குத்திய மார்பு, போருக்குப் புறப்படும் மிடுக்கு என அமர்க்களமாக இருப்பார். வாடிக்கையாளர்களிடம், அதிலும் தனியாக வரும் பெண்களிடம் சளசளவென்று பேச்சுக் கொடுப்பார். பெரும்பாலும் அவரது பிரதாபங்கள்தாம். அந்நிய ராணுவம்

வாங்கும் வசவுகளை எழுதிக்காட்ட முடியாது. கேட்பவர்களுக்கு, சீன, பாக்கிஸ்தான் யுத்தங்களை தனியொருத்தராக நின்று வென்ற வீரரிடம் பேசுகிறோம் என்ற உணர்வு தட்டும்.

இத்தகைய மாவீரர், ஒரு சிறு விஷயத்தில் கவனக்குறைவாக இருந்துவிட்டார். நிஜமாகவே பயணம் செய்ய முடிவெடுத்தார். இதைப் பிசகு என்றும் சொல்ல முடியாது. பணிபுரியும் நிறுவனத்தை ஏமாற்றுவதில்லை என்று முடிவெடுப்பதும் வீரத்தின் அழகுதானே. அவருடைய தவறு, எல்லாரிடமும் விடைபெற்றுக்கொண்டு ஊருக்குக் கிளம்பிப்போன மூன்றாம் நாள் வெளிப்பட்டது – அவருடைய மனைவி வங்கியில் வந்து விசாரித்தபோது.

பின்கொசுவம் வால்போலத் தொங்கும் கண்டாங்கிச் சேலை, பாம்படம் ஊசலாடும் காதுகள், கறுத்த முகத்தில் அப்பிய மஞ்சள், வடம்போலக் கனத்த மஞ்சள் கயிற்றில் சேர்ந்த கருமை, வாய் நிறையக் குதம்பும் வெற்றிலை சகிதம் கிளையின் மையத்தில் வந்து நின்று ‘எம் புருசனெ ரெண்டு நாளாக் காணமேங்க’ என்று அரற்றினார். தலைமை எழுத்தர் ராஜகோபால் வெகுளியாகச் சொன்னார்:

> குடும்பத்தோட ஊட்டிக்கு எல்லெஃப்ஸீ போறேன்னு சொன்னானேம்மா?

அந்த அம்மாள் அவ்வளவாகக் கல்வியறிவு இல்லாதவர் போல. மேற்படிச் சலுகைக்கான விளக்கத்தை அவருக்குப் புரியவைப்பதற்குள் ராஜகோபால் ஸாருக்குக் கடுமையாக வியர்த்துவிட்டது.

கொஞ்சம் தாமதமானதே தவிர, புரிந்த மாத்திரத்தில் வீறுகொண்டெழுந்தாள் அந்தப் பெண்மணி. உருவத்தின் சாந்தத்துக்குப் பொருத்தமில்லாத ஆவேசம் அணையுடைத்துப் பொங்கியது.

> உள்ளூர்லெ வச்சு ...றது பத்தாதூன்னு ஊர் ஊராக் கூட்டிக்கிட்டுப் போறானா அந்தத் தேவிடியாச் சிறுக்கியெ? வரட்டும், என் அண்ணந்தம்பியெக் கூட்டியாந்து அறுத்துப் போட்டுர்றேன்.

என்று கூவினார். இலவசமாகக் கிடைத்த கேளிக்கையைக் கொண்டாட வாடிக்கையாளர் கூட்டம் ஆயத்தமானது. துப்பாக்கியுடன் பணியில் இருந்தவரும், சங்கரபாண்டியின் நெருங்கிய சகாவுமான முத்துசாமி அருகில் வந்து,

அத்தாச்சீ, பேங்க்குள்ளாறே இப்பிடியெல்லாம் சத்தம் போடக் கூடாது.

என்று அறிவுறுத்தினார்.

வாடா, ஏங் கொளுந்தனாரே. கூட்டிக்குடுக்குற பேங்க்குக்கு மருவாதி என்னாடா வேண்டிக் கெடக்கு?

என்று அந்த அம்மாள் குரலை இன்னமும் உயர்த்தினார்.

மேலாளர் ரமா விஸ்வநாதன் 'என்ன சத்தம் இங்கே' என்றவாறு தமது அறையில் இருந்து வெளியில் வந்து சங்கரபாண்டி சம்சாரத்தை அழைத்துப் போனவுடன் எல்லா அமளியும் முடிந்துவிட்டது... அந்த அம்மாள் அறுத்துப் போடுவதாகச் சொன்னது மண உறவைத்தானா என்பது குறித்து கேலியும் சிரிப்புமான விவாதம் மதிய உணவின்போது ஊழியர்களுக்குள் தொடர்ந்தது.

மறுநாள் பணிக்கு வந்த சங்கரபாண்டியின் கையில் தற்காலிக இடைநீக்க உத்தரவை வழங்கினார் திருமதி ரமா. வெளியில் வந்த சங்கரபாண்டி, முக்கியமான கேள்வியொன்றை உரத்து ஒலித்தபடி கிளையை விட்டு வெளியேறினார்.

நீ மட்டும் யோக்கியமாக்கும்? குருட்டுப் புருசனுக்குக் காட்டுறதுக்காடீ இம்புட்டு அலங்காரம் ஒனக்கு?

புட்டத்தைத் தாண்டி இறங்கும் தலைமுடி; நிமிர்ந்த நடை; செதுக்கிய நாசி கொண்ட பேரழகான முகம்; சுடர் மினுங்கும் கண்கள்; ரோஜா நிற உதடுகள்; கச்சிதமும் அழுத்தமுமான பேச்சு என்று நடமாடும் மேலாளரின் இன்னொரு பரிமாணம் தெரியவந்த மாத்திரத்தில் அவர்மீது பரிவும் காதலும் பொங்கியது கிருஷ்ணனுக்கு.

அபலைகளின்மேல் நேசம் பொங்குவது எல்லா ஆண்களுக்கும் சகஜம்தானே. ஆனால், மறுநாளிருந்து, திருமதி. ரமா விஸ்வநாதன் போன்ற சிம்மத்தின் பீடுநடையில் ஒரு மாத்திரை குறைந்துவிட்ட மாதிரி இருந்தது; அல்லது கிருஷ்ணனுக்கு அப்படித் தோன்றியது.

திருமதி. ரமாவை, அந்தக் கிளையை, மறந்தே போயிருந்த நாட்களில் மீண்டும் அவரைப் பார்த்தான் கிருஷ்ணன். அடையாளங்கள் வெகுவாக மாறிவிட்டாலும், அவரேதான் என்பதில் ஒரு சதவீதம்கூட சந்தேகமில்லை. தலை முழுக்க நரைத்திருந்தது. இப்போதைய வயதில் அவர் உடுத்தியிருந்த

பருத்திச்சேலை இன்னமும் அழகு கூட்டியது அவருக்கு. இந்தியாவின் அழகிய கிழவி என்று தேசிய அளவில் போட்டி ஏதும் இருந்தால் அதில் பங்குபெற முழுத் தகுதியுள்ளவராகத் தெரிந்தார். இருபது இருபத்தைந்து வருடத்தில் இவ்வளவு முதுமை சேர்ந்துவிடுமா என்ன? உடனடியாகத் தன் முகத்தைக் கண்ணாடியில் பார்க்கவேண்டும் என்று ஆவல் மீறியது கிருஷ்ணனுக்கு.

ஒரிஸ்ஸாவின் கேந்திரபாரா மாவட்டத்தில் ஒரு குக்கிராமம் அது. ஒரிய எழுத்தாள நண்பர் தேபஷிஸ் பட்நாயக்கின் விருந்தாளியாகப் போயிருந்தான் கிருஷ்ணன்.

> 'விசேஷமான கோவில், சாபம் தீர்ந்த அகலிகை ராமரை அன்றாடம் வழிபட்ட இடம், அறியாமலோ அறிந்தோ செய்த குற்றங்களின் வினையெல்லாம் தீர்த்து வைக்கும் ஸ்தலம்'

என்று சொல்லி, தேபுவின் மனைவி அழைத்துப் போனார். 'இந்த அகலிகையும் சீதையும், பாவம், தேசம் முழுக்க எங்கெல்லாம் அலைந்திருக்கிறார்கள்' என்று வியந்தபடி வலம்வரும்போதுதான் அவரைப் பார்த்தான் கிருஷ்ணன்.

நிமிர்ந்த நடையில் சற்றே கூன் சேர்ந்திருந்தது. தலையும் லேசாகக் குனிந்திருந்தது. ஏதோ யோசனையில் ஆழ்ந்தவர்போல தயங்கித் தயங்கி அடியெடுத்து வைத்தார். நிலைகுத்திய மாதிரி இருந்த கண்கள், ஒரே இடத்தைப் பார்த்தபடி இருக்க, வெளிப்பார்வைக்குத் தென்படாத வேறொரு பிரகாரத்தில் நடப்பவர் மாதிரி, தளர்ந்து, வெறித்த கண்களுடன் கோவில் பிரகாரத்தைச் சுற்றி வந்துகொண்டிருந்தார்.

திருமதி. ரமா விஸ்வநாதனிடம் அறிமுகப்படுத்திக் கொள்ளலாமா என்று ஒரு கணம் யோசித்தான். பிறகு, 'வேண்டாம், அப்புறம் அந்தக் கிளையின் பெயரைச் சொல்ல வேண்டிவரும்; அந்த அம்மாளுக்கு என்னவெல்லாம் ஞாபகம் வருமோ' என்ற இரண்டாம் எண்ணத்தில் தவிர்த்துவிட்டான். ஒன்றுமே இல்லாவிட்டாலும், சங்கரபாண்டியைப் போல, தன்னை அவதூறு செய்தவர்களின் பட்டியலாவது ஒரு பெண் மனத்தில் இல்லாமலா போகும்?

❍

உண்மையில் என் இதயத்துக்கு வெகு அருகில் இருக்கும் சிநேகிதராக திரு. வேதாளத்தை நான் உணர்வதற்குக் காரணமான கதை இது.

நானும் எவ்வளவோ கதைகளில் நிஜப் பெயர்களை மறைத்திருக்கிறேன். சில சந்தர்ப்பங்களில் சுவாரசியத்தை அதிகப்படுத்துவதற்காக, உண்மைப் பெயர்களை மாற்றி விட்டதாகப் புளுகியதும் உண்டு. அதெல்லாம் பொதுவெளியில் பிரசுரமாகவிருக்கிற கதைகளுக்கு.

இந்தக் கதையைப் பொறுத்தமட்டில், வேதாளமும் நானும் மட்டும் தனியாக இருந்து உரையாடுகிறோம். கதையும் எனக்கு நடந்த நிஜ சமாசாரமேதான். சம்பவத்தையொட்டி, பாத்திரங்களுடைய முகங்களேகூட எனக்கு ஞாபகம் வந்துவிடப் போகிறது. அப்புறம் பெயர்களைச் சொல்வதில் என்ன தயக்கம்? ஆனாலும், மேற்சொன்ன கதையில் அத்தனை பேர்களையுமே அவர் மாற்றிச் சொன்னார் என்பதுதான் என்னை மயக்கியது. தமிழ்ப் பெயர்கள் இருக்கட்டும், அந்த ஒரிய எழுத்தாளரின் பெயரையுமா மாற்ற வேண்டும்!?.

என் உள்மனத்தின் ஓசையை அந்தக் கணமே அறிகிறவர் அல்லவா, பதில் சொல்ல விருப்பமில்லாதவர்போல, அவசரமாகப் பார்வையிலிருந்து மறைந்தார் வேதாளம்.

அவர் போனபிறகுதான் இன்னொரு கேள்வி உதித்தது: அவர் வருவதற்கு முன்னால் நான் யோசித்துக்கொண் டிருந்ததற்கும், அவர் சொன்ன கதைக்கும் என்ன சம்பந்தம்? இப்படி, தான்தோன்றித்தனமாக ஒரு விஷயம் இதுவரை செய்ததில்லையே...

அவர்தான் மறைந்தாரேயொழிய, அவர் உருவாக்கிச் சென்ற அதிர்வு எனக்குள் கொஞ்சமும் கலையாமல் சிற்றலைகள் எழுப்பிக்கொண்டிருந்தது. மையத்திலிருந்து அலைமுகட்டில் இழுபட்டுக் கரையொதுங்கும் சருகுபோல் எனக்குள் உயர்ந்தது ஒரு பெண்ணின் முகம்.

அழகியென்று சொல்லமாட்டேன், ஆனால், இரண்டாம் மூன்றாம் தடவை பார்க்க ஈர்க்கும் முகம். நாசியின் தீர்க்கத்தை அதிகரிக்க உதவுகிற மாதிரி ஒட்டிய கன்னங்கள். அவற்றில் பொங்கித் தீர்த்திருந்த பருக்கள். சராசரியைவிடச் சற்றுப் பருத்த உதடுகள். மைதானம்போல அகலமான நெற்றி. அதன் விளிம்பில் பிரகாசமான தூண்விளக்குகள்போலப் பிரகாசிக்கிற, எதிராளியைத் துளைக்கும் விழிகள்.

இவ்வளவு நாள் கழித்தும் அவளுடைய முகத்தைப் பற்றி இவ்வளவு இருக்கிறது சொல்வதற்கு என்பதில் எனக்குத்

துளியும் ஆச்சரியமில்லை. அவள் தொடர்பாக எனக்குள் பதிவாகியிருக்கிற சம்பவத்தின் தன்மை அப்படி.

உள்ளூரில் இருந்தபோது இருசக்கர வண்டியைப் பத்து நிமிடம் ஓட்டினால் அலுவலகம். மாநகரத்தில் நிலைமை வேறுமாதிரி. ஒரு மணிநேர மின்ரயில் பயணம். யாருக்குமே இது ஒருவித மலைப்பை உண்டாக்குமல்லவா? எனக்கானால் பரவசமாகிவிட்டது. அதிலும், ரயிலில் வரும் யாசகர்களை வேடிக்கை பார்த்து மாளாது எனக்கு.

உச்சமான கீச்சுக் குரலில், 'செல்லாத்தா. செல்ல – மாரியாத்தா' என்ற பாடலை மட்டுமே கடந்த பதினைந்து வருடங்களாகப் பாடிப் பிச்சையெடுத்துவரும் ஒல்லிப் பெண்மணி. அவள் கையில் பளபளவென்ற பித்தளைத்தட்டும், அதில் கொஞ்சம் விபூதி குங்குமமும் இருக்கும். மறுகையில் வேப்பிலைக் கொத்து வைத்திருப்பாள்.

தீப்பட்டதாலோ, அல்லது பிறப்பிலேயே அப்படித்தானோ, முகம் முழுக்கத் தோல் அழுகி வழிவது மாதிரி இருக்கிற, அபாரமான உயரமும், அற்புதமான குரலும் கொண்ட இன்னொரு பாடகி. அறிவியல் வளர்ந்தபோது, தோளில் மாட்டிய ஒயர்க் கூடைக்குள் சிறு ஸ்பீக்கரும் அதற்கான பேட்டரியும் சுமந்து வர ஆரம்பித்தார். எதிரொலி வசதி உள்ள மைக்கில் அவர் பாடும்போது, சாதாரண ரயில் பெட்டி மாபெரும் அரங்கமாகிவிடும்.

அப்புறம், பெட்டியின் ஒரு முனையிலிருந்து மறுமுனை வரை விசையாக நடை பயிலும் கிழவர். தலை நிலைப்பின்றி ஆடிக்கொண்டிருக்கும். கோரையான நரைத் தலை. வலதுகை யாசித்து நீட்டியிருக்கும். புரவலர்கள் முகத்தைப் பார்க்கவும் மாட்டார். வாய்விட்டு இரக்கவும் மாட்டார். கொடுப்பதை மறுக்க மாட்டார், நின்று நிதானமாக வாங்கவும் மாட்டார். வெற்றுடம்பின் குறுக்காக ஓடும் பூணூலுக்கும், அரையில் முறுக்கிய வேஷ்டிக்கும் அழுக்கில் மகத்தான போட்டி.

ஒற்றைத் தந்தி கொண்ட நீள்பலகையைத் தோளில் சார்த்தி, எவர்சில்வர் ஸ்பூனால் தந்தியை அழுத்தி, வலது கையால் மீட்டிக்கொண்டு போகும் இஸ்லாமியர் – அவரும் 'ஸாரே ஜஹா(ங்) ஸே அச்சா' என்ற ஒரே பாடல் கலைஞர்தாம்.

இரண்டு பெட்டிகள் தள்ளிவரும்போதே கவனத்தை ஈர்த்துவிடும் புல்லாங்குழல் இசைஞன். முழு மேடைக் கச்சேரி

வழங்குமளவு ஞானமும் வாசிப்பும் உள்ளவன். கழுத்தில் மாட்டிய எவர்சில்வர் தூக்கில் நாணயங்கள் சேரும் வேகத்தைப் பார்த்தால் பிரமிப்புத் தட்டும். நம் திருஷ்டியே பட்டுவிடுமோ என்று தயக்கமாகவும் இருக்கும். சில நாட்கள் யாராவது அவனை நிறுத்தி, தமக்குப் பிடித்த பழைய பாடல்களை வாசிக்கச் சொல்லி, தாராளமாக சன்மானம் வழங்குவதும் உண்டு. ஒரேயொரு தடவை, எனக்கு விசித்திரமான பிரமை தட்டியது – ரயிலையே அந்தக் குழலொலிதான் இழுத்துச் செல்கிறது என்கிற மாதிரி. அந்தச் சமயத்தில் எழுதிய கவிதையொன்றில் அவனை ஒரு படிமமாக்கியிருந்தேன் – 'அவனை' என்று சொல்வது தவறு; என்னைவிட வயதில் மூத்தவர், கலைஞர் என்ற மரியாதை முதலாவது. நான் படிமமாக்கியது அவரை அல்ல, அவரது இசையொலியை என்பது இரண்டாவது...

இன்னும், பருத்த முலையை மறைக்காத முந்தானை, கைக்குழந்தை, வெளுத்த நெற்றியில் பச்சை குத்தின திலகம், வெற்றிலைச் சாறு துளும்பும் வாய் என வட இந்தியப் பெண் (அல்லது, ஆந்திரப் பெண்ணோ?); இரண்டு கையாலும் வெற்று மார்பில் ஓங்கி ஓங்கி அறைந்தபடி, 'அபா, அபா, அபா...' என அரற்றியபடி போய்க்கொண்டேயிருக்கும் இளைஞன்; தரையில் கவிழ்த்திய எவர்சில்வர் தட்டில் தாய் இடும் உரத்த தாளத்திற்கேற்ப குட்டிக்கரணம் போட்டு, கம்பி வளையத்துக்குள் நாலைந்து தடவை நுழைந்து மீண்ட பிறகு, ஒழுகும் மூக்குடன் பிஞ்சுக்கையால் தொட்டுப் பிச்சைகேட்கும் சிறுமி; தோளில் தொங்கும் கனத்த ஆர்மோனியத்துடன் பெரும் விரோதம் கொண்ட குரலில் தமிழ்ப் பாடல்களின் தெலுங்கு வடிவத்தைப் பாடி வரும் சிறுவன்; காரணம் தெரியாத துக்கத்தில் மனம் அமிழ்ந்து ஜன்னலுக்கு வெளியில் வெற்றுப் பார்வை பார்த்தபடி நான் வீடு திரும்பிய நாளில், 'மயக்கமா கலக்கமா – மனதிலே குழப்பமா' என்று பாடி என் கண்ணில் நீரையும், பர்ஸிலிருந்து ரூபாய் நோட்டையும் வரவழைத்த ஊனர்...

மேற்சொன்ன எல்லாருமே ஏதேதோ சந்தர்ப்பங்களில் காணாமலும் போயிருக்கிறார்கள். ஆனால் வாழ்நாள் முழுக்க மறக்கமுடியாதபடி என் மனத்துக்குள் பதிந்திருக்கும் ஒரு யாசகியைப் பற்றித்தான் இப்போது பேச்சு.

சானடோரியம் நிலையத்தில் அந்த ஜோடியைத் தினமும் பார்க்க நேரும். அவள் அவனைவிட உயரமாகவும், முன்னமே குறிப்பிட்ட பருக்களோடு பவுடரும் அப்பிய முகத்தில் துருத்திய நாசியுமாக இருப்பாள். அவன் வெகுளியான முகத்துடன்,

நேர்த்தியான உடையுடன், அவளது ஒவ்வொரு சொல்லுக்கும் சிரித்துக்கொண்டு அருகில் நிற்பான். அவன் தீ நிறம். அவள் தீ அவிந்த விறகின் நிறம். விலகித்தான் நிற்பார்கள். ஆனால், அவள் அவனை அடிக்கடி தொட்டுப் பேசுவாள். நெரிசல் அதிகமாய் இருக்கும் செங்கல்பட்டு வண்டி வரும்வரை காத்திருந்து பொதுப்பெட்டியில் ஏறிப்போவார்கள்.

வழக்கம்போல, அவர்களைப்பற்றி யூகங்கள் ஊறின எனக்குள் – சக ஊழியையாக இருக்கலாம். ஒன்றுவிட்ட சகோதரியாக இருக்கலாம். சிறுவயதுத் தோழியாக இருக்கலாம். ரயில் சிநேகிதியாக இருக்கலாம். யூகங்களின் வேகம் குறைந்து கொண்டே வந்து, வேறு பயணிகளில் கவனம் குவிய ஆரம்பித்த சமயத்தில், இருவரும் மீண்டும் மனம் முழுக்க நிரம்புகிற மாதிரி ஆகிவிட்டது.

ஏதோவொரு வைபவத்துக்குப் போய்விட்டுத் திரும்புகிறேன் – அல்லது இலக்கியக் கூட்டமோ? பதினோரு மணி இருக்கும். வெளியே வழக்கத்தைவிட இருட்டு அடர்த்தியாய் இருக்கிற மாதிரிப் பட்டது – இதற்கெல்லாம் அளவீடு ஏது, இனம் புரியாத உணர்ச்சி மட்டும்தானே. பெட்டியில் கூட்டம் மிகமிகக் குறைவு. இருந்த சிலரிலும் பலர் தூங்கிக்கொண்டிருந்தார்கள். பக்கத்தில் இருந்த நபரிடம் மலிவுச் சாராய நெடி.

அவர்கள் இருவரும் நாலைந்து இருக்கைகள் தள்ளி அமர்ந்திருப்பதைக் கண்டேன். அவன் ஜன்னலையொட்டி இருந்தான். இவள் அவனை அதிகபட்சம் நெருக்கிக்கொண்டு. இடதுமுலை அவன் புஜத்தின் பின்பகுதியில் பதிந்திருந்தது எனக்குள் லேசான பொறாமையைக் கிளப்பியது. யாரும் பாராத சமயத்தில் – அப்படித்தான் நினைத்திருப்பாள், பாவம் – அவன் கன்னத்தில் அழுத்தி முத்தமிட்டாள். எங்கள் நிலையம் வரும்வரை சுமார் இருபது முத்தங்களாவது இட்டிருப்பாள்.

கொஞ்சநாள் அவன் மட்டும் வந்துகொண்டிருந்தான். மீண்டும் ஒருநாள் அவள் உதித்தாள். இந்தமுறை வேறு ஒருவன் நின்றிருந்தான் அருகில். இவளைவிட உயரம். இவளைவிடக் கறுப்பு. கனத்த தங்கச்சங்கிலி தெரியும் விதமாக சட்டைப் பித்தான் கழண்டிருந்தது. ஹவாய்ச் செருப்பு அணிந்திருந்தான். வடக்கயிறு மாதிரி மஞ்சள் கயிறு இருந்தது இவள் கழுத்தில். ஆளுக்கொரு திசைபார்த்து நின்றிருந்தார்கள். நான் ஏறிய வண்டியில் அதே பெட்டியில் அவர்களும் ஏறினார்கள். கூட்டம் குறைவான வண்டி.

ஏதோ ஒரு கட்டத்தில், அவளுடைய கண்களும் என் கண்களும் சந்தித்தன. அவளும் தினசரி என்னைப் பார்த்திருக்கக் கூடுமே? ரகசியமான இறைஞ்சல் அவள் கண்களில் கவிந்திருந்ததாக நானாக நினைத்துக்கொண்டேன்.

உண்மையில் அகலிகை கோயிலில் பார்த்த திருமதி ரமா விஸ்வநாதன் அளவுக்கே, மனத்துக்கு நெருக்கமான பெண்ணாக இன்றுவரை உறைந்திருக்கிறாள் அந்தப் பெயர் தெரியாத யுவதி...

இவர்களையெல்லாம் கதையாக எழுதுவதை இதுநாள்வரை தடுத்துவந்தது எது? என்ற கேள்வி எழுந்து என் மனம் முழுக்க நிரம்பியது. ஏதோவொரு நுண் கணத்தில் உறக்கத்தின் புதைசகதிக்குள் அமிழ்ந்து காணாமல் போன அந்தக் கேள்வி, மறுநாள் காலையில் இவற்றை எழுதி முடித்துவிட்டு, அலுவலகம் கிளம்பிய பிறகு பீறி எழுந்து தன்னை மலர்த்திக்கொண்டது.

ஆனால், அது தனது முழு வீச்சுடன் தென்படவும், வாக்கியங்களாகத் திரள்வதற்கும், அன்று இரவுவரை காத்திருக்க வேண்டியிருந்தது – வேதாளம் வருகை தரும் வரை. ஆனால் அவருடன் பேசி, அவர் சொன்ன அடுத்த கதையைக் கேட்பதற்குள், அன்றைய பகல்பொழுதே, வழக்கத்துக்கு விரோதமான சுவாரசியத்துடன் கழிந்தது.

வழக்கம்போல, முந்தைய இரவின் உரையாடலை அடிபிறழாமல் எழுதிவைத்துவிட்டு அலுவலகம் போய்விட்டேன். அன்று வாடிக்கையாளர் கூட்டம் குறைவு. அமாவாசை தினங்களில், செவ்வாய், வெள்ளி தினங்களில் வங்கியில் கூட்டம் குறைவாகவே இருக்கும். அந்த நாட்கள் பணப் பரிவர்த்தனைக்கு உகந்தவை அல்ல என்பது தமிழ்ப் பொதுமனத்தின் அபிப்பிராயமோ என்னவோ.

காலியாய் இருக்கும் முன்னறையைப் பார்த்தபடி கவுண்ட்டரில் அமர்ந்திருக்கும்போது, லேசாகக் கண்ணை அமட்டியது. அரைகுறை போதத்தில், எனக்குள் ஒரு குழப்பம் நீந்தத் தொடங்கியது. இது இரவா, பகலா?

இரண்டு மூன்று நாட்களாகவே அனுபவ வெளியில் சிறு பிறழ்வு நேர்ந்து விட்டிருக்கிறது. இரவில் பகலையும், பகலில் இரவையும் அனுபவிக்க ஆரம்பித்திருக்கிறேன். வேளைகெட்ட வேளைவரை விழித்திருந்து வேதாளத்துடன் சல்லாபிப்பது காரணமாக இருக்கலாம். அல்லது, அவர் புறப்பட்டுப்

போனபின்னும் அடங்காமல் திமிறி விழித்திருக்க வைக்கும் என் மனம் காரணமாய் இருக்கலாம். அல்லது, கனவுக்கும் நனவுக்குமான இடைவெளியில் எனக்குள் உருளும் சம்பவங்களின் பகல் வெளிச்சம் காரணமாய் இருக்கலாம்.

அதை இப்படி நேரடியாகவும் சொல்லலாம், உடலுக்கு ஒரு பொழுதாகவும், மனத்துக்கு நேரெதிர்ப் பொழுதாகவும் நிலவும் விநோதத்தை அனுபவிக்கிறேன். கண்டம் விட்டுக் கண்டம் வருகிறவர்களுக்கு இருக்கிற மாதிரி, விழித்திருக்கும் நேரம் முழுவதும் ஒருவித ஜெட்லாக் என்னைப் பீடித்தது. இரவில் எனது பிரத்தியேக நடைமுறை உலகிலும், பகலில் வேதாள உலகிலும் நடமாடுகிற மாதிரி ஆனது. சக மனிதர்கள் வேதாளங்கள்போலவே தென்பட்டனர்.

இந்த இரட்டை நிலை புதிதல்ல. புனைகதைகள் எழுத ஆரம்பித்த நாட்களில் பல தடவை இப்படி ஆகியிருக்கிறது. பெரும்பாலும், தத்ரூபமான உருவெளித் தோற்றங்கள். ஓரிரு கணங்கள்தாம் நீடிக்கும் என்றாலும், முழுமையானவை. வாய்விட்டுச் சொல்லத் தொடங்கினால், நிமிடக் கணக்கிலும், சிலசமயம் மணிக் கணக்கிலும் நீடிக்கக் கூடியவை. சிலவற்றை எழுதியுமிருக்கிறேன் – பல பக்கங்கள் நீண்டிருக்கின்றன...

முன்னொரு தடவை, மிகப் பிரபலமான எழுத்தாளர் மனம் புழுங்கி எழுதியதை வாசித்திருக்கிறேன். அபூர்வமான கதைகள் ஏகப்பட்டது எழுதியும், தம்மை இலக்கியவாதிகள் அங்கீகரிக்கவில்லையே என்று ஏங்கிய கட்டுரை. பல்லாயிரம் வாசகர்களின் அபிமானத்தைச் சம்பாதித்த மனிதருக்கு, கேவலம் முன்னூற்றிச் சொச்சம் ஆசாமிகளின் புறக்கணிப்பு பெரிதாகத் தெரிவது ஆச்சரியம் தந்தது. வேகவேகமாக முன்னூற்றிச் சொச்சத்தில் ஒருவனாக ஆகிவிடவேண்டும் என்று ஆசை எழுந்தது அப்போது.

மேற்படிக் கட்டுரையில், தமது கதையைப் படித்து, 'கையை வெட்டிவிடுவேன்' என்று ஃபோனில் மிரட்டிய இஸ்லாமிய சகோதரர், 'எப்படியாவது ரகுவைப் பிழைக்க வையுங்கள் ஸர்' என்று கண்ணீர்க் கடிதம் எழுதிய வாசகி, 'என் கதை உங்களுக்கு எப்படித் தெரிந்தது' என்று நள்ளிரவில் கதவைத் தட்டி வியந்த நக்ஸலைட், 'நீங்கள் எழுதிய கதையால்தான் எங்கள் கோவில் ராஜகோபுரத்துக்கு விமோசனம் கிடைத்தது' என்று நன்றிப் பெருக்குடன் சிறப்புப் பரிவட்டம் கட்டிய அர்ச்சகர் என்று பட்டியல் இட்டிருந்தார். 'இதெல்லாம், இலக்கிய

மதிப்புக்கு உரைகல்லாகி விடாது' என்று சொல்லி, இருபத்தேழு காரணங்கள் அடுக்கினான் இஸ்மாயில். அதெல்லாம் ஆரம்ப காலத்தில். ஒன்றுகூட இப்போது எனக்கு நினைவிலில்லை.

நானுமே கொஞ்சம் புத்தகங்கள் எழுதிப் பிரசுரித்த பிறகு தெரிகிறது – முகம் தெரியாத பல்லாயிரம் வாசகர்களுக்கு ஏற்றவிதமாகக் கதை சொல்வது அத்தனை சுலபமில்லை; அவர்கள் அனைவருக்குமான அதமப் பொதுமடங்கு அல்லது உத்தமப் பொது அளவை எட்டும்போது எழுத்தின் சுதந்திரம் என்பதாக நான் கற்பிதம் செய்து வைத்திருக்கும் சமாசாரம் சற்று எட்டப் போய்விடுகிறது. தன்னை மறந்த உறக்கத்தில்கூட, நூற்றுக்கணக்கான வாசகர்களுக்கு ஆட்டோகிராஃப் போடும் கனவு எனக்கு வந்ததேயில்லை.

ஆனால், கிட்டத்தட்ட அவருக்கு நடந்தது மாதிரியே எனக்கும் நடக்கும் என்று எதிர்பார்க்காதது மட்டும் முழுக்கமுழுக்க உண்மை.

என்னைப் பார்க்க இரண்டு பெண்கள் வந்திருப்பதாகக் கவுண்ட்டர் அருகில் வந்து தெரிவித்தார் காவலர் சன்னாசி. அவரது சிரிப்பில் விரசம் தூக்கலாக இருந்ததாகப் பட்டது. 'நீ புணர்வதை மறைந்திருந்து பார்த்துவிட்டேனே!' என்கிற மாதிரியான சிரிப்பு என்று நான் இனம் கண்டிருந்தேன் – பார்த்துக்கொண்டிருக்கும்போதே சிரிக்கிற மாதிரித் தெரிந்தது இப்போது.

ஓ, சற்றுமுன் அவரிடம் பேசிவிட்டு, வாடிக்கையாளர் காத்திருக்கும் இருக்கைகளில் அமர்ந்த பெண்கள் இருவரும் என்னைப் பார்க்க வந்தவர்கள்தானா. காசுத்துறை மேலாளரிடம் அனுமதி வாங்கிக்கொண்டு வெளியில் வந்தேன். அவர் புதிதாக வந்தவர். என்னைப் பார்க்க அடிக்கடி ஆட்கள் வருவது அவருக்கு உறுத்தியது நியாயம்தான். ஆனால் அத்தனைபேர் இருக்கும் அலுவலகத்தில், தன் ஆதங்கத்தைத் தெரிவிக்க ஸ்வீப்பர் சுகுணாவை அவர் தேர்ந்தெடுத்தது ஏன் என்றுதான் புரியவில்லை. 'அவரு எளுத்தாளரு சாரு' என்று உகரத்தை அழுத்தும் தெலுங்கு உச்சரிப்பில் எடுத்துரைத்த சுகுணாவுக்கு பதிலுரைத்தாராம்:

இருக்கட்டுமே? அதுனாலெ பேங்க்குக்கு என்ன லாபம்?

அவர்களது உரையாடலைத் தவிர்க்கவே முடியாமல் ஒட்டுக்கேட்ட கடைநிலை ஊழியர் தேவராஜ் விருப்பமேயில்லாத முகபாவத்துடன் என்னிடம் கோள் சொன்னார்...

வந்தவர்கள் என்னைப் பார்த்ததும் எழுந்து கைகூப்பினார்கள். ஒருத்திக்கு வட இந்தியச் சாயல். மற்றவள் சமீபத்தில் தாவணியை விட்டுச் சூடிதாருக்கு மாறினவள் மாதிரி இருந்தாள். அவ்வளவு அப்பட்டமான தமிழ்முகம். வ.இ பெண் மற்றவளைவிட இருபது வயதாவது மூத்தவளாக இருப்பாள் என்று பட்டது – கிட்டத்தட்ட, என் வயது. நியாயத்துக்கு, அவளைப் பன்மையில்தான் குறிப்பிட வேண்டும். ஆனால் அப்புறம் இந்தச் சம்பவம் சுவாதீனமாய் இல்லாமல் போய்விடும் வாய்ப்பிருக்கிறது.

இருவரும் என்னோடு நடந்து கிளையைவிட்டு வெளியே வந்தார்கள். வ.இ.பெ.வின் முகம் எங்கோ பார்த்தமாதிரி இருந்தது. இப்போதெல்லாம் அடிக்கடி இப்படி நடக்கிறது. – வயது முற்றுவதன் அறிகுறியாகக்கூட இருக்கலாம். நேற்றைய சம்பவம் என்றோ நடந்தது மாதிரியும், பல வருடங்களுக்கு முந்தையது, சற்றுமுன்பு நடந்த மாதிரியும் தென்படுகிறது. சில சங்கதிகள் நினைவுவரும்போது – குறிப்பாக, திருட்டு முத்தங்கள் – தற்போதுதான் அவை நிகழ்வதுபோல உதறும். யாரோ பார்க்கிற பயம் தட்டும். பக்கத்தில் இருக்கும் பத்மினி பற்றிய குற்றவுணர்வும் எழும். போதம் நிகழ்கணத்துக்கு மீண்டதும் ஏக்கம் மண்டும்...

எங்கள் கிளையின் கட்டடம் பத்து மாடிகள் கொண்டது. பல்வேறு நிறுவனங்களின், அரசுத்துறைகளின் அலுவலகங்கள் உள்ளது. தரைத்தளத்தில் இருக்கும் எங்கள் கிளையை ஒட்டி ஏழெட்டுப் படிகள் கொண்ட, கட்டடத்தின் பாதத்துடன் இணைந்த, நீண்ட படிக்கட்டு உண்டு.

படிக்கட்டின் கிழக்கு ஓரத்தில் அமர்ந்தோம். பின்மதியத்தில் அங்கே தரை குளிர்ந்து இருக்கும். பேரிளம்பெண் என் முகத்தையே பார்த்துக்கொண்டிருந்தாள். மற்றவள் பெயர் மணிமேகலை. சரளமாகத் தமிழ் பேசினாள்:

> ஸார், இவுங்க பேரு ஆஷா. ஒங்க கதையிலே வந்திருக்காங்களாம்...

அதிர்ந்தேன். பின்னே? அறுபத்திச் சொச்சம் கதைகள் எழுதியிருக்கிறேன். நாலைந்து நாவல்களும்கூட. தீர்மானமான எண் சொல்ல முடியாததுக்குக் காரணம், இரண்டு நூல்களை நாவல் என்று அநேகம் பேர் குறிப்பிடுவதில்லை. எப்படியானாலும், எந்தக் கதையில் என்று ஞாபகப்படுத்திக்கொள்ள?

> ...நெனச்சேன். எத்தனை கதைக. எவ்வளவு கேரக்டர்க. எந்தக் கதையிலெ வந்த யாருன்னு எப்பிடி ஸார் ஞாபகமிருக்கும்!...

மணிமேகலை சிரித்தாள். அடுத்து எழுதவிருக்கும் கதையில் நாயகிக்கு வசீகரமான தெற்றுப்பல் என்று முடிவெடுத்தேன். தவிர, இன்னொரு விஷயமும் குடைய ஆரம்பித்தது. வேதாளத்தின் சகவாசம் ஏற்பட்ட பிறகு, என் மனத்தின் உட்சுவரில் தொங்கிய திரைகள் கழன்று விழுந்துவிட்டனவா? இந்தப் பெண்ணுக்கு நான் நினைத்தது எப்படித் தெரிந்தது?!

ஆஷா இருவரின் முகத்தையும் மாறிமாறிப் பார்த்துக்கொண் டிருந்தாள். ஒரு சொல்லும் புரியவில்லை என்பது அவள் கண்களில் தெரிந்தது.

ஒங்களோட இருபத்துமூணு காதல்கதைகள்லெ ஸார். கடைசி வரியெச் சொன்னா ஒடனே புரிஞ்சுரும். 'உமேஷ். கஹாங் கயே உமேஷ், கஹாங் கயே...'

எனக்கு நினைவு வந்துவிட்டது.

ஆரம்பத்தில் எழுதிய குறுநாவல். ஆக்ரா அருகில் பனிப்படலம் காரணமாக ரயில் நின்றுவிடுகிறது. கதவருகில் நிற்கும் என்னை நெஞ்சோடு அணைத்து, மேற்படிச் சொற்களை அரற்றியவாறு முத்தமிட்ட ஆஷா என்ற யுவதியின் கதை. அட, அது இந்தப் பெண்ணின் பெயராயிற்றே!

அப்படி ஒரு பெண்ணையும் அவள் குடும்பத்தையும் நான் பார்த்தது நிஜமேதான். அவர்களின் உரையாடல்வழி, அந்தப் பெண்ணின் பெயர் தெரியவந்ததும் உண்மை. ஆனால் மற்ற சமாசாரங்கள் அத்தனையுமே சொந்தச் சரக்கு அல்லவா. நடக்காத சம்பவத்துக்கு உரிமை கோரி இந்தப் பெண்மணி வந்திருக்கிறாளே – மனத்தின் ஒரு பகுதி வேகமாகச் சுதாரித்துக்கொண்டது. லேசாக பீதியும் எழுந்தது.

அவள் ஹிந்தியில் படபடவென்று பேசினாள் – அங்கங்கே போதுமான இடைவெளி விடுத்து. அதைவிடப் படபடப்பான வேகத்தில், ஆனால் வெகு சரளமாக, மணிமேகலை சரளமாக மொழிபெயர்த்தாள். மூன்று விஷயங்கள் சொல்ல ஆசைப் படுகிறாளாம் ஆஷா:

> ஹிந்தி சுத்தமாத் தெரியாதுண்றாரு – ஆனா, 'இவரைப்பாத்தா உமேஷ் மாதிரி இருக்கு'ன்னு நான் சொன்னதைக் கரெக்ட்டாப் புரிஞ்சுக்கிட்டாரே, அந்த ஒரு காரணம் போதும், இவர் எழுத்தாளரேதான்றதுக்கு. அன்னைக்கி என்கூட வந்தவங்க மாமியாரும் மாமனாரும். தாய் தகப்பன்னு இவர் எழுதியிருக்காரு. போகட்டும். அவங்களும் பெத்தவங்க மாதிரித்தான் என்ட்டெ நடந்துக்குவாங்க. அப்பறம், நடக்காத சம்பவத்தெ நடந்ததாச் சொல்றதும்

எழுத்தாளர்களுக்கு சகஜம்தான். அதுனாலெ, நான் குடுக்காத முத்தத்தெப் பத்திக் கவலெயில்லே. ஏதோ ரயில்லெ வந்த யாரோ ஒரு ஆஷாவெ யாருக்குத் தெரியப்போகுது. ஆனா, அந்தக் கதை, அதுக்கு முன்னாடியும் பின்னாடியும் உள்ள கதைகளாலெ, இதுவும் காதல்கதைன்னு ஆயிருதில்லையா... உமேஷ் என்னோடெ காதலன் கிடையாது. எனக்குக் கல்யாணம் நடந்து சரியா எட்டு மாசத்திலே காணாமெப் போன சகோதரன். அதுதான் மனசுக்குச் சங்கடமா இருக்கு.

இவங்களுக்கு எப்பிடி அந்தக் கதை தெரியும்?!

என் தொண்டை உலர்ந்துவிட்டிருந்தது. வார்த்தைகளைக் கறண்டிக் கறண்டித்தான் உமிழ வேண்டியிருந்தது.

உங்க கதைகள்னா எனக்கு ரொம்ப இஷ்டம் ஸார். ஒண்ணுவிடாமெத் தேடிப் படிச்சுருவேன். நாக்பூர்லெ இவுங்களும் நானும் ஒரே ஃப்ளாட்லதான் குடியிருக்கோம். இந்தக் கதையெப் படிச்சிட்ருக்கும்போது யதேச்சையா வந்தாங்க. கதையில வர்ற பொம்பளைக்கு இவுங்க பேர்ன்னு சொன்னேனா – அதெ வாசிச்சுக் காமியேன்னு ஆசையாக் கேட்டாங்க. எனக்குமே கதைகளெ வாய்விட்டுப் வாசிக்க ரொம்பப் பிடிக்கும். வாசிச்சுக் காமிச்சேன். பாத்தா அது இவுங்க கதையேதானாம்.

அது சரி, இதெச் சொல்றதுக்கா இவ்வளவு தூரம் தேடி வந்தீங்க?

இல்லெ ஸார், இவுங்க மாமியார் வீடு இங்கேதான் ஸவுக்கார்பேட்டெலே இருக்கு. நான் இங்கே ஒரு பி.ஜி கோர்ஸ் சேர வந்திருக்கேன். டயம் கிடைக்கும்போது உங்களை வந்து பாக்கலாமா ஸார்?

ஆமோதிப்பாகத் தலையசைத்தேன். அந்தக் கதையில் ஒரு திருத்தத்தைப் போட்டு விடலாமா என்று யோசித்தேன். காணாமல் போன சகோதரன் திரும்பக் கிடைத்தாலும் முத்தமிடுவது தகும்தானே – ஆனால், கன்னத்திலோ நெற்றியிலோதான் கொடுக்கிற மாதிரி எழுத வேண்டிவரும். ஒரிஜினல் கதையில் இருக்கிற மாதிரி உதட்டில் அல்ல... ஆனால் அடுத்தடுத்த பதிப்புகள் வராத நூல்களை எழுதுகிற, பிரபலமாகாத எழுத்தாளனாக இருப்பதில்தான் எவ்வளவு நிம்மதி இருக்கிறது...

நான் வாங்கித் தந்த தேநீரைக் குடித்துவிட்டு அவர்கள் போவதையே பார்த்தபடி நின்றிருந்தேன் – புதிதாக ஒரு இளம் வாசகி கிடைத்ததைக் கொண்டாடுவதா, புனைவின் புளுகுக்குள்

கையும் களவுமாகப் பிடிபட்டது பற்றிப் புழுங்குவதா என்று குழம்பியது மனம்.

அவர்கள் மீண்டும் ஒரு புனைகதைக்குள் நுழைவதுபோலப் போய்க்கொண்டிருந்தார்கள்.

எதிரில் இருந்த இருக்கைகள் இன்னமும் காலியாகத்தான் இருந்தன. சன்னாசி ஒரு வாரம் விடுமுறையில் இருக்கிறார், வரும் திங்கட்கிழமைதான் பணிக்குத் திரும்புகிறார் என்று நினைவு வந்தது.

அடடே, காசுக் கவுண்ட்டரில் வைத்துத் தூங்கிவிட்டேனா என்ன? அல்லது, அறிதுயிலில் உதித்த பகல்கனவோ? அல்லது, முதன்முறையாக, நான் விழித்திருக்கும்போதே வந்து கைவரிசையைக் காட்டிவிட்டாரா வேதாளம்! இந்த எண்ணம் மெல்ல மெல்ல உறுதிப்பட்டு வந்து, அவர் வந்துவிட்டுப் போனார் என்றே நம்பத் தோன்றியது.

இந்த மாதிரித் தோன்றிய மாத்திரத்தில், வேதாளத்தின்மீது முதல் தடவையாகச் சந்தேகம் உதித்தது. மற்றவன் எதிர்ப்பே சொல்லாமல் கேட்டுக்கொள்கிறான் என்பதால், புளுக ஆரம்பிக்கிறாரோ என்று பட்டது. மனிதமனத்தின் சூட்சும பிம்பம்தானே வேதாளம் – அப்புறம் பொய் சொல்லாமலிருக்க வாய்ப்பேது!

மேற்படி ஐயம் உருவாகக் காரணம், இப்படியொரு கதை எழுதியதே எனக்கு மறந்துவிட்டது என்பது அல்ல – இப்படியொன்று நடப்பதற்கான சாத்தியமே இல்லை என்பது. என் கதைகளை வாசிக்கிறவர் எண்ணிக்கையும், அவர்களுடைய வாசகத் தன்மையும் அப்படிப்பட்டவை என்று அனுமானித்து வைத்திருக்கிறேன்.

ஆனால், வேதாளம் உதிர்த்த அத்தனை முத்துக்களையும் கோக்கும்போது, இதை மட்டும் விட்டுவிடுவதற்கான நியாயம் ஏதும் இல்லை என்று தோன்றியது. எழுதி விட்டேன்.

ஆனாலும், வேதாளத்தின் பிறழ்வு சம்பந்தமாக மனத்துக்குள் ஓர் இரட்டை நிலை தோன்றிவிட்டது. இனிமேலும் அவர் சொல்லவிருப்பதை எந்த அளவு நம்பலாம் என்ற தயக்கம் ஒருபக்கம். மறுபுறம், அட, பரவாயில்லையே, மானுட உலகத்தில் அத்தனை பரவலாக அறியப்படாதபோதிலும், வேதாள உலகத்தில் எனக்கு இவ்வளவு தீர்க்கமான வாசகர் ஒருவர் இருக்கிறாரே என்று கிளுகிளுப்பாக இருந்தது.

ஆனால், இந்தப் பரவசம் ஒரு பகல்பொழுது மட்டுமே நீடித்தது. சாயங்காலம் வீடு திரும்பியதும் இனம் புரியாத வேறொரு எரிச்சல் வேதாளத்தின்மீது ஊறியது.

நீர் சொல்வதை மட்டுமே எழுத நான் என்ன உமது அந்தரங்கச் செயலாளரா? நான் எழுத்தாளனாக்கும்.

என்று எனக்குள் வீம்பு திமிறியது. அந்த வேகம் அடங்காமலே, ஒரு பத்தி எழுத முயன்றேன். சாயங்காலம் கணிப்பொறியை முடுக்குகிறானே என்று சந்தேகத்தோடு பார்த்தாள் பத்மினி.

●

11

'உஷ்...' என்ற சீறல் கேட்கிறது. திரும்பிப் பார்க்கிறேன். உதட்டின் குறுக்காகக் கைவைத்து, குழந்தைகளை எச்சரிக்கும் பத்மினி. ஓ, அவர்களும் படுக்க வந்துவிட்டார்களா. அவ்வளவு நேரம் ஆகிவிட்டதா என்ன?

என்னிடம் கேட்காமலே விளக்கை அணைக்கிறாள். அறையில் இருளோடு பரவிய அமைதிக்குள் குழந்தைகளும் ஆழ்கிறார்கள்... என் பார்வை தன்னிச்சையாக மின்விசிறியருகில் சென்றது.

ஒளிரும் நீல நிறத்தில் என் நண்பர் காத்திருந்தார். மனம் துள்ளியது. சாயங்காலம் வரை நீடித்திருந்த எரிச்சல் எங்கே போனது என்றே தெரியவில்லை. என் எண்ணங்கள் அனைத்தையுமே அவ்வப்போதே வாசித்தறியக்கூடியவர் என்பதால், எரிச்சலும் தெரிந்திருக்கும்தானே. அதையும் பொருட்படுத்தாமல் வந்திருக்கிறார் என்றால், மேன்மையான நட்புக்கு உதாரணம் அல்லவா அவர்? குதூகலத்தால் துள்ளியது மனம்.

'உவப்பக் கூடி உள்ளப் பிரிதல்' என்பது வேதாளங்களுக்கும் செல்லுபடியாகும் போல! ஆனால், இவர்கள் மூவரும் உறங்கும்வரை காத்திருக்கத்தான் வேண்டும். என்னதான் மானசீக உரையாடல் என்றாலும், மற்றவர்கள் இருக்கும்போது அந்தரங்கம் தொடருமா?

அதற்குள் ஒரு குறுக்கீடாக சுகவனம் மீண்டும் நினைவில் எழுந்தான். அல்லது, அவனுடன் நிகழ்ந்த ஒரு உரையாடல் எழுந்தது.

ஜே. கிருஷ்ணமூர்த்தியின் கட்டுரைகள் – அவை பெரும்பாலும் உரைகள் அல்லது உரையாடல்கள்தாமே; மனிதர் பேனாவை எடுத்து ஒரு வரி எழுதியதாகக் குறிப்பு இல்லையே – பற்றி சுகவனத்திடம் ஒருமுறை ஆதங்கமாகச் சொன்னேன்:

சொல்ல வந்த சமாசாரத்தை நேரடியாகச் சொல்லிவிட்டுப் போகவேண்டியதுதானே. அந்த வேளையின் வெளிச்சம், சீதோஷ்ணம், பார்க்க வந்தவரின் உடையும் தோற்றமும் பற்றி விவரணை என்றெல்லாம் எதற்காக வளர்க்கிறார்.

அவன் இயல்பான நிதானத்துடனும் விவேகத்துடனும் விளக்கினான்:

அன்றைய உரையாடல் அல்லது உரைக்கான பதநிலைக்கு அவரை நகர்த்திய அம்சங்கள் என்னென்ன என்பதையாக்கும் அவர் குறிப்பிடுகிறார். உரையாடலின் சாரம் வெறும் கருத்து அல்ல; புற உலகில் சாந்நித்தியம் கொண்டு இவருடைய அக உலகின் பகுதியாக மாறிவிட்ட ஓர் அம்சமே என்பதை நிறுவ உதவுகிறவை அந்த விவரணைகள்.

ஏனோ அந்தப் பயல், தத்துவார்த்தமாகப் பேசினால் ஆங்கிலத்துக்கு மாறிவிடுகிறான். அதுவும் ஒரு காரணம், எனக்குப் பாதிதான் புரிந்த மாதிரி இருந்தது. இன்றுவரையிலும் அப்படித்தான்; பாதி புரிந்த சங்கதிகளை வைத்து ஒருமாதிரி ஒப்பேற்றிக்கொண்டு வருகிறேன். மனிதப் பார்வை நூற்றெண்பது பாகை மட்டுமே விசாலம் கொண்டது; உண்மை என்பது எப்போதும் அரை உண்மை மட்டுமே; துகள்களாகவோ அலைகளாகவோ மட்டுமே பருவுலகைக் காண முடியும் என்கிற மாதிரி என்னென்னவோ அடுக்குகள் உள்ளுக்குள் சரிந்து பெருகுகின்றன. அவற்றை இன்னொரு சந்தர்ப்பத்தில் பேசிக்கொள்ளலாம்.

இப்போதைக்கு, நான் ஆரம்பத்தில் குறிப்பிட்ட குறுக்கீடு ஜே.கி. பற்றியது அல்ல – அது குறுக்கீட்டில் குறுக்கிட்ட குறுக்கீடு! நிஜமான குறுக்கீடு இனி வருவதுதான்:

ஜே.கி. ஒரு வேளையை வர்ணிக்கிறார். ஜன்னல் வழியே தெரியும் மரக்கிளையில், ஒரு பறவை அமர்ந்திருக்கிறது. சட்டென்று முடிவெடுத்து எழுந்து பறக்கிறது. இவருடைய வார்த்தைகளில்:

...the bough was swinging up and down for a few moments, due to the pressure of the flight...

அன்று அவரைப் பார்க்க ஒரு நடுவயதுப் பெண்மணி வருகிறார். சமீபத்தில் கணவரைப் பறிகொடுத்தவர். தொடர்ந்து மரணம் பற்றியும் பிரிவு பற்றியும் உறவு பற்றியும் அது பற்றித் தனி மனம் கொள்ளும் கற்பிதங்கள் பற்றியும் பெரியவரின் பேச்சு நீள்கிறது...

அவர் சொன்னவற்றின் ஷரத்துக்கள் ஒன்றுகூட நினைவிலில்லை; ஆனால் புறக்காட்சி அன்றைய உரையை முன்னறிவித்த விதம்தான் என்னை திகைப்புக்கடலில் ஆழ்த்தியது.

செருமல் ஒலி கேட்டது. அட, நான்தான் கவனிக்கவில்லை. மற்றவர்கள் ஆழ்ந்து உறங்கிவிட்டார்கள்.

> என்ன அப்பனே, பகல் தூக்கத்தில் வருகிறவர்களை யெல்லாம் பதிவு செய்கிறாய், நிஜமாகவே உன் உலகத்தில் நடமாடியவனை மறந்துவிட்டாயே!

அவ்வளவுதான், குழப்பத்தின் விஷ விரல்கள் என்னைப் பற்றி இறுக்க ஆரம்பித்தன – அந்த ஆஷா சம்பவம் பகல் கனவேதானா, அவர்கள் நிஜமாகவே வரவில்லையென்றால், அந்தப் பத்தியின் ஆரம்பத்தில் நான் கேலி செய்த எழுத்தாளர் பற்றி எனக்கு இருக்கும் உணர்வுக்குப் பெயர்தான் என்ன?

அது பகல்கனவு என்றால், அந்த நேரத்தில் வேதாளம் எங்கேயிருந்து அதைப் பார்த்துக்கொண்டிருந்தார்? லாப்சங் ரம்ப்பா சொல்லும் கோட்பாடு சரிதானோ?

அப்புறம், இந்த வேதாளத்தின் கிண்டல். என் உலகத்தில் நடமாடிய, நடமாடுகிற அத்தனைபேரையும் ஒருங்கே நிகழ்த்திப் பார்க்க முடியுமா என்ன? ஒரு நேரத்தில் ஒருவர்மீதுதானே கவனம் குவியும்? இன்னார் என்று சொன்னால்தானே? எத்தனை சம்பவங்களை, நபர்களைப் பற்றிப் பேசும்போது ‘அட, இவரை எப்படி மறந்தேன்?’ என்று வியந்திருக்கிறேன்...

> **ம**த்தியானம் தேவராஜ் ஞாபகமும் வந்ததுதானே அப்பனே? சாயங்காலம் வந்தவுடன் அந்தக் கதையை அல்லவா எழுதியிருக்க வேண்டும்? சரி போ, *associated memory* என்பது தன்னிச்சையாகக் கோத்துக்கொண்டு போகிற சமாசாரம்தான். அது என்றைக்கு எந்தத் திக்கில் போகும் என்பதை எப்படி, யாரால் நிர்ணயிக்க முடியும்?

தன்னுடைய இன்னொரு பரிமாணத்தைப் பற்றிப் பீற்றத் தொடங்குகிறார் என்றே தோன்றியது. ஆனாலும் அவர் நினைவூட்டியதை, அவர் நினைவூட்டியவிதமாகவே பதிவு செய்கிறேன்…

பொதுவாகவே ஸ்பெயின் மீதும் ஜப்பான் மீதும் கிருஷ்ணனுக்கு தீராக் காதல் உண்டு. வாழ்வில் ஒருதடவையாவது மேற்படி தேசங்களுக்கு விஜயம் செய்துவிட வேண்டும் என்ற ஆறாத ஏக்கமும் உண்டு. அதிலும் ஜப்பானுடன் இன்னும் விசேஷமான நெருக்கத்தை உணர்வான்.

மனிதர்கள் ஏற்படுத்திய அணுகுண்டுக் காயங்களையும், மாதந்தவறாமல் இயற்கை சீறி உருவாக்கும் பேரழிவுகளையும் கொசுக்கடிபோலப் பாவித்து மீளும் தேசத்தின் அகஉறுதியை வியந்து மாளாது. போர்க்குணத்துக்குப் பேர்போன ஸாமுராய் களும், தலையில் இடியே விழுந்தாலும் கலங்காதிருக்கும் ஜென்முனிகளும், உயிருள்ள மலர்களை வைத்து அலங்கரிக்கப் பயிற்றும் இகெபானா கலையும், வெறும் காகிதத்தை மடித்து நவநவமான வடிவங்களை வனையும் ஓரிகாமியும் ஒரே பண்பாட்டின் பகுதியாய் இருப்பது பேராச்சரியம்தானே! ஒருதடவை இஸ்மாயிலிடம் மனம் பொங்கிச் சொன்னான்:

> காகிதம்ங்கிற செயற்கைப்பொருளை இயற்கையா மடிக்கணும்னு தோணுதே. அதுலெயெ ஒரு ஜென் மனநிலை இருக்குடா.

மேற்கண்ட செய்திகள் அனைத்தும், தேவராஜைப் பார்க்கும் போதெல்லாம் கிருஷ்ணனுக்கு ஜப்பான் ஞாபகம் வந்துவிடும் என்ற ஒற்றைத் தகவலுக்காக. இவன் பணிபுரிந்த கிளையில் கடைநிலை ஊழியராக இருந்தவர் தேவராஜ். அவரைப் பார்க்கும்போது இவனுக்கு ஜப்பான் ஞாபகம் வருவது அவருடைய முக அமைப்புக்காக மட்டுமல்ல – சுறுசுறுப்புக்காகவும்தான்.

ஆனால், ஜப்பானியர்களுக்கும் தேவராஜுக்கும் உள்ள ஒரு வேற்றுமையையும் கிருஷ்ணன் கவனித்து வைத்திருந்தான். ஆமாம், தேவராஜின் நகைச்சுவையுணர்வும் சிரித்த முகமும். எத்தனை புத்தகங்கள், எத்தனை சினிமாக்கள் – ஜப்பானியர்கள் மனம் விட்டுச் சிரிக்கிற மாதிரி ஒரு உதாரணமாவது காட்ட முடிகிறதா? இத்தனைக்கும் ஒரு தேசமாக ஜப்பான் பட்டதைவிட, தனிநபராக தேவராஜ் அனுபவித்த துயரங்களுக்குப் பளு அதிகம்.

தேவராஜுக்கு நான்கு குழந்தைகள். இரண்டு ஆண். இரண்டு பெண். பாலினத்துக் கொன்றாக இளம்பிள்ளைவாதம் தாக்கி

நடையைப் பறித்திருந்தது. மற்ற இரண்டு குழந்தைகளுக்கும் மனவளர்ச்சி குறைவு. இவ்வளவையும் புன்னகை மாறாத முகத்துடன் சாப்பாட்டு மேஜையில் சொல்லி முடித்தார் தேவராஜ்.

> எங்க ஆத்தாளுக்கு, கைக்கடக்கமான மருமக வேண்டியிருந்துச்சு. எங்க மாமனுக்கு செலவு வய்க்காத மருமகப்பிள்ளெ வேணும். கட்றா தாலியென்னுட்டாங்யெ. இந்தப் பிள்ளெயெ வேறெ சமைஞ்ச நாள்லெருந்து பாத்துக்கிட்ருக்கமா, நமக்கும் ஒரு கண்ணு விளுந்திருந்தது. இப்பக் காலமா சார், சொந்தத்திலெ பொண்ணு கட்டாதறா, புள்ளகுட்டிக வீணாப் போகும்னெல்லாம் எடுத்துச்சொல்ல ஆளு ஏது நமக்கு. மொத்தத்திலே, பெரியவுக சொகுசு பாத்து, ஒரு தலைமொறயவே நாசம் பண்ணீட்டோம்...

சிரித்தார். முகத்தை எப்படி வைத்துக்கொள்வது, தானும் சிரித்தால் பொருத்தமாய் இருக்குமா, ஆறுதல் வார்த்தை சொல்வது தவறாகிவிடுமா, சொல்வதானாலும் என்னத்தைச் சொல்வது என்றெல்லாம் குழம்பினான் கிருஷ்ணன்...

> என்னா, பொம்பளைப் பிள்ளைகளை நெனைச்சாத்தான் கவலையா இருக்கு. நம்ப காலத்துக்கப்பறம் என்ன செய்யப் போகுதுகளோ?

இயல்புக்கு மாறாக சீரியஸாகிவிட்டோமே என்று நினைத்தாரோ என்னவோ. வலிய ஒரு புன்னகையை அணிந்துகொண்டார் தேவராஜ். உணவறைக்குப் பக்கத்தில் உள்ள பதிவேடுகள் அறைக்குள்ளிருந்து ஓர் எலி வெளியே வந்துவிட்டு, ஆட்கள் இருப்பதைப் பார்த்து மிரண்டு திரும்பி ஓடியது.

> இவுரு இன்னைக்கி அரெ நாள் லீவுலெ போகுறாரு போல. வளக்கமா நான் வீட்டுக்குக் கெளம்பும்போதுதான் அவரும் பொறப்புடுவாரு.

இயல்புக்குத் திரும்பிவிட்டார்!

வட இந்தியாவில் ஏதோ ஒரு நகரத்தை ப்ளேக் தாக்கிய செய்தி தினத்தாள்களை ஆக்கிரமித்திருந்தது. 1994ஆம் வருடம் சூரத்தைத் தாக்கிய நோய்க்கு நிகரானது இது என்றும் செய்திகள் கவலைப்பட்டன. அபரிமிதமான பருவமழை, அடைத்துக்கொண்ட கழிவுநீரோடைகள், அகற்ற நாதியற்ற விலங்குச் சடலங்கள், என அப்போதிருந்த காரணங்கள் அனைத்துமே இப்போதும் இருப்பது நிஜம்தான்: ஆனால்

இவை இல்லாத இந்தியாவைக் கற்பனை செய்தாவது பார்க்க முடியுமா என்றும், பீதியைக் கிளப்பும் வதந்திகளை நம்ப வேண்டாம் என்றும், அகற்றப்படாத விலங்குச் சடலங்கள் வெறும் மூன்று மட்டுமே என்றும் அவற்றின் மரணத்துக்கான காரணம் இன்னும் உறுதி செய்யப்படவில்லை என்றும் மத்திய சுகாதாரச் செயலர் அறிக்கைவிட்டிருந்தார். ஆரம்பத்தில் அவர் அடுக்கிய பட்டியலில் ஒன்றை மட்டும் விட்டுவிட்டார்: அரசாங்கத்தின் கையாலாகாத்தனம்.

செத்த எலிகளில் கிருமிகளை அடைத்துத் தெருக்களில் வீசிய வெளிநாட்டுச் சதியே காரணம் என்று ஒரு வாராந்திரப் புலனாய்வுப் பத்திரிகை எழுதியிருந்தது.

இதையெல்லாம் படித்தபடி மின்சார ரயிலில் வந்து அலுவலகத்துக்குள் நுழைந்தான் கிருஷ்ணன். சாப்பாட்டுப் பையை வைப்பதற்காக உணவறைக்குப் போனான். வாசலில் செத்துக் கிடந்த எலியின்மீது எறும்புகள் மொய்த்திருந்தன. பதறிப்போய்த் திரும்பினான்.

தேவராஜ்மேல் இடித்துக்கொண்டான். நெற்றி நிறைய விபூதியும், சலவை மணம் நிரம்பிய சீருடையுமாக நின்றார் அவர்.

என்னா சார். தெகைச்சு நின்னுட்டீங்க.

என்றவாறு கீழே பார்த்தவர்,

அட. இதுதானா சங்கதி... நம்ம ஃப்ரெண்டுதான் சார். ரெம்ப அட்டூளியம் பண்றாருன்னு மருந்து வய்க்கச் சொன்னாரு மேனேசரு. கடேசிலெ நம்ம ஃப்ரெண்டெ நம்மளே வெசம் வச்சுக் கொல்ற மாதிரி ஆயிருச்சு.

என்றவாறு முன்னகர்ந்தவர்,

தேவராஜ், தேவராஜ், என்ன பண்றீங்க...?

என்று கிருஷ்ணன் பதறி முடிப்பதற்குள்ளாக, வலதுகையால் எலியின் வாலைப் பிடித்துத் தூக்கி உதறினார் – எறும்புகள் கையில் ஏறிவிடாமல் காத்துக்கொள்ள.

...இதுலே என்ன சார் இருக்கு? நம்ம வீடுன்னா எடுத்துப் போடமாட்டமா?

அட, அதுக்குச் சொல்லலேய்யா.

என்று கிருஷ்ணன் தொடர்வதற்குள், வங்கிக்கு வெளியே குப்பைத்தொட்டியைப் பார்த்துப் போனார்...

மறுநாள் தேவராஜ் அலுவலகம் வரவில்லை. அதற்கப்புறம் வரவேயில்லை.

இவ்வளவு நேரமும் பார்த்துக்கொண்டிருந்த மின்விசிறியை இப்போதுதான் பார்ப்பதுபோலப் புதிதாகப் பார்த்தேன். அந்த இடத்தில் ஒளிர்ந்த நீலம் காணாமல் போயிருந்தது. சொல்லாமல் கொள்ளாமல் போகிறவரை நண்பர் என்று எடுத்துக்கொள்வது என்னுடைய பலவீனம்தானோ என்று ஒரு கணம் தோன்றி, மனம் லேசாக அதிர்ந்தது. பிறகு தானே வேறுபக்கம் நகர்ந்தது.

தேவராஜின் கதையில் அவர் சொன்ன எந்த விஷயமுமே எனக்கு மறந்துவிட்டிருக்கவில்லை. ஆனாலும், இத்தனை காலமும் எழுதாமல் விட்டதற்குக் காரணமே வேறு.

மேற்படி எலி சம்பவத்தை, அதாவது அதை தேவராஜ் முன்யோசனையின்றித் தூக்கிப்போட்ட சம்பவத்தை, நண்பர்கள் இருவரிடமும் விவரித்தபோது, சட்டென்று கேட்டான் இஸ்மாயில்:

அவரு என்ன கம்யூனிட்டு?

எனக்குத் தெரியாது. உண்மையிலேயே தெரியாது. ஆனால் அவன் தொடர்ந்து பேசினான். தனிமனங்களில் சாதியமைப்பு எவ்வளவு ஆழத்தில் வண்டல் படிய வைத்திருக்கிறது; மேல் மனம் தார்மீகமாக முடிவெடுக்கவேண்டிய சமயங்களில் கூட, ஆழ்மனம் எப்படி ஒரு ஆர்ட்டீசியன் ஊற்றுப்போலப் பீறி மேல்மனத்தின் விழைவுகளை நனைத்து, பயன்படவே முடியாத வகையில் அதை ஈரமாக்கிவிடுகிறது; சிசுவாய் இருந்து வளரும் இந்தியச் சுயம் சமூகத்தின் உறுப்பினராவதே சாதியமைப்பில் தனக்குரிய இடத்தையும் அது தொடர்பான பெருமிதம் அல்லது தாழ்வுணர்வைத் தனக்குள் பதியமிட்டு வளர்த்துக் கொள்வதுதான் என்கிற மாதிரி என்னென்னவோ சொல்லிக்கொண்டு போனான்.

அவன் என்ன வேண்டுமானால் சொல்லட்டும், நான் அந்தச் செத்த எலியைத் தூக்கிப்போட முனையாததற்கு சுகாதாரம் பற்றிய என் பதற்றம் மட்டுமே காரணம். ஆனால் இதை அழுத்திச் சொல்ல முடியாததற்கு, என்மீதே எனக்கு இருக்கும் சந்தேகங்களும், ஆழ்மனத்தில் நிரந்தரமாக இருக்கக் கூடும் என்று நான் கருதும் பாதுகாப்புணர்வும் கூடக் காரணமாய் இருக்கலாம்.

இதே தயக்கத்தினால், நான் முழுசாக எழுதிப் பிரசுரிக்காமல் வைத்திருக்கும் இன்னொரு கதையையும் இங்கே சொல்லி விடலாம் என்று இப்போது தோன்றுகிறது. தைரியம் வந்து விட்டது என்பதால் அல்ல – இஸ்மாயிலின் மேற்சொன்ன உரையாடலுடன் இதற்குத் தொடர்பிருக்கிறது என்று இப்போது தோன்றுவதால்...

ஒரு முன்குறிப்பு: இது புராதனக்கதை அல்ல – ஆனால், மிகப் புராதனமான இரண்டு உணர்வுகள் பற்றியது. அவை மட்டுமல்லாது, அனைத்து உணர்வுகளும் சக்கர வட்டமாய்ச் சுழலும் மைய அச்சின் வேராக இருக்கும் புதிர்த்தன்மை பற்றியது.

இன்னொரு முன்குறிப்பு: எது முதலில் வந்தது, கோழியா முட்டையா என்பது மிகமிகப் பழைய கேள்வி. தர்க்கபூர்வ மான விளக்கத்தை உயிரியல் வரலாறு ஒருவேளை எடுத்துச் சொல்லிவிடும். ஆனாலும், பாமர மனங்கள் போற்றிக் கொண்டாடும் கேள்வி அது. மேற்சொன்ன உணர்வுகள் சம்பந்தமாகவும் அதை நீட்டிப் பார்க்க முடியும் – மனித மனத்தில் முதலில் உதிப்பது எது, பயமா வன்முறையா?

பொதுநிறுவனக் கிளை ஒன்றில் நடந்தது இது. களத்தில் ஏகப்பட்ட பாத்திரங்கள் உண்டு. ஆனால் மையப்பாத்திரங்கள் இரண்டேதான். மேலாளர், கடைநிலைப் பணியாளர் .நிஜத்தில் இரண்டு பேருக்கும் பெயர்கள் உண்டு. இந்தக் கதையில் கிடையாது. காரணங்களும் இரண்டுதான் – சகலமுமே இரட்டைநிலை கொண்டிருக்கும் சமூகத்தில் (ஒட்டுமொத்தப் பிரபஞ்சமுமே அப்படித்தானோ?) பெயர்களுக்கு அப்பாற்பட்டு எதிர்த் துருவங்கள் இயங்குவது மூன்றாவது காரணம் என்றாலும், முதல் இரண்டு காரணங்கள் முக்கியமானவை.

1 பெயர்களின் மூலமாக உருவாகும் அடையாளம் பாத்திரங்களின் மைய உணர்வுகளைப் பற்றிய பேச்சில் சமூக அரசியலைக் கலந்துவிடவும், முன்னர் குறிப்பிட்ட மைய அச்சிலிருந்து கவனத்தைச் சிதறடிக்கவும் வாய்ப்புண்டு என்பது.

தவிர, அவ்வையாரின் வார்த்தைகளில், 'இட்டாரும் இடாதாரு'மாக இரண்டே சாதிகள்; மார்க்ஸின் பார்வையில் முதலாளி – தொழிலாளி; ஃப்ராய்டின் பார்வையில் காமம் நிரம்பியவன் – காமம் வறண்டவன்; கடவுளின் பார்வையில் பக்தன் – நாத்திகன் என்று இலங்கும் எதிரெதிர்த் தரப்புகளின் தன்மையும் அடையாளங்களும் காலத்துக்குக் காலம் இடத்துக்கு

இடம் ஆளுக்கு ஆள் மாறக்கூடியவை அல்லவா. கடலுக்கு இந்தப் பக்கம் நாயகர்களாய் இருந்தவர்கள், எதிர்க்கரையில் எதிர்மறையாகப் பார்க்கப்பட்டதையும் நம் காலத்திலேயே பார்த்திருக்கிறோமே.

2 தமிழ் நவீன இலக்கியத்தில் ஜாதி முற்றிலுமாக ஒழிக்கப்பட்டு விட்டது; எனவே, இலக்கியம் இனி ஒருபோதும் நடைமுறை வாழ்வின் பிரதிபலிப்பாக இருக்க வாய்ப்பில்லை என்பது. எந்த ஒரு சுதந்திரமாக இருந்தாலும், அது எழுத்தாளனின் புனைவுச் சுதந்திரமாகவே இருக்கட்டுமே, வலுத்தவர்கள் அல்லது உரத்துப் பேசுகிறவர்கள் நிர்ணயிக்கும் எல்லைகளுக்குள்தானே சுற்றிவர வேண்டும்.

என்ன இது, கதையைவிடப் பீடிகை நீளமாய் இருக்கிறதே, இது கட்டுரையா கதையா அல்லது வெற்றுப் புலம்பலேதானா என்பது போன்ற சந்தேகங்களைச் சற்று ஒத்திப் போடலாம். நிகழும்போது சம்பவம், நிகழ்ந்து முடிந்த பிறகு கதை என்பதை ஏற்கெனவே சொல்லியிருக்கிறேனே...

இதுதான் சம்பவம்.

மேலாளர் வந்து விறைப்பாக நிற்கிறார். கடைநிலைப் பணியாளர் நிற்க முடியாமல் தள்ளாடுகிறார். உடல்நலக் குறைவால் அல்ல – மிதமிஞ்சிய போதை. சாதாரணமாக, குடித்துவிட்டுப் பணிக்கு வரக்கூடியவர்தான். ஆனால் உடலும் சொற்களும் மிகுந்த கட்டுப்பாட்டில் இருக்கும் – சும்மாவா, முப்பது வருட அனுபவம். பணியில் இல்லை – குடியில். என்ன, குடித்திருப்பதால், பணிவு கொஞ்சம் அதிகமாக இருக்கும், அதனால் யாருக்கும் பாதகமில்லையே.

இன்று நிற்கவும் முடியாமல் ஆனதற்கு இரண்டு காரணங்கள். மேலே சொன்ன மாதிரி, இந்தப் பிரபஞ்சம்தான் எத்தனை விதத்தில் இரண்டிரண்டாகப் பிளந்திருக்கிறது என்ற ஆச்சரியத்தை அப்புறம் பட்டுக்கொள்ளலாம். இப்போதைக்கு, அதீதத் தள்ளாட்டத்தின் காரணங்கள் மட்டும்.

ஒன்று, நேற்று வழக்கத்தைவிட இரண்டு மடங்குக்கும் அதிகம் குடிக்க வேண்டியதாயிற்று என்பது. இரண்டாவது காரணம்தான் முதல் காரணத்துக்கே காரணம்: மது ஒழிப்பை வலியுறுத்தி நடந்த கட்சி ஊர்வலத்தில் முன்னணியில் ஆடிக்கொண்டு போன அலுப்பும், இலவசமாகக் கிடைத்த பானத்தின் அளவைக் கட்டுப்படுத்த முடியாமல் போனதும்.

மேலாளர் ஆரம்பத்தில் எடுத்துச்சொல்கிறார்: குடித்துவிட்டு வருவதைப் பணி விதிகள் அனுமதிக்கவில்லை; இதுவரை எத்தனை முறை சொல்லியாயிற்று; வாடிக்கையாளர்கள் மெனக்கெட்டு மாடியேறி வந்து புகார் செய்துவிட்டுப் போகிறார்கள். சற்றுமுன் ஒரு மூதாட்டி மூச்சிரைக்கப் படியேறி வந்து கண்ணீர் உகுத்தார்.

யாரு, அந்த மூதேவியா?

என்று உடனடியாக அடையாளம் புரிந்துகொண்டார் சேவகர். கோடிகளில் வைப்பீடு செய்திருக்கும் பணக்காரக் கிழவி அவர். இந்த இடத்தில் மேலாளர் தடம் புரண்டார்.

> இப்பொகண்டி டாக்டரெக் கூப்புட்டு ப்ளட் சாம்ப்பிள் எடுத்தேன்னா ஒங்க வேலெயே போயிரும் மிஸ்டர். பென்ஷன் கின்ஷன் ஒண்ணும் கிடைக்காது...

பணியாளரின் கண்களில் ஒரு விநாடி பயம் படர்ந்தது. ஒரு விநாடிதான். பிறகு பழைய வீரம் இன்னும் ஆவேசமாய்க் கொப்பளித்தது.

> எடு. வேலையெ விட்டுத் தூக்கு. நாங்க மட்டும் ... கிட்டு இருப்போமாக்கும்?

அப்பட்டமாகக் கெட்டவார்த்தை உதிர்ந்ததில் மொத்த அலுவலகமும் கூசியது. தொடர்ந்து, தன் எதிர்காலத் திட்டத்தை விவரித்தார் பணியாளர்.

> அதான் தெனோமும் பேப்பர்லெ பாக்குறேல்ல. ஒம் பேரெ எளுதி வச்சிட்டு ரயில்லெ பாஞ்சிருவேன். நாறிப்போவெ நாறி. கிண்டிக் கிளங்கெடுத்துருவானுக ஒன்னய ...

உடனடியாகத் தன் பொருட்களைச் சேகரித்துக்கொண்டு விசையுடன் வெளியேறினார் – பெரிதாக ஒன்றுமில்லை, சாப்பாட்டுக்கூடை, சுருட்டிச் செருகப்பட்ட தினத்தாள் வைத்த கைப்பை – போகும் அவசரத்தில் அவருடைய பையிலிருந்து நாணயங்கள் சிதறின. மேலாளர் நிதானமாகக் குனிந்து அவற்றைப் பொறுக்கினார்.

அலுவலகத்தில் மரண அமைதி சூழ்ந்தது.

தலை குனிந்தபடி தன் அறைக்குப் போனார் மேலாளர். மாடியில், நீண்ட ஒரு மைய அறையும் இவருடைய தடுப்பறையும் மட்டுமே உண்டு. தடுப்பறையின் வலது பக்கம் மிகப் பெரிய

ஜன்னல். திரையை விலக்கினால் ஓசையற்ற திரைப்படமாகத் தெரியும் பரபரப்பான சாலை. பார்வைக்கு வெகு அருகில் இருக்கும் வாகனப் போக்குவரத்து, எங்கோ தொலைவில் நிகழ்கிற மாதிரி ஒலிக்கும்.

கண்கூசும் உச்சிவெயில். கொதிக்கும் எண்ணெயில் பக்குவமடையும் பலகாரங்கள்போல வாகனங்கள் மிதந்தன. வாணலியின் உட்புறம் மாதிரி இடைவெளிகளில் தெரிந்த தார்ச்சாலையில் வெற்றுப் பார்வைக்கே உஷ்ணம் தகித்தது.

செருப்பில்லாமல் நாலுமைல் நடந்து பள்ளிக்கூடம் சென்ற நாட்கள் நினைவு வந்தன. ஒரு சைக்கிள் வாங்கித்தர வசதியில்லாத கூலிக்காரக் குடும்பத்தில் பிறந்து, ஊருக்கு ஒதுக்கமான குடிசையில் அரிக்கேன் விளக்கில் படித்து, அடுத்தடுத்த படிகள் இடையே மைல்கணக்கில் தொலைவு கொண்ட படிக்கட்டில் மேலேறி, மாநகரக் கிளைக்கு மேலாளராக வந்ததுவரை திரைப்படம் ஓடியது ... படத்தின் தொடர்ச்சியை அறுத்துத் திறந்த கதவின் ஒலியோடு குளிர்பதன அறைக்குள் வெப்பம் பாய்ந்தது.

தலைமைக் கணக்காளர். இவர் திரும்பிப் பார்க்கவும், அவர் தொண்டையைச் செருமவும் சரியாக இருந்தது. தன் கவலையை எடுத்துரைத்தார் மேலாளர்.

அட விடுங்க சார். குடிகாரன் பேச்சு விடிஞ்சாப் போச்சு.

இல்லெங்க. என்ன சொன்னாரு பாத்தீங்களா? நிதானம் தவறி இருக்கும்போது என்னத்தையாச்சும் செஞ்சுக்கிருவாரோ ன்னு பயம்மா இருக்குங்க.

அதெல்லாம் கோவத்துலெ நாலு வார்த்தெ விட்டுர்றதுதான். நெருப்புன்னா வாய் வெந்துருமா சார்.

இருந்தாலும் யாரு என்ன செய்வாங்கன்னு நமக்கெப்பிடி சார் தெரியும்?

அட நீங்க வேறே. மப்பு எறங்கினாத் தன்னாலெ எல்லாம் மறந்துரும் சார். கொலைக்கிற நாயி கடிக்குமா, சொல்லுங்க.

வாக்கியத்துக்கு வாக்கியம் இவர் உதிர்க்கும் பழமொழிகளை ரசித்துச் சிரிக்கக் கூடியவர் மேலாளர். இன்றைக்கு அதற்கான மன அவகாசம் இல்லை – அவர் பேசப்பேச, கடைநிலைப் பணியாளரும் தலைமைக் கணக்காளரும் ஒரே சாதிக்காரர்கள் என்பது மனத்தை அடைக்க ஆரம்பித்தது. இவர் வந்துசெல்வது தைரியம் சொல்லவா, இன்னொருமுறை நினைவுபடுத்தவா என்ற கேள்வி எழுந்தது. உபரியாக, விடுமுறை தர மறுத்ததால், உணவறைக்குள் நின்று காவல் துப்பாக்கியால் தற்கொலை

புரிந்த பீகார் ஆயுதக்காவலர் பற்றிய தலைமையகச் சுற்றறிக்கை நினைவு வந்தது. மெல்ல உடம்பு அதிர ஆரம்பித்தது ...

இனி கதை. சில வரிகளில் முடிந்துவிடும் கதைதான்.

மறுநாள், நிறைய எண்ணெய் தடவிப் படிய வாரிய தலையுடன், சலவை வெளுப்பும் மடிப்பும் மிளிரும் சீருடையுடன், நெற்றியில் அப்பிய விபூதியுடன் அலுவலகம் வந்து சேர்ந்தார் கடைநிலைப் பணியாளர். ஐந்து நிமிடம் தாமதமாக வந்ததையொட்டி, விபூதி கொஞ்சம் ஈரமாகியிருந்தது.

ஊழியர்கள் எல்லாரும் ஒரே இடத்தில் நின்று பேசிக்கொண்டிருந்தனர், அவர்களோடு வாடிக்கையாளர்களும் நின்றிருந்தது புதிராக இருந்தது.

அடுத்த நிமிடம் தகவல் தெரிந்தது. மேலாளர் முந்தின இரவு தூக்கில் தொங்கி விட்டாராம். மனப்பூர்வமாக உச்சுக் கொட்டினார் கடைநிலைப்பணியாளர். அருகில் நின்றிருந்த வாடிக்கையாளரிடம்,

நல்ல மனுசன்ங்க பாவம். அதுந்து ஒரு வார்த்தெ பேச மாட்டாரு.

என்றார். கால்சராய்ப் பாக்கெட்டிலிருந்து துண்டு அளவு பெரிய கைக்குட்டையை எடுத்து வியர்வையையும் விபூதியையும் சேர்த்துத் துடைத்தார்.

ஐந்தாவது நிமிடம், அலுவலகம் வழக்கம்போல இயங்க ஆரம்பித்தது.

◯

கடிகாரத்தைப் பார்த்தேன். அடேயப்பா, இன்னும் ஒரு மணி நேரம் இருக்கிறது. சொந்தமாகக் கதை எழுதுவதற்கும், வேதாளம் சொல்பவற்றை எழுதுவதற்கும் உள்ள வித்தியாசம் இதுதான். பிரயத்தனம் எதுவும் இல்லாமலே பத்திகள் ஓடித் தீர்கின்றனவா, நேரம் அநியாயத்துக்கு மிச்சமாகிறது. மேலே சொன்ன கதைகளில் இரண்டாவதுக்கு நெருங்கி வரும் இன்னொன்றையும் எழுத ஆவல் ஊறுகிறது.

எங்கிருந்து ஆரம்பிப்பது என்ற திகைப்பில் இத்தனை காலமும் எழுதாமல் வைத்திருந்தது என்பது மட்டுமல்ல, இரண்டாவது கதையில் மேலாளர் ஜன்னல் வழியாகச் சாலையைப் பார்க்கும் காட்சி இருந்ததல்லவா, சாலையில் போகும் வாகனங்களின்

தடதடப்பால் வீட்டுக்குள் இருக்கும் எவர்சில்வர் பாத்திரத்தில் தண்ணீர் நடுங்குவதுபோல என்று ஓர் உவமையை எழுதியிருந்தேன் – இவ்வளவு நீளமான உவமானத்தையெல்லாம் அந்தக் கதை தாங்காது என்று பிற்பாடு வெட்டியிருந்தேன் என்பதும் நினைவு வந்தது. அதைத் தொடர்ந்து, பின்வரும் பத்திகளை எழுத ஆரம்பித்தேன்.

நியாயத்துக்கு, முன்னணி சமூகவியல் அறிஞனாக ஆகியிருக்க வேண்டியவன் நான் என்று இஸ்மாயில் என்னைக் கேலி செய்வான். பொது விஷயங்களில், அவ்வளவு அறிவீனமும் அக்கறையின்மையும் எனக்கு இருக்கிறதாம். அவன் சொல்வதில் ஓரளவு நியாயம் இருக்கிறது என்பதுதான் என்னுடைய எண்ணமும்.

சதா தன்னைப்பற்றி, தன் இயக்கங்களைக் கட்டுப்படுத்தும் நோக்கத்துடன் ஓயாது வேவுபார்க்கும் சமூகத்தைப் பற்றி, அதன் விதிகளுக்குள் அடங்காது கொதிக்கும் தமது ரத்தம் பற்றி விசனப்பட்டுக்கொண்டே இருப்பது இஸ்மாயில் போன்றவர்கள் கொண்டிருக்கும் மேலதிகத் தகுதி. ஆனால், அறிஞனாவதற்கு சிந்தனைத் தெளிவு மிகவும் அவசியமல்லவா? ரத்தக்கொதிப்பு மட்டும் போதுமா? அநீதியைக் கண்டு பொங்கும் மனம் யாருக்குத்தான் இல்லை?

இஸ்மாயிலும் சரி, சுகவனமும் சரி, என்னைக் குழப்பவாதி என்றே அடையாளமிட்டு வைத்திருக்கிறார்கள். ஒழுங்கமைக்கப்பட்ட சிந்தனைப் பயிற்சி இல்லாதவன்; எளிதில் உணர்ச்சிவசப்படுகிறவன்; சாரத்தைவிடத் தோற்றத்துக்கு முக்கியத்துவம் தருகிறவன் என்றெல்லாம் ஒவ்வொரு சந்தர்ப்பத்தில் ஒவ்வொரு விதமாய் அபிப்பிராயம் சொல்லி கவுரவித்திருக்கிறார்கள்.

அவர்கள் சொல்வதிலும் கணிசமான அளவு உண்மை இருக்கத்தான் செய்கிறது. தத்துவ நோக்கும், வரலாற்றறிவும் இயல்பாகவே எனக்குக் குறைவு. ஆனால் புனைகதை எழுதுகிறவனாக இருப்பதற்கு மேற்சொன்ன சங்கதிகள் எந்த அளவுக்கு அவசியம், புனைவெழுத்தில் அவை எந்த அளவு செயல்படலாம் என்பது எழுத்திலக்கியம் தோன்றிய நாளிலிருந்து இன்றுவரை அறுதியாக நிர்ணயிக்கப்படவில்லை – என்பது என்னுடைய அபிப்பிராயம் இல்லை; துருக்கிய எழுத்தாளர் மஹ்மட் அஸ்லமின் கருத்து. இதையே ஒரு உதாரணத்தின் மூலம் தொடர்கிறார்:

கலைஞனைப் பொறுத்தவரை, வீதியில் போகும் கனரக வாகனத்தின் தடதடப்புக்கு சமையலறை மேடையில் அதிரும் தண்ணீர்ப் பாத்திரம் அளவுக்குத் தத்துவ உணர்வும் வரலாற்று ஞானமும் இருந்தால் போதும்.

வெளிநாட்டவரின் கருத்தல்லவா, சாரம் அதிகம் இருக்கத்தானே செய்யும்!

இஸ்மாயிலும் சுகவனமும் உரையாடும்போது, முழுசாக நசுங்காமல், குறிப்பாக சிறகுகள் உதிராமல் தப்பிக்கப் பிரயாசைப்படுவேன் – போரில் மோதும் மத்தகங்களுக்கிடையில் சிக்கிய ஈ போல. முல்லையாற்றில் நீர் ஓடும்வரை ஒருபோதும் இணையவியலாத இடவலக்கரைகள் மாதிரித் தெரிவார்கள் அவர்கள். வற்றிய காலத்தில் மணல் தரையின் நீட்சிபோலத் தென்பட்டாலும் கரைகள் கரைகள்தாம்; படுகை அல்ல என்றும் தோன்றும்.

தவிர, குழப்பங்கள் தாமாக உருவாகிறவை அல்லவா. என் பனிரண்டாவது வயதில் துவங்கியவை, இன்றுவரை தொடர்கின்றன. இரு சம்பவங்கள் நினைவு வந்த ஒரு சந்தர்ப்பத்தால் விளக்கிப் பார்க்கிறேன்.

உள்முரண் இல்லாமல், ஒரு தத்துவக் கோட்பாடு முழுமையடையாது.

என்று ஒருமுறை சொன்னான் இஸ்மாயில். ஒரு கோட்பாடு உருவாவது, அதனுள்ளிருக்கும் முரண்கள் ஒன்றுடன் ஒன்று சமர் செய்து, எஞ்சும் ஒன்று மீண்டும் தனக்குள்ளேயே பிளவுபட்டு, பிளவுகள் மீண்டும் பரஸ்பரம் பொருதி ... என்று கோட்பாட்டு உருவாக்கத்தின் இயங்கியலை விளக்கினான். கனத்த சங்கதிகள் எதிர்ப்படும்போது, மௌனமாய் இருந்து விடுவது என் வழக்கம். வீணாய் வாயைக் கொடுத்து, இன்னொன்றைப் புண்ணாக்கிக் கொள்வானேன் என்ற அனுபவஞானம்தான் காரணம். இன்னொன்று என்பது இடக்கரடக்கல்.

சுகவனம் என்ற தீரன் அப்படியல்ல. பலநேரங்கள் இஸ்மாயிலைக் கதற அடித்திருக்கிறான். ஸிட்டி லைட்ஸில் பயில்வானுடன் மல்யுத்தம் செய்யும் நோஞ்சான் சாப்ளினைப் பார்த்தமாதிரி இருக்கும் எனக்கு – துக்கம் கலந்த ஆனந்தம் பொங்கும் ... பகுத்தறிவின் சுவாலையை எதிர்த்து நிற்க முடியாத ஆன்மத் தேட்டம் மிகச் சிலவேளை, முயலை வென்ற ஆமைபோல, ஓங்கவும் செய்யும். இப்போதும் கேட்டான்:

ஏதாவது உதாரணம் சொல்லேன்.

இஸ்மாயில் சொன்னான். சிக்கலான தருணங்களில் ஆங்கிலத்துக்கு மாறிவிடுவான்.

இரண்டாம் தடவை நீ மூழ்கும் ஆறு, முதல்தடவை மூழ்கி எழுந்த அதே ஆறு அல்ல என்கிறது ஜென் ...

ஏனோ, எனக்கு ரமணியும் அவன் மனைவியும் நினைவு வந்தார்கள் .அம்மா வகையில் தொலைதூர, ஆனால் நெருக்கமான உறவினர்கள். வம்சத்திலேயே முதன்முறையாகக் கலப்புத் திருமணம் செய்தவர்கள். ரமணி என்னைவிடப் பன்னிரண்டு வயது பெரியவன். ஆனாலும், என் சமவயதுக்காரன்போல நடந்துகொள்வான் நானுமே போடா வாடா என்றுதான் பேசுவேன். அன்பானவன்.

மணமான மறுவாரம் விருந்துக்கு வந்தார்கள். அந்தப் பெண் ஓயாமல் சிரித்துக்கொண்டிருந்தாள். ஹேர்பின் தொலைந்தால், பால் பொங்கி அடுப்பில் வழிந்தால், தென்னை மட்டை வீழ்ந்தால், தேள் கொட்டினால் என்று எதற்கெடுத்தாலும் சிரித்தாள். மொக்குவிட்ட ரோஜாவைப் பார்த்துச் சிரிப்பு. ஆணியில் சிக்கிப் புடவை கிழிந்தாலும் சிரிப்பு. பேன்பார்க்கத் தலையை அம்மாவிடம் கொடுத்துவிட்டு அவள் பாட்டுக்குச் சிரித்துக்கொண்டிருந்தாள்.

எப்பவும் சிரிச்சிண்டே இருக்காளேடா உன் பொண்டாட்டி!

என்று அம்மா வியந்தாள். ரமணி அசடு வழிந்துகொண்டு பதில்சொன்னான்:

அதைப் பாத்துத்தானே கல்யாணம் பண்ணிக்கவெ முடிவு பண்ணேன்?

கேள்விக்கு ஒருமுறை, பதிலுக்கு ஒருமுறை என்று சிரித்துவைத்தாள் அவள். ஏழெட்டு வருடம் கழித்து, நான் கல்லூரியில் படிக்கும்போது, ஒருமுறை ரமணி மட்டும் தனியாக வந்தான். அம்மாவிடம் அவன் புலம்பியதும் நினைவிருக்கிறது.

சும்மா எவனைப் பாத்தாலும் சிரிச்சிண்டே இருந்தா? குடும்பத்துக்கு அதெல்லாம் சரிப்படுமா சித்தீ? ஆனா, என்னோடெ அந்தரங்கமா இருக்கறச்செ களுதைக்கிப் புஞ்சிரிப்புக்கூட இருக்காது ...

அம்மாவின் காதோடு ரகசியமாய் ஏதோ சொல்லி, விவாகரத்து வாங்கிய தகவலை உரத்துச் சொன்னான். விவரிக்கத்தான் இவ்வளவு அவகாசம் தேவைப்படுகிறது. மானசீகத்தில்

முழுப்படமும் ஓடித் தீர ஓரிரு விநாடிகள் போதுமாய் இருந்தது. இதுவொன்றும் அறியாத இஸ்மாயில் இப்படி முடித்தான்:

...அதே மார்க்கம் இன்னொன்றும் சொல்கிறது – பார்க்கக் கிடைக்கும் அனைத்தும் ஏற்கனவே பார்த்ததின் சாயல்கள்தானாம். அப்படியானால், மேற்சொன்ன ஆறும் ஏற்கனவே மூழ்கியதுதான் என்றல்லவா ஆகும்?

சுகவனம் மறுப்பாகத் தலையாட்டிவிட்டு ஏதோ சொல்லத் தொடங்கினான் – அனுபவம் கொள்வது வேறு, அடையாளம் காண்கிற ஞாபகம் வேறு என்கிற மாதிரி. அதற்குள், சாயல்களைத் தொடர்ந்து கொஞ்சதூரம் ஓடியது என் மனம்.

கரட்டுப்பட்டியில் சாராயக் கடை திறந்த இரண்டாவது மாதம் முதல் கொலை விழுந்தது. அதுநாள்வரை கம்பன் வர்ணிக்கும் அயோத்திபோல சாத்வீகமாய் இருந்த ஊர். பொது இடத்தில், பலர் கண்ணெதிரில், பட்டப்பகலில் பார்க்கக் கிடைத்த பிச்சுவாக் குத்தும், சரிந்து வெளியில் வீழ்ந்த குடலும், அளவற்றுப் பிரவாகமெடுத்த ரத்தப்பெருக்கும் நான் எழுதுகிறவன் ஆனதற்கான மேலும் மூன்று காரணிகள்.

அண்ணா மன்றத்துக்கு அடுத்து இருந்த, ஓரறை வரிசை கொண்ட கட்டடத்தின் ஒரு அறையில் ரேஷன்கடை இயங்கியது. பக்கத்து அறையில் அடகுக்கடை. ரேஷன் சாமான்கள் தீர்ந்து கடைகள் இரண்டும் காலியாய் இருந்த முற்பகலில், அவற்றை நிரப்புகிற மாதிரிக் கொலை விழுந்தது.

ரேஷன்கடை அம்மாசி அண்ணன் வலது முன்னங்கையில் மதுரைவீரன் எம்ஜீயார் படம் பச்சை குத்தியிருப்பார். அடகுக்கடை பாஸ்கரன் தீவிர திமுக – பகலவன் என்று பெயர் மாற்றிக்கொண்டவர். பள்ளிக்கால நண்பர்கள். எந்நேரமும் சேர்ந்து திரிபவர்கள். அண்ணா இறந்ததுக்கு ஒன்றாய் மொட்டை போட்டுக்கொண்டவர்கள்.

மன்றத்தில் கன்னித்தீவு படித்துக் கொண்டிருந்தான் சபாபதி. மூன்றே கட்டங்கள்தாம் என்றாலும், முன்பொரு முறை போட்ட படத்தையே திரும்பவும் போட்ட பிரமை தட்டினாலும் அரைமணிநேரத்துக்குக் குறையாமல் படிப்பான். ஒருவேளை முந்தின நாட்கள் வாரங்கள் மாதங்களில் நடந்த கதையை உள்ளூறத் தொகுத்துக்கொள்வானோ என்று வாலிபனான பின் யோசித்துப் பார்த்திருக்கிறேன் ... அவன் படித்து முடித்து

வந்த பின்பு கோலிக்காய் விளையாடப் போவதற்காக அருகில் உட்கார்ந்து காத்திருந்தேன்.

எப்படியோ, அன்று கன்னித்தீவு பத்தே நிமிடத்தில் முடிந்து விட்டது. கடை வரிசையிலிருந்து கொஞ்சம் கொஞ்சமாக வலுத்துவந்த குரல்களில் கவனம் ஊன்றியதுதான் காரணம். அப்புறம் நாலைந்து மாதங்கள், அண்ணா மன்றத்தில் எந்நேரமும் போலீஸ்காரர்கள் இருந்ததால் நிம்மதியாக வாசிக்க முடியாமல் போனது ...

அன்றைக்கு நடந்தது இதுதான்: 'உலகம் சுற்றும் வாலிப'னின் 'பன்ஸாயீ...' பாடலில் எம்ஜீயாரின் நடிப்பு, மற்றும் முகபாவனை பற்றி சிலாகித்தார் அம்மாசி.

தேவருக்கு இல்லாத நடிப்பாடா நாயருக்கு?

என்று நக்கலாகக் கேட்டார் பகலவன் அண்ணன். தொடர்ந்து ஆவேசமாய் இருபுறமும் பறந்த வாக்கியங்கள். அடுத்த ஐந்தாவது நிமிடத்தில் கண்ணாடிப் பேழை நொறுங்கும் ஓசை. ஐயோ என்ற அலறல். அதற்குள்ளாகவே கடைகளின் முன் ஐந்தாறு பேர் கூடிவிட்டிருந்தோம் நான், சபாபதி உள்பட. உடைந்த சீசாவில் மண்ணெண்ணெய் நிறத்தில் மிச்சமிருந்த திரவம் அடகுக்கடைத் தரையில் பரவி நாறியது.

பின்னாட்களில் எத்தனையோ சாக்கடையோரங்களில், பேருந்து நிலையங்களில் அவிழ்ந்த அரைத்துணியும் திறந்த வாயில் மொய்க்கும் ஈக்களுமாக கிட்டத்தட்ட சவம்போலக் கிடக்கும் எத்தனையோ பேரைப் பார்த்ததுண்டு. அவர்களெல்லாம் தனித்தனி நபர்கள் இல்லை, ஒரே ஆளின் பல்வேறு சாயல்கள் என்று தோன்றியதும், கிட்டத்தட்ட அத்தனை முகங்களும் பகலவனின் ஜாடையில் இருந்த மாதிரிப் பட்டதும் பெரிதல்ல – எந்த மாதத்தின் எந்த நாளின் எந்த வேளையிலும் அது கரட்டுப்பட்டியின் முற்பகல் பொழுதாகவே காட்சி தந்ததுதான் விசித்திரம்.

•

12

கடந்த சிலநாட்களாக, வேதாள உலகத்தின் பிரஜையாகவே ஆகியிருக்கிறேன் என்று படுகிறது. தரையில்தான் நடக்கிறேன், அலுவலகம் போகிறேன், கணக்கில் தவறு நேராமல் காசு வாங்கிப் போடுகிறேன் – கொடுக்கவும் செய்கிறேன். ஆனால் தரையில் கால் பாவாததுபோல, ஓரங்குல உயரத்தில் சதா மிதந்தபடி நடமாடுவதுபோல ஓர் உணர்வு. வேதாளத்தின் சகவாசம்தான் காரணமோ? ஆனால் அவர்கள் உலகமும் ஐந்தில் இரண்டு பங்கு மனித உலகம்தானே. ஸ்பரிசம், ருசி, மணம் இந்த மூன்றும் இல்லையே தவிர, காட்சியும் ஒலிகளும் தத்ரூபமானவை அல்லவா. ஆனால், இந்த இரண்டும்கூடப் புலன் அனுபவங்கள்தானே? உடம்பு இல்லாவிட்டால், புலன் அனுபவம் ஏது? ஒருகாலத்தில் உடல் கொண்டிருந்த ஞாபகத்தை வைத்து மட்டுமே இவ்வளவும் பேசுகிறாரா அவர்? ... சுருள்கம்பிபோலக் கேள்விகள் சுழன்று என் தொண்டையை இறுக்கி மூச்சுத் திணற ஆரம்பிக்கும் நேரத்தில் – நீலக் கொத்து ஒளிர்ந்தது.

ஆனால், அன்று வேதாளத்துக்கு மூடு சரியில்லை போல. முன்பே ஒருதடவை சொன்னது மாதிரி, மனிதர்களிடமிருந்து உருவாகும் வேதாளத்துக்கு – அல்லது வேதாளமாக உருமாறும் மனிதர்களுக்கு என்று சொல்ல வேண்டுமோ?! – அல்லது, இதுவும் கூடத் தவறுதானோ, உடலை இழந்தும் மனத்தளவில் மனிதர்களாகவே எஞ்சியிருக்கும்

வேதாளம் எனலாமா? – எப்படியோ, அடையாளமா முக்கியம், வேதாளங்களிடம் மனிதாம்சம் சற்றுத் தூக்கலாக இருப்பது இயற்கைதானே.

வழக்கமாக அவர் உட்கார்ந்திருக்கும் இடத்தைக் கண்ணுயர்த்திப் பார்க்கிறேன். இருந்த மாதிரித்தான் இருந்தது – நான் பார்த்த மாத்திரத்தில் காணாமல் போய் விட்டார். இது என்ன, தன்னைக் கடவுள் என்று நினைத்துக்கொண்டு விட்டாரா, தரிசனம் கொடுத்துவிட்டு உடனே மறைவது என்ன பழக்கம்? மனிதனாய் இருந்தாலென்ன, வேதாளமாய் இருந்தாலென்ன – தன்னைப் பற்றி உயர்வாய் நினைத்துக்கொள்வதும், தன்னபிப்பிராயம் சார்ந்து அகந்தை கொள்வதும் இயல்பான சமாசாரங்கள் போலிருக்கிறது.

வந்த மாத்திரத்தில் காணாமல் போய்விட்டாரே, இதற்கு வந்திருக்கவே வேண்டாமே என்று எனக்குக் குமைந்தது. ஆனால் வரவே இல்லையென்றால் நான் மிகவும் உடைந்துபோவேன் என்ற கரிசனம்தான் காரணமோ என்னவோ.

உறக்கம் பிடிக்காமல் கொஞ்சநேரம் புரண்டேன். அப்புறம் மடிக்கணினியை எடுத்துக்கொண்டு வந்து கிளற ஆரம்பித்தேன்.

இடையில் சிலகாலம், 'தேதியற்ற நாட்குறிப்பு' என்ற பெயரில் முன்னும் பின்னும் அற்ற குறிப்புகள் எழுதிவந்தேன். எரிகல் போலத் தோன்றி மறையும் அபிப்பிராயங்களும், சிலவேளை அன்றன்றைய நிகழ்வுகளும்கூட இடம்பெற்றிருக்கும். இவற்றை எழுதிவைத்ததற்குக் காரணம் மிகத் தெளிவானது – பிற்பாடு ஏதேனும் புனைகதை எழுதும்போது பயன்படும். இன்றுவரை அவை பயன்படாமல் போனதுக்கான காரணமும் தெளிவுதான் – பொருத்தமான சந்தர்ப்பம் இன்னும் வாய்க்கவில்லை ... தைவிட, என்றென்றோ எழுதிய ஏதேதோ குறிப்புகளில் என்னென்ன இருக்கிறது என்பது எப்படி ஞாபகமிருக்கும்!

இலக்கில்லாமல் துழாவி வந்தபோது, ஒரு பத்தி சிக்கியது. பின்னர் அது ஒரு முழுக் கதையாக என் மனத்தில் விரிந்தது ...

சென்னையில் குடியமர்ந்த புதிதில், வாடகைவீடுகள் பலவற்றில் வசித்திருக்கிறேன். வீடு மாறுவதில் லிம்கா புக் ஆஃப் ரிக்கார்ட்ஸில் எங்களுக்கு இடம் கிடைக்கக்கூடும் என்று சொந்தக்காரப் பையன் ஒருவன் கேலி செய்ததுண்டு. உண்மையில், கணிப்பொறியில் வாய்த்த பத்தியில் இந்தக் குறிப்பு மட்டுமே இருந்தது ...

அந்த வீடுகளில் நேர்ந்த அனுபவங்கள் பலவற்றையும் சிறுகதைகள் சிலவற்றில் கோத்தும் இருக்கிறேன். கோக்காமல் விடுபட்ட ஒன்றை மேற்சொன்ன குறிப்பு கிளர்த்திவிட்டது. ஆனால், குறிப்புகளிலும்கூட அந்த அனுபவம் பதிவாகாமல் போனது ஏன் என்று தெரியவில்லை ...

வீடு மாற்றுவதில் சலிப்பு முற்றியிருந்த வேளையில், சொந்த வீடு வாங்குகிற மாதிரி அமைந்தது – அல்லது அந்தச் சலிப்பே தாளாத கடன் பெற்று சொந்தவீடு வாங்கவைத்ததோ என்னவோ.

கடைசியாகக் குடியிருந்த நாலைந்து வீடுகளில் எதில் கிடைத்த சிநேகிதம் என்று நினைவில்லை. இருபது வருடங்களுக்குமேல் ஆகிவிட்டதல்லவா! பத்மினியிடம் கேட்டால் துல்லியமாகச் சொல்வாள். இடக் குறிப்பு அத்தனை அத்தியாவசியமில்லை என்பதால் விசாரித்து அறிய வேண்டியதில்லை. ஆனால் அந்த அடுக்குமாடிக் குடியிருப்பில் கிடைத்த அனுபவத்தை மறக்க முடியாது.

எதிர்ப் போர்ஷனில் ஓர் இளம் தம்பதி. அழகியென்று சொல்ல முடியாது –'ஆனால், அதெல்லாம் அவரவர் பார்க்கும் விதத்தைப் பொறுத்ததுதானே' என்றாள் பத்மினி. தொடர்ந்து,'உடம்பழகை வைத்துக்கொண்டு என்ன செய்வதாம், ஆரம்பத்தில் தினசரி, அப்புறம் வாரக்கணக்கு மாதக்கணக்கு என்றாகி நிமிடக்கணக்கில் முடிந்துபோகும் சமாசாரத்துக்கு என்னதான் பெறுமானம் இருந்தாலும், பாக்கி வேளைகளில் மனத்துடன்தானே உறவாடித் தொலைய வேண்டும்?' என்று பொரிந்தாள்.

தன்னுடனான ஒப்பீட்டின் அடிப்படையில் அவளுக்குள் இந்த வாதங்கள் எழுகின்றனவோ என்று மெல்லிய விமர்சனம் தட்டினாலும், முடிவில், எப்போதும்போலவே, அவள் சொல்வது நியாயம்தான் என்று பட்டது எனக்கு. தவிர, எழுத்தாளனின் சம்சாரமல்லவா, அவளுக்குள் ஓடும் தர்க்கமும், மொழி வேகமும் என்னைக் கொஞ்சமும் ஆச்சரியப்படுத்தவில்லை. ஆமாம், இப்போதுபோல, இனிமேல் நான் எழுதாமலே இருந்து, எழுத்தாளன் என்ற அடையாளத்தையும் இழந்துவிட்டாலும், அவள் எழுத்தாளன் மனைவி என்பதில் மாற்றமிருக்காது.

சரி விடுங்கள், அந்தப் பெண்ணிடம் திரும்ப வந்துவிடலாம். தினசரியும் அந்த வீட்டுக்குள்ளிருந்து வேளைகெட்ட வேளைகளில் சன்னமான ஓலம் எழும்பும். கீழ்த் தளத்துக்கோ, மேல் தளத்துக்கோ எட்டாது. நாங்கள் நேரெதிரில் இருந்ததால், மெல்லிசாகக்

கேட்கும். அவளுடைய தீனக்குரலைக் கேட்கும்போது மனத்தைப் பிசையும்.

விற்பனைப் பிரதிநிதி அவன். எப்போது வேண்டுமானாலும் வருவான், எவ்வளவு நேரம் வேண்டுமானாலும் அடிப்பான். குடிக்கிறவனோ என்ற சந்தேகம் எங்களுக்கு இருந்தது.

> எப்போதாவது குடிப்பார். தினசரியெல்லாம் கிடையாது. கட்டுப்படியாக வேண்டாமா? நான் பாடாமெ இருந்தா தொம்சை செய்யவே மாட்டார். அதுக்காக, நம்ப உசிரைக் கொஞ்சம் விலகியிருன்னு சொல்ல முடியுமா? பாடாமெ இருக்கறத்துக்கு, ஒரேடியாப் போய்ச்சேந்துறலாமே மாமி?

என்று தெற்றுப்பல் தெரியப் புன்னகைத்தாளாம் – துவரம்பருப்பு இரவல் வாங்க வந்தபோது.

> பேசும்போதுகூட என்னமாய் இருக்கிறது குரல்!

என்று வியந்தாள் பத்மினி. முன்னொரு சமயம் பொரிந்தவள் இவளேதானா என்று ஆச்சரியமாக இருந்தது.

ஆனால், இந்த முறை அவள் சொன்னதும் நியாயம்தான். (இப்படி எந்நேரமும் நியாயத்தின் பக்கம் இருக்கும் தராசுடன் குடித்தனம் செய்வது எவ்வளவு கடினம் தெரியுமா. அதை இன்னொரு சந்தர்ப்பத்தில் விவரிக்கிறேன்.) அந்தப் பெண் கர்நாடக இசையில் நிபுணி. கணவன் வந்து அடி உற்சவம் ஆரம்பிப்பதற்கு முன்னால், அவள் சாதகம் செய்யும் ஒலி உரத்தே கேட்கும். வசந்தகோகிலமும், எம்மெஸ்ஸும் பாடிய பல கீர்த்தனைகளை அவள் பாடிக் கேட்கும்போது, (சொன்னால் அவர்களது ரசிகர்கள் கோபித்துக் கொள்வார்களோ என்று தயக்கமாக இருக்கிறது. ஆனால் எழுத்து என்று வந்துவிட்ட பிறகு, என்னுடைய அனுபவத்துக்கு நியாயமாக இருக்க வேண்டாமா?) இந்தப் பெண் அவர்களைவிட நன்றாய்ப் பாடுகிறாளே என்று எனக்குத் தோன்றும்.

ஒருதடவை 'எப்படிப் பாடினரோ' பாடினாள். பட்டம்மாளின் பாட்டு இவளுடைய சன்னக் குரலுக்குப் பொருந்தவில்லையே என்று எனக்குத் தோன்றியதற்கு பட்டம்மாள்மீது எனக்கிருக்கும் அடங்காக் காதல்கூடக் காரணமாய் இருக்கலாம். ஆனால் அவள் நன்றாகவே பாடினாள் – தன்னுடைய பிரத்தியேக பாணியில். 'கருணைக் கடல் உருகி... காதலினால் பெருகி...' என்று சுவரங்களால் நிரவ ஆரம்பிக்கும் சமயத்தில் வந்து சேர்ந்துவிட்டான் சண்டாளன். பாதியில் நின்ற பாடலும் அந்தக் குரலும் அதன் பாவமும் வெளியேற மறுக்கும் வாயுக் குமிழ்போல என் நெஞ்சுக்குள்ளேயே சுழன்றது.

> என்னதான் சொல்லு, பட்டம்மா பதத்துக்கு வந்து சேர்றதுக்கு இன்னும் கொஞ்சம் வருஷம் ஆகத்தான் செய்யும் ...

என்று அன்றிரவு படுக்கையில் சொன்னேன். இயல்பு மாறாமல் நிதானமாகச் சொன்னாள் பத்மினி:

> அதெல்லாம் கேக்கற காதையும், தோயற மனசையும் பொறுத்த விஷயம் ...

தீர்க்கமாகப் பரிசீலித்து, ஒரு பதிலைத் தேற்றிக்கொண்டு நான் திரும்பும்போது, அவளிடமிருந்து நிச்சிந்தையான குறட்டை கிளம்பியிருந்தது.

இதேவிதமாகத்தான் அநேக நாட்கள் கழியும். மறுநாள் காலை ஈரம் உலராத தலையுடன் அவள் கோலமிட வரும்போது, நான் *ஹிந்து* படித்துக்கொண்டு அமர்ந்திருப்பேன். நேற்றிரவு அப்படிக் கலங்கிய பெண்ணா இவள் என்று ஆச்சரியப்படும் விதமாக அவள் முகம் மலர்ந்திருக்கும். விழிகள் அவ்வளவு துலக்கமான வெண்மையுடன் இருக்கும். மஞ்சள் அடர்ந்த முகத்தில், செங்குத்தாய் அமைந்த மூன்றாவது கண்போல நெடுக்காகத் தெரியும் குங்குமம் ரத்த நிறத்தில் மிளிர்வதைப் பார்க்க பயமாய் இருக்கும்.

> அவர்தான் அந்த அடி அடிக்கிறாரே, சாதகத்தைக் கொஞ்சம் முன்னாடியே நிறுத்திவிட்டால் என்ன?

என்று ஒருதடவை கேட்டிருக்கிறாள் பத்மினி.

> அதெப்பிடி மாமி, தியாகராஜரோடெயும் கோபாலகிருஷ்ண பாரதியோடெயும் மனசு ஒண்ணாயி நிக்கறப்ப, விலகறதுக்கு மனசு வருமா? அப்பிடி விட்டுட்டா, மேடையேர்றது எப்பிடி?

அவள் 'மாமி' என்று அழைப்பதில் பத்மினிக்கு அவ்வளவாகச் சம்மதம் இல்லாதது இவள் முகக்குறிப்பில் தெரிந்தது. ஆனால் என்னுடைய குறைகளைப் போன்றே, பாடகியின் தவறுகளையும் மன்னித்திருக்கலாம் இவள். 'இந்தப் பிறவியில் இவ்வளவு மன்னிப்பதைப் பார்த்தால், முந்தைய பிறவிகளில் தான் செய்த கொடூரங்கள் அத்தனைக்கும் அவள் பிராயச்சித்தம் செய்கிற மாதிரித் தெரியவில்லை?' என்று ஒருமுறை எனக்குத் தோன்றி நானாகவே புன்சிரித்து முடித்துக்கொண்டேன். நல்லவேளை, வாய்விட்டுச் சொல்லவேண்டும் என்று தோன்றவில்லை!

பின்னர் பாடகியைப் பற்றிய பேச்சு வீட்டில் குறைந்து விட்டதற்கு, மேற்படி அடியும் உதையும் அன்றாட நிகழ்ச்சியாய் இருந்ததோ, சொந்தவீட்டுக்கு நாங்கள் குடி மாறியதோ காரணமாய் இருக்க முடியாது – அவரவர் வாழ்க்கையின் துன்பங்களும் இன்பங்களும் அடுத்தவர் மீதான கவனத்தை, நிதானமாகப் பரவும் நெருப்புபோல, ஆசையாக விழுங்கிவைத்தன என்றுதான் சொல்லவேண்டும்.

யார் முதலில் வீடு மாறினோம் என்பதும் நினைவில்லை. நாங்களாகவேகூட இருக்கலாம். ஆனால் எனது கவிதை ஒன்றில், அந்தப் பெண்ணுக்கு நிரந்தரமான இடம் ஏற்படுத்திக் கொடுத்திருக்கிறேன்.

எனக்கு வேலி
ஓணானுக்குப் பாலம்

என்று தொடங்கும் கவிதை அது.

உண்மையில் இத்தனையும் கிளர்ந்து மேல்மட்டத்துக்கு வந்ததற்கு, வேதாளம் வராததும், கணிப்பொறியும் என்கிற மாதிரி அல்லாமல், ஒரு நேரடிக் காரணமும் இருக்கிறது. இன்று காலை தினத்தாளில் அந்தப் பெண்ணின் புகைப்படம் வெளியாகியிருந்தது. அவளுக்கு ஏதோ விருது வழங்கும் படம். ஏழெட்டுப் பேர் நின்றார்கள். இடமிருந்து வலமாக என்ற குறிப்புடன் அவர்கள் பெயர் வரிசை இருந்தது. பாடகிக்கு அருகில் நின்றவர் அவருடைய கணவர் என்று போட்டிருந்தது. ஆனால் அந்த முகம் முன்பு நான் பார்த்திருந்த முரட்டுக் கணவனின் முகம் அல்ல. பாவம் மாறியிருந்தது என்று சொல்ல வரவில்லை – ஆளே வேறு ஒருவர் ...

❍

‘**அ**ட, நன்றாய்த்தான் வந்திருக்கிறது’ என்று எனக்கு நானே சொல்லிக்கொண்டேன். இதன் தொடர்ச்சிபோலவே இன்னொரு நீண்ட பத்தியும் தட்டுப்பட்டது ஒருவித ஆச்சரியத்தை விளைவித்தது. மனித மனம் மாதிரியே, கணிப்பொறிக்கும் *associated memory* இருக்குமா என்ன! ...

புது வீடு வாங்கி, குடியமர்ந்து, நாலைந்து வருடங்கள் கழித்து நடந்தது. சுமார் ஏழு வருடங்களுக்கு முன்னால். நடந்தது

இது. மட்டுமல்ல, இதை ஒரு குறுங்கதையாக எழுதி வைத்ததும் மறந்தே போயிருந்தது.

திறந்து படிக்க ஆரம்பித்தேன்.

மூக்கம்பித் தாத்தா ஒய்ஃபும் செத்துப்போயிட்டாளாம்...

என்றாள் பத்மினி, சூடான காஃபியைக் கையில் கொடுத்துவிட்டு.

அடெடே.

என்றேன். வேறு என்ன சொல்வது? காஃபியின் மணத்தோடு, இந்த ஞாயிற்றுக்கிழமையும் இழவுச் செய்தியோடு விடிகிறதே என்ற ஆதங்கமும் உயர்ந்தது.

தாத்தா இறந்தது முந்தின ஞாயிறு. அன்று அந்த அம்மாள் சுவர் மூலையில் அமர்ந்து கணவர் முகத்தையே வெறித்துக்கொண்டிருந்த காட்சி நினைவு வந்தது. ஆதரிச தம்பதியேதான் – இணையைப் பிரிந்திருக்க இயலாத சாரங்கப் பட்சி மாதிரிப் புறப்பட்டுவிட்டாளே கிழவி! ஒருகணம் பொறாமை உயர்ந்தது. பின்னே, எதிர்ப்படும் ஒவ்வொரு மனிதப் பிறவியுடனும் தன்னை ஒப்பிட்டுப் பார்த்துக்கொள்ளாத மனித மனம் உண்டா என்ன!

அவர்கள் இருவரும் தினசரி காலையும் மாலையும் நடை வரும் காட்சியைப் பார்க்க எரிச்சலாக இருக்கும். ஒரே நாளில் வந்தது அல்ல – கடந்த சில வருடங்களாக அந்தத் தம்பதியே நீரூற்றி வளர்த்த வெறுப்பு.

சொந்தவீட்டில் குடியேறிய மறுநாளே படியேறி வந்து விட்டார்கள். கிழவி நேரே அடுக்களைக்குள் போனாள். பத்மினி ஆச்சரியம் மாறாத கண்களுடன்

வாங்கோ வாங்கோ ...

என்று குழறினாள். கிழவர் என்னுடன் பேச்சுக் கொடுக்க உட்கார்ந்தார்.

அடுப்பெ இப்பிடி வச்சிருக்கியேடீம்மா. கிழக்குப் பாக்கன்னா வைக்கணும்?

என்று கிழவி அழுத்தமான ஆலோசனை சொல்வதன் எதிரொலிபோல,

காலங்காத்தாலே கம்யூட்டர்லெ உக்காந்திருக்கேளே, என்ன சேயறேள்? ஆஃபிஸ் வேலை வீடுவரைக்கும்

தொரத்தறதா என்ன? ஆனாக்கே நீங்க பேங்க்லெ வேலெ பாக்கறதாத்தானே கேள்விப்பட்டேன்?

என்று கிழவர் தானே கேள்விகேட்டு தானாகவே பதிலும் சொல்லிப் பேசிக்கொண்டே போனார். தனக்குத்தானே பேசிக்கொள்ளும் மனிதரிடம் எந்தக் கேள்விக்கு நாம் பதில் சொல்வது என்ற குழப்பத்துடன், பலவீனமான குரலில்,

நான் ... நான் ... தமிழ்லெ கொஞ்சம் எழுதுவேன்.

என்றேன். இரண்டாவது நாவலை எழுதி முடித்து, திருத்தி எழுதுவதில் ஈடுபட்டிருந்த சமயம். கிழவர் உற்சாகமானார்:

அப்பிடியா, குமுதம், விகடன், கல்கிலேயெல்லாம் வந்திருக்கோ?

இல்லே.

ஓஹோ. இப்பத்தான் ஆரமிச்சிருக்கேள்னு சொல்லுங்கோ.

அவருடைய சிரிப்பில் கொஞ்சம் இளக்காரம் இருந்ததாக எனக்குப் பட்டது. தலையை உதறிச் சமாளிக்க முயன்றேன். பெரியவர் இதையெல்லாம் கவனிக்கிற ஆள் அல்ல. எல்லார்வி, ஆர்வி, நாரண. துரைக்கண்ணன் என்று அவரது அபிமான எழுத்தாளர்களின் பட்டியலும், அவர்களின் சிறப்பம்சங்களும் விசையாக ஓடின.

அவா எழுத்துக்குச் சமானமா, அதுக்குப் படம் போடறவாளும் பிரமாதமான ஓவியர்கள் பாத்துக்கங்கோ.

கோபுலு, மணியம், வினு என்று அடுத்த பட்டியலுக்கு நான் காத்திருந்தபோது, கிழவி எனக்கும் அவருக்குமாகக் காஃபித் தம்ளர்களுடன் வந்தாள். அப்படி ஒரு மணத்தைக் காஃபியில் நுகர்ந்ததேயில்லை நான். அவர்கள் போனபிறகு, சொல்லிச் சொல்லி மாய்ந்தாள் பத்மினி:

அதே பொடிதான், அதே பால்தான். என்னமா இருந்தது பாத்தேளா? தெரியாமலா சொல்றா, கைமணம் கைமணம்னு?

முதல்தடவையே சமையலறைக்குள் புகுந்து, அந்த அம்மாள் புழங்கியதைப் பற்றி அவளுக்குப் புகாரே இல்லை என்பது எனக்கு ஆச்சரியமாய் இருந்தது. தவிர இதே அபிப்பிராயத்தை நான் சொல்லியிருந்தால் அவளுடைய எதிர்வினை என்னவாய் இருந்திருக்கும் என்றும் எண்ணம் ஓடியது.

எப்படியோ, அடுத்து வந்த நாட்களில், பத்மினியின் சமையலில் புதிய நறுமணங்களும், ருசிகளும் சேரத் தொடங்கின.

ஆனால் என்னுடைய எதிர்ப்புணர்வு வேறொரு முனையில் எழுந்தது – கைலாசம் தெருவை நவீனகால அக்ரஹாரமாக்க அந்தத் தம்பதி முயல்கிறார்கள் என்ற சந்தேகத்தினால். ஆமாம், தெருவில் இருந்த அத்தனை வீடுகளுக்குள்ளும் அவர்கள் புகுந்து புறப்பட்டதுக்குக் காரணம் அன்பு மாத்திரம் அல்ல, அத்தனை சாதிக்காரர்களையும் பிராமண வாழ்முறைக்குத் திருப்பும் உத்தேமும்தான் என்று பட்டது. தெருக்காரர்கள் ஒட்டுமொத்தமாக பிரதோஷ தரிசனத்துக்குப் போனார்கள். வேப்பமரத்தடியில் சாக்கு விரித்து மீன்கடை போட வந்தவரைத் துரத்தியவர்களில் மளிகைக் கடை அண்ணாச்சியும் மைக்கேல் சாரும்தான் முன்னணியில் இருந்தார்கள். இன்னும் விசேஷமாகச் சொல்ல வேண்டியது, தெருவின் மத்தியில் கிளைத்த சந்துக்குள் இருந்த பவானியம்மன் கோவிலில், எல்லார் ஈஸ்வரியும் வீரமணியும் முழங்கிய ஆடிக் கொடை வைபவங்களில் லால்குடி ஜெயராமனும், சிட்டிபாபுவும், ரமணியும் துன்புறுத்தாத ஒலியளவில் ஒலித்தார்கள் ...

நாங்கள் போனபோது, வீடுகொள்ளாத கூட்டம். புனேவிலிருந்து வந்திருந்த, நல்லவேளையாகத் திரும்பிப் போகாமலிருந்த, அவர்களது ஒரே மகன், போனவாரம் துக்கம் கேட்டு அறிமுகமான தெருவாசிகளிடம், இன்று சற்றுத் தெளிந்த முகத்துடன் பேசிக்கொண்டிருந்தார். என்னைப் பார்த்ததும் தலையசைத்தார். விடுப்பில் வரும்போது பெற்றோருடன் அவரும் வந்ததுண்டு. நரசிம்மனும் வாசகர்தான். பாலகுமாரன், சுப்ரமணிய ராஜு, இந்துமதி, சுஜாதா என்று வாசிக்கிறவர். மணியம் செல்வன், நடனம், ஜீக்கே மூர்த்தி என்று ஓவியப் பிரியம் கொண்டவர்.

என்ன இருந்தாலும் பிராமண எழுத்தாளர்கள் மாதிரி வருமா ஸார்?

என்று கேட்டு, தப்பாமல் பிறந்த பிள்ளை என்று இன்னொருமுறை நிரூபித்தார் ...

வயிற்றில் கோத்த கை, கால் கட்டைவிரல்களைக் கிழிசல் துணியால் கட்டியிருக்க, மூக்கு, காதுத் துவாரங்களில் பஞ்சு திணித்து மல்லாந்திருந்த கிழவியைத் தரிசித்துவிட்டு, நரசிம்மனுடன் வெளியில் வந்தேன். இஸ்திரிக் கடையை ஒட்டிய காலியிடத்தில் மறைவாக நின்று சிகரெட் பற்றவைத்தோம்.

ஆச்சு, அம்மாவும் போயிட்டா. இனிமே நான் மெற்றாஸுக்கு எதுக்காக வரணும் சொல்லுங்க. புணே சொந்த ஊர் மாதிரிப்

பழகியாச்சு. இந்த வீட்டெக் குடுத்துற வேண்டியதுதான். வேண்டியவா யாராவது கேட்டாச் சொல்லுங்க ஸார் ...

என்றவர் நிறுத்தி நிதானமாக, நீண்ட பெருமூச்சு விட்டார். வெளியேறிய புகையின் அளவும் அடர்த்தியும் அதிகமாய் இருந்ததாகப் பட்டது எனக்கு. முன்பை விடத் தழைந்து, ரகசியம் சேர்ந்த குரலில்,

...ஸார் நான் ஒண்ணு சொல்றேன், யார்ட்டெயும் வாய்விட்ற மாட்டீங்களே?

சேச்சே. நிச்சயம் மாட்டேன்.

நீங்க எழுத்தாளர்ன்றதாலே சொல்றேன். மனுஷ மனசுக்குள்ளே என்னென்ன மாதிரிப் பிசாசுகள் இருக்குன்றது எவ்வளவு ஆச்சரியமா இருக்கு?

குறுகுறுப்பு உயர்ந்துகொண்டே போக, பீடிகை போதுமே, சீக்கிரம் சொல்லிவிட்டால் தேவலையே என்று இருந்தது. நல்லவேளை, சொல்லிவிட்டார்:

போனவார ஆரம்பத்திலேயே தகப்பனார் ஆஸ்பத்திரியில் இருக்கிறார் என்று வந்துவிட்டாரல்லவா? இரவில் இவரும் தாயாரும்தான் துணைக்கு இருப்பார்கள். கிழவர் நினைவிழந்து நாலு நாளாகியிருந்தது. கிழவி ஓயாமல் புலம்பினாளாம்:

ஒனக்கு ஆப்பீஸ் வேலெவேறே தவங்கறதேடா நரசு.. இந்த மனுஷனும் இரும்புக் குண்டான்னா இருந்தார். தலைவலி காச்சல்னு ஒரு நா படுத்திருப்பரா. வாயிலெ மூக்கிலெ நெஞ்சிலேன்னு கொழாய் மாட்டிண்டு கிடக்கறதைப் பாக்க மனசெப் பெசையறது. மீண்டு வந்ததுக்கப்பறம் பழைய மாதிரி இருப்பரா தெரியல்லையே ...

ஒரே இரவில் நூற்றிச்சொச்சம் தடவை இதைச் சொன்னாள் என்றார் நரசிம்மன்.

சனிக்கிழமை நள்ளிரவில், கிழவருக்கு மூச்சுத் திணற ஆரம்பித்து, உடம்பு உயர்ந்து உயர்ந்து தாழ்ந்தது. ட்யூட்டி டாக்டரை அழைக்க எழுந்த மகனை, கையை இறுக்கிப் பிடித்து நிறுத்தினாளாம் கிழவி:

விடு. நிம்மதியா அடங்கட்டும் என் புருஷன் ...

❍

மறந்தே போயிருந்த சம்பவம் அல்லவா, யாருக்கோ நடந்தது போல, யாரோ எழுதியதுபோல அதை மீண்டும் படித்தபோது, மனம் வெகுவாக அதிர்ந்தது.

இரண்டு கதைகளிலும் வந்த பெண்கள் வெவ்வேறு தலைமுறையைச் சேர்ந்தவர்கள். வெவ்வேறு செயல்களைச் செய்தவர்கள். வெவ்வேறு இலக்கை நோக்கி நகர்ந்தவர்கள். ஆனால், இருவருக்கும் அடியோட்டமாக இருக்கும் உறுதியும் தெளிவும் ஒருமுனைப்பட்டது என்று பட்டது. ஒருபக்கத்தில் இதுபோன்றவையும், மறுபக்கத்தில் தாளமுடியாத பலவீனமுமாய் இருக்கும் எத்தனை மாதிரிகளைப் பார்த்திருக்கிறேன்.

சகுந்தலாவின் நினைவு எழுந்தது. இளமையில் என்னை வசீகரித்த பெண்களில் ஒருத்தி. சதா புன்னகைக்கும் முகமும் கண்களும் மட்டுமல்ல, முதல் கதையில் வந்த பெண் மாதிரி, இதமான குரலும் அமைந்தவள். என்ன, சாஸ்திரீய சங்கீதம் அறியாதவள். கறுப்பு – வெள்ளைக்கால சுசீலாவின் பாடல்களை எந்நேரமும் முனகிக் கொண்டிருப்பாள். வற்புறுத்திக் கேட்டால் வாய்விட்டுப் பாடவும் செய்வாள். அந்த சங்கீதப் பெண்ணின் தைரியத்தில் மிகக் குறைந்த சதவீதமாவது சகுந்தலாவிடம் இருந்திருக்கலாம் ...

என் கல்லூரிக்காலத்திய வரிசை வீடுகளில், பக்கத்துப் போர்ஷனில் குடியிருந்தவள் என்றாலும், எங்கள் குடும்பத்தில் ஒருத்திபோலவே விளங்கியவள் சகு. வெகு தொலைதூர உறவு என்று அடையாளம் சொல்ல அம்மா மெனக்கெடுவாள். சகோதரி முறை என்று நிறுவ முனைவாள். எனக்கு ஒருமுறையும் புரிந்ததில்லை. ஆனால், நாங்கள் நேர்த்தியான நண்பர்களாய் இருந்தோம் – உடல்ரீதியான நெருக்கத்திலும் குறைந்தவர்களில்லை – சில வரையறைகளுக்குட்பட்டு ...

திருமணத்துக்குச் சில மாதங்கள் கழித்துப் பிறந்தவீடு வந்திருந்தவள், என்னைத் தனியாக மொட்டைமாடிக்கு வரச் சொல்லி சைகை செய்துவிட்டுப் போனாள். சில நிமிடங்கள் கழித்து, இயல்பாகப் போகிற மாதிரி நானும் படியேறிப் போனேன்.

புருஷனின் அலமாரிக்குள் துணிவிரிப்புக்கு அடியில் மறைத்துக் கிடந்ததாக ஒரு பொட்டலத்தைக் காட்டி,

இது என்னதுடா?

என்று கேட்டாள். பதில் சொல்ல தைரியமில்லை எனக்கு. கஞ்சாப் பொட்டலம் அது. அப்புறம் சில வருடங்கள் அவனுடன் குப்பை கொட்டிவிட்டு, மண்ணெணெய் ஊற்றி நெருப்பு வைத்துக்கொண்டாள். ரொம்ப நாளைக்கு, கரிக்கட்டையாய் வெந்து கிடக்கும் உடம்பு உயிரோடு என்முன் வந்து நின்று,

உன்னைக் காணாத கண்ணும் கண்ணல்ல ...

என்று வாய்விட்டு முனகும். துணிச்சல் இல்லாமல் போய்விட்டதே எனக்கு என்று நொந்துகொள்வேன் ...

ஆனால், இவள் கிடைத்திருக்கமாட்டாளே. லேசாக வாய் பிளந்து, மெல்லிய குறட்டையுடன் உறங்கும் பத்மினி தனியுருவம் அல்ல – பிரபஞ்ச மறுபாதியின் பிரதிநிதி என்று பட்டது. பிரியமாக அவளைத் தழுவ எழுந்த கையைத் தடுக்கும் விதமாக, காதருகில் மீண்டும் கேட்டது சகுந்தலாவின் குரல்:

இங்கு நீயொரு பாதி, நானொரு பாதி ...

கிசுகிசுப்பும் துயரமுமாய் மீண்டும் மீண்டும் ஓட ஆரம்பித்த வரிகளில், எந்த வரிக்கு ஆட்பட்டு உறக்கத்தில் கிறங்கினேன் என்பது துலக்கமாக இல்லை ...

பின்னிரவில் ஒரு கனவு வந்தது. அது கலைந்த மாத்திரத்தில் சிறுநீர் உந்தியது. படுக்கைக்குத் திரும்பும்போது வழக்கம்போல மணி பார்த்தேன். 2 30 ... அந்தக் கனவின் ஒவ்வொரு அம்சமும் அழுத்தமாய் நினைவிருக்கிறது. கனவில் வந்த பெண்மணியின் முகம் அன்றைக்கும் தெளிவில்லை, இன்றுவரை புலப்படவும் இல்லை. அந்த வீடு நாங்களும் சகுந்தலாவும் வசித்த வரிசை வீடுகளில் ஒன்று என்பதில் மட் டும் கொஞ்சமும் சந்தேகமில்லை. இந்தக் கனவை ஒரு கதையாக எழுதிப் பார்க்க வேண்டும் என்று ஆவல் எழுந்தது. காலையில் முதல் வேலையாய் அதைச் செய்ய வேண்டும் ...

அதிகாலையில் எழுந்து வழக்கம்போல வாசல் தெளிக்க மரக் கதவைத் திறக்கிறாள். அதிர்ச்சியில் நெஞ்சை அடைக்கிறது. வராந்தாவின் கம்பிக் கதவை இறுக்கிப் பிடித்தபடியே சரிகிறாள். கத்துவதற்கு வாய் எழவில்லை. ஆனால் பார்வையை நகர்த்தவும் முடியவில்லை. பார்த்த காட்சியின் வசீகரமும், பயங்கரமும் அப்படிப்பட்டது.

ஆமாம். வாசலில் கோலம் போடவேண்டிய இடத்தில் ஒரு சிங்கம் நின்றிருந்தது. மூடிய இமைகளுக்குள் தைரியத்தைச் சேகரித்துக்கொண்டு மீண்டும் விழித்தாள் – சிங்கம் வாலாட்டியது. உணர்ச்சிகள் தெரிய வாய்ப்பேயில்லாத கூர்முகம்தான். ஆனாலும், அந்தக் கண்களில் குரோதம் இல்லாதமாதிரிப் பட்டது.

இவளுக்குள் தைரியம் இன்னும் கொஞ்சம் அதிகரித்தது. கம்பிஅழிக் கதவின் பூட்டைத் திறந்து தாழை நகர்த்தினாள்.

சுற்றுச்சுவர்க் கதவின்மீது முன்னங்கால் இரண்டையும் தூக்கிப் பொருத்தி, வாலை இன்னும் வேகமாக ஆட்டியது. நாக்கைத் தொங்கவிட்டு, மூச்சிழைத்தபோது, மஞ்சள் நிறம் கொண்ட, உடலெங்கும் புசுபுசு ரோமம் இல்லாத பாமரேனியன் நாய்க்குட்டியின் சாயல் தென்பட்டது. ஏறித்தாழும் அடிவயிறு மட்டுமின்றி, நேருக்குநேராய் நின்றதால், அதன் உறுப்பும் நேரே தெரிந்தது. இவளுக்கு லேசாகக் கூச்சம் எழுந்தது. பார்வையை விலக்க முடியாத ஈர்ப்பும்தான்.

வந்தது வரட்டும் என்று படியிறங்கினாள். வாசல் கதவை நெருங்க நெருங்க அடங்கிய குரலில், முனகுவதுபோல, கர்ஜித்தது சிங்கம். வாசல் கதவின் பூட்டைத் திறக்க முனைந்தபோது, சட்டென்று நான்கு காலால் நின்று இவள் முன்னங்கையை நக்கியது. அந்தக் கணத்தில் சிங்கம் இவளுக்குப் பாமரேனியன் நாய்க்குட்டியாகவே தென்பட்டது. துணிந்து கதவைத் திறந்தாள். தொடையிடுக்கில் வாலைச் செருகிக்கொண்டு உள்ளே வந்தது. இவளுடைய முன்னங்காலை நக்கித் தீர்த்தது.

முன்பு வளர்த்து, விரையும் வாகனத்தில் அடிபட்டுச் செத்துப்போன செல்ல நாயைக் கட்டும் சங்கிலி சும்மாதான் கிடந்தது. சிங்கம் மிகப் பணிவாகச் சங்கிலியை ஏற்றுக்கொண்டது. கொல்லைப்புற சர்வீஸ் வராந்தாவில் கொண்டு கட்டினாள். மீந்திருந்த பழைய சாதத்தை பழைய நாய்க்கான அலுமினியத் தட்டில் போட்டு முன்னால் வைத்தாள். வாலை ஆட்டி ஆட்டி ஆசையாய்த் தின்றது – பாவம் எத்தனைநாள் பசியோ.

வெறுமையாய் இருந்த வீட்டுக்குள் நுழைந்தாள். சங்கிலியும் தட்டும் பிடரி மயிரும் அவனை நினைவுபடுத்தின. மல்லாந்து கிடப்பவளை முத்தமிடுகையில் அவனுடைய பிடரிமயிர் இவளுடைய முகத்தில் படிவது நினைவில் எழுந்து, முன்னங்கைகளில் மயிர்க்கூச்செரிந்தது.

அவனோடு ரகசியமாக மருத்துவமனைக்குச் சென்றபோது, இவளுடைய அடிவயிற்றைத் தடவிப் பிரிமாய்ச் சிரித்த பெண் மருத்துவரின் மூக்குக்கு இடதுபுறம் மிளகுபோல அசைந்த மருவும் நினைவு வந்தது. அவள் ரகசியக் குரலில் கேட்டாள்:

இன்னம் கலியாணம் ஆகலயோ!

மருத்துவரின் முகத்தில் அதிகரிக்கும் குறும்புக்கு ஈடாக இவளுக்குள் பீதி உயர்ந்தது.

தாலிக்கயிறு மாட்டியிருந்தா தெரியாமெப் போயிருமா? இங்க வர்றதுக்காகக் கட்டிக்கிட்டதுதானே இது!... போகட்டும். இனிமெயாவது ஜாக்கிரதையா இரு.

சிரித்தாள். மறுநாள் வரச்சொல்லி, கலைத்து அனுப்பினாள். வயிற்றை நீங்கிய பிறவி, தகப்பனையும் இழுத்துக்கொண்டு போனது. மகளிர் விடுதியில் சந்தேகப் பார்வைகள் அதிகரித்ததால், வேறு விடுதிக்கு இடம்மாற்றிக் கொண்டுவிட்டுத் திரும்பியவன், தெற்கத்திப் பெருஞ்சாலையில் அதிவேகமாகக் கடக்க முயன்ற மணல் லாரியின்கீழ் அரைபட்டான்.

நாலு பேருக்குள் நடந்து முடிந்து போயின சகலமும், நாலாவது ஆள், அந்தத் திசு.

மற்றபடி, அத்தனையுமே இயல்பாக, தடங்கலின்றி, நடந்தேறின. பெற்றவர்கள் இவளுடைய படிப்புக்கும், உத்தியோகத்துக்கும், ஜாதகத்துக்கும் பொருத்தம் என்று தாங்கள் கருதிய நபரைத் தாங்களே தேர்ந்தெடுத்தனர். இந்த அரக்கனைக் கலியாணம் செய்துகொண்டதற்கு, கடைசிவரை கன்னியாகவே இருந்து செத்துப் போயிருக்கலாம் – இல்லை, அதற்கு வாய்ப்பில்லையே. கடைசிவரை திருமணம் ஆகாமலே இருந்து செத்துப் போயிருக்கலாம். சிங்கத்தைப் பிணைந்து சிங்கக்குட்டியை உருவமற்ற திசுவாக வெளியேற்றியதற்குப் பிறகு கன்னியாவது, மண்ணாங்கட்டியாவது. தன்னிச்சையாகக் கண்ணில் நீர் ஊறியது. கண்ணீர்த்திரையின் பலவீன மறைப்புக்கு மறுபுறம், மாமியார்க்காரி நின்று..

ஆறு வருசமாச்சு, இன்னமுமா வேர்புடிக்காமெ இருக்கும்? டாக்ட்டர்ட்டெயெல்லாம் போயிக் கேக்க வேண்டியதில்லே. எம்புள்ளெ சிங்கக் குட்டி. இவகிட்டெத்தான் கோளாறு இருக்கும்.

என்றாள். குழம்பில் மிதக்கும் காய் மாதிரி, ஆஸ்பத்திரி வெண்பீங்கான் கோப்பையில் ரத்தக்கவிச்சியுடன் மிதந்த, நிஜமான சிங்கத்தின் குட்டியை இரண்டு விரல்களால் சிட்டிகை போட்டு எடுத்து அந்தக் கிழவியின் மூஞ்சியில் வைத்துத் தேய்க்க வேண்டும் என்று ஆசையாய் இருந்தது.

இப்போதைய புருஷன் வெளியூர் போயிருக்கிறான். நாளை இரவுதான் திரும்புகிறான். வந்தவுடன் அடிப்பான். இரண்டுநாள் நிலுவை மிச்சமிருக்கிறதே. எதற்கு வேண்டுமானாலும்

அடிப்பான். எதை வைத்து வேண்டுமானாலும் அடிப்பான். அடி வாங்கும்போதும், விருப்பமேயில்லாமல் புணர்ச்சிக்கு ஆட்படும்போதும் மனத்தில் சலனமின்றி மரத்து இருக்கப் பழகிவிட்டது. சிலவேளை, வெளிப்படையாய்த் தெரியும் காயங்களோடு அலுவலகம் போகவேண்டி வரும். ஆரம்பத்தில் அவமானமாக இருந்தது; இப்போது அதுவும் பழகிவிட்டது. மற்றவர்களுக்கும்தான். யாருமே அது குறித்துக் கேட்பதில்லை ...

புருஷன் இல்லாததன் சுதந்திரத்தை அனுபவிக்கிற மாதிரி, பத்துமணி சுமாருக்கு, கட்டிலில் சென்று படுத்துக்கொண்டாள். வாசல்கதவைப் பூட்டினோம், கொல்லைப்புறக் கதவைப் பூட்டினோமா என்று லேசாக சந்தேகம் தட்டியது. பூட்டாவிட்டால் போகிறது என்ன வேண்டுமென்றாலும் நடக்கட்டுமே என்று விட்டேற்றியாக ஒரு மொண்ணைச் சமாதானமும் எழுந்தது. கண்களை மூடினாள்.

கொல்லைப்புறம் கேட்டுக்கொண்டிருந்த மெல்லிய கர்ஜனை சற்று உரக்கிற மாதிரிப் பட்டது. செராமிக் ஓடு பதித்த வீட்டுத்தரையில் எதுவோ கீறும் ஒலி. நிதானமாக நெருங்கி வருகிறது..

சிங்கமேதான். வீட்டுக்குள் வந்திருக்கிறது. அட, கட்டியல்லவா போட்டிருந்தோம். எப்படி அவிழ்த்துக்கொண்டது? ...

வியப்பை முழுசாக அனுபவிக்க விடாமல், கட்டிலின் அருகில் வந்து நின்றது. முன்னங்காலை இவள் முகத்தருகில் கொண்டுவந்தது. பாதத்தைக் கன்னத்தில் ஒத்தியபோது, பூனையின் பாதம் மாதிரி நகங்கள் உள்வாங்கி, பஞ்சுபோல மெத்தென்று ஆகியிருந்தது. சிங்கம் கட்டிலில் தொற்றி ஏறியதும், ஆளத்தொடங்கியதும், இவள் மனப்பூர்வமாக ஒத்துழைத்ததும் இயல்பாக நடந்தன.

முதல் ஓரிரு நொடிகளுக்குச் சற்றுத் தயக்கம் இருந்தது. அப்புறம், மிருகமாய் இருந்தாலென்ன, மனிதனாய் இருந்தாலென்ன, சிங்கமாய் இருந்தால் சரிதான் என்று ஒருவித சரளம் கூடிவிட்டது. வாகாக, இசைவாகப் படுத்துக்கொண்டாள். கனவின் மங்கிய ஒளியில், நிஜத்தின் தத்ரூபமான தொடுகை உணர்வுடன் சகலமும் நிகழ்ந்து முடிந்தது.

சிங்கம் இறங்கிப் போகிறது. மடையுடைத்துக் கண்ணீர் பொங்கியது. உரத்து விசும்பினாள். அட, இப்படி ஆனந்தமாக அழுது எத்தனை நாளாகி விட்டது!

அலுவலகத்தில் சாப்பாட்டுவேளை அரைமணி நேரம். அந்த அவகாசத்தில் நிம்மதியாய்ச் சாப்பிட்டு முடிக்க முடிந்ததே யில்லை. முதல் கால்மணி நேரம் கை கழுவவே சரியாய் இருக்கும். கணிப்பொறி முன்னால் வேலைபார்ப்பதில் அவ்வளவு சேருவதற்கில்லைதான் – இருந்தாலும் அழுக்கு முற்றாகப் போகவேண்டாமா. ஐந்தே நிமிடத்தில் அவக்அவக்கென்று விழுங்கி வைத்துவிட்டு, மறுபடியும் கைகழுவக் கால்மணி நேரம். பணியின் இடையில் அவ்வப்போது எழுந்து வந்து கைகழுவுவது தனி.

இதனாலேயே, எல்லாரும் முடித்துத் திரும்பிய பிறகுதான் போவாள். தனியாக உட்கார்ந்து சாப்பிடும்போது, எதிரிலிருக்கும் தோழியுடன் பேசுவாள். அவளுக்கு நிர்மலா என்று பெயர் வைத்திருந்தாள். எந்த நிறத்திலும் உடையணியலாம் அவள் – வெண்மை மட்டும் கூடாது. ஒரிஜினல் சிங்கத்துக்குப் பிடித்த நிறம் அது. நிர்மலாவிடம், புதிய சிங்கக் கதையை விவரித்தாள். அவள் சிரித்துக்கொண்டே பதில் சொன்னாள்:

> அதுக்கு தானொரு சிங்கம்னு தெரியிறவரைக்கி பிரச்சினெ இல்லே ...

வெறும் தயிர்சாதம்தான். ஆனாலும், விழுங்க முடியாமல் தொண்டை அடைத்தது.

❍

ஆனால், இந்தக் கதையைப் பிரசுரத்துக்கு அனுப்ப மாட்டேன் என்றுதான் படுகிறது. அத்தனை தர்க்கப் பிழைகள் இருப்பது முதல் வாசிப்புக்கே தெரிகிறது. தவிர, சகுந்தலாவின் திருமணத்துக்கு முந்தைய நாட்களில் நானே பாகவதர் கிராப் வைத்திருந்தேன் என்பது நினைவுக்கு வருகிறது. அந்தநாள் புகைப்படங்கள் அநேகம் இருக்கிறது எங்கள் குடும்ப ஆல்பத்தில்.

நிம்மதியாய்ப் போய்க்கொண்டிருக்கும் குடும்பவாழ்க்கையை, மெனக்கெட்டு யாராவது சீர்கெடுத்துக்கொள்வார்களா என்ன!

●

13

ஒருகாலத்தில் பக்கம் பக்கமாகக் கடிதங்கள் எழுதித் தள்ளுவான் ராகவன். எண்பதுகளில். அப்புறம், ஈ-மெய்ல் வந்து காகிதக்காலக் கடிதங்களை ஓரங்கட்டியது. இப்போது செல்பேசி யுகம். எந்நேரமும் தகவல்களைப் பரிமாறிய மணியமாக இருப்பதில், தெரிவிக்க வேண்டிய விஷயம், தெரிவிக்கும் விதம் பற்றிய கற்பனை வறண்டு விட்டது. இவனுக்கு வயதாகி விட்டது மட்டும்தான் காரணமா? நடப்புத் தலைமுறை கற்பனையற்ற காதலில் அமிழ்ந்து கிடக்கவில்லை என்பதற்கு சான்றுகள் உண்டா?

கடிதங்களின் பொற்காலத்தில், இவனிடமிருந்து அதிகக் கடிதங்கள் பெற்று சாதனை புரிந்தவள் சுதா. திருவனந்தபுரம் வட்டாரத் தலைமையகத்தில் பணிபுரிந்தவள். அவளை முதல்முறை சந்தித்ததே நிறுவனம் நடத்திய பயிற்சிமுகாமில்தான்.

சென்னை கீழ்ப்பாக்கத்தில் முகாம். தமிழகம் மற்றும் பாண்டிச்சேரியுடன், இவர்களது பொதுத்துறை நிறுவனத்தின் கேரள வட்டாரமும் ஒரே குடைக்கீழ் இருந்த நாட்கள். கிளிமூக்கு சுதா, லேசான மீசையுள்ள மேரி, வாய் ததும்ப வெற்றிலை அதக்கிய முன்னாள் ராணுவ வீரர் குட்டன், இரட்டைநாடி டோனி, மேல் மூன்று பித்தான்களை நிரந்தரமாகத் திறந்து போட்ட, கரடிபோல

நெஞ்சில் மயிரடர்ந்த பீடிப் பிரியன் இம்ரான், மல்லிகைமாதிரியே இருந்த யாஸ்மின் என்று கொத்தாக நண்பர்கள் கிடைத்தார்கள். நண்பர்கள் என்பது இவன் நினைப்பு: அவர்கள் எண்ணமும் அதுதானா என்பது பயிற்சிக் காலம் முழுக்க உறுதிப்படாமலே இருந்து கரைந்தது.

இவன் ஆங்கிலத்தில் தட்டுத்தடுமாறிப் பேசும் வாக்கியங்களுக்கு ஆங்கிலத்திலேயே ஓரசையில் பதில் தந்துவிட்டு, அவர்களுக்குள் தாய்மொழியில் பேசிச் சிரித்துக்கொள்வார்கள். முந்தினநாள் அறிமுகமாகி நெருக்கமான நண்பனாகப் பரிணமித்துவிட்டிருந்த கரூர்க்கார குருநாதன் அவர்களுடன் அதிகம் பேச்சு வைத்துக்கொள்ள மாட்டான். யாருடனாவது உரையாட நேர்ந்தாலும், பார்வை மேரியை விட்டு விலகாது. லோ–ஹிப் புடவையும், ஹை–ஹீல் செருப்பும், விசித்திரமாக அசையும் புட்டமும், சில அடிகள் தொலைவுக்கு மணக்கும் வாசனையுமாக இவர்கள் ஜமாவில் அமரும் அவள் ராகவனைப் பொருட்படுத்தவே மாட்டாள். திரூர்க்கார சோமனுடன் தோளோடுதோள் இணைந்து சதா சிரித்துக்கொண்டிருப்பாள்.

மூன்றாவது நாள், விடுதியின் முற்றத்தில் அமர்ந்து அரட்டையடித்துவிட்டு அவரவர் அறைக்குத் திரும்பிய பிறகு, கிறங்கிய கண்களுடன் குரு சொன்னான்:

> மாப்ளெ, இன்னிக்கி மேரியோடெ தொப்புளைப் பாத்துட்டேண்டா.

அதன் பிறகு, ஒவ்வொரு நிமிடமும் அந்த பாக்கியத்துக்காக ஏங்க ஆரம்பித்தான் இவன். அதிகம் காத்திருக்க வேண்டியிருக்கவில்லை. மறுநாள் சாயங்காலம் மெரீனாவில் நின்றிருக்கும்போது, உலகின் இரண்டாவது நீளம் கொண்ட கடற்கரையின் காற்று வலுத்து உதவியது. தொப்புள் தரிசனப் பரவசத்துடன் மேரியிடம் ஏதோ கேட்டான். அவள் இவன் புறமே திரும்பாமல் சோமனைப் பார்த்துப் புன்னகைத்துக்கொண்டிருந்தாள். மறுபடியும் கேள்வி, மறுபடியும் புன்னகை – இவனைப் பாராமலேதான்.

அதுதான் சுதாவின் உள்மனசை ராகவன் அறியவந்த சந்தர்ப்பம். கையைப் பிடித்துத் தரதரவென்று இழுத்துக்கொண்டு போனாள். அந்த வேகத்தில், பஜ்ஜிக்கடை வாணலிக்குத் தப்பி, சிறுமியை சவாரி அழைத்துக் குறுக்கே போன மட்டக்குதிரைக்காரனிடம் வசவு வாங்கி, பந்தைத் துரத்தி வந்த சிறுவனிடம் கால் இடறி, பிறருக்குக் கேட்காத தொலைவில் ஒதுங்கினார்கள். நயமான ஆங்கிலத்தில், பல்லைக் கடித்துக்கொண்டு, புருவம் நெரியக் கேட்டாள்:

அவள்தான் உன்னைப் புழுவாய் மதிக்கிறாளே, பிறகு ஏன் போய்ப்போய் வழிகிறாய்? நம் குழுவில் வேறு பெண்களே இல்லை என்று நினைக்கிறாயா?

நுனிவளைந்த மூக்கு சிவக்கக் கேட்ட தருணத்தில் மனம் முழுக்க நிரம்பினாள் சுதா.

புதிதாக ஒரு ஆள் கிடைத்த உற்சாகத்தில் கடிதங்கள் பறக்க ஆரம்பித்தன. ஆனால் இதில் ஒரு தலையாய சிக்கல் இருந்தது. சுதாவுக்குத் தமிழ் தெரியாது. ஆங்கில இலக்கியத்தில் பட்டம் பெற்றவள் வேறு. இவன் கைவச ஆங்கிலம் வெகு சொற்பம். அற்பமானதும் கூட. மிகமிக எளிமையான வாக்கியங்கள் கொண்ட தினசரியை நாலைந்து நிமிடத்துக்குமேல் வாசிக்கப் பொறுமை கிடையாது. அலுவலக ஆங்கிலத்தைச் சமாளிப்பது பெரிய விஷயமில்லை. சரளமாகக் கையாளக்கூடிய தளத்தை முன்னோர் பாவிவிட்டுப் போயிருந்தார்கள் ... ஆனாலும், தானாய் நெருங்கிய பெண்ணை விலக்க முடியுமா? அல்லது, இது பிறரிடம் உதவிகோரும் சமாசாரமா.

மொழித்தடையை இருவருமே பொருட்படுத்தவில்லை. மாதத்தில் இரண்டு கடிதங்கள் என்ற விகிதத்தில் பரிவர்த்தனை நடந்தது. திருவனந்தபுரத்தில் இந்த முறை மழை அதிகம், இவன் குறிப்பிட்ட கீர்த்தனையைத் தாம் கேள்விப்பட்டதே இல்லை என்கிறார் அம்மா என்பதுபோல அவளும், திண்டுக்கல்லில் திப்புசுல்தான் கட்டிய கோட்டை இருக்கிறது, அதைப் பார்ப்பதற்காகவாவது குடும்பத்துடன் நேரில் வர வேண்டும், எட்டிய தூரத்தில் இருக்கும் மதுரைக்கு ஒரு நடை சென்று மீனாட்சியின் அருளைப் பெறுவதும் உசிதமே என்று இவனும் எழுதித் தள்ளினார்கள்.

ஒரு அதிகாலையில் கிறுக்குப் பிடித்தது. இன்பம்போன்று மலர்ந்த துர்சொப்பனமும் அதன் நாயகியாக வந்து சதா சிரித்துக் குலுங்கியவள் சுதா என்பதும் மட்டுமல்ல; இத்தனை நாட்களாகத் தேடுகிறார்கள் இன்னமும் தனக்கு ஒரு பெண் அமையவில்லையே என்ற ஆதங்கமும் காரணம். அரக்கப்பரக்க மேசையருகில் போனான். தன் வாழ்வின் முதலும் கடைசியுமான காதல் கடிதத்தை எழுதத் தொடங்கினான்.

பொய் கலக்காமல் காதல் கடிதம் எழுத முடியாது என்ற பேருண்மையை அனுபவபூர்வமாக உணர்ந்த சந்தர்ப்பம் அது. உதாரணமாக, இந்தக் கடிதத்தைத் தான் எழுதுவது ஒரு மொட்டைமாடியில் இருந்து; மடியில் அழுந்திய தலையணை

மேல் பலகையை வைத்து; நோட்டுப் புத்தகத்திலிருந்து கிழித்த தாள்களால் என்றாலும் சில உண்மைகளை அவளிடம் பகிர்ந்தாக வேண்டும்; ஒன்று, தாள்கள்தாம் கிழிபட்டவை, அவள்மீதான தன் அன்பு கிழிபடாதது ... இவ்வளவு நீண்ட ஆங்கில வாக்கியத்தை சரியான வேற்றுமை உருபுகள் வழியாகத்தான் நகர்த்தியிருக்கிறோமா, தான் எழுதிய அதேபொருளில் அவளால் வாங்கிக்கொள்ள இயலுமா என்ற தயக்கம் எழவே செய்தது. ஆங்கிலத்தில் அன்பு என்பதையும் காதல் என்பதையும் ஒரே சொல்லால் குறிக்கிறார்கள் என்று தான் அறிந்துவைத்திருப்பது சரிதானா என்றும் குழப்பம்.

இரண்டாவது, தன் மடியில் வலுவாக அழுந்தும் தலையணை அவளைப் போலவே மிருதுவாய் இருக்கிறது என்ற தகவல்.

மூன்றாவது, ஒரு செய்தி மட்டுமே. மொட்டைமாடியில் ஏழெட்டுப் புறாக்கள் வந்திறங்கி வெறும் தரையைக் கொத்திக் கொரிக்க முயன்றுகொண்டிருக்கின்றன தற்போது. அவற்றில் இரண்டு தனியாக நகர்ந்து பரஸ்பரம் அலகுகளால் தீண்டிக் கொள்கின்றன. வாழ்நாள் முழுவதும் இணைந்து பறப்பது பற்றி விவாதிக்கின்றனவோ! ஒன்றுக்கு சுதா என்று இவன் பெயர் வைத்திருக்கிறான்.

மொட்டைமாடியில்லை; மேசையில் அமர்ந்து எழுதத் தலையணை தேவையில்லை என்பதெல்லாம் போக, சதா புழுங்கும் அறைக்குள் புறாக்கள் வருவது எங்ஙனம்... போகட்டும், அந்தப் புறாக்களை *dove* என்பதா, *pigeon* என்பதா ...

பந்தடித்த மாதிரி பதில் கடிதம் வந்தது. இரண்டே நாளில். அசாதாரணம்.

ஏனோ அதைப் பிரிக்கத் துணிவு இல்லை ராகவனுக்கு. பாதகமான பதில் வந்திருந்தால் ... வாழ்நாள் முழுவதும் தன் மடமையும் குற்ற உணர்ச்சியும் அவமானமும் துரத்துமே.

சாதகமாக வந்திருந்தால்? அது இன்னும் கடினமாய் இருந்தது. அவளுடைய மூக்கின் விசித்திர வளைவு, உள்நோக்கித் திரும்பிய லேசான மாறுகண், இளவயதில் தகப்பனை இழந்து புரவலர்களின் ஆதரவில் படித்து வேலைக்கு வந்த வறுமை, அநியாய உயர்தர ஆங்கிலம் என்று என்னென்னவோ நினைவுவந்து இம்சித்தன.

நாற்பது பவுனும், இருபதாயிரம் ரொக்கமும் கொண்டு, எட்டாம் வகுப்போடு படிப்பை நிறுத்திவிட்டு சமையலிலும்

வீட்டுப் பராமரிப்பிலும் தாயாருக்கு உதவிகரமாக இருந்தவளும், அரைத்த மஞ்சளை முகம், மேல்பாதங்களில் அப்பிக்கொள்வதில் பேருவகை அடைபவளும், அவசியப்பட்டால்கூட அதிர்ந்து சிரிக்காதவளுமான ரேணு மனைவியாய் வந்துசேரும் வரையிலும், அதற்கு அப்புறமும்கூட அந்தக் கடிதத்தைப் பிரித்துப் பார்க்க வில்லை. ஆனால் ஏனோ, பத்திரமாய் வைத்திருக்கிறான்.

நேற்று எதற்கோ ட்ரங்க்குப் பெட்டியைக் குடைந்தபோது கையில் தட்டுப்பட்டது. உறை மட்டும் பழுப்பேறி, தன் ரகசியத்தின் பொலிவு குன்றாது பத்திரமாக இருக்கும் அது, சுதா எழுதிய கடைசிக் கடிதம் என்பதில் ஏதோ பொருள் இருக்குமோ என்று திடீரென்று தோன்றியது.

○

அவசர அவசரமாக இரவுணவை முடித்துவிட்டு, கட்டிலுக்குப் போய்விட்டேன். புத்தகமும் கையிலெடுக்காமல், விட்டத்தைப் பார்த்தபடி முகம் மலர்ந்து படுத்திருப்பவனை நாலைந்துமுறை வந்து பார்த்துவிட்டுப் போனாள் பத்மினி. அவள் கவலை அவளுக்கு.

அதற்காக, வேதாளத்துக்காகக் காத்திருக்கிறேன் என்று அவளிடம் விண்டு சொல்ல முடியுமா என்ன?

இன்றைக்கு சற்று உல்லாசமான மனநிலையில் இருந்தேன். காரணம் தெரியாத உல்லாசம். அப்படியெல்லாம் சொல்லக் கூடாது, காரணம் சொல்லித்தான் ஆக வேண்டும் என்று பிடிவாதம் பிடிக்கிறீர்களா, உடனடிக் காரணம் ஒன்றைச் சொல்லி விடலாம் – இரண்டுநாள் விடுமுறை சேர்ந்தாற்போலக் கிடைத்திருக்கிறது. நாளையும் அலுவலகம் செல்லவேண்டாம், அவ்வளவுதான்!

ஆனால், நிஜமான உற்சாகம் தந்தது வேறொரு விஷயம்; ஆமாம், நீண்ட நாள் கழித்து ஒரு முழுக்கதையை எழுத முடிந்துவிட்டது என்பதுதான் பேருவகை தந்தது.

வேதாளத்தைப் பார்த்த மாத்திரத்தில் சீண்டவேண்டும்போல இருந்தது. சீண்டினேன்.

எப்போது பார்த்தாலும் கிருஷ்ணனின் கதைகளேவா? போரடிக்கிறது . . .

அப்படியா சொல்கிறாய்! நீ ஆசைப்படுவாய் என்றல்லவா நினைத்தேன்.

வேதாளத்தின் குரலிலும் அநியாயக் குதூகலம். அதைக் கவனிக்காத மாதிரித் தொடர்ந்தேன்:

...பார்க்கப்போனால், இதுவும் ஒருவகை நார்ஸிஸம்தானே ...

வேதாளத்தின் குரல் உடனடியாகத் தீவிரமடைந்தது.

தம்பீ, கிருஷ்ணன் என்றால் அவன் கிருஷ்ணன் மட்டுமே அல்ல. அவன் ஒரு வர்க்கத்தின் ஒரு காலகட்டத்தின் ஒரு இனத்தின் ஒரு தேசத்தின் ஒரு மொழியின் பிரதிநிதி. இன்னும் வெறும் பெயரைச் சொன்ன மாத்திரத்திலேயே அவனுடைய மதத்தையும் சாதியையும் இனம் கண்டு, தங்கள் பூர்விக நிலைப்பாட்டிலிருந்து ஆதரிக்கவோ விமர்சிக்கவோ உடனடியாகப் பாய்கிறவர்களும் இருக்கத்தானே செய்கிறார்கள்? உனக்குச் சலிப்பாக இருந்ததென்றால், கேட்கும்போதேகூடப் பெயர்களை மாற்றிக்கொள்ளலாம். ஆனால், அடையாளத்தை அவ்வளவு சுலபமாக மாற்ற முடியாது அப்பனே!

நான் மௌனமாய் இருந்தேன். மேற்சொன்ன விதமான உரையாடல் எல்லாம் எனக்கு அவ்வளவாக ஒத்துக்கொள்வதில்லை. பெரிதாய்க் காரணமொன்றுமில்லை, அதே தளத்தில் அதே கனத்தில் தொடர்ந்துபேச என்னிடம் சரக்கு அதிகமில்லை என்பதுதான் ... வேதாளம் இடைமறித்தார்:

நீ கரட்டுப்பட்டியைப் பற்றி நேற்று யோசிக்கவில்லை? நாமாக யோசிக்கும்போது எவ்வளவு கடினமான சங்கதியும் லகுவாய்த்தான் இருக்கும். அடுத்தவர்கள் சொல்லும்போது வார்த்தைகளைப் பார்த்து பயப்பட ஆரம்பிக்கிறோம். பார்க்கப்போனால், எல்லாமே மனிதர்களுக்காக, மனிதர்கள் சம்பந்தமாக, மனிதர்கள் யோசிக்கிற விஷயங்கள்தானே அப்பனே! ...

ஒரு சிறு இடைவெளி. வேதாளம் தீவிரமாகச் சிந்திக்கிறார் என்று நானாக நினைத்துக்கொண்டேன். அடுத்தவர்கள் சிந்திக்கும்போது குறுக்கே பேசாமல் இருப்பதுதானே நாகரிகம் ...

... அப்புறம், நார்ஸிஸம் இல்லாத ஒரே ஒரு மனிதப் பிறவியை எனக்குக் காட்டு பார்ப்போம். முகம் பார்க்கும் கண்ணாடியைப் பயன்படுத்தாத ஒரு ஆளைக் காட்ட முடியுமா! தன்னழகு என்ற திருப்தியை விழையாவிட்டால்,

ஆண்–பெண் உறவு தன் மும்முரத்தை இழந்துவிடாதா? ஞானிகளையும் சேர்த்துத்தான் சொல்கிறேன். மற்றவர்களுக்குப் புற அழகு என்றால் அவர்களுக்குக் கருத்தழகு பற்றிக் கவலை ...

பகபகபகவெனச் சிரித்தது. 'உங்களை மாதிரி வேதாளங்களுக்கும் அப்படித்தானோ!' என்று நினைத்துக்கொண்டேன் – கேட்கவில்லை.

... அப்புறம், இன்னொரு விஷயம் ...

எதற்காக இந்த இடைவெளி என்று நான் யோசிக்க ஆரம்பிக்கும் போதே படபடவெனப் பொழிந்தார்.

...இன்றைக்கு சாயங்காலம் ஒரு கதை எழுதினாயே, அது எனக்குப் பிடிக்கவில்லை ...

'அட, நான் எழுதும்போதே படிப்பீரோ ...' என்று கேட்கத் துடித்த நாவை அடக்கிக்கொண்டேன்.

...இறந்த காலத்தை நினைவேக்கத்தோடு எட்டிப்பார்ப்பது யாரும் செய்யக் கூடியதுதானே? இன்றைய தினம்வரை நீ சேகரித்து வந்திருக்கும் விவேகம் அல்லது ஞானத்தை, பழைய நிகழ்வில் புகுத்திப் பார்க்காதுபோனால், ஒரு எழுத்தாளனாக நீ சாதித்தது என்ன? அந்தக் கடைசிக் கடிதம் பற்றிய வரிகளில் சிறு புதிர்த்தன்மை இருப்பதன் காரணமாகவே அதைக் கதை என்ற வார்த்தையால் குறிப்பிட்டேன். விடலைப் பருவத்தின் எண்ணங்களை அப்படியே எழுதுவது வணிகப் பத்திரிகைக் கதைகளில் சகஜமாக நடப்பதுதானே ...

என்னுடைய உல்லாச மனநிலையின்மீது தொடர்ந்து சம்மட்டியால் அடித்துக்கொண்டே போகிறாரே என்ற ஆதங்கம் உயர்ந்தது. இதுவும்கூட அவருக்கு இப்போதே தெரிந்திருக்கும்தான்; ஆனால் அதைப் பொருட்படுத்தாமல் இன்னொன்று சொன்னார்:

இதே கதையை வேறு யாராவது எழுதியிருந்தால், நான் சொல்லும் அபிப்பிராயத்தைத்தான் நீ சொல்லியிருப்பாய் என்பது புரியவில்லையா உனக்கு! ...

தீவிரத்தன்மை குறைந்து அவருடைய தொனியில் புன்முறுவல் கலந்தது எனக்கு எவ்வளவு ஆறுதலாய் இருந்தது என்கிறீர்கள்.

...போகட்டும், ரொம்பநாள் கழித்து ஓரிரு பக்கங்கள் ஒரிஜினலாக எழுதியிருக்கிறாய் என்பதே எனக்கு மகிழ்ச்சியாய் இருக்கிறது...

ஐயோ, அந்தக் குரலிலிருந்த வாஞ்சை...! இன்னும் ஓரிரு வாக்கியங்கள் சேர்ந்தால், கண்ணீர் வந்துவிடுமோ என்றிருந்தது.

...நிஜமான புதிர்த்தன்மை உள்ள ஒரு கதை கேட்கிறாயா. சுகவனம் உன்னிடமே முன்பு சொன்னதுதான். ஏனோ இத்தனை காலம் எழுதாமல் இருந்திருக்கிறாய். நண்பனின் அனுபவத்தைக் கதையாக்குவதா என்று தயக்கம் இருந்திருக்கலாம். சில விஷயங்களை உனக்கு ஞாபகப்படுத்தட்டுமா?...

மௌனமாய் இருந்தேன்.

...காற்றிலிருந்து பறித்தெடுப்பது மட்டுமே கலை அல்ல; நடக்கும்போதுதானே அது அனுபவம்? மீட்டுச் சொல்லும்போது? தவிர, சுகவனம் என்பதே அவனுக்கு நீ வழங்கியிருக்கும் புனைபெயர்தானே? பார்க்கப்போனால், ஒவ்வொரு சம்பவத்திலிருந்தும் உனக்குக் கிடைப்பது என்னவோ அதைத்தானே மற்றவர்களுடன் பகிர்ந்து கொள்கிறாய்? எழுதும்போதும் இதேதானே நடக்கிறது?

இந்தப் பின்னிரவில் யாரோ படுவேகமாகக் காரோட்டிச் செல்கிறார்கள். மூடிய கண்ணாடிச் சன்னல்களில் படிந்த விளக்கொளி, படுக்கையறையைக் கண நேரத்துக்கு முழுக்க நிரப்பி ஒளிரவைத்தது. மறுகணம், குளிர்பதனக் கருவியின் ரீங்காரம் சுருதிபோல் ஒலிக்க, வேதாளம் கதைக்குள் நுழைந்தார்.

மற்றவர்களின் அனுபவத்தைத் தன்னுடையதாக எழுதியிருக் கிறான் கிருஷ்ணன் – தன்னுடையதை மற்றவர்களுடையது மாதிரியும்தான். இதில் ஆச்சரியமென்ன, எழுத்தாளன் என்றால் இதெல்லாம் சகஜம்தானே; தற்கொலையைப் பற்றி எழுதும் அருகதை தற்கொலை செய்துகொண்டவர்களுக்கு மட்டும்தான் உண்டு என்று சொல்ல முடியுமா – என்று தோன்றலாம். ஆச்சரியம் வேறொரு இடத்தில் இருக்கிறது; வருடங்கள் ஓடிவிட்டதா, எது தனது அனுபவம், எது பிறருடையது என்பதே குழம்பிவிட்டது அவனுக்கு. உபரி ஆச்சரியம், அவற்றில் அநேகம் சுகவனத்தினுடையவை.

சுகவனம் கிருஷ்ணனிடம் பகிர்ந்துகொண்டதில் விடுபட்டுப் போன சம்பவம் ஒன்று உண்டு... சுகவனத்தின் மனைவி உடல்

வேதாளம் சொன்ன கதை

நலம் குன்றியிருந்தாள். சும்மா கொஞ்ச காலத்துக்கு இல்லை; வருஷக்கணக்காக. அவ்வளவு சிரமத்துக்கு ஆட்பட்ட யாராய் இருந்தாலும், பரஸ்பரம் ஆழமான வெறுப்புத் தட்டியிருக்கும். இவர்கள் விஷயத்தில் நெருக்கம் அதிகரித்துத்தான் வந்திருந்தது. இதற்கான பெருமையை சுகவனத்துக்கு மட்டும் வழங்க முடியாது. அவன் மனைவிக்கும் பங்கு கொடுக்க வேண்டும். தன் கதைகளுக்குள் சுகவனத்துக்கு சுகவனம் என்று பெயர் சூட்டியிருந்தான் கிருஷ்ணன். அவன் மனைவிக்கு என்ன பெயர் என்பது மறந்துவிட்டது – பெயர் ஏதாவது கொடுத்தானா என்பதேகூட. இப்போதைக்கு, சுகவனத்தின் மனைவி என்றே வைத்துக்கொள்ளலாம்.

சு.ம.வுக்கு வந்திருக்கும் வியாதி இன்னது என்றே மருத்துவர் களால் கண்டறிய முடியவில்லை. ஆனாலும், விதவிதமான பெயர்கள் சூட்டிச் சிகிச்சையும் அளித்துப் பார்த்தார்கள். பலனில்லை. தன்னியல்பாக, இவர்கள் மாற்றுவைத்தியத்தின் பக்கம் திரும்பினார்கள். ஆங்கில மருத்துவம்போல, குழாயில் வரும் தண்ணீர் இல்லை அது. மாநிலங்கள் தழுவி ஓடும் ஜீவநதி. ஏகப்பட்ட கிளைநதிகளும் உபநதிகளும் கொண்டது.

தற்காலிக நிவாரணங்கள் கிடைத்தன. ஆனால் வியாதி தீரவில்லை – அதன் மர்மமும்தான். முன்பைவிடத் தன்னியல்பாக, வைத்தியம் அல்லாத வைத்திய முறைகளிடம் திரும்பினார்கள். இவற்றுக்கு எல்லைகள் கிடையாது. கால எல்லைகளும் கிடையாது. உதாரணமாக, கடும் வேதனை தாக்கிய இரவில், மனைவி அரற்றிக்கொண்டிருக்கும்போது, சுகவனம் ஒரு முடிவெடுக்கிறான். சுவாமி முன்னால் இருக்கும் சம்புடத்தை எடுக்கிறான். பல கோவில்களில் பலகாலமாக வாங்கிச் சேர்த்த திருநீறு கொண்ட கலவை அது. இரண்டே சிட்டிகை. ஒரு தம்ளர் நீரில் கலக்குகிறான். அதைக் குடித்த ஐந்தாவது நிமிடம் அவள் உறங்கிவிட்டாள். இவனானால் விடியும்வரை அழுதுகொண்டு இருந்திருக்கிறான் ...

இந்தப் பின்னணியில், வெளிமாநிலத்திலிருந்த அந்த ஸ்தலத்துக்குப் போனார்கள்; யாரோ பரிந்துரைத்ததின் பேரில்தான். இடைவெளியின்றிக் கஷ்டங்களை எதிர்கொண்டதால், ஒருவித வலைப்பின்னல் உருவாகியிருந்தது. யாராவது ஏதாவது பரிகாரம் சொல்வார்கள். மிகுந்த நம்பிக்கையுடன் கிளம்பிப் போய், வறண்ட மனத்துடன் திரும்புகிற மாதிரி ஆகும். திரும்பிய மாத்திரத்தில் அடுத்த பவுர்ணமியன்றோ, அமாவாசையன்றோ போக வேண்டிய ஸ்தலம் பற்றிக் குறிப்பு கிடைத்துவிடும்.

இப்பிடி அலையுறீங்களேடா?

என்று விசனமாய் ஒருமுறை கிருஷ்ணன் கேட்டபோது, சுகவனம் வழக்கமான நிதானம், மற்றும் பரிவுடன் பதில் சொன்னான்:

வீட்டடிக்கு வேம்படி தேவலைன்னுதாண்டா.

ரயிலேறி, பஸ் மாறி, போய் இறங்கும்போது நள்ளிரவாகி விட்டது. இருவருக்கும் தாய்மொழியும் ஆங்கிலமும் தவிர வேறு இந்திய மொழிகள் எதுவும் தெரியாது. சிலுசிலுவென்று இதமான காற்று வீசுகிறது. அதை ரசிக்க முடியாமல், உடம்பும் மனமும் வியர்த்துக் கிடக்கிறது. நிலையம் கிட்டத்தட்டக் காலி. மொத்த நிலையத்துக்கும் வெளிச்சம் தந்த ஒற்றை விளக்கு கண்ணிமைக்க ஆரம்பித்தது. சில நொடிகள் அணைந்தே இருந்தது. கொட்டிப் பரவிய அந்தகாரத்தில், அங்கேயே இருந்து இரவைக் கழிப்பதற்கான தைரியம் முற்றாகக் கரைந்து போனது...

யாரோ ஒரு சிறுவன் வருகிறான். உடைந்த ஆங்கிலத்தில் அவனும், அதைவிட உடைந்த ஹிந்தியில் இவர்களும் உரையாடியதன் முடிவில், இவர்களை ஒரு வீட்டில் கொண்டு விடுகிறான். 'காலையில் எழுந்து இங்கேயே குளித்துவிட்டு, ஜீவசமாதியை தரிசிக்கப் போகலாம்' என்று புரியவைத்துவிட்டு, சுகவனம் கொடுக்க முன்வந்த சிறு சன்மானத்தை சிரித்தவாறு மறுத்துவிட்டு, பையன் பறந்துவிட்டான்.

புது இடம். தூக்கம் வரமாட்டேனென்கிறது. கேன்வாஸ் படுதாவால் இரண்டாகப் பகுக்கப்பட்ட பெரிய அறையின் இந்தப் பக்கம் இவர்கள். மறுபக்கம் ஆட்கள் வருவதும் போவதுமாக நடமாட்ட ஓசைகள் கேட்டவண்ணம் இருக்கின்றன. வளையல் குலுங்கும் சத்தம் வேறு. இறுதியாக உறக்கம் கண்ணை அமட்டும்போது, எங்கோ தொலைவில் பறவையொலிகள் தொடங்கிவிட்டது கேட்டது.

முக்காடு அணிந்திருந்தாள் அந்தப் பெண்மணி. முகம் மட்டும் தெரிகிற மாதிரி. இடது மூக்கில் வளையம் அணிந்திருந்தாள். சிற்பம்போலச் செதுக்கிய மூக்கும் மோவாயுமாக பிரமிக்க வைக்கும் முகம். எரிக்கும் செந்நிற உடம்பு. அந்த அதிகாலையிலும் வாய் நிறையத் தாம்பூலம். ஓயாமல் குதப்பினாள். பிராயத்தில் பேரழகியாய் இருந்திருப்பாள். தேநீர்க் கெட்டிலும் தம்ளர்களும் இருந்த பித்தளைத் தட்டை, வெகு பவ்யமாகத் தரையில் வைத்தாள். அந்தப் பையன் அளவே உடைந்த ஆங்கிலத்தில் 'வெந்நீர் தயாராக இருக்கிறது. குளித்துவிட்டு வருவதற்குள்

சப்ஜி தயாராகி விடும்' என்று பணிவாகத் தெரிவித்தாள். சுகவனத்தின் மனைவி, இதெல்லாம் நிஜமாகவே கனவுதான் என்று நினைத்தாளாம்.

பலகாரமும், தேநீர் மாதிரியே, அமிர்தம். அதன் பிறகு நடந்ததைத்தான் சுகவனம் தாள முடியாமல் இன்றுவரை சொல்லிப் புலம்புகிறான் ... ஒரு தாம்பாளத்தில், புதுப் புடவை ரவிக்கைத்துணி, சரிகை வேஷ்டி அங்கவஸ்திரம், பூ பழம் என்று நிரப்பி இவர்களிடம் கொண்டுவந்தாளாம் அந்த அம்மாள். சேர்ந்து நிற்கச் சொல்லி, இவர்கள் கையில் கொடுத்துவிட்டு, நெடுஞ்சாண்கிடையாக வீழ்ந்து நமஸ்கரித்தாள். உடம்பும் மனமும் கூசியதாம் இவர்களுக்கு. எச்சில் முழுங்கிக்கொண்டு சுகவனம் கேட்டான்:

எதற்காக அம்மணீ இவ்வளவும்?

பின்னே? இந்த இடத்துக்கு ஆண்கள் மட்டும்தான் வந்து போவார்கள் ஜீ. அவர்களும் கொஞ்சநேரம் இருந்துவிட்டுப் போய்விடுவார்கள். நீங்கள் தம்பதியாக வந்து, ராத்தங்கவும் செய்திருக்கிறீர்கள். பார்வதி பரமேஸ்வர் மாதிரி இருக்கிறீர்கள். இந்தப் பிறவிக்கு எனக்குப் புண்ணியம் கிடைத்துவிட்டது ஜீ. அந்த மஹான் என் பிரார்த்தனைக்குச் செவிசாய்த்துவிட்டார். அவர்தான் உங்களை அனுப்பிவைத்திருக்கிறார் ...

வாஸ்தவத்தில் அவர் அந்தச் சிறுவனையும் உங்களையும் எங்களுக்காக அனுப்பினார் என்றுதான் நாங்கள் ராத்திரி முழுவதும் நினைத்து நினைத்து உருகினோம் அம்மணி ...

என்று நினைத்துக்கொண்டானாம் சுகவனம். சொல்வதற்குத் தைரியமில்லை. இப்படித் தோன்றியது அப்போது என்று மனைவியிடம் பகிர்ந்துகொண்டான் – சமாதியில் அமர்ந்து தியானம் முடித்த பிறகு. அவள் சொன்னாள்:

சொல்லாததுதான் சரி. அந்த நிமிஷத்தெ வார்த்தையாலெ களங்கப்படுத்தலாமா?

❍

அட, இது எப்படி இத்தனை நாள் மறந்திருந்தது? சுகவனம் என்னிடம் விவரித்த சம்பவமேதான். உண்மையில், வேதாளம் என்னதான் செய்கிறது என்று மலைப்புத் தட்டியது எனக்கு. தான் உருவாக்கிய கதைகளைச் சொல்கிறதா, என் ஆழ்மனத்தில் அகழ்வாராய்ச்சி நடத்தி தோண்டித் தருகிறதா?

சட்டென்று, யாரோ மெனக்கெட்டுப் பெருக்கித் துடைத்துவிட்டதுபோலத் தூசு தும்பு இல்லாத வெற்றுத் தரையாகிவிட்டது மனம். எண்ணங்கள் எதுவும் புரளாமல் வெறிச்சோடிக் கிடந்த மனத்தை இப்போது விவரிக்கும்போதும், அப்போது உணரக்கிடைத்த தனிமையும் வெறுமையும் வேதனையா இன்பமா என்றுகூட அறிய முடியவில்லை... எவ்வளவு நேரம் இப்படியே கழிந்ததோ. அல்லது, கழிந்த மிகச் சில நிமிடங்கள் யுகயுகாதி காலம் நீடித்ததுபோல நான்தான் உணர்ந்தேனோ.

ரொம்ப நேரமாக வேதாளத்தைக் காணவில்லையே என்று உறைத்தது. அல்லது, நான் சற்றுக் கிறங்கிவிட்டேனோ? அதற்கப்புறம்தான் தெளிவானது – அட, நான் கண்களை மூடிக்கொண்டல்லவா இருக்கிறேன்!

இமைகள் திறந்த மாத்திரத்தில் இருள் பழகிவிட்டது. மின்விசிறியின் மேலே நீல வடிவத்தைக் காணவில்லை. ஒரு கணம் ஏக்கமாக இருந்தது. ஒரு கணம்தான். பின்னர் மனம் தன் போக்கில் திரியத் தொடங்கியது. இனி, இப்போதைக்குத் தூக்கம் வராது...

வேதாளம் கடைசியாய்ச் சொன்ன கதையின் தொடர்ச்சிபோல, முன்னர் நான் எழுதி, பிரசுரிக்காமல் விட்ட குட்டிக்கதையொன்றின் நினைவு வந்தது. வரிவரியாக நினைவில்லாது போனாலும், அதன் சாராம்சம் மங்காமல் நினைவில் மீந்திருந்தது. அதை, இப்போதைய மொழியில், இன்றைய மனநிலையில் மறுபடி எழுதிப் பார்க்க முயல்கிறேன்...

இதுவும் என் சொந்த அனுபவமேதான். ஆனால் யாருக்கோ நடந்தது போன்ற தொலைவுக்குள் போய்ப் புதைந்துவிட்டிருந்தது.

நண்பன் சுகவனத்தின் மனைவிக்கு உடல்நலம் குன்றியிருந்ததை, சகல முறை மருத்துவங்களும் கைவிரித்ததை, தொடர்ந்து மாயப்புலத்தின் செல்லக் குழந்தைகளாய் அந்த தம்பதி மாறியிருந்ததை விதவிதமாக எழுதியும் பார்த்திருக்கிறேன். இதுபோன்ற அம்சங்கள் கொண்டவற்றை, புலனுலக விளிம்பைத் தாண்டிச் செல்லும் விசாரணைத் தேட்டத்தின் பதிவுகளாக, 'அப்பால் உல'கின் சாத்தியங்கள் குறித்த சிந்தனையாக உருவெடுத்த கதைகள் என்று நானும், ஆத்திக வாதம் பேசும் வெற்றுக் குப்பைகள் என்று எதிர்த்தரப்பும் இன்றுவரை கருத்துப் பேணும் கதைகள் அவை.

சிரம நாட்களில் சுகவனத்துடன் பல இடங்களுக்கு நானும் போயிருக்கிறேன். ஆழ்ந்த அச்சம், விடுபடும் வேட்கை, ஆசுவாசம் வேண்டி இறைஞ்சும் மனநிலை என அல்லாடியபடி சுகவனம் ஈடுபட்ட அநேக சமாசாரங்களில், மௌனப் பார்வையாளனாக, செயலற்ற பிரசன்னமாக, ஆறுதலின் மனித உருவாக இருந்த சந்தர்ப்பங்கள் போன்றே, விளையாட்டுத்தனமாக ஈடுபட்டு உதைவாங்கித் திரும்பிய சந்தர்ப்பங்களும் உண்டு. லெப்பை ஒருவரிடம் மைபோட்டுப் பார்க்கச் சென்ற நிகழ்வைத் தனிக்கதையாகவே எழுதியிருக்கிறேன்.

மனைவியின் சுகவீனம் குறித்து ஏடுபார்க்க சுகவனம் போனபோதும், கூடப் போனேன். அப்போது நிகழ்ந்ததுதான் பின்வரும் சம்பவம். அதைச் சொல்வதற்கு முன் இரண்டு இடைச்செருகல்கள்.

ஒன்று, எத்தனையோ கதாபாத்திரங்களை உருவாக்கிக் கதைகள் நிகழ்த்தி இருக்கிறேன். நிஜத்தின் தத்ரூபச் சாயல் கொண்டவர்கள், புனைவுரு கொண்ட நிஜ மனிதர்கள் என்று சற்றுப் பெரிய பட்டியல் அது. நிஜ மனிதர்களின் குணபாவங்கள் கதாபாத்திரம்மீது புனைவென்றே தெரியாத உண்மைச் சாயையோடு படிவதில் பெரும் கிளுகிளுப்பு அடைந்திருக்கிறேன். அப்பா, அம்மா, சகோதர சகோதரிகள், வாழ்நாள் முழுவதும் பீடித்த பெண் சித்திரங்கள், ஒருமுறைப் பரிச்சயங்கள் என ரத்தமும் சதையுமாய் உறவாடும் மனிதர்கள், கற்பனையின் தொடக்கத்தில் உயிர் பெற்று கதைமுடியும்போது காணாமல் போன பிம்பங்கள் என்று மிகப் பலர். பரஸ்பரம் குணாதிசயங்களைப் பரிவர்த்தனை செய்துகொண்டு, வாசகரை உடனடியாகத் தொற்றக்கூடிய மெய்த்தன்மை பெற்றவர்கள்.

ஆனால் என்னைவிட இருபது வயது மூத்தவனான இரண்டாவது சகோதரன் பற்றி மட்டும் எழுத முனைந்ததே யில்லை. வாலிபனாக விளைந்து, பெரியவர்கள் ஏற்பாடு செய்த பெண்ணை மணந்து, இரண்டு குழந்தைகள் பிறந்த பிறகு தன் குடும்பத்தையும், தாய்க் குடும்பத்தையும் ஒருங்கே துறந்து காணாமல் போனவன் அவன். நினைக்குந்தோறும் வலியாய் எனக்குள் தங்கியிருந்து, நடைமுறை வாழ்வு இழுத்துச் செல்லும் போது இடைப்பட்ட ஏதோ ஒரு சுழியில் புதைந்து போனவன். உண்மையில், அவனது முகம்கூட மறந்துவிட்டாலும் முழுக்க அமிழ்ந்து விடவில்லை என்று நினைவூட்டிய சம்பவம் இது.

இரண்டாவது, கொஞ்சம் வேறு மாதிரியானது. 'லாப்ஸங் ரம்ப்பா' என்ற திபேத்தியரின் நூல்களில் கொஞ்சநாள் சொக்கிக் கிடந்தேன். சீன ஆக்கிரமிப்பை எதிர்த்துத் தலைமறைவான துறவி அவர்; பிரிட்டனில் வசித்து, கனடாவுக்கு மனைவியுடனும் சுவீகார மகளுடனும் புலம்பெயர்ந்த அல்லோபதி மருத்துவர். தமக்குள் திபேத்திய லாமா ஒருவரின் ஆவி புகுந்திருக்கிறது என்ற கோரிக்கையுடன், அந்த லாமாவின் பெயரையே புனை பெயராகக் கொண்டு எழுதிய திபேத்தியர்; அவர் திபேத்தியரே அல்ல சிஐஏ உருவாக்கிய கற்பனைப் பிம்பமான ஆங்கிலேயர், சீன அரசுக்கு எதிரான ஒற்றர்; திபேத் மட்டுமின்றி கீழைத் தேசங்களின் ஆன்மிக மரபை முன்னிறுத்த முயன்ற சிந்தனையாளர் என்றெல்லாம் அவரைப் பற்றி நிலவும் விதவிதமான கருத்துகள் காரணமாக எனது அபிமான எழுத்தாளர் ஆகியவர்! ஒரு நூலில் எழுதுகிறார்:

> பூமித் தளத்தில் நடக்கும் எல்லா நிகழ்வுகளுக்கும் வான்வெளியில் காட்சிப் பதிவுகள் இருக்கின்றன. விருப்பமும் விழைவும் முயற்சியும் கொண்ட யாரும் அந்தக் காட்சியகத்தில் புகுந்து வேண்டிய காட்சிகளைக் காண முடியும்...

நூலகத்தில் அடுக்கப்பட்ட நூல்களின் முழுப் பட்டியல் நூலகர் வசம் இருக்குமில்லையா, அதேமாதிரியான தகவல் குறிப்புகளே நாடி ஜோசியர் வசம் இருக்கும் சுவடிகள் என்று போகும் வழியிலேயே எடுத்துரைத்திருந்தான் சுகவனம்.

தனக்குப் பார்த்த பிறகு,

இவனுக்கும் பாக்கணும்ங்கய்யா.

என்றான் சுகவனம். அவனாகவே எடுத்த முடிவு அது. ஏன் எடுத்தான் என்று தெரியவில்லை.

அறையில் சாம்பிராணி மணம் நிரம்பியிருந்தது. நெடி குறைவு என்பதால், தசாங்கமாகவும் இருக்கலாம். மெல்லிய புகை, அடர்த்தியான நறுமணம். அதனுடன் பூவின் மணமும் கலந்திருந்தது. தாழம்பூவா மல்லிகையா என்று நிர்ணயிக்க முடியவில்லை. ஆனால் வசியம் செய்வதுபோலக் கிறங்கவைத்த மணக்கலவை.

சுழல் நாற்காலியில் அவரும், தகரமேசைக்கு இப்புறம் மடக்கு நாற்காலிகளில் நாங்களும் இருந்தோம். வலப்பக்கச் சுவரில் குழிந்த அலமாரியில், ஏகப்பட்ட கடவுளர் படங்கள்,

கிரீடம் போன்ற ஜடாமுடியுடனும், முழுக்க மழித்த தலையுடனும் என்று பலவிதமாகத் தோற்றமளித்த சாமியார்கள் – சுகவனம் 'யோகிகள்' என்று திருத்துவான். பெரும்பாலானவர்கள் அமர்ந்த நிலையில், அதிலும் பலகையின்மீது பத்மாசனமிட்டு இருந்தனர். புகை படிந்த, பழுப்படைந்த, கருப்புவெள்ளைப் படங்கள்.

கடைசித் தட்டு கொஞ்சம் அகலமாக, உயரமாக இருந்தது – ஓரடி உயரக் குத்துவிளக்கின் சுடர் மேல்தட்டின் கீழ்ப்புறம் புகைக்கரி சேர்க்காத அளவு. வீட்டின் உட்புறத்தை நோக்கித் திறந்த நிலைவாசலில் கதவாகத் தொங்கிய திரையை விலக்கிக் கொண்டு உள்ளே போனார் ஜோதிடர். நாங்கள் மௌனமாகக் காத்திருந்தோம்.

சலனமற்று நிலைத்திருந்த சுடர்மீது என் கவனம் குவிந்த மாத்திரத்தில், வீட்டின் உள்புறம் தொலைக்காட்சி ஒலித்தது. குத்துப்பாட்டுக்கு ஒரு கூட்டமே ஆடுவது மானசீகமாய்க் காட்சியானது. எனக்கு ஒரு அவதானம் தட்டுப்பட்டது. ஜோசியர் புராதனமான காலமொன்றின் பிரதிநிதியாக, நாங்கள் இருவரும் நிகழ்காலத்தவராக, உள்ளே குத்துப்பாட்டு ரசிக்கும் அடுத்த தலைமுறை எதிர்காலத்தது என மூன்று காலங்களும் ஒருங்கே நிலவும் தலமாக உருக்கொண்டது அந்த அறை.

ஆனால், எல்லா இடமும் எல்லாக் கணமும் இப்படியானவை தானே என்று உடனடியாக ஒரு பதிலும் உதித்தது. உடனடியாக இன்னொரு பதில் எழுந்து முந்தையதை ரத்து செய்தது. ஆமாம், இந்த அறைக்கு மட்டும் வேறொரு பரிமாணமும் உண்டு. சுவடிகளில் பதிவாகியிருக்கும் காலாதீதம் ...

சுகவனத்துக்குப் போலவே, இந்த முறையும் சுவடிக் கொத்துகளுடன் வந்து அமர்ந்த ஜோதிடர், பாட ஆரம்பித்தார். பேசும்போது இருந்த நிதானமான குரல் வலுத்து உரத்துவிட்டது. புகையோடு குரலும் செய்யுளின் கடுந்தமிழும் ஒன்றிசைந்து, நூதனமான அமானுஷ்யம் அறைக்குள் நிரம்பியமாதிரி ஆனது.

செய்யுளைப் பாடிவிட்டு, பேச்சுமொழியில் விளக்கம் சொல்வார். பாடும்போது ஓங்கி இருக்கும் குரல், விளக்கும்போது பழையபடி தணிந்துவிடும்.

'செய்யுள்கள் 'மால்' பார்க்கின்றன' என்றார். என்னுடைய பெயரின் முதலெழுத்து, எத்தனை பாகம் கொண்ட பெயர், தாய் தகப்பன் பெயர்களின் முதலெழுத்து, பிறந்த ஊரின் பெயர் என்றெல்லாம் சொல்லிச்சொல்லி ஒப்புதலைக் கேட்டு வந்தார்.

‘ஆம், இல்லை’ என்று மட்டும்தான் நான் சொல்ல வேண்டும். மால் உறுதிப்படுவதற்கு, உடன்பிறப்புகளின் எண்ணிக்கையும் முக்கியம்.

பிற தகவல்கள் அனைத்தையும் சரியாகச் சொன்ன ஒரு சுவடி உடன்பிறந்தோர் எண்ணிக்கையைப் பிழையாகச் சொன்னது. எனக்கு இரண்டு சகோதரர்கள், இரண்டு சகோதரிகள். என்றது. அவசரமாய் மறுத்தேன் –‘இல்லை.’

ஆமாம், காணாமல் போனவனையும் சேர்த்து எனக்கு மூன்று சகோதரர்கள். ஜோசியர் அடுத்த செய்யுளுக்கு நகர்ந்தார். ஆனால் அந்த ஒரு கண இடைவெளியில், இரண்டாவது சகோதரன் இல்லாத பிரபஞ்சத்தில் வசிக்கக் கிடைத்துவிட்டது எனக்கு. கண்ணெதிரே இல்லாவிட்டாலும், எங்கோ இருக்கத்தான் செய்கிறான் என்ற நம்பிக்கையின்மீது சம்மட்டியால் அடி வாங்கின மாதிரி அதிர்ந்தேன். வியர்வை குப்பென்று பொங்கி முகம் முழுவதும் வழிந்தது.

பல ஆண்டுகளுக்கு முன்பே நிறுத்திவிட்ட தேடும் முயற்சியை மீண்டும் ஆரம்பிக்க வேண்டும் என்று பதற்றமாக முடிவெடுத்தது மனம். அதற்கு முன்னால், காணாமல் போனவனின் முகத்தை நினைவில் மீட்டெடுக்கப் பிரயத்தனப்பட்டது.

என்னதான் மூன்றாம் மனிதனுக்கு நடந்த அனுபவம்போல விவரித்தாலும், அந்தத் தருணம் மீண்டுமொருமுறை மனத்துக்குள் நிகழும்போது, பரபரவென்று ஆகத்தான் செய்கிறது. தேவையில்லாமல் ஒரு அனுபவம் மனத்தின் மேல்தளத்துக்கு வந்து இம்சைப்படுத்திவிட்டுப் போக அனுமதித்திருக்கக் கூடாது...

●

14

படுக்கையறைக்குள் அசாதாரணமான அமைதி நிலவியது. சாயங்காலம் வலுத்த தூறல் போட்டிருந்தாலோ என்னவோ மிதமான குளிரும் நிரம்பியிருந்தது. மின்விசிறியின் சுழற்சியும், பத்மினியின் சன்னமான குறட்டையும் அறையை நிரப்பப் போட்டியிட்டன. மல்லாந்த நிலையில் கைகளையும் கால்களையும் அகலமாக விரித்து நிச்சிந்தையாக உறங்கிக்கொண்டிருந்தாள் அவள். பாதுகாப்பின் கதகதப்பு விளைவித்த நிம்மதி அவள் முகத்தில் வெளிப்படையாய்ப் படர்ந்திருக்கிறது.

முப்பது வருட காலம். அவள் தன் பிறந்த வீட்டில் கழித்ததைவிட அதிக காலம் என்னுடன் வசித்திருக்கிறாள். உங்கள் ஊர் எது என்று யாராவது கேட்டால் தன் பூர்விக ஊரைச் சொல்லுவதில்லை... வேதாளத்திடம் விசாரிக்க முதல் கேள்வி உதித்துவிட்டது!

பூர்விகத்தில் நீங்கள் யாராக இருந்தீர்கள்?

வேதாளம் கலகலவென நகைத்தது. விக்கிரமாதித்தன் கதையில், தலை சுக்குநூறாக வெடிக்கும் அபாயத்தை உள்ளடக்கிய கேள்விக்கு அவன் பதிலளித்த மாத்திரத்தில், மரத்துக்குத் திரும்பும் முன்பாக வேதாளம் சிரிக்குமே, அது இப்படித்தான் இருந்திருக்கும் என்று தோன்றியது எனக்கு.

அது சரி, நான் இன்னார், மற்றவர் இன்னார் என்ற அடையாளங்களை உடல்தானே காட்டித்தருகிறது; வேதாள உலகில் ஒருத்தருக்கும் மற்றொருத்தருக்குமான அடையாள வேறுபாடு எப்படித் தெரியும்? தவிர, விக்கிரமாதித்தன் கால வேதாளமும், என்னுடைய வேதாளமும் சமகாலத்தில் இருக்கவும் வாய்ப்பு உண்டோ? உடல் இல்லாத பட்சத்தில், மறைவு என்ற ஒன்றும் இருக்காதுதானே ... சிந்தனையை அறுக்கும் விதமாக, வேதாளம் குறுக்கிட்டார்:

தெரிந்து உனக்கு என்ன ஆகப் போகிறது? ...

மறுபடியும் சிரித்தார்.

...ஆனால், நீ பரவாயில்லை அப்பனே. இன்னொரு ஆள் என்னை என்ன ஜாதி என்று கேட்டார்.

இவ்வளவு கீழ்மைகள் இருக்கிறதென்றால், மனித சகவாசத்தை விட்டொழித்து விட வேண்டியதுதானே?

அதெப்படி முடியும் அப்பா. முன்புபோன்ற சுவாதீனம் இல்லாவிட்டாலும் இன்றுவரை கரட்டுப்பட்டிக்குப் போய்க்கொண்டுதானே இருக்கிறாய்?

என்னுடைய கேள்விக்கும் இந்த பதிலுக்கும் நேரடித் தொடர்பு ஏதும் இருக்கிறதா என்று துழாவ அவகாசம் தராமல், தொடர்ந்தார்:

தவிர, எந்நேரமும் வேதாளங்களுடனே புழங்கிக்கொண் டிருப்பதில் ஏற்படும் சலிப்பு சாமான்யமானதல்ல. சில நாட்களில் சக மனிதர்கள் யாரையும் பார்க்கவே பிடிக்காமல் ஆகிவிடுவதில்லையா உனக்கு? மனித உடலைத்தான் உதிர்த்திருக்கிறோம் – மனத்தை அல்ல. என்ன, உடல் இல்லாததால் சொகுசும் உரிமை பாராட்டலும் இருக்காது அவ்வளவுதான்.

திடீரென்று மின்சாரம் வெட்டுப்பட்டதுபோல மறைந்துவிட்டார். இப்படி வருவதிலும் மறைவதிலும் அவர் கடைப்பிடிக்கும் விட்டேற்றித்தனம் சில நேரம் அவமானமாகக்கூட இருக்கிறது. ஆனால் அவரைக் கண்டிக்கவோ, தண்டிக்கவோ முடியுமா என்ன? தண்டனைக்கு உடலும், அதற்குள் சிறைப்பட்ட மனமும் – இல்லை இல்லை, உடலைச் சுமந்து திரியும் மனமும் – அல்லது இதுவும் சரியில்லையோ ...

எப்படியோ, சில நிமிடங்கள் மட்டுமே இருந்து அவர் பேசிய மிகச்சில வாக்கியங்களில், ஒன்றேயொன்று மட்டும்

வேதாளம் சொன்ன கதை

கலங்கரை விளக்கம்போல நின்று என்னை வசீகரித்தது – ‘சில நாட்களில் சக மனிதர்கள் யாரையும் பார்க்கவே பிடிக்காமல் ஆகி விடுவதில்லையா உனக்கு?’

சில நாட்கள் என்ன, பெரும்பாலான நாட்களில் இப்படித்தான் ஆகிவிடுகிறது. எனக்குச் சிகிச்சை அளிக்கும் ஹோமியோபதி மருத்துவரிடம் இதை ஒரு நோய்க் கூறாக நான் விவரித்தபோது, அவர் ஆலோசனை சொன்னார்:

> அந்த மாதிரி நாள்லெ, சுகர் லெவல் ச்செக் பண்ணிப் பாருங்க சார்.

சரிதான், தினசரி ரத்தப்பரிசோதனை நிலைய வாசலில் போய் நிற்கவேண்டியதுதான் ...

எந்த நாளில் தினசரியைப் பிரியுங்கள், உலகத் தலைவர்கள் யாராவது ஜோடியாக உட்கார்ந்து ஏதாவது காரணத்தை முன்னிட்ட ஒப்பந்தங்களில் கையெழுத்திட்டுக்கொண்டிருப்பார்கள் – புகைப்படமாகவோ, செய்தியாகவோ. பெரும்பாலும் நல்ல நோக்கங்களை முன்னிட்டுத்தான். உலக மக்களுக்கு நல்லது நடக்க வேண்டும் என்று மெனக்கெடும் இவ்வளவு தலைவர்கள் இருக்கும்போது, மேலும் மேலும் நன்னம்பிக்கையும் நல்லெண்ணமும் தேய்ந்துகொண்டே போகிறதே என்ற ஆச்சரியம் என்னைப் பிடுங்கித் தின்னும்.

இதை ஒருமுறை சங்கரராமன் சாரிடம் பகிர்ந்து கொண்டேன். நினைவிருக்கிறதா, சொல்லாமல் கொள்ளாமல் புருஷன்காரன் பேருந்திலிருந்து இறங்கிக் காணாமல் போனபிறகு, கைக்குழந்தையுடன் ஒரு பெண் மாநகரம் என்ற வனாந்தரத்தில் இறங்கி நின்ற சந்தர்ப்பத்தை முன்வைத்து எனக்கு அத்வைதத்தின் ஒரு இழையைப் புரியவைக்க முயன்றவர். இரண்டு வருடங்கள் என்னுடைய கிளையில் பணியாற்றி, மாற்றலாகிப் போனபிறகும் நண்பராகத் தொடர்ந்தவர்.

போன வருடம் இறந்துவிட்டார். உறக்கத்திலேயே உயிர் பிரிந்ததாம். இத்தனைக்கும் ஐம்பத்திச் சொச்சம் வயதுதான். இறுதியாக அவரைப் பார்க்கப்போனபோது மேற்படி ஒப்பந்தங்கள் பற்றியும் ஏதோ பேச்சு வந்தது. அலுவலக வேலை அளவுக்கு மீறி அழுத்தம் தருகிறது என்று வறண்ட குரலில் சொன்னார் சங்கர் சார்.

> என்ன பண்றது கிருஷ்ணன். பேங்க்கோடெ ஒப்பந்தம் போட்ருக்கோம். நீ குடுக்குற வேலெயெ முடிச்சுத்தர்றது

என் பொறுப்பூன்னு. அதுலயும் அதிகாரியா ஆனப்பறம், இதெத்தான் செய்வேன் இதெச் செய்யமாட்டேன்னெல்லாம் சொல்லிக்கிட்ருக்க முடியுமா?

ரத்தக் கொதிப்பு அதிகரித்து அவருக்கு மாரடைப்பு நேர்ந்ததற்கு உத்தியோகப் பளுவே காரணம் என்று இறுதி அஞ்சலிக்கு வந்த சக ஊழியர்கள் புலம்பிவிட்டுப் போனார்கள். முன்பு ஒரு தடவை சந்தித்தபோது, அலுவல்பற்றி அவருடன் உரையாடியது பசுமையாக நினைவிருக்கிறது ...

தணிக்கையாளர் வந்துசென்ற பிறகு, அலுவலகமே உடம்பை முறுக்கிச் சோம்பல் முறித்தது – சுமார் இரண்டு வாரம் பீடித்திருந்த சுகக்கேடு, சட்டென்று ஒரே நாளில் அகன்றுவிட்ட மாதிரி. வந்தவர் வடஇந்தியர். சுமாரான ஆங்கில அறிவு கொண்டவர்.

கிளையில் பணிபுரிந்த பதினோரு பேருக்கும் ஹிந்தி ஞானம் அறவே கிடையாது. இரண்டு வாரம் எப்படி ஓடியதென்றே தெரியவில்லை. ஆனால் தவறுகளைக் கண்டுபிடிக்கவும்; தரக்குறைவாக நடத்தவும்; முறையற்ற சலுகைகளைக் கோரிப் பெறவும்; மறுமுனையில், தரையில் தலைதொடும்படி உடம்பு வளைந்து பணிவு காட்டவும், பல்லிளிக்கவும், லஞ்சத்துக்கொப்பான வசதிகள் செய்து தரவும் மொழி ஒரு தடையில்லை என்பது அனைவருக்குமே இயல்பாகத் தெரிந்திருந்தது.

கிளம்பிப் போனவர் சும்மா போகவில்லை. தமது அறிக்கையில் ஒரேயொரு ஊழியரின் பெயரைக் குறிப்பிட்டு, சிறப்பான பாராட்டுப் பத்திரம் வழங்கியிருந்தார். விதிவசமாக, அது நானேதான்.

சக ஊழியர்கள், அதிலும் பெண்கள், செய்த கேலி தாளமுடியாத அளவுக்குப் பீறியது. கூசிக்குறுகிப் போனேன். பார்ட்டி கேட்டார்கள். மனத்துக்குள் விதவிதமான கெட்டவார்த்தை வசவுகள் ஊறியவண்ணமிருக்க, அசட்டுச்சிரிப்புடன் பதில் சொன்னேன்:

அதுனாலென்ன, தந்துட்டாப் போச்சு!

ஆரம்பத்தில், பொறாமையால் பேசுகிறார்கள் என்று தோன்றியது. சிறுகச்சிறுக, அதைத் தாண்டி வேறேதோ இருக்கிற மாதிரிப் பட ஆரம்பித்தது. என்னுடைய உழைப்பை, நேர்மையை, பணியில் காட்டும் அக்கறையை கீழ்த்தரமாகக் கருதுகிறார்கள் என்று தோன்ற ஆரம்பித்தது ... சங்கர் சாரைப் பார்க்கப் போனபோது, அடிபிறழாமல் ஒப்பித்தேன். ஆகக் குறைந்தபட்ச

உழைப்பை வழங்கி, ஆக அதிகமாகச் சம்பாதிக்க விழையும் ஜனக்கூட்டம் பெருகிவிட்டது என்றேன். உழைக்கிறவனைக் கேலிப் பிராணியாய்ப் பார்க்கிறார்கள் ...

> அது சரி, பாராட்டத்தானே செய்கிறார்கள்? நீங்கள் அவமானம் கொள்ள வேண்டிய அவசியம் என்ன?

என்று நயமான ஆங்கிலத்தில் கேட்டார் அவர்.

அது நியாயம் என்றுதானே யாருக்கும் தோன்றும்? என் நம்பிக்கைகள், மற்றும் நான் புழங்க வேண்டிவந்த சூழல், அதில் புழங்கிய நம்பிக்கைகள், சுபாவமாகவே எனக்குள் சதா நிரம்பியிருக்கும் ஆழ்மனப் புழுக்கம் இவற்றை விவரித்து விட்டால், விஷயம் சுலபமாகப் புரிந்துவிடும். சங்கர் சாருக்குப் புரியவைக்க முயன்றேன் ...

கலைஞன் என்றாலே, உழைக்க வேண்டியதில்லை – அவனுடைய உழைப்பு அகம் சார்ந்தது என்றொரு எண்ணம் பரவலாக உலவிய காலகட்டத்தில் இரட்டைக் குதிரைச்சவாரி மேற்கொண்டவன் நான். வங்கியில் எழுத்தராக இருப்பதும் யோசனை சார்ந்த சமாசாரம்தானே, இதில் உடலுழைப்பு எங்கிருந்து வந்தது என்ற கேள்வியே எழாத கபடமின்மை கொண்டிருந்தவன். எழுத்துலகத்தின் வசீகரத்துக்கு ஆட்பட்டவன். நேர்மைக்கு எழுத்தில் எந்த அளவு இடம் உண்டோ, அதே அளவு அலுவலகப் பணியிலும் உண்டு என்று அபிப்பிராயம் கொண்டவன் – அதுதானே தணிக்கையாளர் ஆரெல் ஷர்மா வரை கொண்டுவந்து விட்டிருக்கிறது?

இதன் மறுதரப்பாக, கலைஞனைப் போஷிக்க வேண்டியது சமூகத்தின் கடமை; அவன் உடல் சார்ந்தும் வேளை சார்ந்தும் மூளை சார்ந்தும் பணி செய்ய வேண்டிய அவசியமில்லை; அவனுக்கான உண்டி உடை உறையுள் இவற்றோடு குடிவசதியும் வழங்கிப் பேணுவது சமூகத்தின் பொறுப்பு என்று கருதுபவர்களும் இருக்கத்தானே செய்கிறார்கள்? இன்றுவரை என் மனம் கிடந்து தட்டழியும் கேள்விகளில் இதுவும் ஒன்று – இதே அமைப்புத்தானே எனக்கு உருப்படியான ஒரு வேலையும், போதுமான அளவு வருமானமும், யோசிப்பதற்கும் எழுதுவதற்குமான அவகாசமும் ஏற்படுத்திக் கொடுத்திருக்கிறது?

இதற்கிடையில், எழுத்து வாழ்க்கையின் ஆரம்பக் கட்டத்தில் வாசிக்கக் கிடைத்த சிறு பத்திரிகையில் இப்படி ஒரு கவிதைவரி ஓடியது.

> மயில் போன்றே இருக்கும் வான்கோழிபோல
> எழுத்தாளர் ஆவதற்கில்லை எழுத்தாள்கள்...

சுரீரென்று குத்தியது. தவறாமல் சம்பளம் தருகிற, வாழ்க்கையை ஓட்டுவதற்கு மிகுந்த ஆதரவாக, அவசியப்படும் புத்தகங்களை யோசிக்காமல் வாங்க உதவுகிற இடமாக முந்தின நாள்வரை தென்பட்ட வங்கிக் கிளை, சட்டென்று சிறைச்சாலையாகத் தெரிந்தது. முயன்றும் முடியாது போன வயிற்றெரிச்சலில்கூட மேற்படி வரி உதித்திருக்கலாமே என்று உறைக்கக் கொஞ்சம் கால அவகாசம் தேவைப்பட்டது. அதற்குள், என் கவிதைகள் இரண்டு தொகுப்புகளாக வெளியாகியிருந்தன.

குறிப்பிட்ட கவிதைக்கு நிகராகத் தாழ்வுணர்ச்சி ஊட்டியது இன்னொரு சங்கதி. அந்த நேரத்தில் அறிமுகமாகியிருந்தவர் சொன்னது. இத்தனைக்கும் இவனுக்கு மிகவும் பிடித்த எழுத்தாளர் அவர் – சிரித்தபடிதான் சொன்னார். அரசியல் கட்சி ஒன்றில் உறுப்பினர் – பின்னாளில் மிகப் பெரிய உயரத்துக்குப் போனார் – கட்சியில்.

> கிருஷ்ணன், நீங்க முளு நேரமும் வங்கி ஊளியர் – நேரம் கிடைக்கிறப்ப படிப்பீங்க, எழுதுவீங்க. என்னை மாதிரி ஆளுகளுக்கு இலக்கியம்தான் ஊளியம். நிர்ப்பந்தம் இருக்குற அளவுக்கு மட்டும் தொளிலைக் கவனிப்போம்.

தொழில்முறைத் தையல்காரர் அவர். தீபாவளி சமயத்தில் ‘மகா பீட்டர்’ கைக்குக் கிடைத்ததாகவும் அதை முடிக்கும்வரை தையல்மிஷின் பக்கம் பார்வையைக்கூடத் திருப்பவில்லை என்றும் சொன்னபோது, அவருடைய முகத்தில் வழிந்த பெருமிதத்துக்கு நிகராக, என் மனத்தில் அவமானம் பொங்கியது.

நல்லவேளை, சங்கர் சார் என்ற நண்பர் கைக்கெட்டும் தூரத்தில் இருந்தார்; தணிக்கைப் புழுக்கம் நீங்குவதற்குப் பேருதவி செய்துவிட்டார் ...

> மொதல்ல இந்த அழுகுணி மூஞ்சியை விடுங்க கிருஷ்ணன். நீங்க சொன்ன கவிதை வரியிலே, ஏனாவுக்கு ஏனா வந்ததைத் தவிர விசேஷமா ஒரு மண்ணும் இல்லெ. துணிமணியை இஸ்திரி போட்டு உடுத்தணும், போன மாச வரவு இவ்வளவு, அதுக்குள்ளெ முடியிறபடி இந்த மாசச் செலவுகளை அமைச்சிக்கிறணும்ங்குற மாதிரி யோசிக்கிற யாருக்குள்ளேயும் ஒரு எழுத்தர் இருக்கத்தான் செய்யிறாரு. ஒழுங்கா வேலைபாத்து சம்பாதிக்கிறதை, நிம்மதியா வாழ்க்கை நடத்துறதைப் பாவகாரியமா உணர வைக்கிறது தமிழ்ச் சூழல்லெ மட்டும் தான் நடக்கும். இவுங்க பெரிசாக் கொண்டாடுற எழுத்தாளர்கள் எல்லாருமே

அவுங்கவுங்க நாட்டுலே கோடீசுவரங்க. பல மொழிகள்லெ மொழிபெயர்ப்பாயி, பல பதிப்புகள் வெளிவந்து, ராயல்ட்டியிலே பண்ணை வீடுகள் வாங்கி வசிக்கிறவுங்க. ஹெமிங்வே, சுவத்திலெ பொருத்தினெ மெஷின்லெ, நின்னுக்கிட்டு டைப்படிப்பாராம்; ஒரு சொல்லுக்கும் இன்னொரு சொல்லுக்கும் இடையிலே ரெண்டு ஸ்பேஸ் தட்டுவாராம். வார்த்தைகளை எண்ணுறதுக்கு வசதியா – ஏன்னா, ஒரு சொல்லுக்கு ரெண்டு டாலர் சன்மானம் வாங்கினவர் அவர். ஆயிரத்தித்தொளாயிரத்தி முப்பதுகள் நாப்பதுகள்லெ! ...

அவர் சொல்லச்சொல்ல என் மனம் லேசாகிக்கொண்டே வந்தது. முத்தாய்ப்பாக இன்னொன்றும் சொன்னார் சங்கர் சார்.

... பாக்கப்போனா, நாம ஒழுங்கா வேலைபாக்குறது பேங்க்குக்கு வாக்கப்பட்டுருக்கோம்ங்குறதாலே இல்லெ. கூட்டுவாழ்க்கைலெ மனுஷகுலம் நுழைஞ்சப்ப உருவான ஒப்பந்தப்படி நடந்துக்குறோம். அவ்வளவுதான்.

அவர் சொன்னபோது பெரும் ஆறுதல் கவிந்தது எனக்குள்; ஆனாலும், சில உணர்வுகள் படிய வைக்கிற வண்டல், அவ்வளவு சுலபமாக அகலக் கூடியதா என்ன.

உபரியாக, அடுத்த வருடமே அவரை ஐஸ்பெட்டிக்குள் காண நேர்ந்தது புதிய பீதிகளை உருவாக்கியது. கொலைகார ஒப்பந்தத்திலிருந்து விடுபடும் நாளை எண்ணிப் பார்க்க ஆரம்பித்தது மனம்.

இப்போது சொல்லுங்கள், சக மனிதர்களின் முகத்தில் விழிப்பது பற்றிக் குழப்பம் சேர்ந்துவிடவில்லை?

இனம் புரியாத ஆறுதலை வழங்குவதற்கும் சிலர் வந்து சேர்கிறார்கள்தாம். சங்கர் சாரைப்போல நேரடியான வார்த்தைகளில் பேசி இதப்படுத்துகிறவர்கள் அல்ல; தமது வருகையாலேயே பெரும் ஆசுவாசம் தருகிறவர்கள். அவர்களுக்கு இப்படியொரு விளைவு இருந்ததே தெரிந்திருக்காது, பாவம்.

கறுப்பு வெள்ளைப் பாடல் காட்சிகளைப் பார்ப்பதில் அலாதி ஆர்வம் உண்டு எனக்கு. மழை பெய்வதுபோலக் கீறல் விழுந்த சித்திரங்களில் எனது பால்யத்தின் அழியாத பகுதியொன்று இன்னும் உயிரோடு இருப்பதாக உணர்வேன். குளிக்கும்

போதும், இருசக்கர வாகனத்தை நிதானமாக ஓட்டிக்கொண்டு போகும்போதும் தானாக உள்ளிருந்து எழும்பும் ஏதோவொரு பாடலை சுதி சுத்தமாக ஸ்வர சுத்தமாக முனகிக்கொண்டு போகும்போது தனிமையின் இனிமையான பரிமாணம் ஒன்று திகட்டாத தித்திப்புடன் ருசிக்கக் கிடைத்த மாதிரி இருக்கும். ஆமாம், அந்தப் பாட்டுகளெல்லாம் கிட்டத்தட்ட நாற்பத்தைந்து வருடமாக உள்ளே பத்திரமாய் இருப்பவை.

முந்தாநாள் யூ ட்யூபில் சில பாடல்களைப் பார்த்துக் கொண்டிருந்தேன். யதேச்சையாக ஒரு பேட்டி கண்ணில் பட்டது. தமிழ்த் திரைப்படம் வண்ணமயமாகிய காலகட்டத்தில் அறிமுகமாகி நாற்பது வருடங்களுக்கும் மேலாகக் கோலோச்சியவரின் பேட்டி. தன்னடக்கத்துக்குப் பேர்போனவர். அது தன்னடக்கமில்லை; அப்படித் தோற்றமளிக்கும் அகங்காரமேதான் என்று முகநூலில் பார்த்த பதிவும் நினைவு வந்தது. ஒரு நாளுக்கு ஐந்து பாடல்களுக்குமேல் தாம் பதிவு செய்த காலகட்டம் ஒன்றும் இருந்தது என்றார் அவர்.

என் கல்லூரிக் காலம் அது. பாகவதர், சி.எஸ். ஜெயராமன், திருச்சி லோகநாதன், டி.எம்.எஸ். ஆகியோர் பாடியவற்றைக் கல்லூரி இசைக்குழுவிலும், அனைத்துக் கல்லூரிப் போட்டி களிலும் நான் பாடிவந்த நாட்கள். ஆனால் என்னைவிட நாகப் பிரசாத்துக்குத்தான் வரவேற்பு அதிகம்.

பேட்டிப் பாடகரின் பாடல்களை அவர் அளவுக்கே பாடக்கூடியவன் பிரசாத். அனைத்துக் கல்லூரிப் போட்டிகளில் அவன் பாடி முடித்து இறங்கிவந்ததும் பெண்கள் கல்லூரி வீராங்கனைகள் அவனைச் சூழ்ந்து அம்முவதைக் கடும் பொறாமையுடன் பார்த்துக்கொண்டிருப்பேன். அவனைவிட, முன்பு சொன்ன பேட்டிப் பாடகர்மீதுதான் அதிகக் கோபம் வரும்.

சும்மா சொல்லக் கூடாது, என்னைப் போலக் கேள்வி ஞானத்தால் பாட வந்தவன் இல்லை பிரசாத். இளவயது முதலே முறையாகக் கர்நாடக சங்கீதம் கற்றவன். குரல் மெழுகுபோல இளகும். லேசான ரகசியம் பொதிந்த, அகாத உயரங்களுக்கு சர்வசாதாரணமாக ஏறவும் அதே வேகத்தில் பிசிறாமல் இறங்கவும் வல்ல குரல். ஏ.எம். ராஜாவின் குரலில் டி.எம். எஸ்ஸின் அழுத்தம் சேர்ந்த மாதிரி, தனித்துவமான குரல்.

அவனோடு ஒப்பிட்டால், நான் பாடுவது பாடுவதேயில்லை, மிமிக்ரிதான் என்று எனக்கே பலதடவை தோன்றியிருக்கிறது.

கல்லூரிக் காண்ட்டீனில் ரசிகர் குழாம் சூழ அமர்ந்திருந்த போது, நாகப்பிரசாத் உரத்துச் சொன்னது இன்னமும்

நினைவிருக்கிறது – பேட்டிப் பாடகரைக் குறித்துத்தான் சொன்னான்:

வக்காளி, இன்னம் பத்து வருஷம் போகட்டும் – அந்தாளெ அவன் சொந்த ஊருக்கே ஓட வைக்கிறனா இல்லையா பாரு...

இதைச் சொன்ன அவன் குரலில், பாடும்போது இருக்கும் இனிமை இல்லை என்று எனக்குப் பட்டதற்கு, அந்த வாக்கியத்தின் கருத்துகூடக் காரணமாக இருக்கலாம் என்று பின்னொரு நாள் தோன்றியது. தற்போதைய பேட்டியில் பாடகரின் த்வனியில் வெளிப்படுவது அதே சாயல்தான் என்று இப்போது பட்டது.

அடேயப்பா, எத்தனை ஆண்டுகள் கழித்தும் எவ்வளவு பசுமையாய் இருக்கின்றன நினைவுகள்! நாகப்பிரசாத் எனக்குக் கொடுத்த ஆலோசனைகளெல்லாம்கூட நினைவிருக்கின்றன. ஒலிவாங்கியை வாய்க்கு நெருக்கமாக வைத்துக்கொண்டால், குரலில் கொஞ்சம் கனம் சேர்த்துக்கொள்ள முடியும்; மூச்செடுக்கும்போதெல்லாம் முகத்தையோ, கைக்கருவியையோ சற்று அகற்றிக்கொண்டால் எடுக்கும் மூச்சு ஒலி பெருக்கியில் நாராசமாகக் கேட்காது, மூலப்பாடகனுக்கு நூறுசதவீதம் விசுவாசமாக இருக்க வேண்டியதில்லை – வாகான இடங்களில் நாம் விரும்பும் சங்கதிகளைப் போட்டுப் பாடலாம் – பாட்டை அது இன்னமும் வசீகரமாக்குவதோடு, நம்முடைய கற்பனை விருத்தியடைவதற்கும் உதவியாய் இருக்கும்... கல்லூரிப் படிப்பு முடிந்தமாத்திரத்தில் பயன்பாட்டை இழந்துவிட்ட ஆலோசனைகள்!...

கல்லூரிக் காலத்தின் இறுதிப்பகுதியில் அந்த நேர்முகம் நடந்தது. புதிதாக நுழைந்து மகத்தான வெற்றிபெற்ற இயக்குநரும், அவரைவிட அதிகமான வெற்றிகளை ஈட்டிய இசையமைப்பாளரும் தாங்கள் இணைந்து பணியாற்றவிருக்கும் புதிய படத்துக்காகப் புதிய குரல் தேடி ஊர் ஊராகப் போய்க்கொண்டிருந்தார்கள். உண்மையைச் சொன்னால், அத்தனை ஊர்களில் அத்தனைபேரைப் பாடச் சொல்லி அவர்கள் யாரையுமே தேர்ந்தெடுத்த மாதிரித் தெரியவில்லை; போதாததற்கு, பின்னொரு படத்தில், இந்திப் படவுலகில் பிரபலமாகியிருந்த, லகர வரிசை, னகர வரிசை, ரகர வரிசையெல்லாம் அநாவசியம் என்பதுபோலப் பாடித் தள்ளிய இளம் பாடகரை இங்கே அறிமுகப்படுத்தினார்கள். தமிழின் பிடுங்கல் தாளாமல்தானோ என்னவோ அந்த ஆசாமி அதற்கப்புறம் தெற்குப் பக்கமே வரவில்லை...

யுவன் சந்திரசேகர்

சரி, நம் கதைக்கு வந்துவிடுவோம். இசையமைப்பாளரின் உதவியாளர் எங்கள் கல்லூரிக்கு வந்து குரல் தேர்வு நடத்தினார்.

நான், 'வருந்தாதே மனமே' என்ற எஸ்.சி. கிருஷ்ணனின் பாடலை இசைத் தட்டின் பிரதிபோலப் பாடிக் காட்டினேன். நாகப்பிரசாத், 'ராதா, காதல் வராதா' பாடினான். முப்பது பேர் கலந்துகொண்ட தேர்வில், எங்களையும் சேர்த்து மூன்றுபேர் தேர்வானார்கள். மூன்றாவது நபரின் முகமும் பெயரும் மறந்தே போய்விட்டது – அவன் பாடியது மட்டும் மறக்கவில்லை. 'போனால் போகட்டும் போடா'. ஆனால், அதை பி.பீ. சீனிவாஸின் குரலில் பாடினான் என்று ஞாபகம் வரும்போது என்னையுமறியாமல் மனத்துக்குள் குறுஞ்சிரிப்பு பூக்கிறது!

ஆயிற்றா, நட்சத்திர ஓட்டல் ஒன்றுக்கு இத்தனாம் தேதி வரவேண்டும் என்று தெரிவித்து, கைகுலுக்கிவிட்டுப் போனார் உதவியாளர்.

அந்த அறைக்குள் சன்னமான, உயர்தர நறுமணம் நிலவியது. குளிர்பதனம் இப்போதுபோல சரளமாகியிராத நாட்கள். பதனப் பெட்டியின் அடங்கிய ரீங்காரம், செயற்கைக்கூரைக்குள் பொதிந்த மந்தமான விளக்கொளி, பார்வைக்கே உயர் பெறுமானம் தெரியும் திரைச்சீலைகள், பக்கவாட்டு மேசைமேல் சுரைக்காய் வடிவத்தில் இருந்த பீங்கான் குடுவை மற்றும் தேநீர்க்கோப்பைகள் என அந்த இடமே வேற்றுலகம் மாதிரித் தெரிந்தது.

பளபளக்கும் தேக்குக் கால்கள் கொண்ட மரக்கட்டிலில் சுமார் அரையடி உயரம் உள்ள மெத்தைமீது சிகரெட் குடித்தபடி இயக்குநர் சம்மணமிட்டு அமர்ந்திருக்க, அருகில் அனந்தசயனப் பெருமாள்போலப் படுத்திருந்தார் இசையமைப்பாளர்.

எதிர்மூலையில் ஒரு கித்தாரிஸ்ட் அமர்ந்திருந்தார். போட்டியாளர்களுக்கு சுருதி வழங்கும் பொறுப்பு அவருடையது. நடுவயதுக்காரர். உடைவாள் போல ஸ்ரீசூர்ணம் இட்டிருந்தார். செல்லக் குழந்தையாகத் தம் மடியில் கிடந்த கித்தாரின் தந்திகளை அவ்வப்போதும் அநாவசியமாகவும் மீட்டிக்கொண்டிருந்தார்.

மற்றவர்களுக்கு வணக்கம் சொல்லிவிட்டு, கித்தாரிஸ்ட்டிடம் எனக்குரிய சுருதியைச் சொன்னேன். முறைப்படி கற்றவன் இல்லை என்பதாலும், கித்தாருக்குச் சொல்லவேண்டிய சுருதி மேற்கத்திய அலகில் இருக்க வேண்டியதாலும், எனக்கு அந்த மாதிரி சமாசாரங்களெல்லாம் எதுவுமே தெரியாது. எனக்கு

வேதாளம் சொன்ன கதை

இரண்டு பேருக்கு முன்னால் உள்ளே சென்று பாடிக் காட்டிவிட்டு வந்த நாகப்பிரசாத், நான் என்ன பாடப் போகிறேன் என்று விசாரித்து லேசாக முனகிக் காட்டச் சொல்லி, எனக்கான சுருதியின் மேற்கத்தியப் பெயரைச் சொல்லிக்கொடுத்திருந்தான்.

கித்தாரிஸ்ட் தலையாட்டிவிட்டு சுதி பிடித்தார். இல்லையே, தான் வழக்கமாகப் பாடும் ஸ்தாயியைவிட அதிகமாக அல்லவா தொனிக்கிறது ... என்று ஊறிய சந்தேகத்தைப் பொருட்படுத்தாமல் பாடத் தொடங்கினேன். என்ன பாட்டு என்பது அவசியமில்லை. இன்றுவரை அதை மறக்க அல்லவா முயன்றுகொண்டிருக்கிறேன். ஏதோவொரு கட்டத்தில் பரிதாபமாக அலறிக்கொண்டிருந்தேன்; உச்சத்தில் குரல் ஆபாசமாகக் கீறி உடைந்தது என்பதை மட்டும் சொல்லி முடித்துவிடலாம் ...

இருவருமே தேர்வாகவில்லை. அது மட்டுமல்ல, தேர்ந்தெடுக்க வந்தவர்கள் இணைந்து பணிபுரிந்த மேற்படிப் படம் வெளியானதா என்றும் தெரியவில்லை. ஆனால் அடுத்த பத்து வருடங்களுக்கு பேட்டிப் பாடகரை மட்டுமே இசையமைப்பாளர் பிரதானமாகப் பயன்படுத்தினார் என்பதும், பின்னர் அவர் அறிமுகப்படுத்திய ஆண் குரல் கேரளத்தைச் சேர்ந்தது என்பதும் உபரித் தகவல்கள்.

இவ்வளவும் சொல்லிவிட்டு, இரண்டு செய்திகளைச் சொல்லாமல் விடுவது முறையாய் இருக்காது.

1. நாகப்பிரசாத் தான் விற்பனைப் பிரதிநிதியாகப் பணியாற்றும் நிறுவனத்துக்காக ட்ராஃப்ட் எடுக்க வங்கிக்கு வந்தபோது, நான்தான் அவனை அடையாளம் கண்டேன். அபூர்வமாக, கவுண்ட்டர் அன்று காற்றாடியது. புதியதாக அறிமுகமாவதுபோல என்னை அவனுக்கு நினைவூட்ட வேண்டியிருந்தாலும், கல்லூரி நினைவு அவன் முகத்தில் பாய்ச்சிய ஒளி என்னைப் பரவசப்படுத்தியது. இருவரும் வெளியில் வந்து ஆனந்தமாக சிகரெட் பிடித்தோம். சிகரெட் அவ்வளவு ருசியாக அதற்கு முன்பும் இருந்ததில்லை, பின்பும் இருந்த்தில்லை என்று தோன்றியது எனக்கு.

2. பிரசாத் வேண்டுமென்றே தவறான சுருதி அலகைத் எனக்குச் சொன்னான் என்றுதான் அவ்வளவு காலமும் நினைத்திருந்தேன். போட்டியாளனிடம் யாராவது நிஜமான கரிசனம் கொள்வார்களா?

ஆனால், வங்கியில் சந்திப்பு முடிந்து நாகப்பிரசாத் போனபிறகு வேறொரு சந்தேகம் தோன்றியது – அவன் சொல்லியனுப்பியது மேஜரா, மைனரா? கித்தாரிஸ்ட்டிடம் நான் சரியாகத்தான் சொன்னேனா?

3. இதைவிட, மூன்றாவதாய் எழுந்த இன்னொரு எண்ணம்தான் இவ்வளவையும் எழுதக் காரணமாய் அமைந்தது: நாகப்பிரசாத் மேடைப்பாடகனாகக்கூட மிளிரவில்லை; டயர் தயாரிப்பு நிறுவனமொன்றின் விற்பனைப் பிரதிநிதியாக வாழ்வைத் தொடங்கி தற்போது இன்னொரு நிறுவனத்தில் மேலாளராக இருக்கிறான் என்று தெரியவந்த தகவல். ஐயோ, அப்போது எவ்வளவு அபூர்வமான நிறைவும் ஆசுவாசமும் எனக்குள் நிரம்பியது என்கிறீர்கள்? மறுகணமே என்னைக் கேவலமாக உணர ஆரம்பித்தேனா, இந்தப் பத்தியையும் சேர்த்து எழுதி முடித்தபிறகுதான் ஒருவித நிம்மதியை உணர்கிறேன்...

○

பாட்டு என்றவுடனே இன்னொரு நினைவு மேலெழுகிறது. முந்தின நாள், வாடகை வீடுகளில் குடியிருந்தது பற்றிப் பேசிக்கொண்டிருந்தேனல்லவா, அப்போதே ஏன் இது நினைவு வரவில்லை என்று ஆச்சரியமாய் இருக்கிறது – ஆனால் பொருட்களை இடம்பெயர்க்கிற, நகரும் யந்திரப் பட்டை தன்னிச்சையாகப் போய்க்கொண்டே இருக்கிற மாதிரி, நம்முடைய ஆச்சரியங்கள், ஏமாற்றங்கள், ரத்தக் கொதிப்புகள் இவற்றைப் பொருட்படுத்தாது நம்முடைய எண்ணத் தொடர் போய்க் கொண்டே இருப்பதும், தனக்கென அது ஒரு தர்க்க முறையை, வரிசைக்கிரமத்தை வைத்திருப்பதும்தானே, இன்றைய தலைமுறைக் கணிப்பொறிகளுக்கும் மிகப்பெரிய சவால்!? அப்படியானால், அந்தப் பட்டையில் போகும் பொருட்கள்தான் ஞாபகங்கள் என்றல்லவா ஆகிறது? மேற்படி உவமானம் சரியில்லையோ?

போகட்டும், சொல்ல வந்ததை விட்டுவிட்டு, எதையெதையோ பேசி வளர்த்துவானேன்?

மறுநாள் காலையில் மேற்சொன்ன பகுதியை எழுதி முடித்தபிறகு, திரும்ப வாசித்துப் பார்த்தேனா, முதலாவது பத்தியை ஒட்டி மேலும் மனம் ஓடியது. வாடகை வீடுகளில் அண்டைவீட்டாராக இருந்த பலரைப்பற்றியும் நினைவுகள் ஓடின. இருபத்திச் சொச்சம் வருடத்துக்கு முன்னால் எங்களுக்கு அருகில் குடியிருந்தவர்கள் சற்று முன் புதிதாகச் சந்திக்கக்

கிடைத்தவர்கள்போல அவ்வளவு அருகில் இருந்தார்கள் ... மிகச் சமீபத்தில் எதிர்கொண்ட இன்னொரு சம்பவம் இது.

விஸ்வநாதன் மாமா இறந்துவிட்டார் என்ற செய்தியைக் கேள்விப்பட்டபோது இனம்புரியாத குமிழ் ஒன்று தொண்டை வரைக்கும் ஏறிவந்துவிட்டு, ஓரிரு விநாடிகளில் தானாகவே வயிற்றுக்குள் இறங்கிக் காணாமல் போனது. வெறும் குமிழ் என்று சொல்லக்கூடாது, கடந்த காலத்தின் ஒரு துணுக்கு அது.

மணி ஐயரும் பட்டம்மாளும் அரியக்குடியும் அப்பா வழங்கிய பரிச்சயங்கள் என்றால், பீம்ஸென் ஜோஷியும் மாலினி ரஜுர்க்கரும் குமார் கந்தர்வாவும் விச்சு மாமா வழங்கிய பரிசுகள். ஆமாம், ஹிந்துஸ்தானி இசையை எனக்கு அறிமுகப் படுத்தியவரே அவர்தான். இந்த வகையில் எனக்கு இன்னொரு தகப்பன் என்றே சொல்லவேண்டும்.

சென்னைக்குக் குடிபெயர்ந்த ஆரம்ப நாட்களில் பக்கத்துக் குடியிருப்பில் வசித்தவர். அப்போதே எழுபது வயது இருக்கலாம். அரசாங்கக் கூட்டுறவுத் துறையில் அதிகாரியாகப் பணியாற்றி ஓய்வுபெற்றிருந்தார். நடமாட்டம் வெகுவாகக் குறைந்திருந்தது. உடலின் எடை அப்படி. உயரம் வேறு சராசரியைவிடக் குறைவா, மெல்ல எட்டு வைத்துத் தத்தும் சதைக்குன்றுபோல இருப்பார். இரண்டு வாக்கியங்களுக்கு ஒரு தடவை ஆழ்ந்து மூச்சிழுப்பார். உடல் முழுவதையும் உபயோகித்து மூச்சு விடுகிறார் என்று தோன்றும். போதாக்குறைக்கு கண்களின் கீழ்ப்புறம் வெகுவாகப் புடைத்து, சின்னஞ்சிறு தோல்பைகள் இரண்டை ஒட்டவைத்த மாதிரி இருக்கும். நிரந்தரமாய்த் திறந்த உதடுகள், அகலமாய் விடைத்த நாசி என குழந்தைகளுக்கான சூனியக் கதைகளில் இடம்பெறும் கதாபாத்திரம்போலவும் கேலிச் சித்திரம் போலவும் தோற்றமளிப்பார். மொசமொசவென முடி முளைத்த காதுமடல்கள்.

ஆனால் அபூர்வமான, காதுகள். தன்யாசிக்கும் சுத்த தன்யாசிக்கும் உள்ள வித்தியாசம், நம்முடைய ஹிந்தோளத்தை அவர்கள் மால்கவுன்ஸ் என்று பாடும்போது நேரிடும் நுட்பமான மாறுபாடுகள், குரலைப் பழக்குவதில் ஹிந்துஸ்தானிப் பாடகர்கள் மேற்கொள்ளும் அசுர சாதகம், கஸலுக்கும் கவ்வாலிக்கும் உள்ள வேறுபாடு என்று பல்வேறு சமாசாரங்கள் சொல்வார். சிலவேளை பாடியும் காட்டுவார் – சரீரத்துக்கு நிகராக அவர் சேகரித்து வைத்திருக்கும் வினைல் இசைத்தட்டுகள், ஒலிநாடாக்களைப் போட்டுக் காட்டுவார். இதைவிட சுவாரசியமான இன்னொரு

சங்கதி, இசை மேதைகளிடம் அவருக்கிருந்த அபிமானமும், சுவாதீனமும். எத்தனை தலைமுறை மூத்தவர்களாய் இருந்தாலும் சர்வசாதாரணமாக ஒருமையில் குறிப்பிடுவார். நுட்பமான ஓர் இடத்தை அவர்கள் எட்டும்போது மிகச் செல்லமாக 'கூதி வுள்ளெ ...' என்பார்!

தொண்ணூற்றுச் சொச்சம் வயது என்பது குறைச்சலானது இல்லைதான் – கல்யாணச் சாவு என்றுதானே சொல்வார்கள். ஆனால் தற்செயலாக பேக்கரியில் சந்தித்த வீரராகவன் இந்தச் செய்தியை என்னிடம் பகிர்ந்துகொண்டபோது அவருடைய கண்களுமே சற்று ஈரமாகியிருந்த மாதிரித்தான் பட்டது. ஆனால் அவருக்கு இசை கேட்கும் பழக்கம் உண்டா என்று எனக்குத் தெரியாது. இறந்தவரின் வேறேதாவது பரிமாணத்துடன் தொடர்புகொண்டவராக இருக்கலாம்; அல்லது, என்னுடைய துக்கம், அவருடைய கண்களில் கசிகிற மாதிரி எனக்கு பிரமை தட்டியிருக்கலாம் ...

வழக்கம்போல, மனத்தின் மென்பகுதி விச்சு மாமாவின் வீட்டுக்கு ஒருநடை போய் விட்டு வந்துவிடு என்று இறைஞ்ச ஆரம்பித்தது. பதினைந்து நிமிடம் வண்டியோட்டினால் போய்விடக் கூடிய தூரம்தான். ஆனால் அங்கே போய் யாரிடம் துக்கம் கேட்பது? சங்கீதம் வெங்காயம் என்று பேசிக்கொண்டு அவரைத் தேடி வருகிறவர்கள்மீது, சும்மாவே குரோதம் காட்டும் குடும்பம். வாரத்தில் ஏழுநாளும் அதிதிகளுக்குக் காஃபி போட்டுத் தரவேண்டிய கட்டாயம் நேர்ந்தால், பாசத்துக்குப் பேர்போன என்னுடைய குடும்பமுமே அப்படித்தான் செய்யுமோ என்னவோ.

இன்னமும் அண்டைவீட்டுக்காரராகவே இருக்கும் வீரராகவனிடம்தான் துக்கம் கேட்கவேண்டும். அவரிடம் பேக்கரியிலேயே அனுதாபம் சொல்லியாகிவிட்டதே. ஆக, மென்பகுதிமீது பாறைபோல அழுத்திக்கொண்டிருக்கும் வன்பகுதி எடுத்துச் சொன்ன தர்க்கம் என்னை அங்கே போகவிடாமல் செய்துவிட்டது. சொந்த வீடு வாங்கிக்கொண்டு வந்துவிட்ட பிறகு, இத்தனை வருட காலம் அவரைப் பார்க்கப் போக விடாமல் செய்த அதே பகுதி. என்னுடைய அன்றாடத்தை இந்தப் பகுதிதான் எவ்வளவு சாமர்த்தியமாகவும் வெற்றிகரமாகவும் கையாள்கிறது ...

ஆனால் இடைவெளியின்றி என் மனத்தின் செவிகளில் ஒலித்துக்கொண்டிருந்த அவரது வாக்கியம் ஒன்று, விடாமல் நமட்டியது:

வேதாளம் சொன்ன கதை ❀ 233 ❀

த பாரு கண்ணா, நல்லா ஆழமா சங்கீதம் கேட்டுக்கிட்டிருக்கும் போது, ரெண்டாம் பேர் அறியாமெ, இருட்டுலெ பூனை போற மாதிரிப் பிராணன் போயிடணும்.

தொடர்ந்து, ஆழ்ந்த பெருமூச்சுகள் வழியாகவே அவர் இசைகேட்கும் காட்சி எனக்குள் மீண்டும் நிகழ்ந்தது. இசை கேட்கும் பழக்கம் இல்லாதவர்களுக்கு, சரீரப் பருமன் காரணமாக, சுவாசிக்க சிரமப்படுகிறார் என்றே தோன்றும்.

அடுத்தவாரம் முழுக்க அவருடைய ஞாபகார்த்தமாய் மல்லிகார்ஜுன் மன்சூரை, அமீர் கானை, அலி சகோதரர்களை ஓயாமல் கேட்டுக்கொண்டிருந்தேன். அதற்கடுத்த வாரம் அவர் நினைவை இன்னும் ஆழமாகக் கிளர்த்திவிடுகிற இன்னொன்று நடந்தது.

வேறொரு வேலையாக மதுரைக்குப் போயிருந்தேன். கோபாலக்கொத்தன் தெரு வழியே போனபோது ஆட்டோவை நிறுத்தச் சொல்லி இறங்கிவிட்டேன். செங்குத்தான மாடிப்படியில் ஏறினேன். மூச்சிரைத்தது. விச்சு மாமா நினைவு தானே எழும்பியது.

நாயகம் அண்ணனுடைய அறை அதே களேபரத்துடன் இருந்தது. மடிப்புக் கலையாத தினத்தாள்கள், கழுவப்படாத சாப்பாட்டுத் தட்டு. டீக் கறையோடு அதுங்கியிருந்த அட்டைக் கோப்பைகள் நாலைந்து. போனதடவை இருந்ததைவிட குப்பையும் தூசியும் அதிகரித்திருந்தன – இரண்டு வருட உபரி சேகரம். சூழ்நிலைக்குப் பொருத்தமின்றி, மழையில் நனைந்த செடி மாதிரிப் புத்துணர்வுடன் கட்டிலில் அமர்ந்திருந்தார் அண்ணன்.

என்னாடா, இம்புட்டு நாளா எங்க போயிருந்தவன்?

என்று சிரித்தார். பளீரென்ற பற்களுக்குப் போட்டியாக நெற்றியிலும் உடலெங்கிலும் திருநீற்றுக் கோடுகள் மின்னின. இரண்டடி தூரத்துக்கு இப்பாலேயே விபூதி வாசனை தூக்கியது. அவரை மாதிரி பிரம்மச்சாரியாகவே இருந்திருந்தால் எவ்வளவு நன்றாயிருந்திருக்கும் என்ற ஒரு நொடி விசனத்தை உதிர்த்தவாறு, பத்மினியின் ஆற்றாமையைச் சொன்னேன்.

ஒம் பொஞ்சாதிக்குக் கவலையில்லாமெ இருக்கத் தெரியாதுரா. இன்னைக்கிக் கவலைப்படுறதுக்கு

ஒண்ணுமேயில்லியேன்னாவது கவலைப்பட்டாகணும் அவளுக்கு ...!

என்று தமது ஹாஸ்யத்துக்குத் தாமே உடல்குலுங்கச் சிரித்தவர், மறுகணமே கண்களை மூடி தியானத்தில் ஆழ்ந்தார். புடைத்த இமைகளின் சாறுபோல, கரகரவென நீர் இறங்கிக் கன்னத்தில் வழிந்தது. பின்னர் கண்ணாடியைக் கழற்றி மேஜையில் வைத்துவிட்டு, கண்ணீரைத் துடைத்தார். திறந்த பார்வை நேர்கோட்டில் நிலைத்தது.

கவலையேபட வேணாம்ன்னு சொல்லு. தென்கிளக்குத் திசையிலெருந்து வர்றா. மகர வரிசையிலெ ஆரமிக்கிற பேரு கொண்டவ. லேசா மாறுகண்ணு இருக்கும். ஒரே பொண்ணு. கைநிறையச் சம்பாரிக்கிறவ. இவனம்புட்டுப் படிச்சவ. ஒன் குடும்பத்துக்கு ஏத்த கொணவதி. மாசிக்குள்ளாறெ வலது கால் வச்சு வந்துருவா. ஏண்டா, நல்லதுதானே சொல்லுறேன், இன்னமும் ஏன் மூஞ்சியத் தூக்கி வச்சிக்கிட்டு இருக்குறவன்?

என் பள்ளிப்பருவத்திலிருந்து பழக்கமானவர் அண்ணன். அந்த நாட்களில் தாய் தகப்பனோடு வசித்தார். கலெக்டர் அலுவலகத்தில் கடைநிலை ஊழியராக வேலைக்குச் சேர்ந்தபிறகு, பெற்றவர்களைப் பிரிந்து தனியாக வந்துவிட்டார். மனத்தாங்கல் எதுவும் கிடையாது – தம்முடைய போக்குவரத்துக்களுக்குக் குடும்பமெல்லாம் சரிப்பட்டு வராது என்று சொல்வார்.

அபூர்வமான பயிற்சிகளில் ஈடுபட்டவர். ஜாதகம் கைரேகை முகக்குறி சகுனம் என்று எதையும் நாடாமலே, எதிர்காலத்துக்குள் சரளமாக எட்டிப் பார்க்கக் கூடியவர். பள்ளியிறுதியில் நான் என்ன மதிப்பெண் வாங்குவேன் என்பதை, தோராயமாக அல்ல, துல்லியமாக, ரிசல்ட் வருவதற்கு முந்தின வாரமே எனக்குச் சொல்லிவிட்டார்; எந்தக் கல்லூரியில் இடம் கிடைக்கும் என்றும்தான்!

ஆமாம், விழிகளைக் கடுகுபோலக் காட்டக்கூடிய கண்ணாடியைக் கழற்றிவைத்துவிட்டு, மலர்ந்து விழித்தாரென்றால், பௌதிக உலகைப் பார்க்கவில்லை, வேறேதோ அத்துவானத்தைப் பார்த்தபடி நமக்கு விவரிக்கிறார் என்று தோன்றும். அந்தக் காட்சியை எந்தத் திரையில் காண்கிறார், உடனடியாக அதை வார்த்தைகளில் எப்படிக் கோக்கிறார் என்பதெல்லாம் திகைப்பாகவே இருக்கும் நமக்கு.

... அப்புறம் கொஞ்சநேரம் பேசிக்கொண்டிருந்தோம். அவராகவே கேட்டார்:

சமீபத்துலெ ஒன் சேக்காளி ஒரு ஆளு போய்ச் சேந்துருக்கணுமே?

நான் அதிர்ந்தேன். இத்தனைக்கும் என்னுடைய சென்னை வாழ்க்கையைப் பற்றி நாங்கள் ஒரு சொல்கூடப் பேசிக்கொண்டதில்லை. அண்ணன் கண்களை மூடிக் கொண்டார். மூடிய இமைகளுக்குள் விழிக்குண்டுகள் தாறுமாறாக உருள, நேரில் பார்க்கும் காட்சியைப்போல விவரித்துக்கொண்டு போனார்:

...நல்ல சாவுடா. குடுத்துவச்ச பிறவி. மல்லாக்கப் படுத்துக் கெடக்காரு, கண்ணை மூடி அசந்து கெடக்காருன்னுதான் சுத்தியிருக்குறவுக நெனச்சிருப்பாக. நம்மாளு மொதோ வருசையிலெ உக்காந்து கச்சேரி கேட்டுக்கிட்டிருக்காரு. மேடையிலேயும் கீளெயும் எல்லாம் வடக்கத்தி மூஞ்சி. சொக்கிப்போயிக் கண்ணெ மூடுனாரு பாரு, அந்த ச்சணத்திலே சொடுக்கிப்புட்டான். இல்லாட்டி, நூறு வயசைத் தாண்டியிருக்கும் கட்டெ ...

மாடியிலிருந்து எட்டித் தரையைப் பார்க்கிற மாதிரி அண்ணனின் தலை குனிந்தது. எனக்கானால், தலை கிறுகிறுத்து, வயிற்றைப் புரட்டியது. வாந்தி எடுத்துவிடுவோமோ என்று நாடியில் அச்சம் துடித்தது.

●

15

சுகவனம் வந்திருந்தான். சும்மாவே அத்தனை உற்சாகமான முகமில்லை அவனுடையது. மிக இளம் வயதிலேயே, மூன்று ஜென்மத்துக்கான வாழ்க்கை அனுபவங்களைக் கடந்தவன். தாயும் தகப்பனும் பிரிந்தது, இவன் தந்தையுடன் மீந்தது, தகப்பனாரின் மறுமணம், சிறிய தாயாரின் உதாசீனம், அதன் விளைவாக இவன் வீட்டை விட்டு ஓடிப்போனது, ஒரு வருடத் தலைமறைவு வாழ்க்கையில் சந்திக்கக் கிடைத்த மனிதர்கள், கல்வியின் அவசியத்தை உணர்ந்த ஒரு நாளில் வீடு திரும்ப முடிவெடுத்தது, இத்தனை நாள் எங்கே போயிருந்தாய் என்ன செய்தாய் என்று ஒரு கேள்விகூடக் கேட்காமல் தந்தையின் குடும்பம் இவனைத் தனக்குள் மீண்டும் பொதிந்துகொண்டது, மறுபடியும் ஓடிவிடக்கூடாதே என்ற கவனம் மற்றவர்களின் ஒவ்வொரு அசைவிலும் உரத்து ஒலித்த தர்மசங்கடம், நொறுங்கின கண்ணாடிச் சில் பரவிக்கிடக்கும் இடத்தில் வெறுங்காலுடன் நடக்க நேர்ந்தவன்போலத் தனக்குள் எந்நேரமும் நிலவிய தயக்கம் என்று சகலத்தையும் விலாவரியாக என்னிடம் வெவ்வேறு சந்தர்ப்பங்களில் விவரித்திருக்கிறான்.

நானும் அவற்றில் பல சம்பவங்களையும் என்னுடைய கதைகளில் தாராளமாகப் பயன்படுத்தி யிருக்கிறேன். அவன் ஒருநாளும் எழுதப் போவதில்லை; தவிர, முன்னரே வேதாளம் குறிப்பிட்ட மாதிரி, என்

கதைகளில் அவனுக்குக் கொடுத்திருக்கும் புனைபெயர்தான் சுகவனம் என்பது. நிஜப்பெயரை யாரிடமும் எக்காலத்திலும் சொல்ல மாட்டேன்; தவிர, அவரே குறிப்பிட்டதுபோல, அனுபவிக்கும்போதுதான் இன்னாருடையது என்ற அடையாளம் இருக்கும். காலம் நகர்ந்து அனுபவத்தின் உணர்வுக் கூர்மை மழுங்கிவிட்ட பிறகு, அதன் அடியோட்டமான விவேகம் அல்லது விவேகமின்மை மட்டும்தானே பார்வைக்குப் படும்? யார் எழுதிப் பதிவு செய்தால் என்ன?

இதில், சுகவனத்தின் தனித்துவம் வாய்ந்த சிறப்பியல்பு ஒன்றையும் சொல்லியாக வேண்டும். அவனுக்கு நிஜமாக நேர்ந்த ஒன்றைக் கதையாக எழுதி, அவனிடமே வாசிக்கக் கொடுப்பேனா, யாருக்கோ நடந்த அல்லது கற்பனையான சம்பவத்தை வாசிக்கிற பாவத்துடன் படிப்பான்; விவரிப்பின் தர்க்கப் பிழை, அல்லது என்னையும் மீறிச் சேர்ந்துவிடும் தேவைக்கு மீறின அழகு, அநாவசியமாகவோ விகிதப் பொருத்த மற்றோ ஊறியிருக்கும் தத்துவக் கனம் என்று எதையாவது பற்றி நாலு வரி சொல்வான்.

உதாரணமாக, தலைமறைவுக் காலத்தில் அவனை ஒருவன் தன் காம இச்சைக்குப் பயன்படுத்திக்கொண்டது பற்றிக்கூட அவன் என்னிடம் விவரித்து, நானும் அதை எழுதித் தொலைத்திருக்கிறேன்.

என்னடா, இதைப் போய் எழுதி வைத்திருக்கிறாய்?

என்று அவன் கேட்டதில்லை. கேட்க நினைத்து என்னிடம் மறைத்ததற்கான தடயமும் இல்லை. மாறாக,

> அதெக் கழுவேத்துறதுன்னு எழுதியிருக்கேல்லடா, அதுனாலதான் நீ எழுத்தாளன்.

என்று பாராட்ட வேறு செய்தான்...

பீடிகை போதும். இன்றைக்கு வந்தவன் முகத்தில் உபரியான விசனப் படிவம் இருந்தது. அவனே சொல்லட்டும் என்று காத்திருந்தேன். ஜன்னல் வழி வெறித்த பார்வையுடன், நாலைந்து பெருமூச்சுகளும், ஒரு தம்ளர் காபியும், கால் மணி நேரமும் கடந்துபோன பிறகு, தழைந்த குரலில் சொன்னான்:

> எங்க அப்பா போயி இருபத்தஞ்சு வருஷத்துக்கு மேல ஆச்சுல்லடா.

ஆமாம். அவர் இறந்தபோது, இறுதிச் சடங்கு செய்யக்கூட இவன் அருகில் இல்லை. அலுவல் நிமித்தமாக டெல்லி

சென்றிருந்தான். புறாக் காலில் ஓலை அனுப்பிய காலத்துக்குக் கொஞ்சம் பரவாயில்லை என்கிற அளவு மட்டுமே தகவல் தொலைத் தொடர்பு முன்னேறியிருந்த காலகட்டம். மத்திய, உயர் மத்திய வர்க்கத்தின் வருமான விளிம்பு, விமானப் பயணத்தை எட்டியிருக்கவில்லை.

ஆமா.

இன்னைக்கி நானும் எங்க அப்பாவும் ஒரே வயசு ஆயிட்டோம்.

அவன் குரலில் இருந்தது என்னவிதமான உணர்ச்சி அல்லது வறட்சி என்று எனக்குப் பிடிபடவில்லை. தகப்பனாரின் பிறந்த தினம் என்கிற மாதிரிப் புரிந்து கொண்டேன். அப்புறம் கொஞ்ச நேரத்தில் சகஜ பாவத்துக்கு வந்துவிட்டான். மரணத்துக்குப் பின்னான வாழ்க்கை பற்றி இந்திய மரபிலும், ஐரோப்பிய சிந்தனையிலும் புழங்கும் கருத்துக்கள், வெவ்வேறு மதங்களில் இருக்கும் அறிவுரைகள் மற்றும் அச்சுறுத்தல்கள், இவற்றை விவரித்தும் விவாதித்தும் ஆங்கிலத்திலும் தமிழிலுமாகத் தனக்குப் படிக்கக் கிடைத்த புத்தகங்கள் என்று மூன்று மணிநேரத்துக்குக் குறையாமல் பேசிக் கொண்டிருந்துவிட்டு, பத்மினி இரவு உணவுக்காகத் தயாரித்திருந்த இடியாப்பம் மோர்க்குழம்பைத் திருப்தியாகச் சாப்பிட்டுவிட்டுப் புறப்பட்டுப் போனான். (தமிழ் நவீன எழுத்தாளர்கள் நன்றாகச் சாப்பிடுகிறார்கள்; ஆனால் பதார்த்தங்களையோ செய்முறையையோ எழுத்தில் நுழைக்கத் தயங்குகிறார்கள் என்று சமீபத்தில் ஒரு கட்டுரையில் படித்தேன். அவப்பெயரை நம்மால் முடிந்த அளவு போக்கலாம் என்று அந்தக் கணமே முடிவெடுத்தேன்.)

அவன் விட்டுச் சென்ற வாக்கியம் அறைக்குள் தேனீ போல ரீங்கரித்துச் சுற்றிச்சுற்றி வந்தது. என்னுடைய அப்பாவும் நானும் சமவயதினர் ஆவதற்கு இன்னும் வருடங்கள் போக வேண்டும். இப்போது அவர் இருந்தால் அவருக்கு நூற்றாண்டு கழிந்திருக்கும் என்றாலும், நாலைந்து வருடங்கள் கழித்து நான் அவரைவிட மூத்தவன் ஆகிவிடுவேன்... இனம்புரியாத ஏக்கம் அடிவயிற்றிலிருந்து உயர்ந்து, நெஞ்சை அடைத்தது. அழுத்தத்தை அதிகரிக்கும் விதமாக, ஏதேதோ நினைவுகளும், அப்பாவிடம் கேட்ட கதைகளும் பொங்கிப் பீறின.

என்னுடைய அப்பா மட்டும் என்னுடைய அப்பாவாக இல்லாமல் இருந்திருந்தால், நானெல்லாம் கதைசொல்லியாய் ஆகியிருக்கவே மாட்டேன். யார் கண்டது, எழுதுவதில் மிகப்பெரிய மனத்தடை உருவாகியிருக்கும் பருவத்தில்,

வேதாளம் சொன்ன கதை

கர்மசிரத்தையாக அன்றாடம் வந்து கதை சொல்லும் இந்த வேதாளமே என்னுடைய அப்பாதானோ ...

உடனடியாக அவர் வந்துவிட மாட்டாரா என்று ஏக்கம் பீடித்தது. அதைவிட, அவரை இன்னும் கொஞ்சம் பிரியத்தோடும், மரியாதையோடும் நடத்தவேண்டுமோ என்றும் பதற்றம் ஏறியது. இன்றைக்கு அவர் வந்தவுடன் முதல் வேலையாக, பூர்விகத்தில் அவர் பெயர் என்ன என்று விசாரிக்க வேண்டும்.

அது சரி, வேதாளங்களின் உலகத்தில்தான் உடம்புகள் கிடையாதே, ஆண்–பெண் வேறுபாடு இருக்குமா? இருந்தால் அதை எப்படி இனம் காண்பார்கள் என்றும் கேட்க வேண்டும்.

அவர் வரவில்லை.

மாறாக, தானாக முளைத்து வெளிவரும் செடிபோல, அப்பா சொன்ன கதை ஒன்று வரி பிசகாமல் எனக்குள் ஓடியது – பழைய காலத் திரைப்படத்தின் ஒலிச் சித்திரம் மாதிரி.

வீரரே நில்லும் ...

அவசரமான குரல் கேட்டது. வறட்டும் கோடை. தாகம் தணிக்க நீர் தேடியலைந்ததால் உடம்பிலும் மனத்திலும் நிரம்பித் ததும்பிய அலுப்பை ஒரே கணத்தில் இடம் பெயர்த்து, திகைக்க வைத்தது பதற்றம். சேந்துவதற்காக நீரில் புதைந்த கரங்களைப் பின்னுக்கு இழுத்துக்கொண்டான் யுதிஷ்ட்ரன். தடாகம் நோக்கி ஒற்றையடிப் பாதையில் விரைந்து வந்த சந்யாசி கரையில் நின்று பெருமூச்சு விட்டார். முண்டனம் செய்த தலை. நெடுநெடுவென்று உயரம். தோல் போர்த்திய எலும்புக்கூடு போன்று இருந்தார். வால் நுனியை ஊன்றிச் செங்குத்தாக நின்று படமெடுக்கும் பாம்பின் சீறல்போல உரத்து ஒலித்தது சுவாசம்.

... இந்த நீர் குடிப்பதற்கு லாயக்கானது அல்ல.

என்று அவசரமாகச் சொன்னார்.

அப்படியா?

ஆமாம். நஞ்சு கலந்திருக்கிறது. அதோ பாரும் ...

நீரை நோக்கி இறங்கி வரும் மானைச் சுட்டிக்காட்டினார். எதிர்க்கரை மனித உருவங்களைக் கவனித்ததாலோ என்னவோ, தயங்கித்தயங்கி இறங்கியது. முன்னங்கால்களை அகட்டி, பின்னங்கால்களுக்கிடையில் வாலைச் செருகி நீரை நோக்கி

முகத்தை இறக்கியது. மறுவினாடி, விசுக்கென்று திரும்பி, தலைதெறிக்க ஓடி, மறைந்தது.

...பார்த்தீரா, மிருகங்களுக்கு இருக்கும் ஞானம் மனிதர்களுக்குக் கிடையாது என்பது இன்னொரு முறை நிரூபணமாகி விட்டது?...

சந்யாசி புன்னகைத்தார். கேலி செய்கிறாரோ என்று ஐயம் துளிர்விட்டது. வனத்தின் தனிமையில் வசிப்பவர்களல்லவா, பெரும்பாலான முனிவர்கள் முன்கோபிகளாக, சற்றே சித்தம் பிறழ்ந்தவர்களாக இருக்கிறார்கள். அல்லது இடக்காகப் பேசுகிறவர்களாக. இத்தனை கால வனவாழ்க்கையில் இது பழகியும் விட்டது. யுதிஷ்ட்ரன் மௌனமாய் இருந்தான்.

...நாம் உம்மைச் சொல்லவில்லை, அதோ நாலுபேர் கிடக்கிறார்கள் பாரும்.

அப்போதுதான், அந்த உருவங்களைக் கவனித்தான் யுதிஷ்ட்ரன். தீயில் இறங்கிய மாதிரிப் பதறியது உள்ளுக்குள். ஐயோ, தம்பிகளே... நீடிக்கவிடவில்லை சந்யாசி.

...உமக்கு வேண்டியவர்களோ? முகக் குறிப்பு சொல்கிறதே?

ஆமாம். என் சகோதரர்கள்.

அஞ்ச வேண்டாம். இந்த நீரை அருந்தினால் இரண்டரை நாழிகை மூர்ச்சை போடும். அவ்வளவுதான். முந்தாநாள் ஏகாதசியன்று, யாரோ வழிப்போக்கன், நல்ல உச்சிவேளையில் இந்த நீரைச் சேந்தி அருந்தியிருப்பான் போலும், தடாகக் கரைக்கு நாம் வந்தபோது இறந்தே போயிருந்தான்... பிறகு, சந்யாசிகள் சிலபேர் சேர்ந்து சம்ஸ்காரம் பண்ணினோம்...

யுதிஷ்ட்ரன் முகத்தில் மீண்டும் கலவரம் படர்ந்தது.

... ஆனால், அவன் மிகவும் பூஞ்சையான இளைஞன் ஐயா. வறுமையில் வாடியவன் மாதிரி இருந்தான். அந்தணனோ என்று எனக்கு ஐயம். உங்களைப் பார்த்தால் க்ஷத்ரியர்கள் போலல்லவா இருக்கிறது?

ஆமாம்.

பிறகென்ன? வலுவான உடம்புகள்தானே. பிரக்ஞை விரைவாக மீண்டுவிடும். உமக்கு எந்த தேசமோ?

குரு ஜாங்கலம்.

ஓ. உமது பெயர்?

யுதிஷ்ட்ரன்.

அட, பாண்டவர்களா?!...

சந்யாசியின் குரலில் குதூகலம் ஏறியது.

...யுதிஷ்ட்ரரே, உம்மைச் சந்திக்கவேண்டும் என்பது நமது நெடுநாள் எண்ணம். வனத்தைவிட்டு வெளியேறுவதில்லை என்ற சங்கல்பம் இருக்கிறபடியால் இதுநாள்வரை கைகூடவில்லை. தெய்வசித்தம் போல நீரே எதிரில் வந்து நிற்கிறீர்! சில விஷயங்களை உம்மிடம் விவாதிக்க வேண்டும்.

அட, விவாதம் புரியும் சந்தர்ப்பமா இது? யுதிஷ்ட்ரன் மனம் கூம்பியது. 'ராஜரீகத்தில் ஈடுபட்டவன் நேரங்காலம் பார்க்கக்கூடாது, எல்லா வேளையும் அவனுக்கு நடுப்பகல் தான்' என்று விதுரர் பலதடவை சொல்லியிருக்கிறார்; 'மான அவமானமோ தயவுதாட்சண்யமோ பார்க்கக்கூடாது' என்றும்தான்... சந்யாசியின் குரல் சிந்தை கலைத்தது.

அமரும்.

புல்தரையில் சட்டென்று பத்மாசனமிட்டு அமர்ந்தவர், எதிரில் சுட்டிக்காட்டினார். அந்தக் கோணத்தில் அமர்வது மயக்கமுற்றுக் கிடக்கும் தம்பிகளை வாகாகப் பார்க்கும் விதமாக இருந்தது ஒருவித ஆறுதல்தான்.

...தடாகத்தைப் பற்றிய சிந்தனை அடங்கவில்லையோ? சுத்தமான குடிநீராகத்தான் இருந்தது. கொஞ்ச நாளைக்கு முன் நாடோடிக்கூட்டம் ஒன்று வந்தது. காமரூபத்தைச் சேர்ந்தவர்கள் போன்ற சாயல். சேகரித்த பச்சிலைகளை, வேர்களை, கொத்துக்கொத்தாக ஊறப்போட்டு அலசினார்கள். ஓர் இரவு முழுக்க ஊறியதில் நீரில் நஞ்சு கலந்துவிட்டது. வேட்டைத் தொழில் செய்கிறவர்களோ என்னவோ, பாண நுனியில் தடவுவதற்கான பாஷாணம் சேகரித்து வந்திருக்கலாம்...

நஞ்சூட்டிய அம்பு பாய்ந்து இறந்த வனமிருகத்தை எங்ஙனம் புசிப்பார்கள் என்று யோசனை ஓடியது இவனுக்குள். அதைப் படித்தவர் மாதிரி,

...நான்தான் சொன்னேனே, மூர்ச்சையடைய வைக்குமளவு மட்டுமே வீரியம் கொண்ட நஞ்சு போல. கவலைப்படாதேயும். உமது தம்பிகள் ஒவ்வொருவரையும்

அழித்தால், இறந்துபோன பூஞ்சையனில் மூன்று பேர் செய்யலாம்.

தம்முடைய அளவீட்டைத் தாமே ரசித்து, கொஞ்சம் சிரித்தார். 'மனிதர்கள் என்ன மரத் தண்டுகளா' என்று யுதிஷ்ட்ரனின் ஆத்திரம் தலைக்கேறியது. ஆனாலும், தான் இன்னார் என்று அவருக்குத் தெரிந்திருக்கிறதே. சினத்தை வெளிப்படுத்துவது, பிரயத்தனமின்றியே இத்தனை காலமாய் உருவாகி வந்திருக்கும் தனது பிம்பத்துக்குப் பொருத்தமாய் இருக்குமா என்றெண்ணி, அமைதி காத்தான்.

தொடர்ந்து அவர் ஏதேதோ கேட்கத் தொடங்கினார். யுதிஷ்ட்ரனின் இத்தனை கால அகவுலகப் பயணத்தை அளக்க முயல்கிறவர் மாதிரி; தமது பயணத்தின் போதாமைகளை நிரப்பிக்கொள்கிறவர் மாதிரி; சிற்சில கேள்விகள் மூலம் புவிவாழ்வின் மர்மங்களை நெகிழ்த்திக்கொள்கிறவர் மாதிரி; தமது அறிதல்கள் சிலவற்றைச் சரிபார்த்துக் கொள்கிறவர் மாதிரி, சுருள்சுருளாகக் கேள்விகள் வந்துகொண்டேயிருந்தன.

முதல் ஓரிரு கணத் தயக்கத்துக்குப் பின், இயல்புநிலைக்கு மீண்டுவிட்டான் யுதிஷ்ட்ரன். இந்தவிதமான அஸ்திரப் பிரயோகமும் அவனுக்குப் பழக்கம்தான். ஒரு விதமான அபௌதிக யுத்தம்தானே அதுவும்? கேள்விகள் பாயும் அதேவேகத்தில் பதில்களைச் செலுத்திக்கொண்டிருந்தான்.

ஞானமார்க்கத்தின் இண்டு இடுக்குகளை நோக்கிப் பாய்ந்த கேள்விச்சரம் ஒரு கட்டத்தில், கனத்த திரையாக மாறியது. எதிரிலிருப்பவர், சற்றுத்தள்ளி மயங்கிக் கிடக்கும் சகோதரர்கள், வன வாழ்க்கையேயானாலும் தோளைவிட்டு இறங்காத லவுகீகப் பொறுப்புகள் என சகலத்தையும் மறைத்து உதவியது, தானும் தன்முன் நிற்கும் கேள்வியும் மட்டுமே எஞ்சிய தனிமைக்குள் தன்னை மறந்து புதைந்திருந்தான்.

அது சரி, உம்மிடம் ஒன்று கேட்கலாமா?

எத்தனை கேள்விகள் கேட்டாகிவிட்டது . . . இப்போது இப்படியொரு பீடிகை என்றால், வரவிருக்கும் கேள்வியில் ஏதோ வில்லங்கம் இருக்கிறது. தலையை அசைத்து இந்த எண்ணத்தை உதிர்க்க முயன்றான். தன்னிச்சையாக பதில் ஒலித்தது:

தாராளமாக.

தம்பிகள் மூர்ச்சையுறவில்லை, நிஜமாகவே இறந்துவிட்டார்கள் என்று வைத்துக்கொள்வோம். அச்சம் வேண்டாம், ஒரு பேச்சுக்குத்தான் சொல்கிறேன் ...

'க்ஷத்ரிய குலத்தில் பிறந்துவிட்டு அச்சத்துக்கு இடம் தர முடியுமா. அதற்காக, சகோதரப் பாசத்தையும் விட்டுவிடுவதற்கில்லை ...' என்று ஊறிய பதிலை உடனடியாக ரத்து செய்து, உணர்ச்சியே வெளிப்படாத குரலில்,

ம்.

என்றான். அவர் இவனுடைய சலனங்களைக் கவனிக்கிற மனநிலையில் இல்லை. இயல்பான வேகத்தில் கேட்டார்:

இப்போது ஒரு அசரீரி தோன்றி, நால்வரில் ஒருவரை மட்டும் உயிர்ப்பித்துத் தருகிறேன் என்று வரம் தருகிறது; யாரைக் கேட்பீர்.

சந்தேகமென்ன? நகுலனைத்தான்.

ஏன்!? பீமனைவிட, அர்ஜுனனைவிட, நகுலன் உமக்குப் பட்சமானவரா என்ன?

அதற்கில்லை. என் தாய்க்குப் பிதுர்க்கடன் செய்ய நான் இருக்கிறேன். சிறிய தாயார் மாத்ரிக்குத் தலைமகன் வேண்டாமா? அதற்காகத்தான்.

ஆஹா. யுதிஷ்ட்ரர், யுதிஷ்ட்ரர் ... அதனால்தான் உம்மை தர்மபுத்திரர் என்கிறார்கள்! ... அதோ, உங்கள் தம்பியொருவர் கைகளையும் பாதத்தையும் அசைக்கிறாரே. இருப்பவர்களிலேயே இளையவராகத் தோன்றுகிறார். அவர்தாம் சகதேவரோ?

யுதிஷ்ட்ரனின் உள்ளம் ஆனந்தத்தால் துள்ளியது.

அந்த சந்யாசிக்கு நம் விதுரரின் சாயல் இருந்தது அல்லவா!

என்றான் யுதிஷ்ட்ரன். நால்வரும் ஆமோதித்துத் தலையாட்டினார்கள். சகதேவன் சொன்னான்:

விதுரரிடம் இந்தச் சம்பவத்தைத் தெரிவித்தால் போதும். யாராவது சூதனை ஏற்பாடு செய்துவிடுவார்.

எதற்காக?

என்று கேட்டான் பீமன்.

நாம் நால்வரும் இறந்தே போயிருந்தோம், தர்மதேவதை வந்து உயிர்ப்பித்தது என்று காவியம் இயற்றத்தான். முன்னமே, பீமன் சௌகந்திகாவைத் தேடிப் போகும் வழியில், ஆஞ்சநேயரைச் சந்தித்த கதையைக் கட்டவில்லை?! கூந்தலை சதா விரித்துப் போட்டிருக்கும் பாஞ்சாலி பூ கேட்டு நச்சரித்தாளாம்!...

உரத்து நகைக்கும் சகோதரர்களைத் திரும்பிப் பார்த்து முறைத்தான் அர்ஜுனன்.

அதிலும் காட்டுக்குள் அலைந்தலைந்து பாதி ஆண்மகன் ஆகிவிட்டாள் அவள்.

என்றான் நகுலன். மூவரும் முன்பைவிட அதிகமாகச் சிரித்தனர்.

யுதிஷ்ட்ரன் தீவிர யோசனை தென்படும் முகக்குறிப்புடன் நடந்தான்... சந்யாசியின் கடைசிக் கேள்வியும் தான் சொன்ன பதிலும் தெரிந்தால் இப்படி உல்லாசமாகக் கேலி பேசி நடப்பார்களா? தாம் ஒரு தாய் மக்கள் அல்ல என்பது உடனடியாக நினைவிலேறி தகிக்கத் தொடங்கிவிடாது?

குடிலில் காத்திருக்கும் குந்தியும் துரோபதையும் மனக்கண் முன் வந்தார்கள். 'நல்லவேளை, நல்லவேளை' என்று மனம் பிதற்றியது.

அப்பா சொன்ன அதே கதைதான். ஆனால் இத்தனை வருஷமாக நானும் எழுத்தாளனாகக் குப்பை கொட்டுகிறேன் அல்லவா, எனக்கென்று அமைந்துவிட்ட மொழியில் திரும்பச் சொல்லிப் பார்த்திருக்கிறேன் – வேதாளம் சொல்லும் கதைகளை மீட்டுச் சொல்வது மாதிரித்தான்...

ஆனால் அப்பாவின் தனித்துவம் ஒன்றைக் குறிப்பிட்டே ஆகவேண்டும். மூலக்கதையின் மீதான மரியாதையைக் குலைக்காமலே அதில் புதியதாக ஏதோவொரு அம்சத்தைக் கூட்டிவிடுவார். மூலக்கதையிலேயே இப்படித்தான் நடந்திருக்குமோ என்று அவருடைய குரலின் தொனியும், விவரிப்பில் நிலவும் தர்க்கமும் கேட்கிறவரை நம்ப வைத்துவிடும். பேச்சுவழக்கின் வரையறைகளை மீறிப் பாயும் மொழியின் வசீகரத்தையும் சொல்லவேண்டும்.

உண்மையில் இது எனக்கு அவர் சொன்ன கதையேயில்லை. தமது நெருங்கிய நண்பரான வேலுக்கோனாருடன் (இரண்டு

நண்பர்களுக்கும் ஒரே பெயர் அமைந்திருந்தது குறித்தும் ஆச்சரியப்பட்டிருக்கிறேன்; ஆனால், 'இருவருடைய பெயருக்கும் முன்னொட்டாகவோ, பின்னொட்டாகவோ இன்னொரு சொல்லும் இருந்திருக்க முடியுமே' என்று வாலிபத்தை எட்டிய நாட்களில் தோன்றவும் செய்திருக்கிறது!) சாவகாசமாகப் பேசிக்கொண்டிருந்த ஒரு பின்னந்திப் பொழுதில் அவர்கள் பகிர்ந்து பேசிச் சிரித்ததை நான் வேடிக்கை பார்த்தபோது சிக்கியது.

அப்பா இறந்து பல வருடம் கழித்து, தீவிர வாசிப்பில் நான் இறங்கிய ஆரம்ப கட்டத்தில் – இதைத்தான் முன்பே வேலு வாத்தியார் பற்றிச் சொல்லும்போது குறிப்பிட்டிருக்கிறேனே – ஒரிய எழுத்தாளர் மன்மோகன் மகாபாத்ராவின் பாரதக் கதைகள் தொகுப்பு படிக்கக் கிடைத்தது. ஒவ்வொன்றும் மூன்று பக்கங்களுக்கு மிகாத குறுங்கதைகள். வெகு சுவாரசியமான வாசிப்பனுபவம் அளிப்பவை. **'இரண்டு யுத்தங்களுக்கு நடுவே'** என்ற தலைப்பில் நேஷனல் புக் ட்ரஸ்ட் வெளியிட்ட நூல் அது. கதைகளுக்கு நிகரான சுவாரசியம் கொண்ட முன்னுரையில், குருட்சேத்திரப் போருக்கு நிகரானது முதல் யுத்தம் என்றும், அதில் பயன்பட்ட ஆயுதங்களே வேறு, களமும் வேறு என்றும் சொல்கிறார் மகாபாத்ரா. 'சமகால உலக வரலாற்றில் முதலாம் உலக யுத்தத்தைவிட இரண்டாவதுக்கு அதிக முக்கியத்துவம் தரப்படுவதில்லையா, அதேதான் மகாபாரதத்திலும் நடந்திருக்கிறது' என்கிறார். 'விதை முதல் யுத்தம் என்றால், விருட்சம் இரண்டாவது' என்று ஒரே வரியில் தொகுத்துச் சொல்வார். ஆமாம், அவருடைய மொழியின் கவித்துவமும் அபாரமானதுதான்.

முதல் யுத்தம் நடந்தது சதுரங்கக் களத்தில் என்றும், அதில் வெற்றி கிடைத்தது கௌரவர்களுக்கே என்றும் அந்த மாபெரும் வெற்றியே அடுத்த யுத்தத்தில் அவர்களுடைய பரிதாபமான தோல்விக்குக் காரணமானது ஒரு காவிய முரண்நகை என்றும், வரலாற்றுக்கு வேறுவிதமாக நடந்துகொள்ளத் தெரியாது என்றும் விவரிக்கும் நீண்ட முன்னுரையோடு கூடிய நூல். அதன் இறுதிப்பகுதியில் இன்னொன்றும் சொல்கிறார்: இரண்டாவது யுத்தம் நடப்பது எல்லாரும் நம்புகிற மாதிரி பாண்டவர்களுக்கும் கௌரவர்களுக்கும் இடையில் அல்ல – உண்மையில் அது ஒவ்வொரு குழந்தையையும் ஒவ்வொருவரை வரித்துப் பெற்றெடுத்த குந்திக்கும், வம்சத் தூய்மை கெட்டு விடக்கூடாதே என்று உள்ளார்ந்த கவலைகொண்டிருந்த பீஷ்மருக்குமானது என்றும் சொல்லி, சான்றுகளை வரிசையாக அடுக்குவார்.

வழக்கம்போல யாரோ ஒரு பேராசிரியரிடம் கொடுத்துத்தான் மொழிபெயர்த்து வாங்கப்பட்டிருக்கிறது. வழக்கத்துக்கு விரோதமாக, நவீன மொழியின் கச்சிதமும் லயமும் அமையப் பெற்ற பேராசிரியர். முனைவர். முத்துமாணிக்கம் . . .

பூனைபோலப் பம்மி நடந்து சென்று, முன்னறையின் விளக்கைப் போடுகிறேன். சென்றவாரம்தான் தூசி தட்டி அடுக்கிய புத்தக அலமாரி யாருடையதோ போல இருக்கிறது. நிதானமாகத் தேடி, மேற்படி நூலை எடுக்கிறேன். ஸோஃபாவில் அமர்ந்து திறக்கிறேன். பொருளடக்கப் பக்கத்தில் கண் ஓடுகிறது.

என் அபிமானக் குறுங்கதையைத் தேர்ந்து, வாசிக்கத் தொடங்குகிறேன். இதுவரை நூற்றுக்கணக்கான தடவைகள் நான் படித்திருக்கும் கதை. ஓரங்க நாடகம் போன்றது . . .

வாருங்கள் . . . அமருங்கள்.

என்றார் கிழவர். தலை கொஞ்சம் அதிகமாகவே ஆடியது. முதுமையால் இருக்கலாம். அளவுகடந்த அன்பினாலும் இருக்கலாம். வயோதிகம் காரணமாக, இமைகள் தாமாக மூடிவிடாதபடி புருவங்களை மேலிழுத்துக் கட்டிய உருமாலுடன் போரிடும் பகதத்தனின் சமவயதினர் என்பார்கள் – அது சரிதான். முழுக்க நரைத்த புருவமயிர்களின் நுனிகள் மீசையைப்போல நீண்டு வளர்ந்து இமைகளின்மீது படிந்தன. எண்ணவோட்டத்தை இடையறுத்து பதிலுக்குக் கேட்டார் இளையவர்:

நலமாக இருக்கிறீர்களா?

ஆஹா. வெகுசுகம். பிரயாணம் சவுகரியமாக இருந்ததா?

எவ்வளவுதூர அலுப்பும் தங்கள் எல்லைக்குள் நுழைந்த மாத்திரத்தில் அகன்று விடும் மன்னரே. என்ன ஒரு உபசரிப்பு, எத்தனை ருசியான சாப்பாடு!

எங்கள் கடமையல்லவா? தங்கள் வருகை, எங்களுக்குக் கிடைத்த பெருமை. எல்லையில் வந்து வரவேற்கும் ஆசையுடன் இருந்தேன். தளபதி ஒருவரின் மனைவி அகால மரணமடைந்ததால், துக்கத்துக்குப் போக வேண்டியதானது...

சிறு இடைவெளி. சில கணங்கள் கழித்து, குறும்பான புன்னகையுடன் தொடர்ந்தார்:

. . . ஆனால், அகால மரணங்களின் சகாப்தம் தொடங்கி விட்டது போல!

ஓ... அப்படிச் சொல்கிறீர்களா?!... சரிதான், சரிதான்...

புருவம் சுருக்கி ஒரு கணம் நிதானித்த இளையவர், குலுங்கிச் சிரிக்கிறார்.

...சும்மாவா சொல்கிறார்கள், தாங்கள் பேச்சில் வித்தகரேதாம். சந்திக்க வேண்டும் என்று பட்டத்துக்கு வந்த நாளாக ஆசை. நம் விருப்பப்படி எது நடக்கிறது, சொல்லுங்கள்.

சரிதான். ராஜ்யபாரம் என்றால் சும்மாவா? ஆனால் எனக்கும், முதல் சந்திப்பு போலவே தோன்றவில்லை. பல பிறவிகளில் நண்பர்களாக இருந்தது போன்று உணர்கிறேன்.

ஆஹா, என் பிரதானிகள் தங்களைப் பற்றிச் சொன்ன ஒவ்வொரு சொல்லும் சத்தியம்தான். பிதா மகாராஜாவும் நிறையச் சொல்லியிருக்கிறார்.

நான் கேள்விப்பட்டதிலும் பழுதில்லை. வயதில் இளையவரானாலும், கனிந்து இருக்கிறீர்கள். பணிவும் முதிர்ச்சியும் கொண்ட அமரிக்கையான பேச்சு!... அது சரி, ...தாங்கள் எத்தனை வீரர்களுடன் வந்திருக்கிறீர்கள்?

ஆயிரம் பேர். காலாள் மட்டும் அறுநூறு. நூறு தேர்கள். எங்கள் படையில் குதிரைகள்தாம் உண்டு. யானைகள் கிடையாது.

எங்களிடமும் யானைகள் குறைவு. தீனி போடுவதற்குப் பசுமை வேண்டாமா? மனிதர்கள் சாப்பாட்டுக்கே திண்டாட்டமாய் இருக்கிறது. வருஷத்துக்கு ஒரு மழையை வைத்து என்ன விவசாயம் செய்வது?

வாஸ்தவம்தான். வருஷம் முழுக்கக் கோடை என்பதால், யானைகளைப் பேண முடிவதில்லை. ஓயாத வெயில் வேறா, அடிக்கடி மதம் பிடித்துவிடுகிறது. விந்திய மலைக்கு அந்தப் புறம் உள்ள ராஜ்யம் என்றால் பிரச்சினை இல்லை. மழை மறையாத பகுதியல்லவா...

இந்தப் புறம் உள்ள ராஜ்யங்கள் என்பதால்தானே எல்லாப் பிரச்சினையும்?!...

இருவரும் சிரிக்கிறார்கள். பெரியவர் தொடர்ந்தார்:

...தங்களுக்கு முதல் அழைப்பு யாரிடமிருந்து வந்தது?

துரியோதனரிடமிருந்து. மறுநாள் யுதிஷ்ட்ரரின் தூதன் வந்தான்.

அப்படியானால், தாங்கள் கௌரவர் பட்சம் என்று சொல்லுங்கள்.

அதுதான் இல்லை. எங்கள் படையில் பெரும்பான்மை யாதவர்கள். வாசுதேவ கிருஷ்ணனுக்கு எதிரணியில் நின்று போரிட மாட்டார்கள்.

கிட்டத்தட்ட அதே கதைதான். இங்குள்ள வைசியர்கள் அஸ்தினாபுரத்துடன் நெருக்கமான வணிகத் தொடர்பு கொண்டவர்கள். இவர்கள் விழைவை மீறி இங்கே ராஜ்யாதிகாரம் நடக்காது. கஜானாவின் பிரதான வருமானம் இவர்கள்.

ஆக, தாங்கள் கவுரவர்கள் பக்கம்?

ஆமாமாம்.

தலைமுறை தலைமுறையாக நட்புக் கொண்ட ராஜ்யங்கள் நமது என்று என் பிதா சொல்வார்.

பின்னே? இங்குள்ள ஒவ்வொரு குடும்பத்துக்கும், உங்கள் ராஜ்யத்தில் ஒரு உறவுக் குடும்பமாவது உண்டு. விதியின் விளையாட்டு. வேறென்ன? பாருங்கள், மன்னர்களாகிய நாம் எதிரெதிர் அணியில் நிற்பது ஒரு பொருட்டேயில்லை. வீரர்கள் அப்படியா? காரணமேயில்லாமல் அவர்களை நிரந்தரப் பகையும் கொலைப்பழியும் சூழ்கிறதே என்று நினைத்தால் பதைக்கிறது.

காரணமில்லாமல் என்ன? குரு வம்சத்தில் பிளவு வந்திருக்கிறதே. இதைவிடப் பிரமாதமான காரணம் ஒன்று கிடைத்துவிடுமா!

அவர்கள் விரோதத்தில் நாம் எதற்காகப் பங்கேற்பது என்று என் பட்டமகிஷி கேட்கிறாள்!

இங்கே இப்படி ஒரு மாதரசி. அங்கே பாண்டவர் பட்சத்தில் ஒரு மாமியாரும் மருமகளும் போர் நடந்தாலே ஆயிற்று என்று துடிக்கிறார்களாமே?

மிகச் சரியான உளவு ஆட்கள் வைத்திருக்கிறீர்கள் போல!

இருந்தென்ன பயன்? யார் பட்சத்தில் நின்று போரிடுவது என்பதை சூழ்நிலையல்லவா முடிவு செய்கிறது. நமக்கு இரண்டு தரப்பும் வேண்டாம் என்று இன்றைக்கு ஒதுங்கி விடலாம். நாளை? வென்றவர்கள் சும்மா இருப்பார்களா? நம்மைப் பழிதீர்க்க மாட்டார்கள்?

சரியாய்ச் சொன்னீர்கள். பங்காளிகளையே விட்டு வைக்காதவர்களுக்கு அந்நியர்கள் எம்மாத்திரம்? அதுசரி, அவர்களுக்கென்ன கொள்ளை, நம்மைப்போல் உள்ளங்கை அகல ராஜ்யமா. இருக்கும் சமுத்திரத்தை ஆளுக்குப் பாதி பிரித்துக்கொண்டு போகக் கூடாதா? இருக்கிறதை வைத்து சௌகரியமாக வாழ வேண்டியதுதானே?

தாங்கள் தர்மிஷ்டர்; தலைமைப் பொறுப்பு என்பது ஜனங்களைப் பாதுகாக்க, நல்லவிதமாகப் பரிபாலனம் செய்ய என்று நினைக்கிறவர். குருவம்ச ரத்தத்தில் வஞ்சகமும், குரோதமும், கொலைவெறியுமல்லவா ஓடுகிறது.

அதுவும் சரிதான்.

என் பாட்டனார் சொல்வார். முற்காலத்தில் பாரத வர்ஷம் முழுவதிலும் ஆயிரத்திருநூற்று அறுபத்தாறு ராஜ்யங்கள் இருந்தனவாம். வலுத்தவன் இளைத்தவனை உதைத்து இணைத்து முன்னூற்று ஐம்பத்தாறாகச் சுருங்கிவிட்டது. இப்போது தங்களைத் தவிர யாருமே கிடையாது என்கிற மாதிரிக் கொண்டுவரத் துடிக்கிறது குரு வம்சம்.

ஆனால், அவர்களுக்குள்ளேயே இரண்டு அணி என்றால், ஒரு தரப்பில் மரணங்கள் நேரத்தானே செய்யும்?

வாலைப் பறிகொடுத்து உடலைக் காப்பாற்றிக் கொள்கிற பல்லி மாதிரித்தான். வெற்றியோ, தோல்வியோ அது குருவம்சத்துக்குள்ளேயேதானே!

சிரிக்கிறார்கள்.

வெற்றி ஈட்டித் தரும் ஒவ்வொரு வீரனுக்கும் இத்தனை பொன் சன்மானம் உண்டு என்று சொல்லியனுப்பியிருக்கிறார்கள்...

ஆமாம். வேளைக்குக் கொஞ்சம் என்று சமைத்துச் சாப்பிடலாம் அல்லவா!

முதியவர் சிரிக்கிறார். மற்றவர் சொல்கிறார்;

அதைவிட, வென்ற தரப்பில் அத்தனைபேரும் உயிரோடு இருப்பார்கள் என்று உத்தரவாதமுண்டா?! பொன்னை அனுபவிக்க ஆட்கள் வேண்டாமா?

எப்படியோ, வலியச்சென்று மரணத்தைத் தழுவும் பணியில் ஈடுபட்டாயிற்று. பத்திருபது வருடம் கழித்து நிகழவிருப்பதை, கொஞ்சம் முன்னாலேயே அனுபவிக்கப் போகிறோம் என்று சமாதானம் கொள்ள வேண்டியதுதான்.

என்னுடைய படையில் முக்கால்வாசிப்பேர் ஐம்பது பிராயம் தாண்டியவர்கள். இளைஞர்களை எதற்காகப் பலிகொடுப்பது?

அட, நானும் அதையேதான் செய்திருக்கிறேன். போர் முடிவைப் பொறுத்து சேனைக்குத் திரும்பினால் போதும் என்று இளைஞர்களைப் படையிலிருந்து விடுவித்து விட்டேன். நீங்கள் சொன்னதால் சொல்கிறேன் – பாரத வர்ஷத்தின் பெரும்பான்மை தேசங்களில் கிழவர்கள்தாம் ஆட்சியில் இருக்கிறார்கள். முதுமையின் முட்டாள்தனம்தான் அத்தனை குளறுபடிகளுக்கும் காரணம்...

சட்டென்று நினைவு வந்து நாக்கைக் கடித்துக்கொள்கிறார் இளையவர். கிழவர் ஆதுரமாகச் சொல்கிறார்:

கவலை வேண்டாம். யுத்தம் இங்கேயே ஆரம்பித்துவிடாது. களம் காணும் நாள் வரைக்கும் சிநேகிதமும் பிரியமுமே தழைக்கட்டும்! குருட்சேத்திரம் வரை எதிரிப் படைகள் இரண்டும் சேர்ந்தே நடைபோடட்டும்...!

அறைக்குள் சிரிப்பு கலகலக்கிறது.

○

மகாபாத்ராவின் மீது எனக்குள்ள பிரியம் இன்னும் அதிகரிக்கிறது. பின்னே, ஊரே உறங்கும் இந்த அத்துவான ராத்திரியில் என்னோடு விழித்திருக்கிற, எந்த நேரமானாலும் என்னுடன் உரையாட உடனடியாகத் தயாராகிவிடுகிற, தகப்பனின் வாஞ்சையுடன் கதை சொல்கிற, உன்னத நண்பரல்லவா அவர்!

புத்தகத்தை அதன் இடத்தில் வைத்துவிட்டு, இருட்டில் துழாவிப் படுக்கையறைக்குள் நுழைகிறேன்.

முன்பே வாங்கி வைத்திருந்த மகாபாத்ராவின் நூலை, யதேச்சையாக அப்பாவின் சிரார்த்த தினம் ஒன்றில் வாசிக்க ஆரம்பித்து, நெஞ்சடைக்க அடைக்க, கண்ணீர் மல்கிப் பெருக, நிறுத்தவும் முடியாமல் தொடரவும் முடியாமல் தவித்து, ஒரே இரவில் படித்து முடித்தது நினைவு வருகிறது.

மறுநாள் காலையில் நான் ஒரு கதை எழுதினேன். பட்டுக்கோட்டையிலிருந்து வெளியாகி, நாலு இதழ்களோடு

நின்று போன *பிம்பம்* என்ற காலாண்டு இதழில் பிரசுரமானது அந்தக் கதை. அச்சான இதழைப் பத்திரமாக வைத்திருக்கிறேன். கோவணம்போல நீளமான வடிவம்கொண்ட இதழ். எளிமையின் கம்பீரம் கொண்ட, அதுபோன்ற பத்திரிகைகள் இப்போதெல்லாம் வருகின்றனவா? நாளைக் காலை, அதையும் இந்தக் கதைகளோடு கோத்து மீட்டெழுதிவிட வேண்டும் என்று முடிவெடுக்கும்போது கண் அமட்டுகிறது.

அட, இன்று வேதாளம் வரவில்லையே என்ற ஆச்சரியம் மனம் முழுக்க நிறைகிறது. இனி வரமாட்டாரோ என்று அச்சமும் லேசாகத் தட்டுகிறது...

நான் எழுதிய அந்தக் கதையைக் கீழே கொடுத்திருக்கிறேன். **சகோதரர்கள்** என்ற தலைப்பில் பிரசுரமானது இது. மேலே சொன்ன இரண்டு கதைகளுக்கும் இந்தக் கதைக்கும் உள்ள முதல் வித்தியாசத்தை நான் சொல்லவே வேண்டியதில்லை; அவை பாரதக் கதைகள். இது ராமாயணக் கதை. இரண்டாவது வித்தியாசம், அந்தக் கதைகளின் பக்கத்தில் இதையும் கொண்டு வைப்பது சந்தர்ப்பம் கருதித்தானே தவிர, என்னுடைய கதை எதுவுமே அவர்கள் கதைகளுக்கெல்லாம் உறைபோடக் காணாது...

கங்கையின் நீர்ப்பரப்பு தேவலோக அல்லது நாகலோகப் பெண்மணிக்காகப் போட்ட ராட்சதத் தறிப் பாவு போலவும், கரைகளுக்கிடையே போய்வரும் படகுகள் ஊடை நூலை இழுத்துச்செல்லும் கூடுபோலவும் தென்பட்டன. இருபக்க விளிம்புகளிலும் அடர்ந்து மண்டிய நாணல்குத்துக்கள், பாவுக்கு அபூர்வமான பச்சைக் கரை சேர்த்து மிளிர்ந்தன. வடகரைக்கு மின்னல் வேகத்தில் சென்ற படகுகள் எதிர்க்கரை திரும்பும்போது நிதானமாக வந்தன. முழுக்க நிரம்பிய படகை எப்படி வேகமாகச் செலுத்துவது.

தென்கரையில் அயோத்தி இருக்கிறது. அங்கே நாளை பட்டாபிஷேகம். வடகரையில் குவிந்தவர் அனைவரையும் விரைவாக இக்கரையில் கொண்டுசேர்க்கப் போதுமான எண்ணிக்கையில் படகுகள் இல்லை. விளைவு, இரண்டுகரையிலும் ஜன நெரிசல்.. ஆனாலும், சச்சரவு இன்றிப் பொறுமையாக இருந்தனர் – பொறுமைக்குப் பேர்போனவனின் பட்டாபிஷேகத்துக்கல்லவா போகிறார்கள்.

எதிர்த்து நீந்தும் மீன்போல, வடகரை திரும்ப முனைந்த காலிப்படகில் அவசரமாக வந்து ஏறினார் ஒருவர். பார்வைக்கு இன்ன தொழில்காரர் என்பது புலப்படவில்லை. முதியவர் என்றே

சொல்லலாம். கையில் சிறிய மூட்டை வைத்திருந்தார். வெறும் சாப்பாட்டுப் பொதிதான் என்பது துலக்கமாகத் தெரிந்தது. கவலையான முகம். நெற்றியில் வரிகள் ஓடியிருந்தன. படகின் மத்தியில் அமர முனைந்தவரை,

> *இந்த ஓரத்துக்கு வாரும் அய்யா. நாம் இருவர்தானே இருக்கிறோம். பேசிக் கொண்டே போகலாம்.*

என்று அழைத்தான் படகோட்டி. படகு நீரைக் கிழித்து நகரத் தொடங்கியது. ஏனோ, வேகம் அதிகமில்லை இந்தப் படகில்.

கொங்கணன் நெசவாளர். சிருங்கபேரிபுரத்தில் ஒரு குடும்பம் முகூர்த்தப் புடவை நெய்யக் கொடுத்திருந்தது. குறித்த தேதியில் அவர்களிடம் சேர்ப்பித்துவிட்டு ஊர்திரும்புகிறார். பாரத்வாஜ ஆசிரமத்திலிருந்து ஒரு யோசனை தூரம் கிழக்கே உள்ள கிராமத்தவர்.

> *அது சரி, ஊர்உலகமே அயோத்தியைப் பார்த்துப் போகிறது. நீர் மட்டும் எதிர்ப் பக்கம் போகிறீர்?!*

படகோட்டியின் குரலில் தொனித்த உணர்வு கேலியா கரிசனமா என்று நிதானிக்க முடியாதபடி இருந்தது. மற்றவர் இயல்பாக பதில் சொன்னார்:

> *எனக்கும் என் மனைவிக்கும் அந்த பாக்கியம் இல்லை தம்பீ. என் ஒரே மகளுக்கும்தான். அவள் நிறைகர்ப்பிணி. ஒத்தாசைக்குத் தாயார் இருக்கிறாள் – இருந்தாலும் அவசரத்துக்கு ஆண்துணை வேண்டாமா. மருமகன், பெற்றவர்களோடு பட்டாபிஷேகம் காணப் போய்விட்டார். என்ன செய்ய, பெண்ணைப் பெற்றிருக்கிறோமே? வலியில் அழுந்திய குழந்தையைத் தனியே தவிக்க விடலாமா.*

> *உமது பெண் மட்டுமா, அரசர் வீட்டுப் பெண்களும் அபலைகள்தாம்...*

என்று துழாவும் துடுப்பைப் பரிசோதிக்கிறவன்போல, நீரை நோக்கிக் குனிந்து வார்த்தைகளை உதிர்த்தான்–தனக்கு மட்டும் கேட்கிற மாதிரி... பேச்சை வேறுபுறம் திருப்பினான்.

> *நல்லவேளை, இன்றே வந்தீர். நாளையென்றால் தவித்தே போயிருப்பீர்.*

> *அப்படியா!*

ஆமாம், படகோட்டிகளும் பட்டாபிஷேகம் பார்க்கப் போயிருப்பார்களே!...

கொஞ்சநேரம் அமைதி நிலவியது. எதிர்க்கரை நோக்கித் திணறி நகரும் படகுகளின் ஆரவாரத்துக்கு மத்தியில் மௌன ஊடுருவலாக இந்தப் படகு மெல்ல முன்னேறியது. திடீரென்று படகோட்டி பேச ஆரம்பித்தான்:

...**அ**ப்போது என் வயது பதிமூன்றோ பதினாலோ. அண்ணன் தம்பதி, தம்பி மூவரையும் கொண்டுவந்து இறக்கிய தேர், படகு மறுகரை சேரும்வரை அதே இடத்தில் நகராமல் நின்றது. தேரோட்டி கண்களை அடிக்கடி கசக்கிக்கொண்டான்.

நான் அவனையும் வந்தவர்கள் மூவரையும் மாறிமாறிப் பார்த்தவாறு துடுப்புப் போட்டேன். என் அண்ணன், தான் ஒருவனே படகோட்டும் வலிவு உடையவன்தான். என்னைப் பழக்குவதற்காக ஒவ்வொரு சவாரிக்கும் உடன் அழைத்துச் செல்வான்.

அந்தப் பெண்மணி அபூர்வமானவள். அப்படியொரு காந்தியும் சாந்தமும் கொண்ட முகம். பேரழகி என்று சொல்வதற்கில்லை. ஆனால் நிலைத்து எரியும் சுடர்போல, திரும்பத் திரும்பப் பார்க்க ஆகர்ஷிக்கும் முகம். அவள் கணவன் அவளுடைய சாத்வீகத்தின் ஆண்வடிவம்போல இருந்தான். அதிராமல் பேசினான். இவ்வளவு இளம் வயதில் இப்படியொரு முதிர்ச்சியா என்று பிற்பாடு நாங்கள் பல தடவை பேசிக்கொள்வோம்.

தம்பிக்காரன் இவனுடன் பிறந்தவன்போலவே இல்லை. இவன் நாவல்பழ நிறம். அவன் செந்நிறம். கடுகடுப்பு வெளிப்படையாய்த் தெரியும் முகம். பெரியவன் வில்லைப் படகில் கிடத்தியிருக்க, தம்பி ஆயத்தநிலையிலேயே பிடித்து நின்றான். இத்தனைக்கும் அவர்கள் மூவரின் துணிமணிகள் அடங்கியதுபோலத் தெரிந்த சிறு மூட்டையையும் அவனேதான் முதுகில் சுமந்திருந்தான். நீருக்குள்ளிருந்து எதிரிகள் எழும்பித் தாக்கிவிடுவார்கள் என்று நினைத்தானோ என்னவோ!

என் அண்ணன் அவர்களுக்கு பாரத்வாஜ ஆசிரமத்துக்கு வழி சொன்னான். ஆலம்பால் சேகரித்து அவர்கள் சடையைத் திரிகளாக்க உதவினான். இதற்கிடையில் படகில் வரும்போதே, வனம் புக நேர்ந்த சந்தர்ப்பத்தைக் கதைபோல விவரித்திருந்தான்

பெரியவன். காட்டுக்குப் போகவேண்டும் என்பதுதானே நிபந்தனை, துறவுக் கோலம் எதற்கு என்று எனக்குள் கேள்வி எழுந்தது. கேட்கவில்லை. சிறுவன் அல்லவா, மதித்து பதில் சொல்லமாட்டார்கள் – புதியவர்கள்கூட!

எங்கள் குடும்பமே அவர்களை வணங்கி வழியனுப்பியது. அண்ணனைத் தழுவி. 'நீ என் உடன்பிறப்பு' என்றான் பெரியவன். எல்லார் கண்களும் கசிந்தன. அண்ணனுக்கு அண்ணன் என்றால் எனக்கும்தானே! அவர்கள் நடந்து போகப்போக, உருவங்கள் சிறுப்பதற்கு பதில், பெரிதாகி வந்தன. பார்வையிலிருந்து மறையும்போது ஆகாயமட்டம் உயர்ந்திருந்தார்கள். ஆமாம், கிட்டத்தட்டக் கடவுளராகவே ஆகியிருந்தனர்.

அப்புறம், இந்தப் பதினாலு வருடங்களில் அவர்கள் தொடர்பான தகவல்கள் எங்களுக்கு வந்து சேர்ந்தவண்ணம் இருந்தன. காட்டுக்குள் வேடுவர்களுக்கும் படகோட்டிகளுக்கும் தெரியாமல் எதுவும் நடக்காது. கடல் தாண்டி இருக்கும் அரக்க ராஜாவின் சகோதரி இவர்கள்மேல் ஆசைப்பட்டு வந்து மூக்கறுந்து திரும்பியது, பதிலுக்கு அரக்கராஜன் பொய்மானை அனுப்பி சகோதரர்களைப் பிரித்துத் தொலைதூரம் போக வைத்து, அண்ணன் மனைவியைத் தூக்கிக்கொண்டு போனது – பின்னே, அரக்கர்களுக்கு மட்டும் சகோதரப்பாசம் இருக்காதா – இவர்களுக்குச் சிற்றப்பன் முறையான கழுகுக் கிழவர் தடுக்க முயன்று கொலையுண்டது, அண்ணன்காரன் குரங்கு ஜாதியார் உதவியுடன் போர் நடத்தி அந்தப் பெண்மணியை மீட்டு வந்தது எல்லாமே நாங்கள் அறிவோம். என்ன ராஜவம்சத்தில் பிறந்து என்ன, ஒரு நாள் ஒரு பொழுதுகூட நிம்மதி திகழாத வாழ்க்கை, பாவம்.

ஆனால், ஜீரணிக்க முடியாத ஒரு செய்தியும் வந்தது. ஆமாம், மனைவியைத் தீயில் இறக்கிய பின்தான் சேர்த்துக்கொண்டானாம் அண்ணன்காரன். இத்தனைக்கும், முதல் பார்வைக்கே தெரியும், அவளே பிழம்பு. மானைத் துரத்திப் போனவர்கள் திரும்பிவந்து பார்த்தபோது குடிலின் முன்முற்றம் பெரும்பள்ளமாக இருந்ததாம். தூக்கிப்போனவன் தரையோடு பெயர்த்துத்தான் கொண்டுபோனான் என்றால் பாருங்கள்...

கொங்கணன் செருமினார். எதிர்க்கரை நெருங்கிக் கொண்டிருந்தது. படகோட்டியின் பேச்சு நின்றது.

இவ்வளவு சமாசாரம் நடந்ததே எனக்குத் தெரியாது அப்பனே. நான் ஏதோ, ராஜா வீட்டில் விசேஷம் என்கிற அளவுக்குத்தான் அறிந்து வைத்திருந்தேன்.

வனவாசம் முடியும் சமயம் என்பதால்தானே இப்படியொரு பாதகம் செய்தான். இதே தானும் இத்தனை காலம் தனியாகத்தானே திரிந்தான். என்னதான் தம்பி கூட இருந்தாலும் ஒரேயொருத்தனின் கண்ணைக் கட்டுவது கடினமா? முதலில் இவன் தீயில் இறங்கிவிட்டல்லவா அந்த அம்மணிக்கு ஆணையிட்டிருக்க வேண்டும்? . . . என்னவோ போங்கள், அதுவரை என் மனத்தில் கடவுளாக இருந்தவன், சட்டென்று ராஜாவாக மாறிவிட்டான் . . .

தெய்வம் மனுஷ ரூபேண என்று எங்கள் குலகுரு அடிக்கடி சொல்வார். அதற்கு இப்படியொரு அர்த்தம் இருக்கிறது போல . . .

என்று லேசான கைப்புடன் சிரித்தார் கொங்கணன். மிகுந்த பிரியத்துடன் படகோட்டியைப் பார்த்தார். படகோட்டி தணிந்த குரலில் தொடர்ந்தான்:

ஆனால், ராஜாக்களிடம் போய் நீதியை எதிர்பார்க்கலாமா! நானும் அண்ணன்மீது தேவதாவிசுவாசம் கொண்டவன்தான். இவன் இப்படியொரு கொடுபாதகம் செய்திருந்தால், சும்மா விட்டிருக்க மாட்டேன். தட்டிக்கேட்டுத் தகராறு செய்திருப்பேன். ஆக, சதா நேரமும் நீ வில்லைத் தூக்கிக்கொண்டு அலைந்தது உன் அண்ணனுக்காகத்தான்... அண்ணி உன் தாயாருக்குச் சமமில்லை?

உயர்த்திய புருவம் இறங்காமலே படகைவிட்டு இறங்கிய கிழவர் சொன்னார்:

அப்படியானால், நாளைக்கு நான் வந்திருந்தாலும், எனக்கென்று ஒரு படகு இருந்திருக்கும்!

கட்டாயம் . . .

சிரித்த படகோட்டி, பயணி தந்த கூலியை வாங்க மறுத்தான். வந்தனம் கூறி விடை தந்தான். இதற்குள், காத்திருந்த ஜனங்கள் படகினுள் தாவி ஏறினர்.

ததும்பத் ததும்ப ஆட்களை ஏற்றிக்கொண்டு, நிறைகர்ப்பிணி போல இருபுறமும் அசைந்தாடி எதிர்க்கரை போகும் படகைக் கொஞ்சநேரம் வெறித்தபடி நின்றார் கொங்கணன். பிறகு,

காத்திருந்த ஜனங்களினூடே படகுபோலத் துழைந்து தன்வழி நடந்தார்.

◯

பத்திரிகையில் பிரசுரமாகியிருந்ததை வரிபிசகாமல் தட்டச்சு செய்து சேமித்துவிட்டு, மடிக்கணினியை மூடிவைக்கும்போது, நேற்றிரவு உறங்கத் தலைப்படுமுன் எழுந்த சந்தேகம் வேறு கோணம் எடுக்கிறது. நேற்று வேதாளம் வரவேயில்லை என்று தோன்றியதே. ஒருவேளை, வந்திருந்தாரோ ...

●

16

சாயங்காலம் பேருந்து நிறுத்தத்தில் காத்திருந்தபோது, கவனத்தை ஈர்த்தது ஒரு காட்சி. வடக்கத்தி வீட்டுக் கல்யாணத்துக்காகவோ, ஏதேனும் படப்பிடிப்புக்காகவோ, காவல்துறையின் குதிரைப்படையைச் சார்ந்ததுவேதானோ, குதிரையின்மீது அமர்ந்து சவாரி செய்துபோனான் ஒரு வாலிபன். பணிமுடிவு நேரத்தின் பரபரப்பு ஆரம்பிக்கவிருக்கும் மாநகரச் சாலையில், நிமிர்ந்த நடையுடன், குளம்பொலி அழுத்தமாகவும் சீரான இடைவெளியிலும் எழும்ப நடைபோட்டுப் போனது அந்த கம்பீரமான குதிரை. 'அமர்ந்து' என்ற சொல்லைத் தானாக ஆரோகணித்து என்று திருத்திக் கொண்டது மனம்.

அதைவிட, இதை எழுதும்போது 'குதிரை' என்ற சொல்லுடன் சேணம் கடிவாளம் பாதந்தாங்கி என்று ஏகப்பட்ட சொற்கள் மனத்தில் ஊறுவது இன்னமும் சுவாரசியமாய் இருக்கிறது. பழங்காலக் கதைகள் எழுதும்போதும், மொழிபெயர்ப்பில் ஈடுபடும்போதும், இப்படி ஒரே பொருள்கொண்ட, அல்லது ஒன்றுடன் ஒன்று உள்ளூரப் பிணைந்த பல்வேறு சொற்கள் ஊற்றெடுப்பது தனித்துவம் வாய்ந்ததொரு அனுபவம். ஆனால், அதெல்லாம் நடந்து எவ்வளவு நாள் ஆயிற்று...

இஸ்மாயில் அடிக்கடி சொல்வான்: எந்த ஒரு சொல்லும் தனித்தது அல்ல; வால் நட்சத்திரம்போல நீண்ட தோகையோடு இருப்பது. உதாரணமாக,

‘கூந்தல்’ என்ற சொல்லை ஆண்கள் சம்பந்தமாகப் பயன்படுத்த மாட்டோம் இல்லையா? ‘செருப்பு’ என்ற சொல் கேட்கும் அத்தனை பேருக்கும் ஒரே பிம்பத்தையா நினைவூட்டும்?

ஏனோ சம்பந்தமில்லாமல் வேதாளத்தின் நினைவு குறுக்கே புகுந்தது. உண்மையில் இது ஒரு குழப்பமான சமாசாரம்தான் – வேதாளத்தின் நினைவு குறுக்கே புகுந்ததா, எந்நேரமும் மனத்தில் நிரம்பியிருக்கும் வேதாள உரையாடலில் அவ்வப்போதைய காட்சிகளும் ஒலிகளும் ஊடறுத்துவிட்டு ஆவியாகிக் கலைகின்றனவா!

இத்தனைக்கும், வேதாளத்திடம் கதை கேட்பதைத் தவிர வேறு ஏதும் பேசாமல் கழிந்த இரவுகள் இருக்கத்தான் செய்தன. உதிப்பார். மிகுந்த கடமையுணர்வோடு படபடவெனப் பேச ஆரம்பிப்பார். தர்க்கபூர்வமாகக் கதை முடிந்ததா என்பதை நான் உணரும் முன்பே மறைந்துவிடுவார். மறுநாள் எழுதும்போது, நானாகவே சிலசமயம் முடிக்க வேண்டிவரும். அந்த மாதிரிப் பொழுதுகளில், கனவில் மணக்கிற பூ மாதிரி, நானே எழுதக்கூடியவன்தானே என்கிற உணர்வும் தட்டும்.

சில இரவுகள், தமது இடத்தில் வந்து அமர்வார். ஒரு சொல்லும் பேசாமல் நேரம் கழியும். மூடிய முஷ்டியின் அளவே இருந்து ஒளிரும் நீலநிறக் குறுவடிவில் முகத்தையே தனியாய்ப் பிரித்துணர முடியாது – இதில் கண்கள், காதுகள், வாய் என்று அடையாளம் காண்பதெப்படி. உண்மையில், ஒரு நீல வஸ்துவும், என் காதுக்குள் தத்ரூபமாக ஒலிக்கும் குரலும் மட்டும்தானே அவர்? குரல் ஒலிக்காதபோது, நீலப் பொதிக்குள் ஊடுருவும் என் பார்வை சீக்கிரமே சோர்ந்துவிடும்.

ஆனால், அந்த நேரங்களில் என் மனம் சும்மாயிருக்காது. அவரிடம் சொல்கிற மாதிரி எனக்குள்ளேயே எதையாவது நிகழ்த்தத் தொடங்கிவிடும். சிலநேரம், எனக்கே நிகழ்ந்து மறதியின் சதுப்பில் புதைந்த சம்பவங்களை, விபரீதங்களை மீண்டும் நிகழ்த்திப் பார்க்க ஆசைப்படும். சோம்பிக் கிடந்த குறளியின் இயக்கச் சித்திரமாக, வரைமுறையற்ற கற்பனையின் தன்னிச்சை வீச்சாக மலரும் காட்சியை அவரிடம் விவரிக்கிறேனா, எனக்கு நானே காட்சிப்படுத்திக்கொள்கிறேனா என்று ஒரு தெளிவும் இருக்காது.

மறுநாள், அதிகாலையின் தனிமையில் எழுத அமரும்போது, தத்ரூபமான திரைப்படம்போலத் தன்னை மீண்டும் நிகழ்த்திக் கொள்ளும் காட்சியைப் பார்த்தபடியே வார்த்தைகளால் கோக்க முயல்வேன். என் சகல இயக்கங்களையும், மனவோட்டத்தையும்

துல்லியமாக அவதானிக்கும் வேதாளம், காலையில் நான் எழுதும்போதும் பார்த்துக்கொண்டிருக்கிறாரோ என்று சந்தேகம் தட்டும். ஆனால் அதில் இன்னொரு ஆறுதலும் இருக்கிறதே – நான் எழுதுவதில் பிசகோ பிழையோ இருக்கும்பட்சத்தில், அன்றிரவு சந்திக்கும்போது கேலியோ விமர்சனமோ செய்துவிடுவாரே!

ஆக, விசைப்பலகையில் விரல்கள் தட்டத்தட்ட, கணிப்பொறித் திரையில் வார்த்தைகளும் வாசகங்களும் வாக்கியங்களும் பரஸ்பரம் கோத்துக்கொண்டு உருவாகும் விந்தை, அத்துவானத்திலிருந்து அத்துவானத்தை நோக்கி யாரோ எய்யும் அஸ்திரங்கள்போலப் பாய்வதை அனுபவிப்பது தனித்துவமான போதையேதான்.

இன்றைக்கு வேதாளத்தின் வருகையை எதிர்நோக்கிக் காத்திருந்தபோது என் மனம் விசித்திரமாக ஒரு காட்சியை உருவகிக்க ஆரம்பித்தது. எத்தனை சதவீதம் கற்பனை, எத்தனை சதவீதம் உருவெளித் தோற்றம், எத்தனை சதவீதம் நிஜம் என்று நிர்ணயிக்க முடியாத வகையில் துல்லியமாக நிகழ்ந்தது அது.

மலைவாசத் தலம். மாலை நேரம். வெளிச்சம் தேய்ந்து வருகிறது. காற்றில் குளிர் மெல்ல அதிகரிக்கிறது. தொலைவில் புள்ளிகளாய்ப் பதிந்த குடிசைகளின்மீது மங்கலாகப் படியும் இருளுக்கு எதிர்ப்புத் தெரிவிக்கிறமாதிரிக் கிளம்பி உயரும் சாம்பல் புகை. குடிசைகளை அண்டிய கறுப்புப்புள்ளிகளாகக் கால்நடைகள். எருமை மாடுகளோ?

இந்த இடம் சற்று முன்புவரை மிகப் பரபரப்பாக இருந்தது. காலையிலும் மாலையிலும் நடக்கப் போகிறவர்களுக்கு ஏற்ற தடம் என்று பேர்பெற்ற சாலை. வாகனங்களுக்கு அனுமதி கிடையாது. கூடுதிரும்பும் பறவைகளின் விசையுடன் வீடு திரும்புகிறவர்கள். கம்பளிக்குள் உடம்பும், கால்சராய்ப் பைக்குள் கரங்களும் மறைத்தவாறு நடைமுடிந்து திரும்பும் ஆண்கள். மேலுடலை மறைத்து, முலைப்புடைப்பை மறைக்காத சால்வைக்குள் பெண்கள். அவர்களின் குட்டி நகல்கள்போல ஒட்டிக் கொண்டு வரும் குழந்தைகள்.

சுற்றுலாப் பயணிகளுக்குத்தான் மேற்சொன்ன அலங்காரம். உள்ளூர்வாசிகள் முகத்தின் பழுப்புத் தழும்புகளுடன் மூச்சிரைக்காமல் நடக்கிறார்கள். முனைப்பற்ற, சரளமான நடை.

அவன் அமர்ந்திருந்த மேடு ஒரு கிணற்றடி என்று கொண்டால், நீர்ஆழத்தில் தண்டவாளம் செல்கிறது. ரயிலில்

போகும் வில்லனைத் துரத்தும் நாயகன் ரயில் கூரைமீது தாவிக் குதிப்பதற்கு வாகான உயரம். காலடியில் மறைந்து, இரண்டு கைகளும் நீட்டிச் சுட்டும் தொலைவில் மீண்டு, தனித்தனியாகச் சென்று இருகோடிகளிலும் மறையும் இரும்பு இணைகோடுகள் – ஒன்றையொன்று அறியாததுபோன்ற தனிமையில் மூழ்கி...

பசுமையின் பல்வேறு சாயைகள் பரந்த சூழலின் திடல் போன்ற மூலையில், திடீரெனத் தட்டுப்பட்டது ஒரு குதிரை. சேணமற்ற, மேய்ச்சல் குதிரை. ஒரு காலத்தில் வாளிப்பாக இருந்திருக்கலாம். இப்போது எலும்புகள் துருத்தும் உடம்பு. தலைகுனிந்து நடந்து வருகிறது. குட்டியாய் இருந்த நாட்களை நினைத்துப் புழுங்குகிறதோ என்று தோன்றியது அவனுக்கு.

ஏகாந்தமாய்த் திறந்து கிடக்கும் வெட்டவெளியில் தன்னுடைய இடத்தை நுகர்ந்து அறிய முயல்வதுபோல அங்கங்கே நின்று மோந்து பார்க்கும். அப்புறம், மேற்பார்வை செய்கிறமாதிரி, தலையுயர்த்தி நாலாபுறமும் பார்க்கும்; ஒருதடவை அவன் புறமும் பார்வை வந்துபோனது. உறுத்துப் பார்த்துக்கொண்டு உட்கார்ந்திருக்கும் மனிதன் பற்றித் தனக்குப் புகாரொன்றும் இல்லை என்று அறிவிப்பதுமாதிரி, இன்னும் நாலைந்து எட்டுகள் வைத்து முன்னே வந்தது.

தொடுவான அரைவட்டத்தின் மிகச் சரியான மையப்புள்ளியில் நின்று மேயத் தொடங்கியது. உலவும் உயிர்ப்பொருட்களாகத் தானும் ஒரு குதிரையும் மட்டும் நிரம்பிய உலகத்தில், ஒருவருக்கொருவர் உறவும் உரையாடலும் இன்றிப் பரவிய முழுமையான தனிமையில் அமிழ்ந்து லயித்தான். அருகருகில் இருந்தும், பரஸ்பரம் அந்நியர்களாக விளங்கும்போது அன்புக்கு இடமில்லையாதலால், விரோதமும் படர்வதில்லையோ?

தனிமையை வரமாக உணர்த்தும் சந்தர்ப்பங்கள் இருக்கத்தான் செய்கின்றன. எழுந்து சென்று அந்தக் குதிரையின் பிடரியை வருட ஆசை எழுந்தது. எழுந்த வேகத்திலேயே, தானாக ரத்தும் ஆனது.

மனிதக் கண்கள் போலவே, விலங்குக் கண்களிலும் விதவிதமான பாவங்கள் மிதக்கத்தான் செய்கின்றன. என்ன, ஒரு மனிதப் பிறவிக்கும் மற்றதுக்கும்போல அவ்வளவு வித்தியாசம் தென்படுமா என்பதை விலங்கியலாளர்கள்தாம் விளக்க வேண்டும். ஆனால், சாதாரணப் பார்வைக்கு, ஒரு விலங்குக்கும் வேறொரு இனத்துக்கும் இடையில் வித்தியாசம் தெரியத்தான் செய்கிறது.

உதாரணமாக, பாமரேனியன் நாய்க்குட்டியின் கண்களில் தெரியும் நிரந்தரச் சிரிப்பு, யானையின் கண்களில் தெரிவதில்லை – விகிதப்பொருத்தம் அற்ற குட்டிப் பளிங்குக் கண்களில் ஒரு கூர்மையும் விலகலும் இருப்பதை மட்டும் உணர முடிகிறது. பூனையின் கண்களில் ஒருவிதப் பற்றின்மை காணக்கிடைக்கிறது. எருமை மாட்டின் கண்களில் இருப்பது மந்தமா, நிதானமா என்பதை நிதானிக்க முடியவில்லை. பசுவின் கண்களைப்போல உணர்ச்சி வெளிப்படும் விழிகள் இல்லை அவை என்று மட்டும் சொல்லத் தோன்றுகிறது. வளர்ப்புப் பிராணிகளுக்கும், வனப் பிராணிகளுக்கும் கண்கள் ஒரேவிதமாகத்தான் பாவம் காட்டுமா என்பதையும் பாமர மனத்தால் நிர்ணயிக்க முடியவில்லை.

இதெல்லாம் அவற்றிலேயே இருக்கும் வேறுபாடுகளா, பார்க்கும் கண்களைப் பார்க்கும் கண்களின் பார்வையைப் பொறுத்துத் தெரிய வருபவையா என்பதும் கேள்விக்குரியதுதான். ஆனால் வேறெந்த வளர்ப்பு மிருகத்தைவிடவும் குதிரைக்கு மட்டும் விசேஷமான பார்வைத்தடை இருக்கிறது. இமைகளைத் தவிர இன்னொரு ஜோடி மறைப்பும் வழங்கப்பட்டிருக்கிறது. வளர்ப்பவனின் கைங்கரியமாக . . . வீட்டுக் குதிரைகளுக்கு மட்டுமல்ல, பந்தயக் குதிரைகளுக்கும் இதே கதிதான். அவற்றுக்குப் பார்வை விழி விளிம்புகளில் மட்டும்தான் உண்டாம்; முன்னே செல்லும் பாதையைவிட்டுப் பக்கவாட்டில் பாய்ந்துவிடக்கூடாதே என்பதனால் அந்த உப இமைகள் அணிவிக்கப்படுகின்றன என்று விக்கிபீடியா சொல்கிறது.

அப்படியானால், மனிதர்களுக்குத்தானே அவை கட்டாயம் தேவை?!

யோசனையின் கண்ணிகளை அறுக்கும் விதமாக, சீரான குளம்பொலி கேட்டது. அதன் லயத்துக்கேற்பத் தானும் தாளமிட்டது மனம். பார்வைப் புலத்தில் நுழைந்தது இன்னொரு குதிரை. வெகுதொலைவிலிருந்து வருவதாக இருக்கவேண்டும் – எட்ட இருக்கும்போதே வீச்சம் தாக்கியது – வியர்வையா, சாணமா? வெளியிலிருந்து வருவதா – தனக்குள்ளிருந்தே ஊறுகிறதா?

மேலேறும் பாதையற்ற சரிவில், தன்னிச்சையாக இறங்கிவரும் குதிரை எதையோ சுமந்து வருகிறது – சுமையின் இரு முனைகளும் பக்கத்துக்கொன்றாகத் தொங்கியிருக்கின்றன. வெண்ணிறக் குதிரை. ஏனோ, அது குதிரையில்லை, புரவி என்றது மனம். தவிர, அது மலையிலிருந்து மட்டுமில்லை, வேறேதோ காலத்திலிருந்தும் இறங்கி வருகிறது என்றது உள்ளுணர்வு.

புல்வெளியில் மேயும் தற்கால சகாவைப்போல வற்றல் இல்லை. தலையுயர்த்திய நடையிலும் மகத்தான கம்பீரம். மற்றதிலிருந்து வேறுபட்ட விதமாக, சேணம் உண்டு; கண்மறைப்பு இல்லை.

நெருங்கி வர வர, இனம் தெரியாத பரபரப்பு மிகுந்தது. எழுந்து நின்றான். மிகச் சரியாக இவனருகில் வந்து நின்றது குதிரை.

ஆ, அதன் முதுகில் கிடக்கும் சுமை, ஒரு வீரனின் உடல். தாறுமாறாகக் காயங்கள் அழுந்திய உடல். விழுப்புண்களில் குருதியின் ஈரம் பளபளத்தது. தலைக்கும் கீழாகத் தொங்கியிருந்த கையின் மணிக்கட்டில் பிடி சிக்கியிருந்ததால், உதிராமல் உடன்வந்திருந்த உடைவாள். பார்வைக்கே வலு தெரியும் வண்ணம் நரம்புகள் புடைத்த முன்னங்கையில் கிரீடம், மற்றும் அதைத் தாங்கிப் பிடிக்கும் பெருக்கல் குறியாக இரண்டுகொடிகள் கொண்ட சின்னம் பச்சை குத்தியிருந்தது. கவனமற்ற பெண்ணின் மேலாடைபோலச் சற்றே பிறழ்ந்து ஒதுங்கிய முன்கவசம். கழுத்துக் காயம் ஆழமானதாகத் தெரிந்தது – அதிலிருந்து ரத்தம் இன்னமும் கசிகிறமாதிரியே பட்டது. ஆனால், அது ‘குருதி’யல்லவா?

நிலைகுத்திய மனித விழிகளை தொடர்ந்து பார்க்கத் துணிச்சலின்றி, மறுபுறம் போனான். முழங்கால்வரை நாடா சுற்றிய, பாதநுனி மேல்நோக்கி ஏந்தலாக வளைந்த காலணிகள்... ஏனோ, தன் முன்னால் நிற்கும் குதிரையையும் அதன் முதுகில் கிடக்கும் சடலத்தையும் அல்லாது, இதுநாள்வரை உருவாகிச் சேர்ந்து நிலைப்பட்டிருந்த பிம்பம் ஒன்றை வெளியில் போர்த்திப் பார்க்கிற மாதிரியும் தயக்கம் தட்டியது.

தரிசனம் தருவதற்காக வந்ததுபோல நாலைந்து கணங்கள் நின்றுவிட்டு நகர்ந்து போனது குதிரை. எங்கிருந்து வந்ததோ, அதே மாயப்புலத்தை நோக்கி அது செல்வதாகப் பட்டது...

தடங்கலின்றி இறங்கி வந்த குதிரை, தன்னருகில் எதற்காக நின்றது?

உடையையும் போர்ச் சன்னத்துகளையும் பார்த்தால் நடைமுறைக் காலத்தவன் மாதிரித் தெரியவில்லை என்பது சரி, எந்தப் படையில் எந்த நூற்றாண்டில் பணிபுரிந்தவன்?

சற்று முன்தான் இறந்ததுபோல, துணிந்து தொட்டுப் பார்த்திருந்தால் இறுதிக் கட்டத்தின் வெம்மை தட்டுப்பட்டிருக்கும் என்பதுபோல, தோற்றமளித்த உடம்பு எவ்வளவு காலமாக இதேபோல் தொங்கிப் பயணம் செய்கிறது?

சடலத்திலிருந்து சொட்டுவிட ஆயத்தமாய் இருப்பதுபோலத் தெரிந்த குருதி எவ்வளவு காலமாய் உறையாமல் நின்றிருக்கிறது? அது எப்படி சாத்தியம்?

இறந்த உடல் தன் காலத்திலேயே மீந்திருக்குமானால், இழப்பின் தகிப்பை உணர்ந்த உறவுகளும் இப்போது எங்கோ உயிரோடு இருக்குமோ?

தத்ரூபமான உருவெளித்தோற்றமா? எனில், தற்செயல்போல, அல்லது இவனுக்கு சமிக்ஞை தருவதுபோல, குதிரைக் கழுத்தின் ஆரத்திலிருந்து உதிர்ந்த உலோகச் சலங்கை மணி இதோ, இங்கே காலடியில் கிடக்கிறதே, எப்படி?

அது சரி, குதிரையிலிருந்து மணி உதிர்ந்ததா, உதிர்ந்து கிடந்த மணியிலிருந்து குதிரை உதித்ததா?

புற்றிலிருந்து வெளியேறும் எறும்புச்சாரியெனப் புறப்பட்ட கேள்விகள் ஆவியாய் உயர்ந்து மாயமாக, எல்லாக் காலத்திலும் எல்லா யுத்தங்களிலும் தற்கொலைக்குச் சமமாகப் பாய்ந்த எத்தனையோ வீரர்களை எண்ணி, கனக்கத் தொடங்கியது மனம்... தான் மட்டுமென்ன, கண்ணுக்குத் தெரியாமல் நடக்கும் யுத்தமொன்றில், மாயக் குதிரையேறி மரணம் நோக்கிப் பயணம் செய்தவாறு இருக்கிறோம்தானே என்று பட்டது...

யோசனையைக் கீறுகிற மாதிரி, உச்சந்தலையில் சிறகு சுழலும் யந்திரத் தட்டாரப்பூச்சி தலைக்கு மேலே கடந்து சென்றது. அடிவயிற்றில் வட்டங்களும் உள்வட்டங்களுமாக இலச்சினை பொறித்திருந்த பூச்சி. வெளித்தெரியாத வன்மத்துடன் பூச்சி தொடுவானம் நோக்கிப் போவதை, அதன் உறுமலோசை மலை வெளியெங்கும் நிரம்பிப் பரவுவதை, கையாலாகாமல் பார்த்து நின்றான்.

○

உறக்கமா, விழிப்பா என்று நிர்ணயிக்க முடியாத சாம்பல் வேளையில் மனத்தில் தானாக உதித்து உயர்ந்த காட்சி அது. நான் அல்லாத ஒருவன் ஒரு பாறையில் அமர்ந்திருந்ததும்; அவன் நான் இல்லை என்ற அனுபவக் குறிப்பையும் தாண்டி, அவனுடைய எண்ணவோட்டம் அப்பட்டமாக எனக்குப் புலப்பட்டதும் வியப்பைத் தருகின்றன... இப்படித் தன்னிச்சையாக ஒரு காட்சி எனக்குள் உதித்து எவ்வளவு காலமாகிறது!

மூடியிருந்த கண்ணைத் திறக்கிறேன். மின்விசிறியின்மீது வேதாளம் அமர்ந்திருக்கிற மாதிரித்தான் தெரிந்தது. ஆனால், அவர் ஒரு சொல்லும் பேசவில்லை. கடுமையான மௌன விரதம் அனுசரித்தார். பேசினால்தானே, காரணம் கேட்க முடியும்.

கண்களை இமைத்துத் திறந்தபோது, நீலப் பொதியைக் காணவில்லை. வந்த சுவடு பதியாமல் திரும்பிப் போய்விட்டிருக்க வேண்டும். அது காணாமல்போன வெளி எது, எந்தக் காலத்துக்குள் தற்போது புதைந்திருக்கிறது என்றெல்லாம் மனத்தின் ஒரு பகுதி நமட்டிக்கொண்டிருக்க, மற்றொரு பகுதி, நிஜமாகவே நான் அவரைப் பார்த்தேனா, அல்லது பழக்கத்தின் காரணமான பிரமையா, அல்லது உறக்கச் சடைவில் அரைகுறையாய் உருவாகி, நனவு மனத்தின் குறுக்கீட்டால் கலைந்த கனவா என்று குழம்பியது.

எப்படியோ, இறுதியில் லேசாக அடர்த்தியேறிய, சம்பவம் என்று எதுவுமே இல்லாத, ஒரு நிஜக்குதிரையும், இன்னொரு மானசீகக் குதிரையும் மட்டுமே இடம்பெற்ற காட்சி இவ்வளவு துலக்கமாகப் பார்வையில் பட்டது. நிறையவும் தினசரியும் நான் எழுதிக்கொண்டிருந்த காலகட்டத்தை நினைவூட்டியது. விவரிக்க முடியாத கிளர்ச்சி பரவசமாக நிரம்பிய மனத்தில் இன்னும் பல பிராந்தியங்கள் உண்டு என்று தெரிவிக்கிற மாதிரி, மனம் வேறொரு ஞாபகத்தினுள் நுழைந்தது.

... **மு**ம்பையில் உறவினர் வீட்டுக்குப் போயிருந்தேன். குழந்தைகள் இருவரும் கல்லூரிப் பிராயத்தில் இருந்ததால், நானும் பத்மினியும் மட்டுமே போயிருந்தோம்.

மழைக்காலம். நினைத்துநினைத்துப் பெய்யும் மழை, மாலை நாலு மணிக்கே ஏழு மணிபோல இருண்டு விடும் ஆகாயம். ஓயாமல் தொணதொணக்கும் தூறலைப் பொருட்படுத்தாது விறுவிறுப்பாய்ப் போகும் வரும் ஜனங்கள், திரும்பிய திசையெல்லாம் சலனமற்ற ஈரத் திரையாக உயர்ந்த அடுக்குமாடிக் குடியிருப்புகள் என்று மும்பைக்கே உரிய மாயத் தோற்றம் ஒரு கணம் வசீகரமாகவும், மறுகணம் அச்சுறுத்துவதாகவும் இருந்தது. அவை ஒவ்வொன்றிலும் நிரம்பியிருக்கும் மனிதர்கள் அந்தரத்தில் நடமாடித் தேனடைக்குள் அடைக்கலமாகும் தேனீக்கள் மாதிரி என்றொரு உவமை எழுந்தது. மறந்தும் ரீங்கரிக்காத தேனீக்கள் என்று அபத்தமாக வளரவும் செய்தது.

உறவினரின் வசிப்பிடம், நகரின் மையப் பகுதியில், அசாத்தியமான விலை கொண்ட, விறைப்பாக நிமிர்ந்த ஐந்து

தளங்கள் உள்ள அடுக்குக் குடியிருப்பின் ஐந்தாம் மாடி. வேளை தவறாமல் மொட்டைமாடிக் கூரைக்கு சிகரெட் பிடிக்கப் போவேன். விடிந்தபிறகும் வெளிச்சம் அதிகரிக்காத, மந்தம் படர்ந்த மாடியிலிருந்து பார்த்தால், சுற்றிலுமுள்ள கட்டட உச்சிகளில் மண்டியிருக்கும் தொலைக்காட்சி வாணலிகள். சுற்றுச்சுவரில் சாய்ந்து கீழே பார்க்கும்போது, இடையிடையே தென்படும் மர உச்சிகள் நான் இருக்கிற உயரத்தைத் தெரிவிக்கும்.

புது இடம். உறக்கம் கொள்ளவில்லை. வைகறையின் தடயம் தென்படக் காத்திருந்து, முதல் கீற்றின் வெளிச்சத்தில், புகைக்கப் போனேன். மழைக்கால மொட்டை மாடி. அதில் எந்நேரமும் படிந்திருக்கும் ஈர நைப்பும், கைப்பிடிச் சுவரின் உள் ஓரங்களில் கறுப்பும் பச்சையுமாகப் படிந்த பாசியும். கீழே, பரட்டையாய்த் தலைவிரித்த மரங்களின் இடைவெளியில் தென்படும் மண் தரையில், நனைந்த சருகுக் குப்பையும், உள்ளே இடமில்லாமலோ, விருந்தாளிகளின் வரவாலோ சிதறலாக நிற்கும் ஓரிரு கார்களிடையே நிலவும் அளவற்ற தனிமையும் பரந்திருக்கும்.

முழுக்க முழுக்க நிரம்பின தரையும், முழுக்கக் காலியான ஆகாயமும் என்று எதிரெதிரான இரண்டு தளங்களைக் கோக்க முனையும் கயிறு மாதிரி சிகரெட் புகை உயர்ந்து மேகக்கூட்டத்துடன் இணைய மேலே போவதை, தோற்பதை, இயலாமையைக்கூட வெளிப்படுத்த முடியாத இயலாமையோடு தடயமின்றிக் கலைவதை வேடிக்கை பார்த்தபடி கடைசி இழுப்பை முடித்துவிட்டுத் திரும்பினேன்.

பத்மினியின் தொலைதூர உறவினர் அவர். உறவின் கண்ணிகளை இருவரும் விரித்துரைக்கத் தொடங்கியபோது சிடுக்கு அதிகமாகிறமாதிரிப் பட்டது. ஒரு காலத்தில் குடும்பங்கள் அருகருகே வசித்திருக்கின்றன; கடிதங்கள், தொலைபேசி, அப்புறம் செல்ஃபோன், திருமணப் பத்திரிகைகள், சாவுச் செய்திகள், வாரிசுகளின் கல்வி முன்னேற்றம் என்று இழையறாது தொடர்ந்த பாசம். குடும்பங்களுக்கிடையே நிலவியதைவிட, இவர்கள் இருவருக்குமான நட்பு இன்னமும் ஆழமானது.

மும்பை வரவேண்டிய சாக்கு கிடைத்த மாத்திரத்தில் இங்கேதான் போய் இறங்கவேண்டும் என்று உறுதியாக முடிவெடுத்தாள் அவள். வரவேற்புக்கும் வாஞ்சைக்கும் குறைவேயில்லை. என்னைவிட நாலைந்து வயது மூத்த அந்த உறவினர் மிகமிக வசதியானவர். இழைத்து இழைத்து

அலங்கரித்த வீடு. பளிங்குக் கல் தரை. அடர்மழைக் காலத்திலும் இருபத்துநாலு மணிநேரமும் ஓடும் குளிர்பதனம். ஜன்னல் திரையை உயர்த்த இறக்க, எதையேனும் முடுக்க என்று சகலத்துக்கும் மின்பொத்தான் வசதி.

சாப்பிடவும் மலம் கழிக்கவும் மட்டுமே மெனக்கெட வேண்டும் – மற்றபடி, அனைத்தையும் வசதியாக நடத்திவைக்கும் யந்திரங்கள், உபகரணங்கள். உதாரணமாக, குளிக்க முடிவெடுத்தால் குளியலறைச் சுவரில் பதித்த பலகை போன்ற அமைப்பின் முன்னால் சென்று நின்றால் போதும். எல்லாப்புறமிருந்தும் பீய்ச்சியடிக்கும் தாரைகள் மன்னனைப்போல நீராட்டும்; முதுகுப்புறத்தை நாமேதான் திருப்பிக் காட்ட வேண்டும் என்ற ஒரு குறை மட்டுமே.

தவிர, உறவினர் நடைமுறையான மனிதர். முதன்முதலாக வெளிமாநிலம் வந்திருக்கும் தம்பதிக்கு என்னென்ன வசதிகள் தேவை, பார்க்க வேண்டிய இடங்கள் என்னென்ன என்று பார்த்துப் பார்த்து ஏற்பாடு செய்திருந்தார்.

மிகப்பெரிய தொழில்நிறுவனத்தில், கேந்திரமான பதவியில் இருப்பவர். அடிக்கடி வெளிநாடுகளுக்குப் பறப்பவர். இந்த வாரம் அவர் இந்தியாவில் இருக்கிறார் என்பதே எங்கள் பாக்கியம் என்று அவருடைய மனைவி அடிக்கடி சொன்னார். அது சற்று உறுத்தியதுதான். ஆனால் வசதிகளின் தட்டுகள் அவ்வளவு ஏறித்தாழ்ந்து இருக்கும்போது, மயிலிறகின் கனம் கொண்ட புகார்தான் இது. மேலும், புரவல மனத்துக்கு இல்லாத உரிமையா!

இன்னொரு மனக்குறையையும் சொல்லவேண்டும். செல்ஃபோன் அழைப்புகளில் எத்தனையோ சமாசாரங்கள் பேசக்கூடியவர், நேரில் பார்க்கும்போது வெளிநாட்டுப் பயணங்கள் பற்றியே அதிகம் பேசினார் என்பது. ஆனால் இது என்னுடைய மனக்குறை மட்டுமே என்பது பத்மினியின் முகத்தைப் பார்த்தாலே தெரிந்தது...

ஆனால், அவள் முகத்தை அடிக்கடி பார்க்க இயலவில்லை – அவருடைய வருமானத்தின், அது வழங்கிய படாடோபத்தின் முன்னால், நானொரு சித்திரக்குள்ளன் என்கிற மாதிரித் தாழ்வுணர்ச்சி கிளம்பி பத்மினியின் கண்களை நேருக்கு நேர் சந்திக்கத் திராணியில்லாமல் போனது. அவள் அந்த மாதிரியெல்லாம் யோசிக்கக் கூடியவள் இல்லை என்று எனக்கே தெரியும் – ஆனால் நான் இந்த மாதிரி யோசிக்கக் கூடியவனாயிற்றே.

வேதாளம் சொன்ன கதை

காலைக் காஃபியோடு இன்னொரு சம்பவம் ஆரம்பித்தது. பாகிஸ்தானோ பங்களாதேஷோ போகவிருக்கிறார். விமானம் ஓடுபாதையில் விரைகிறது – கழுகோ பருந்தோ இறக்கையில் மோதி விமானம் பழுதாகிவிட்டது. மாற்றுவிமானம் ஏற்பாடு செய்து மீண்டும் கிளம்ப இரண்டு மணிநேரத்துக்கு மேல் தாமதமாகியது. மாநகரங்களில் பறவைகளை அனுமதிக்க வேண்டிய அவசியம் என்ன, மரங்களே அரிதான நகர்ப்பரப்பில் பறவைகளுக்கும் வசிப்பிடப் பிரச்சினை எழத்தானே செய்யும், மனிதக் கழிவுகளை அகற்றுவதே பெரும்பாடாக இருக்கும் பெருநகரத்தில் பறவைக் கழிவுகள் பற்றி வேறு விசனப்பட வேண்டியிருக்கிறது, நம்முடைய அடுக்ககத்தின் மொட்டைமாடியைப் பார்த்தாலே புரியும், இதெல்லாம் மூன்றாம் உலக நாடுகளில் மட்டுமே நடக்கும் அசட்டுத்தனம், பார்க்கப்போனால் பறவை என்பதே மனிதன் உண்பதற்காகப் படைக்கப்பட்ட ஜீவராசிதானே, நாமும்தான் நாரிமன் பாய்ண்ட்டில் நெல்லோ கோதுமையோ விளைவிக்க முயல்வோமா என்கிற மாதிரிக் கொண்டு சென்று முடித்தார்.

பெண்கள் இருவரும் அத்தனையும் நியாயம் என்கிற மாதிரித் தலையசைத்துக் கேட்டுக்கொண்டிருந்தார்கள்.

அடுத்த சிகரெட்டுக்கான தேவையை உணர்ந்தேன். ஒவ்வொரு படியாக ஏறிப் போகும்போது உடம்பின் கனம் கூடிவிட்ட மாதிரி இருந்தது. அது உடம்பின் பளுவா, மனத்தின் எடையா என்று கண்டுபிடிப்பதற்குள் கடைசிப்படி வந்துவிட்டது. எந்த நாட்டின் சமூகவியல் ஆய்விலாவது மேற்சொன்ன தர்க்கங்களில் ஒன்றாவது இருக்கக் கூடுமா என்று தன்னிச்சையாக விசாரப்பட்டவாறே, கால் இடறாதபடி படிகளையும் கவனித்து வந்தது மனம்.

மாடிக்குள் நுழையுமிடத்தில் மரக்கதவு உண்டு. தாழ்ப்பாளைத் திறக்கிறேன் ராட்சத இயந்திரம் ஓட ஆரம்பித்தது போன்ற பேரொலி கேட்டது. கதவு திறந்த மாத்திரத்தில் கண்டேன் – கிட்டத்தட்ட ஐந்நூறு புறாக்கள். திடுமெனக் கதவு திறந்ததாலோ, புதியவன் வருகையாலோ அதிர்ந்து ஒருசேர எழும்பின. ஒரே நொடியில் மொட்டை மாடி காலியாகிவிட்டது. பிறகுதான் கவனித்தேன் – குடியிருப்புவாசி எவரோ மாடித் தரையில் தானியங்கள் இறைத்துப் போயிருக்கிறார். தினசரி நியமம் போல.

என்னுடைய இடத்தில் நின்று புகைக்கத் தொடங்கினேன். தைரியசாலிப் புறா ஒன்று திரும்பி வந்தது. கழுத்தைக் கோணலாக வளைத்து என்னைப் பார்த்துவிட்டு, சாவகாசமாய்க் கொரிக்கத் தொடங்கியது. அடுத்தது. அதற்கடுத்தது. சிகரெட் பாதி தீர்வதற்குள் மொட்டைமாடி மீண்டும் நிரம்பிவிட்டது. பவளம்போன்ற

அசட்டுச் சிவப்பு நிறக் கால்கள், உலோகம்போலப் பளபளக்கும் கருஞ்சாம்பல் அலகு, ஈரத் தரையில் பரவிய எண்ணெய்ப் படலம்போன்ற வட்டவிழிகள், நீர் இறங்கும் தொண்டைபோல அலகு பிரியாத களகள ஓசை. அவ்வப்போது கூட்டமாக எழுந்து ஒரு சுற்றுப் போய், மறுபடி வந்து இறங்கும். வேகமாகத் துடிக்கும் சிறகுகளிலிருந்து தூசிபோலத் தூவிகள் உதிரும் – சிலவேளை இறகுகளும்தான்.

முன்பு பார்த்த ஏதோ திரைப்படத்தில் இடம்பெற்றுக் கிளர்ச்சியூட்டிய புறாக் கூட்டத்தை நேரில் பார்க்கக் கிடைத்தது விநோதமான பரவசத்தைக் கிளர்த்தியது. மாநகரத்தின் கானகப் பரிமாணத்தை உணர்ந்துவிட்ட மாதிரி உணர்ந்தேன். வேட்டையாடும் வன்மிருகங்களும் வலையும் பொறியும் பரப்புகிற வேடர் நடமாட்டமும் மலிந்த வனப்பகுதிகளினூடே, இறக்கைவிரித்துத் திரியப் போதுமான ஆகாயமும் நிரம்பியிருப்பதைக் கண்டதான திருப்தி சிகரெட் புகையுடன் உள்ளிறங்கி நெஞ்சை நிரப்பியது.

என்னுடைய பிரத்தியேக உலகுக்குள் நான் இறங்கியிருக்க வேண்டும். பாசியால் வழுவழுத்த தரையில் வழுக்கிக்கொண்டே போன பாதத்தை, முத்திய புறாவின் அலகு மீட்டெடுத்தது. இடைப்பட்ட வேளையில் உடல் எடையிழந்திருக்கும் போல. வரும்போது இருந்தது போலின்றி, இப்போது தக்கையாய் ஆகியிருந்தது.

அந்தப் புறா என்னையும் தங்களில் ஒருவன் என்று நினைத்திருக்குமோ! என்னை ஒரு புறாவாகக் கற்பித்துக்கொள்ள என்னால் முடியுமா என்று ஒருகணம் தோன்றியது. அபூர்வமான வெட்கம் தலைதூக்கியது.

வழுக்கும் பாசியும், மறுப்டியும் ஞாபகம் வந்துவிட்டதுபோலச் சடசடவென ஆரம்பித்த தூறலும், வெயிலென்ன மழையென்ன என்று சாவகாசமாக ஒன்றுடன் ஒன்று உரசித் தத்தி நகர்ந்த புறாக்களும் என்று மும்பைக்குள் இருக்கும் வேறொரு மும்பைக்குள் வந்து சேர்ந்தது அலாதியான ஆனந்தம் சேர்த்தது.

நல்லவேளை, இந்தமுறை மேலேறி வரும்போது சிகரெட் பாக்கெட்டையே எடுத்து வந்திருந்தேன்.

❍

காலையில் எழுந்து பல் துலக்கும்போதே மனத்தில் நமைச்சலெடுக்க ஆரம்பித்துவிட்டது.

காலமற்ற வேளையில் முழுக்க நிகழ்ந்து முடிந்த ஒன்றே, சம்பவம் என்னும் அனுபவமாகக் காலவெளிக்குள் இறங்குகிறது என்று ஒரு வாக்கியம் எங்கோ படித்திருக்கிறேன். இல்லை, வாக்கியமில்லை, கோட்பாடு. ஒரு பக்கம் மூடி, மறுபக்கம் மட்டுமே திறக்கும் குழாய்போன்ற அமைப்பிலிருந்து பற்பசை பிதுங்கி வெளியேறுகிற மாதிரி என்று நானாக உருவகித்துக்கொண்டேன். ஆனால் மேற்படி சங்கதியை எங்கே படித்தேன், ஜென் அடிப்படைகளை விளக்கும் நூலிலா; வெறும் நான்கு மட்டுமல்ல, பருவுலகுக்கு ஏகப்பட்ட பரிமாணங்கள் உண்டு என்று ஸ்ட்ரிங் தியரியை முன்வைத்துப் பேசும் நுண்பௌதிக நூலிலா என்பது கொஞ்சம்கூட நினைவில்லை.

அப்படியொரு காட்சிதான் இனம்தெரியாத ஆழத்தில் உருக்கொண்டு, வாக்கியங்களாகத் திரள ஆரம்பித்தது. ஒட்டியே, 'நமைச்சல்' என்ற சொல் அல்லவே, வேறு ஒரு சொல் அல்லவா அந்த உணர்வுக்குப் பொருத்தமானது என்று இன்னொரு முனையில் துழாவிக்கொண்டிருந்தது மனம்.

கணிப்பொறியை முடுக்கி விறுவிறுவென்று தட்டச்சு செய்ய ஆரம்பித்தேன். படுவேகமாகச் சில காட்சிகளும் வாக்கியங்களும் உருவாகி வந்தன. திரையில் விரிந்த வெண் படலத்தில், முன்கூட்டியே சிந்தித்து முடிவு செய்திருந்தமாதிரி தீர்மானகரமான வாக்கியங்கள் பதிவேறத் தொடங்கின ...

அவற்றின் மையமாக ஒரு குதிரை இருந்ததில் வியப்பதற்கு ஏதுமில்லை என்றுதான் சொல்ல வேண்டும். வரலாற்று மூதாதை இறங்கி வரத் தூண்டிய நேரடிக் குதிரையே இப்போதும் காரணமாய் இருந்திருக்கலாம். ஆனால் புறாக்கூட்டத்தின் ஞாபகம் எழுந்ததற்குக் காரணம் எதுவாய் இருக்கும் என்ற யோசனை, அன்று பகல் முழுக்கத் தீராமல் இருந்துவிட்டு, வேறேதோ யோசனைக்கு இடம் கொடுத்து மறைந்தது...

மூன்றாவது குதிரைக்கதையைப் பதிவதற்கு முன்பு, இன்னும் ஒரு விஷயத்தைச் சொல்லிவிடுகிறேன்.

வேதாளம் சொன்ன கதையையோ, எனக்கே நடந்து நினைவிருப்பதையோ எழுதும் வேகத்தில் பின்வரும் கதையை எழுத முடியவில்லை. இடையிடையே அமைதியும் மௌனமும் சொற்களைத் தேடி லேசான அல்லாட்டமும் என இடைவெளிகளையும் பெருமூச்சுகளையும் விடுத்தபடியேதான் எழுதினேன். இதற்கே நேரம் சரியாக இருந்தது என்பதால், மேலே உள்ள இரண்டு கதைப்பத்திகளையும் சாயங்காலம் வீடுதிரும்பிய பிறகுதான் எழுதினேன். இருந்தாலும், மானசீகக்

கட்டுமானத்தின் ஒரு அம்சம்கூட மறையாமல் நினைவிலிருந்தது – சாயங்காலம் வீடு திரும்பிக் கணினியை முடுக்கும்வரை – என்பதில் எனக்குக் கொஞ்சம் வியப்பு இருக்கத்தான் செய்தது. மறுபுறம், வரிசைக்கிரமப்படி சொல்வதுதான் சரி என்றெண்ணி, அவற்றை மேலேயே கோத்திருக்கிறேன்.

கணிப்பொறியை மூடும்போதும், காலை உணவை அவசர அவசரமாகக் கொறித்துவிட்டு, இருசக்கர வாகனம் மின்சார ரயில், நகரப் பேருந்து என மாறிமாறிப் பயணம் செய்து வியர்வையும் மூச்சிரைப்புமாக அலுவலகத்தை எட்டும்வரையிலும் பொறுத்திருந்து, அலுவலகக் கணிப்பொறியை முடுக்கும்போது அந்தச் சொல் கிடைத்துவிட்டது – ஆமாம், அது 'நமைச்சல்' இல்லை, 'தினவு'!

இனி, அந்தக் கதை.

கடைசி வீரனும் தரிசித்துப் போய்விட்டான். இருளும் அமைதியும் போட்டியிட்டு நிரம்பியிருக்கும் அறைக்குள் கட்டிலோடு மீண்டும் தூக்கிக் கொண்டுவைத்து விட்டார்கள். அறை என்று சொல்லக் கூடாது – கூடம் போலப் பெரியது. புட்டத்திலிருந்து தொடங்கி முதுகுவழியாகத் தலையைத் தாண்டி நீண்டிருக்கும் சாய்பலகையில் பின்னந்தலையைக் கிடத்தி, நகரவியலாது படுத்திருந்தாலும் வெளிப்புறத்தை நெடுக்குவச செவ்வகமாக வெட்டிக் காட்டும் பிரம்மாண்ட ஜன்னல். ஒன்றரையாள் உயரம் இருக்கும். அது இல்லையென்றால் இந்தப் பதினோரு நாட்களைக் கழித்திருக்க முடியாது.

எத்தனை களங்கள், எத்தனை போர்கள், எத்தனை திட்டங்கள், எத்தனை குதிரைகள், எத்தனை உத்திகள், எத்தனை யானைகள், எத்தனை சதிகள், எத்தனை காதல்கள், எத்தனை ரதங்கள், எத்தனை மரணங்கள், எத்தனை சின்னங்கள், எத்தனை வெற்றிகள், எத்தனை தகர்ப்புகள், எத்தனை முறிவுகள், எத்தனை நகரங்கள், எத்தனை கொள்ளைகள், எத்தனை பயணங்கள் எத்தனை மாளிகைகள், எத்தனை சூறைகள் . . . அவ்வளவும், ஜன்னல் பரிமாணமுள்ள ஆகாயத் துண்டை இமைக்காமல் வெறிக்கத்தானா.

எந்நேரமும் நாக்கு வறண்டிருக்கிறது. உடலுக்குள் எரிமலை திறந்து தீக்குழம்பு பெருகிய மாதிரி அசாத்திய உஷ்ணம். சதா அனத்தும் மனத்தை அடக்க முடியவில்லை . . . யாரோ வருகிறார்கள்; இரவுப் பொறுப்பு மருத்துவர். கோப்பையில்

ஔடதம் எதையோ கொண்டுவருகிறார். முக்காலியில் அதை வைத்துவிட்டு, பட்டுத் துகிலை இவன் மணிக்கட்டில் போர்த்தி நாடியையும் உஷ்ணத்தையும் அளக்கிறார். துணியைத் தாண்டி அவருடைய கையின் குளுமை தகிக்கிறது.

நாளை முதல் பொது தரிசனத்தை நிறுத்திவிட வேண்டியதுதான்.

என்று மஞ்சத்தருகே நின்று முனகுகிறார். 'ஏன்' என்று பார்வையால் வினவினான்.

பின்னே. பகல் முழுவதும் வெளிச்சத்தில் படுத்திருந்தால் உடம்பு எப்படி குணமாகும்? இன்னமும் அருகில் வந்து சக்ரவர்த்தியை தரிசிக்க அடம்பிடிக்கிறார்கள். அவர்களுக்கும் தொற்றிவிட்டால் பின்னர் காய்ச்சல் பரவும் வேகத்தைக் கட்டுப்படுத்த முடியாது. தளபதிகளிடமும், தலைமை வைத்தியரிடமும் பேசிவிட வேண்டியதுதான். ஆமாம், நாளைமுதல் வீரர்களை அனுமதிப்பதில்லை.

அதற்கு அவசியம் இருக்காது ...

என்று தனக்குள் முனகிக்கொண்டான்.

... அவர்களைச் சொல்லி என்ன புண்ணியம்? தங்களுடைய தலைவன் உயிரோடுதான் இருக்கிறானா என்று நேரில் பார்த்தறிய விரும்புகிறார்கள். எத்தனை ஆயிரம் மைல்கள் என்னோடு பயணம் செய்திருக்கிறார்கள். எத்தனை முறை உயிர் தப்பியிருக்கிறார்கள், எத்தனை டாலண்ட்டுகள் சம்பாதித்திருக்கிறார்கள், எத்தனை அபலைகளை வன்புணர்ந்திருக்கிறார்கள். எத்தனை காலம் குடும்பத்தைப் பிரிந்து இருந்திருக்கிறார்கள் ...

எத்தனைகளின் பட்டியல் மீண்டும் தொடங்கிவிட்டது. வாசல் நிலையின் திரைச்சீலை அசைகிறது. ஆசிரியரின் உருவம் அங்கே நிற்கிற மாதிரி பிரமை.

சிறுவனாக இருக்கும்போது அவருடைய நிழல்போலத் திரிவான். அது ஒரு விசித்திரமான கல்விமுறை. கேள்விகள் கேட்டுக்கொண்டே இருப்பார். தானாகவே பதில்களைத் தேடியடைந்து சொல்ல வேண்டும் இவன். 'கேள்வி கேட்கத் தெரியாத மனத்துக்கு பதில்களை அடையும் அருகதை கிடையாது' என்று சொல்வார். அவருடைய குரு பரம்பரையின் சொத்தே அதுதான் – கேள்விகள். இப்படித்தான், கேள்விகளின்

பெருஞ்சுனையை இவனுக்குள் திறந்து வைத்தார். இவனானால், பதில்களைப் போர்க்களத்தில் தேடி அலைபவனானான்.

உண்மையில், ப்யூஸிபாலஸை யாராலும் அடக்க முடியாதபோது, சிறுவனான தன்னால் முடிந்ததற்குக் காரணம் கேள்விகேட்கும் பழக்கமேதான். எல்லாத் திசைகளிலும் வீரியமாகச் சாடும் குதிரை, பின்புறம் சூரியன் இருக்கும்போது மட்டும் பம்முவதன் காரணமென்ன? மிகச் சில மணித்துளிகளில் விடை கிடைத்துவிட்டது – ஆம், நிழலைப் பார்த்து அஞ்சும் ஜென்மம் அது. அப்புறம் நடந்ததெல்லாம் சரித்திரம்.

ப்யூஸிபாலஸை வென்ற தினத்தின் இரவில் பிம்பங்கள் பற்றிப் பாடம் சொன்னார் ஆசிரியர். அவருடைய குருநாதரின் கோட்பாட்டை முன்னிறுத்தி நடத்தினார். ஒரு கால் ஊனமான அல்லது வால் இழந்த குதிரையைப் பார்க்கும்போதுகூட அது குதிரை என்று மனம் அறிந்துவிடுகிறதே எப்படி? என்று கேட்டார். இவன் கொஞ்ச நேரம் யோசித்தான் – 'நாம்தான் முழுக் குதிரையை ஏற்கனவே பார்த்திருக்கிறோமே?' என்று பதில் சொன்னான். முன்னர் பார்த்திராதபோதும் நமது பிரக்ஞையில் முழுமையான குதிரைப் பிம்பம் சுமந்தேதான் பிறக்கிறோமாம். மனித நனவிலியில் புதைந்து கிடக்கும் பிம்பங்களின் எண்ணிக்கை கணக்கிலடங்காதது என்று விளக்கினார்.

ஆனால் அவருக்குத் தெரியாது. இவனுடைய மனத்தில் எந்நேரமும் உயிர்ப்புடன் இருந்த பிம்பம் வேறொன்று என்பது.

ஒரு சாயங்காலம் நந்தவனத்தில் நிற்கிறான். காற்றின் இசைக்கு ஆனந்தமாகத் தலையசைக்கும் பூச்செடிகள். எத்தனை வண்ணங்கள், எத்தனை வடிவங்கள், எத்தனை மணங்கள், எத்தனை பரிமாணங்கள், எத்தனைவித அசைவுகள்... தலையை உதறி நினைவை நிலைப்படுத்த முயன்றான்.

மஞ்சள் நிற மலரொன்று. மிருதுவான இதழ்கள். அந்திச் சூரியனின் கரிசனத்தால் இன்னும் இன்னுமென்று ஒளிர்ந்து அசைந்தது. அதன்மேல் ஒரு பூச்சி வந்து அமர்ந்தது. அத்தனை மெல்லிய இதழின்மேல் நிதானமாக அமர்ந்து கம்பி போன்ற நீள் மூக்கைப் பூவினுள் நுழைத்து உறிஞ்சியது. அவ்வளவு நேரமும் அதன் வால் பகுதியும் இறக்கைகளும் லேசான சலனத்தில் இருந்தன – காரணம் எது, ஆனந்தமா, சரிந்து விடாமல் உடல் சமனம் கொள்வதா?

மறுகணம் கேள்வி வேறுபுறம் திரும்பியது – தன் உடலின் எடையைவிடக் கனம் குறைந்த பூவிதழில் பூச்சி நிலையாக நிற்பதன் மர்மம் என்ன? எந்தக் கணமும் உயர்ந்து பறந்துவிட முடியும் என்பதால் அச்சமின்றி நிற்கிறதோ? அதன் காரணமாக, கால்களை அழுத்தி ஊன்றாமல் நிற்கிறதோ.

இல்லை, இரண்டுமே காரணமில்லை. இரண்டு அல்லது நான்கு கால்கள் தரும் சமனத்தைவிட, ஆறுகால்கள் தருவது அதிகம். ஆமாம், அப்போது உடல் செங்குத்தாகவோ, நீள்வசமாகவோ இருப்பதில்லை – கிட்டத்தட்ட வட்டமாகி விடுகிறது அல்லவா.

இவனுடைய மனத்தின் குரல்போல மெய்க்காவல் வீரனுடைய குதிரைக் குளம்புகள் கருங்கல் பாவிய நந்தவனப் பாதையில் நடைபயிலும் ஒலி கேட்டது. திரும்பிப் பார்த்தான் – ஆ, ஆறு கால்கள்!... குதிரைமேல் ஆரோகணித்த உருவமும் அதன் லாவகமும் விசையும் நிரந்தர பிம்பமாக ஆழ்மனத்தில் தங்கின.

இதோ, 'என் மேல் சவாரி செய்ய வா' என்று அழைக்கும் உருண்டை விழிகளோடு, நிம்மதியற்று மாறிமாறி ஊன்றும் கால்களோடு, சற்றே ஏந்தலாக புட்டத் துவாரத்தை விட்டு விலகி நேர்கோடாக இறங்கி விறைத்த வாலின் அடர்த்தியோடு நிற்கிறது அந்தக் குதிரை. சாதாரணக் குதிரை அல்ல–இறக்கைகள் முளைத்த அபூர்வக் குதிரை. இறக்கைகள் கற்பிதமா நிஜமேதானா என்பதைப் பிரித்துணர முடியவில்லை – ஆனால் உள்ளேயிருக்கும் நிரந்தர பிம்பத்துக்கு விரோதமாய் இல்லை.

புராதன காலத்திலிருந்தோ, புராண காலத்திலிருந்தோ, கடவுளரின் பிராந்தியத்திலிருந்தோ, ரோமாபுரியிலும் கிரேக்கத்திலும் பார்க்கக் கிடைத்த பளிங்குச் சிற்பங்களின் உலகிலிருந்தோ இவனுக்காகவே இறங்கி வந்து, காத்து நின்றிருக்கும் குதிரைமேல் அபாரமான அபிமானம் எழுகிறது. தலையைச் சொடுக்கித் திருப்பும்போது வயோதிகத்தின் காரணமாகக் கொஞ்சநாள் முன்பு இறந்துபோன பியூஸிபாலஸின் அச்சான சாயல் தெரிகிறது – இல்லை, இது நிச்சயம் பியூஸிபாலஸேதான். இறந்த பின்னர், விலங்குகள் பறவைகளாக ஆகிவிடுமா என்ன? அப்படியானால், மனிதர்கள்??

உடம்பு பஞ்சணையில் கிடக்க, தான் மட்டும் அதன் முதுகில் ஏறி அமர முயல்கிறான். முதுகைச் சுழிக்கிறது குதிரை –

முதன்முதல் சந்திப்பில் செய்ததுபோலவே. ஆனால் நிழல்களை உருவாக்காத விசித்திரப் பகலில் அல்லவா அது நிற்கிறது!

ஒருவழியாக அமர்ந்துவிட்டான்.

பூச்சியைப்போலச் செங்குத்தாக உயர்கிறார்கள் இருவரும். நிழல் வீழ்ந்தாலும் அதைப் பார்க்கும் பேச்சேயில்லை. வானோக்கிப் பாய்கிறது குதிரை. அதன் வயிற்றுப்புறங்களில் தொங்கும் மிதிகளில் பதித்த பாதங்களை மெல்லத் திருப்பி முன்னங்காலால் விலாக்களில் நிமிண்டி உந்துகிறான். குதிரை, மனிதன் என்ற இரண்டு தனித்த அடையாளங்கள் மறைந்து, ஒரே உருவமாய்ப் பிணைந்து பறக்க ஆரம்பிக்கிறார்கள்.

ஆ, மாமன்னருக்கு ஜன்னி கண்டுவிட்டது.

என்று கூவியதுதான் மாவீரன் அலெக்ஸாந்தர் தன் காதாரக் கேட்ட கடைசி மனிதக் குரல். தலைமை மருத்துவருடையது. ஆட்கள் பாய்ந்து வரும் ஓசைகள்.

அசடர்கள், ஒவ்வொரு முறை பாதம் வெட்டும்போதும் தன் செல்லக் குதிரைக்கு சிமிட்டாக் கொடுக்கிறான் மன்னன் என்று அறியாதவர்கள்...

●

17

காலையில் எழுதிவைத்துவிட்டு வந்த அலெக்ஸாண்டர் கதை என்னைப் பிறாண்டிக் கொண்டே இருந்தது. திடீரென்று சரித்திரக் கதையொன்று எழுதவேண்டுமென்று ஏன் தோன்றியது? வெறும் குறிப்பு அளவுக்கே சம்பவ கனம் கொண்ட ஒரு நீண்ட பத்தியைக் கதை என்று சொல்லலாமா? எது கதை என்பதற்கு அளவுகோல் ஏதாவது உண்டா? கணிசமான காலம் எழுதாமல் இருந்துவிட்டு, இப்போது ஒன்றை எழுத நேர்ந்ததால் உண்டான சஞ்சலம்தானா இது?

கேள்விகளின் படையெடுப்பு வழக்கம்போல நிகழ – இப்போதுகூடப் பாருங்கள், படையெடுப்பு என்ற சொற்றொடர் ஏன் இங்கே வந்து விழவேண்டும் – மனம் வேறு ஒரு இடத்தில் சென்று நிலைகொண்டது; எப்போதோ, எங்கோ வாசிக்கக் கிடைத்த ஒரு பத்தியின் சாரத்தில்:

> ‘முன்னுணர்வு என்றும், உள்ளுணர்ச்சி என்றும், டெலிபதி என்றும் விதவிதமான பெயர்களில் விவரிக்கப்படும் பலவும் வெறும் தற்செயல்களே’ என்று அறிவியல் மனோபாவம் கூறத்தான் செய்யும். தன்னுடைய தர்க்கத்துக்கு நியாயங்களை அடுக்குவது எந்தவொரு துறைக்கும் இயல்புதானே. மாற்றுத் தரப்பு வைக்கும் வாதங்களை, சான்றுகளை, ஒட்டாமல் சும்மா வேடிக்கை பார்த்துக்கொண்டே போவதும், கிடைக்கும்

மெல்லிய இடைவெளியில்கூட உரத்து நிராகரிப்பதும், அறிவுத்துறைகளின் வழக்கம்தானே?

ஆனால், இடைவெளியே இல்லாத எறும்பு வரிசைபோலத் தற்செயல்கள் தொடர்ந்து நிகழ்ந்தால், வேறொரு விதமான தர்க்கம் மனத்தில் தலைதூக்கி விடாதா? அதை நம்பவும் ஆரம்பிக்க மாட்டோமா?

கனத்த வாக்கியங்கள். ஆனால் மேற்படி வாக்கியம் நினைவிலெழுந்த காரணத்தை யூகிக்க முடியவில்லை...

வீட்டு வாசலில் இருசக்கர வாகனத்தைக் கொண்டு நிறுத்தியபோது, வேதாளம் இன்று வரும் பட்சத்தில் அவரிடம் கேட்பதற்கு மூன்று கேள்விகள் தயாராயின.

ஏனோ, இன்று நிச்சயமாய் அவர் வருவார் என்றும் உள்ளுணர்ச்சி சொன்னது.

ஏன் என்னைத் தேடிவந்து பிடிவாதமாகக் கதைகள் சொல்கிறீர்கள்?

உன்மேல் ஒரு பிரியம்தான் அப்பனே? பிரியத்துக்கும் காரணம் சொல்லித்தான் ஆகவேண்டுமாக்கும்!

குரலில் வழக்கமான கேலி இருக்கத்தான் செய்தது; ஆனால் வழக்கம்போல உறுத்தவில்லை. காரணமும் புலப்படவில்லை.

என்னுடைய அனுபவங்கள் மட்டுமில்லாமல், மற்றவர்களுடையதையும் சொல்கிறீர்களே, நானும் இன்னொருவரும் ஒரே சமயத்தில் கொள்ளும் அனுபவத்தையும்கூட எப்படித் துலக்கமாகச் சொல்ல முடிகிறது?

அவர் சற்று மௌனமாக இருந்தார். வேதாளத்தைத் திகைக்க வைத்துவிட்டோம் என்று எனக்கு ஒரு கணம் பெருமிதமாக இருந்தது. ஆனால் எனக்குப் புரியக்கூடிய மொழியில் சொல்லவேண்டும் என்பதற்காக, தமது வாக்கியங்களைப் பரிசீலனை செய்வதற்கான இடைவெளிதானோ அது என்று இதை எழுதும்போது தோன்றுகிறது...

ஒரு சமயத்தில் ஒரு இடத்தில்தான் இருக்க முடியும் என்பது உடம்பின் வரையறை அப்பனே! என்னைப் போன்றவர்கள் இங்கிருந்தபடியே எங்கும் இருப்போம். இங்கே தென்படும் அதே உருவம்தான் எல்லா இடத்திலும் இருக்கவேண்டும் என்பதில்லை. உங்கள் பாஷையில்

சொல்ல வேண்டுமென்றால், நாங்கள் ஒளியின் வேகம் கொண்டவர்களாக்கும். கிருஷ்ண பகவான் ஒரே நேரத்தில் பதினாயிரம் கோபியரோடு சல்லாபிக்கவில்லை!

பகபகவெனச் சிரித்தார். எனக்கு எரிச்சலாய் இருந்தது. 'இதுதான் உமது பிரியத்தின் லட்சணமாக்கும்' என்று அது இன்னமும் அதிகரித்தது.

அந்தச் சிரிப்பு உடனடியாகக் கந்தசாமித் தமிழய்யாவை நினைவுபடுத்தியது. ஆனால் அவருடைய சிரிப்பு எனக்கு ஒருபோதும் எரிச்சலூட்டியதில்லை. விநோதமாக, அய்யாவின் மகன் போன்ற தத்ரூபச் சாயல் கொண்டிருந்த ஒரு நண்பருடன் நடந்த உரையாடலும் நினைவு வந்தது. அதையுமே சொல்லிவிடுகிறேன் . . .

சும்மா சமூகக் கதைகளாகவே எழுதிச் சலித்துவிட்டது. தவிர, முந்தைய தலைமுறைக்கு முந்தைய தலைமுறை மாதிரிக் கைவீசி எழுதுவது சுலபமாயில்லை. பாத்திரங்களுக்குப் பெயர் சூட்டுமிடத்திலேயே பிரச்சினை ஆரம்பமாகி விடுகிறது. சாதி, மத அடையாளம் தெரியாத பெயர்களைத் தேடிக் கண்டுபிடிக்கப் போராடும்போது, ஒரிஜினலாக உருவான கதையின் கருவே சிலசமயம் மறந்து போய்விடுகிறது.

'சரியப்பா, சொந்த சாதியைக் களமாக வைத்து விளையாட வேண்டியதுதானே' என்று கேட்டார் அந்த நண்பர்.

அதுவும் சலித்துவிட்டது; எத்தனை கதைகள்தான் ஒரே களத்தை வைத்து எழுதுவது? அதில் இன்னொரு சிக்கலும் இருக்கிறது – சும்மாவே உறவினர்களுடன் அவ்வளவு சுமுகம் இல்லாதவன்; கதைகிதை என்று எழுத ஆரம்பித்த பிறகு, விரோதிகளின் எண்ணிக்கை அதிகரித்துவிட்டது. இத்தனைக்கும் நான் எழுதும் கதைகளையோ, அவை வெளி வரக்கூடிய பத்திரிகைகளையோ வாசிப்பது இருக்கட்டும் – அநேகமாக, கேள்வியே பட்டிராதவர்கள். அதுசரி, விரோதம் கொள்வதற்குக் காரணமெல்லாம் வேண்டுமா என்ன!

நேர்ப்பேச்சில் சொன்னதை ஏன் எழுத்துத் தமிழில் எழுதித் தொலைக்கிறேன் என்ற சுயவிமர்சனத்தை அமுக்கிக்கொண்டு, மேற்சொன்ன நண்பர் இன்னொரு சந்தர்ப்பத்தில் கேட்ட கேள்வி நினைவு வந்து தொலைக்கிறது...

கரட்டுப்பட்டியெ விட்டு நீங்க வெளியேறி எத்தனை வருஷம் ஆகுது கிருஷ்ணன்? . . .

அட, அவருக்கு பதில் சொல்லும்போதுதான் உறைத்தது – நாற்பத்தைந்து வருடம் . . .

ஆனால் இப்போதும்கூட, திறந்திருக்கும் கண்ணுக்குத்தான் சென்னை மாநகரம் அனுபவமாகிறதே தவிர, மூடிய இமைகளுக்குள் புதுக் கருக்கு அழியாமல் அதே கரட்டுப்பட்டிதான் இருக்கிறது; அடிபிறழாமல் அப்படியே அழுத்தமாக இருக்கிறது (அட, ஒரே வரிசையில் எத்தனை 'அ'னாக்கள் – கந்தசாமித் தமிழய்யா மட்டும் இதை வாசித்திருந்தால் கொண்டாடித் தள்ளியிருப்பார்.) நண்பரின் குரல் இடைவெட்டியது:

அப்பறம் ஏன் இன்னமும் அதைப் பிடிச்சிக்கிட்டுத் தொங்குறீங்க?

நியாயம்தான், கரட்டுப்பட்டியை நான் பிடித்துத் தொங்குகிறேனா, இல்லை அதுதான் என்னை வளைத்துப் பிடித்திருக்கிறதா என்பதெல்லாம் தத்துவத் துறை நோக்கி, அல்லது மனோதத்துவத் துறைக்குள் இழுத்துச் செல்லக்கூடிய கேள்விகள். அந்தத் துறைகளும் எனக்கு அவ்வளவாகப் பரிச்சயம் இல்லாதவை. ஏதோ, இருப்பதை வைத்துச் சமாளித்து வருவதே என் இத்தனை வருடப் பழக்கம்...

ஆனால், கந்தசாமித் தமிழய்யாவுக்கு நான் எவ்வளவு கடமைப்பட்டிருக்கிறேன் என்பதை ஒருவரியில் சொல்லிவிட முடியாது. வியங்கோள் வினைமுற்றும் ஈறுகெட்ட எதிர்மறை வினையெச்சமும் இன்றுவரை எனக்கு மறக்கவில்லை என்பதில் பெரிய ஆச்சரியமொன்றுமில்லை – யாருக்குமே பால்யத்தில் நடந்தது பசுமையாக இருப்பதும், நேற்று நடந்தது துல்லியமாக மறந்துபோவதும் சகஜம்தான். எனக்குப் பல்மருத்துவரின் சாய்நாற்காலியில் கிடந்தபோது மேற்படி வினையெச்சம் நினைவு வந்ததுதான் ஆச்சரியம்.

அதைவிட, அய்யாவின் இன்னொரு தனித்தன்மையையும் சொல்ல வேண்டும். எங்கள் முகத்தைப் பார்த்தே இன்று பாடம் கேட்க ஆர்வம் இருக்கிறதா என்பதைக் கண்டுபிடித்துவிடக் கூடியவர். இன்னொரு விதமாகவும் சொல்லலாம் – எங்களுக்கு என்றைக்குமே ஆர்வம் இருந்ததில்லை என்பதும் அவருக்கு வகுப்பில் நுழைந்த மாத்திரத்தில் இது தெரிந்துவிடும் என்பதும் தினசரி நடைமுறை. அய்யாவுக்கு ஆர்வம் இல்லாத நாட்களில் என்று வேண்டுமானால் சேர்த்துக்கொள்ளலாம் – அய்யா ராஜாராணிக் கதைகள் சொல்லத் தொடங்குவார். அட அட, மேல்நாச்சிகுளம் நடுநிலைப்பள்ளிக் கூரைக் கட்டிடம் அரண்மனைகளாக மாறி, சுற்றுச்சுவர் அருகில் நின்றிருக்கும் வேப்ப, வாதரக்காச்சி மரங்கள் பெருவிருட்சங்களாகவும், கதவின் கண்ணாடி உடைந்த ஜன்னல்கள் சாளரங்களாகவும் பலகணிகளாகவும் உருப்பெறும் மாயத்தை எப்படி மறப்பது?

வேதாளம் சொன்ன கதை

இந்த விதத்தில்தான் அய்யாவுக்கு நான் மிகமிகக் கடமைப் பட்டிருக்கிறேன். அய்யாவின் பாணியில் இரண்டு மூன்று ராஜாராணிக் கதைகள் எழுத முனைந்து, முதல் நாலைந்து வரிகளுக்கு அப்புறம் நகராமல் விட்டுவைத்திருக்கிறேன். கணிப்பொறிக் குப்பைக் கிடங்கில் வருடக்கணக்காகக் கிடப்பவற்றை (ஊறுகாய்= வினைத்தொகை) தேடியெடுக்கக்கூட ஆர்வமில்லை...

வேதாளம் செருமும் ஒலி கேட்டது.

மன்னரின் மனம் குழந்தைமை நிரம்பியது. அதற்காக விளையாட்டுத்தனமானது என்று எண்ணிவிட வேண்டாம் – வெகுளியானது என்ற அர்த்தத்தில். ஆனால் நீதி பரிபாலனத்துக்கும் கருணைக்கும் பெயர்போனது. 'நெருப்பாய் எரியும் நீர்' என்பது போல முந்தைய வாக்கியம் அபத்தமாய்ப்படுகிறது அல்லவா. சதா கருணையைக் காட்டிக்கொண்டிருந்தால், நீதியை எப்படி நிலைநாட்டுவது என்ற சந்தேகமும் வரத்தான் செய்யும். அவசரப்படவேண்டாம். குற்றங்கள் மற்றும் தண்டனைகள் பற்றி ஒரு உதாரணம் சொன்னால் புரிந்துவிடும்.

ஆண்களின் பாலியல் குற்றங்களுக்கு ஒரே தண்டனைதான் – விரைகளை அகற்றுவது. ஆனால் அரண்மனை மருத்துவர், உரிய விதத்தில் மயக்கமருந்து புகட்டி, வலியில்லாமல் அகற்றுவார். ஒரு குற்றத்துக்கு இரண்டு தண்டனை கூடாது என்ற மகத்தான கருணையே காரணம். மேற்படிக் குற்றத்தைப் பெண்கள் செய்தால்? அந்நிய தேச வியாபாரியை பொது இடத்தில் கண்ணடித்து அழைத்த பரத்தைக்கு அளித்த தண்டனை விளக்கிவிடும். சிமிட்டிய இடதுகண்ணைத் தோண்டியெடுக்கத் தீர்ப்பு – மயக்கமருந்து கொடுத்துத்தான்.

தண்டித்துவிட்டு சும்மா விட்டுவிடாது அரசாங்கம். ஒரு கண் இழந்த பெண்கள் அரண்மனை ஆடைகளுக்குக் காஜா எடுக்கலாம்; பிரம்மாண்ட சமையலறையின் ஓரத்தில் அமர்ந்து மூட்டை மூட்டையாக முட்டைக்கோசும் வெங்காயமும் நறுக்கித் தரலாம். பார்வை இழந்த ஒற்றைக் கண்ணில் சதா நீர் வழிந்தால், அதற்கு வெங்காயக் காரம் மட்டுமே காரணம்.

விரையகற்றிய ஆண்களுக்கும் மறுவாழ்வு உண்டு. அந்தப்புரக் காவலர்களாய் நியமிப்பார் மன்னர். இதுபோன்ற உடனடித் தண்டனைகளால், குற்றங்கள் குறைந்திருக்க வேண்டும் – அதுதானே முறை? ஆனால் ரகசியங்களும் சதியும் அதிகரித்ததுதான் மிச்சம் என்று மந்திரிமார், உளவு மற்றும் காவல் வட்டாரங்களில் ஆதங்கம் பெருகி வந்தது.

உதாரணமாக, பரத்தையர் சார்பாக ஆண்கள் கண்ணடித்து வாடிக்கையாளரை ஈர்க்கும் வழக்கம் ராஜாங்கத்தில் தொடங்கியது அந்தக் காலகட்டத்தில்தான். விலைப் பெண்டிர் கதி இன்னும் மோசமானது – வாடிக்கையாளர் வழங்கவிருக்கும் சன்மானத்தை ஆடவர் முன்கூட்டியே வாங்கிக்கொண்டார்கள்; தமக்குப் பேரளவிலும் பெண்டிருக்குப் பெயரளவிலும் (கந்தசாமித் தமிழய்யா நினைவு உங்களுக்கே வந்திருக்குமே..) என்று பகுத்தார்கள். எந்த நூற்றாண்டாய் இருந்தால் என்ன, பெண்டிர் நிலைமை இப்படித்தான் என்று தோன்றி, பிறவியிலேயே ஆண்மகனான மதிமந்திரிக்கே கண்கலங்கியிருக்கிறது, பலமுறை.

இந்தப் பின்னணியில், அரசவைக்கு அந்த வழக்கு வந்தது. குற்றவாளி, அரசரின் மெய்க்காவல் படையில் இருந்தவன். அல்லும்பகலும் – அதாவது, பணியில் இருக்கும் வேளைகளில் – மன்னரிடமிருந்து பார்வையை அகற்றக் கூடாது என்பது விதி.

அரண்மனை நந்தவனத்தின் மத்தியில் அமைந்த வசந்த மண்டபத்துக்கு அரசர் போயிருந்தார்.(ஏழ்மையின் உள்விளிம்புக்கும் போயிருந்தார் – அடுத்த தலைமுறை திவாலாவதற்கான சகல அறிகுறிகளும் இருந்தன. என்றாலும், உப்பரிகை வசந்த மண்டபம் தர்பார் சிம்மாசனம் அந்தப்புரம் வைரப் பிடி வைத்த செங்கோல் இவையெல்லாம் இல்லாமல் ராஜாவோ, ராஜாராணிக் கதையோ இருப்பது நன்றாகவா இருக்கும்) சற்றே இசகுபிசகான கோலத்தில் ஓய்வுகொண்டிருந்தாள், இருபத்து நாலாவதாகப் பட்டமேற்ற புதிய அரசி.

மன்னர் நிலை மறந்தார். பொது இடங்களில் நிலைமறப்பது அவருக்கு வழக்கம்தான். ஆரம்பத்திலேயே குறிப்பிட்ட குழந்தைமையின் பகுதியல்லவா அது. அந்த நேரங்களில் மன்னருக்கு முதுகைக் காட்டி, தனது பிடரியின் மையத்தில் கவனத்தைக் குவிக்க வேண்டும் என்பது மெய்க்காவலர் பணிநியதிகளில் பனிரண்டாவது ஷரத்தின் மூன்றாவது உபவிதி.

காவலன் அவ்வண்ணமே நின்றான். ஆனால் வழக்கத்துக்கு விரோதமான வேகத்தில் செயல்பட்டார் மன்னர். புதிய அரசிக்கு இன்னும் பழகவில்லை என்பதால் சற்று உரத்துக் கிறீச்சிட்டாள். இன்பத்தின் வெளிப்பாடா, வேதனையின் ஓலமா, பேராபத்து எதையும் பார்த்த மிரட்சியா என்ற திகைப்பு ஒருகணம் மீறியதால் திரும்பிப் பார்த்துவிட்டான்.

குதிரைக்குப் போலவே தனது கண்களுக்கும் தோல் மறைப்பு கட்டி, குதிரைமீது ரோந்து வந்த மேலதிகாரியின் பார்வையில்

பட்டுவிட்டது இது. ரோந்து அதிகாரியாகவே எத்தனை காலம் அலைவது, பங்காவுக்குக் கீழ் மேசை நாற்காலி தொட்டெழுதும் மைக்கூட்டில் நீட்டிய மயிலிறகு சகிதம் அதிகாரம் செலுத்தும் நாள் என்று வருமோ என்ற ஆதங்கத்துடன் குதிரையை மென்னடையில் நகர்த்தி வந்தவருக்குச் சிக்கிய உறுமீனானான் மெய்க்காவலன்.

ஆக, அவன் புரிந்திருப்பது விழிகள் இரண்டையும் அகற்றுவதற்கு அருகதை உள்ள குற்றம். விழிகளை அகற்றி விட்டாலும் அவற்றின்வழி உள்ளே சென்று பதிந்திருக்கும் பிம்பத்தை எப்படி அகற்றுவது? எனவே, மரணதண்டனை ஒன்றே வழி என்று தீர்ப்பானது. ஆனால் 'அரசியின் உயிருக்கு ஆபத்தோ என்ற பதற்றத்தில்தான் திரும்பிப் பார்த்தேன்' என்று குற்றவாளி சொல்வதையும் நிராகரித்துவிட முடியாதே. நீதியை வளைய அனுமதிக்கலாமா? பரிபாலனத்தின்மீது நிரந்தரக் கரும்புள்ளி பதிய அனுமதிக்கலாமா?

மதிமந்திரியும், மன்னரும் ஒரேவிதமாகக் குழம்பிப் போனார்கள். இறுதியில் மூன்று முடிவுகள் உதித்தன.

ஒன்று, அரசசேவையில் ஈடுபட்டவன் தியாகத்துக்கு அஞ்சக்கூடாது. இரண்டாவது, குழப்பமான வழக்குக்கு, குழப்பமான தண்டனையே பொருத்தமானது. மூன்றாவது, விசுவாசமான சேவகன் என்பதால், தனது சாவின் முறையைத் தானே தீர்மானிக்கும் உரிமையைக் குற்றவாளிக்கு வழங்க வேண்டும்.

நாலாவது ஒன்றும் இருக்கிறது. ஆனால் அது முடிவு அல்ல, காரணம். செலவினங்களைக் குறைப்பது என்ற அரசாங்கத் திட்டத்தின் பகுதியாக, தண்டனை நிறைவேற்றும் அலுவலர் பணிநிலைகள் ரத்து செய்யப்பட்டிருந்தன. குற்றவாளிகளுக்குத் தண்டனையை மன்னர் தம் கைப்படவோ, மந்திரிகளில் தேர்ந்தெடுக்கப்பட்டவர் மூலமோ நிறைவேற்றுவது சிக்கனம் என்ற வகையிலும், பஞ்சத்தில் அடிபட்ட மன்னருக்கும் மற்றவர்களுக்கும் இயல்பாகவும் இனாமாகவும் கிடைத்த கேளிக்கைகள் என்ற வகையிலும் இந்த ஏற்பாடு அமோகமான வரவேற்பைப் பெற்றிருந்து.

ஆக, கனத்த மனத்துடன் தீர்ப்பை அறிவித்தார் மன்னர்.

இந்த இடத்திலாவது, எந்த வம்சத்தைச் சேர்ந்தவர், எந்தப் பகுதியை ஆண்டவர், அவருக்குப் பின்னும் வம்சம் தொடர்ந்ததா, எத்தனை காலம் என்றெல்லாம் விவரிக்க வேண்டும்தான். யாருமே எதிர்பார்க்கக் கூடிய குறிப்புகள் அவை.

ஆனால், தேவையில்லாத சமூக அரசியல் குழப்பங்களுக்கும் சர்ச்சைகளுக்கும் வழிவகுக்கும் தகவல்கள் ஒரு குட்டிக்கதைக்கு எந்தவிதத்தில் அவசியம். தவிர, வம்சம் காலகட்டம் பிரதேசம் போன்ற மேல்தள அடையாளங்களுக்கு அப்பால், மன்னர் என்ற ஸ்தானத்தை உருவாக்கும் தாதுப்பொருள் ஒன்றேதான் அல்லவா.

சிறைக்கூடம்போல வடிவமைக்கப்பட்ட கம்பி அழிக் கூண்டை ஒட்டி மேசை அமைக்கப்பட்டது. கம்பிகளின் இடைவெளியில் நுழையுமளவு பருமன் கொண்ட ஐந்து கோப்பைகள் வரிசையாய் வைக்கப்பட்டன. ஒரே மாதிரியான பரிமாணங்கள் கொண்ட வெண்ணிறப் பீங்கான் கோப்பைகள். கைதிக்கு உவப்பான கருணைக் கிழங்கு மசியல் திரவப் பதத்தில் அவற்றில் நிரம்பியிருந்தது. ஒன்றே ஒன்றை எடுத்து அருந்தவேண்டும் அவன். ஒருமுறைதான். ஒன்றை மட்டும்தான். ஒரு மிடறுதான்.

இதில் தண்டனை எங்கே வருகிறது? மறுபடியும் அவசரம் வேண்டாம். ஐந்தில் ஒன்று மட்டும் கொடும் விஷம் கலந்தது. கருணையின் குடை அத்தனை லேசானதல்ல, அதன் விசாலமுமே லேசுப்பட்டதல்ல. விஷக்கோப்பை எது என்று யாருக்குமே தெரியாது – விஷம் கலந்தவன் உட்பட. ஆம், கலந்து வைத்தவன் ஒருவன். மனம் போனபோக்கில் கோப்பை வரிசையை இடம் மாற்றி வைத்தவன் இன்னொருவன்.

தர்பார் மண்டபத்தில் பிரதானிகளும் வேடிக்கை பார்க்கவந்த குடிமக்களும் நிரம்பியிருக்க, மன்னரின் கண்முன்னால் தண்டனை நிறைவேற்றப்பட வேண்டும் என்பது நியதி. மறைக்கப்பட்ட நீதியும், மறுக்கப்பட்ட நீதியும் சமாந்தரமானவை என்று நீதிநூல்கள் சொல்லவில்லை? அப்படி ஒரு நூலிலும் சொல்லப்படாவிட்டாலும், மேற்படி வாக்கியத்தில் நீதித்தன்மை பொதிந்திருக்கிறதா இல்லையா ...

மன்னரும் பிரதம மந்திரியும் ஆளுக்கொரு ஆசனத்தில் கூண்டுக்கு எதிரே அமர்ந்தார்கள். கம்பிகளுக்குப் பின் நின்றிருந்தவன், ஆழ்ந்த யோசனையில் இருந்தான். கோப்பை வரிசையை இடவலமாகவும், வலஇடமாகவும் திரும்பத் திரும்ப வெறித்தவாறு போய்வந்தது பார்வை. பிறகு, சோர்வு மீறியவனாக, குத்திட்டு அமர்ந்தான்.

அவனுடைய ஒரு கையையும், கால்கள் இரண்டையும் இரும்புச் சங்கிலியில் பிணைத்து அழிவரிசையுடன் சேர்த்துப்

பூட்டுப் போட்டிருந்தது. கோப்பையை எடுக்க வாகாக வலதுகை மட்டும் சுதந்திரமாகத் தொங்கியது. மன்னரின் கருணைக்கு வரலாற்றில் அழிக்க முடியாத இடம் உருவாவது இந்த மாதிரி நுட்பமான காரணங்களால்தான்.

அரை மணி நேரம் கழிந்தது. மந்திரியின் காதில் ஏதோ சொன்னார் மன்னர். மந்திரி எழுந்து வந்தார். அவன் தலைநிமிர்ந்து பார்த்தான். அவனுடைய குழப்பத்தைக் குறைப்பதற்காக, மன்னர் பெருங்கருணையுடன் மேலும் ஒரு சலுகை வழங்கியிருக்கிறார். ஐந்தில் ஒன்று அகற்றப்படும்.

உண்மையில், மரணத்துக்கான வாய்ப்பு 1/5லிருந்து ஒன்றின்கீழ் நாலாக அதிகரித்துவிட்டதே என்று பிற்காலக் கணிதவியலாளர்கள் ஆய்ந்து சொன்னாலும், மன்னரின் குழந்தைமைக்கு இன்னொரு சான்றாகவே மேற்படி சலுகையைக் கொள்ள வேண்டும். ஐந்தைவிட நாலு சிறியது என்பது எந்தக் குழந்தைக்கும் தெரியுமே.

அரைமணி நேரத்துக்கொரு தடவை மன்னரின் கருணையில் ஒவ்வொரு புதுச்சுனை திறந்தது. அவையின் பக்கமோ, அந்தப்புரத்துக்கோ திரும்ப வேண்டிய அவசரமும் காரணமாய் இருக்கலாம். வழக்கத்தைவிட வெயில் அன்று கடுமையாய்க் காய்ந்ததும், தர்பாரில் பங்கா இழுப்பவர் என்ற பணிநிலையையும் ரத்து செய்தாகி விட்டது என்பதும் உபரித் தகவல்கள் மட்டுமே.

ஆக, கோப்பைகளின் எண்ணிக்கை ஒவ்வொன்றாகக் குறைந்து வந்தது.

இறுதியில் ஒரேயொரு கோப்பை எஞ்சியது. 'இனி சிந்திக்க அதிக அவகாசம் தர முடியாது; அடுத்த நாழிகை நிறைவதற்குள் அதை அருந்தியேயாக வேண்டும்' என்று கறாரான குரலில் அறிவித்தார் மந்திரி. தாமதமான நீதியும், மறுக்கப்பட்ட நீதிக்குச் சமம்தானே?

சடாரென்று எழுந்தான். அவசரமாகக் கம்பிகளுக்கிடையில் கை நீட்டினான். கோப்பையை எடுத்து ஆவேசமாகப் பருகினான். தொண்டைக்குழி வேகமாக ஏறி இறங்கியது.

○

கதை முக்கியமல்ல, கதைசொல்லும் மோஸ்தர்தான் முக்கியம் என்று எழுத்து வாழ்க்கையின் ஆரம்பத்திலேயே ஒரு கருத்து நிலைப்பட்டுவிட்டது என்பதால், வேதாளம் மேற்சொன்ன விதமாக முடித்ததில் எனக்கு ஒரு ஆட்சேபணையும் இல்லை.

ஒரு கவளத்தை விழுங்கிய மாத்திரத்தில், அனிச்சையாக அடுத்த கவளத்தை உருட்டி எடுக்கும் கை போல, அடுத்த கதைக்குப் போனார் அவர். அந்தக் கதையைத் தருகிறேன்.

தூய இலக்கிய எழுத்துக்கு மதச்சார்பற்ற தன்மை முக்கியம் என்பதாலும், கீழே கொடுத்திருக்கும் இன்னொரு காரணத்தாலும் மட்டுமின்றி, தமது அந்தரங்க இலக்கியக் கோட்பாடு காரணமாகவும் இந்தக் கதையைச் சொல்லியிருப்பார் என்று நான் அனுமானிக்கிறேன். வேதாளத்துக்கு இலக்கியக் கோட்பாடா என்று எனக்குமே கொஞ்சம் ஆச்சரியம் இருந்ததுதான். மறுநாள் சந்தித்தபோது அது சமனப்பட்டது. ஆனால், மறுநாள் நடந்ததை மறுநாளில் சொல்வதுதானே பொருத்தமாய் இருக்கும்? இப்போதைக்கு, அந்த இன்னொரு காரணத்தை மட்டும் விவரித்துவிடுகிறேன்.

எத்தனையோ விளையாட்டுக்களில் ஆர்வம் இருந்தாலும், விளையாடுவதற்கான உடற்தகுதி சற்றும் இல்லாதவன் நான். உடலை அசைக்க அவசியமற்ற சதுரங்கத்தின் பால் கவனம் போனபோதுதான் தெரிந்தது – இந்த விளையாட்டுக்கான அறிவுறுதியும் என்னிடம் இல்லை என்பது. அதுவும்கூட அவரை இந்தக் கதை சொல்வதற்குத் தூண்டியிருக்கலாம்.

சுல்தானின் நிர்வாகத் திறமை பிரசித்தமானது. நிதிக்கும் ராணுவத்துக்கும் உள்ளாட்சிக்கும் மகளிர் மற்றும் சிறார் நலத்துக்கும் நீர் மேலாண்மை விளையாட்டு பொதுச் சுகாதாரம் என்று சகலத்துக்கும் தனித் தனி அமைச்சகங்கள் – தகுதி வாய்ந்த அமைச்சர்கள்; நிர்வகிக்க என யாருமே இல்லாவிட்டாலும் உழைத்துப் பசியாறி உறங்கி எழுந்து மீண்டும் உழைக்கக் கிளம்பும் பிரஜைகள் என்று தானாகவே இயங்கும் இயந்திரம்போல அரசாங்கம் நடந்துவந்தது.

விளைவு, சுல்தானுக்கு சாவகாசமாய்ப் போக்க அபரிமிதமாகப் பொழுது வாய்த்தது. எத்தனையோ சமாசாரங்களில் ஈடுபாடு கொண்டிருந்தாலும், சுல்தானின் பிரதான பொழுதுபோக்குகள் என்று இரண்டைச் சொல்லலாம். இரண்டுமே வெவ்வேறு விதமான போர்முறைகள் என்று தாமே சிலாகித்துக்கொள்வார் அவர். இரண்டாவதும் ஒரு போர் முறைதான் என்பது ஃபரூக்கி வெளியேறிய பிறகு தெரியவந்த சமாசாரம்.

முதலாவது சங்கதியில் சுல்தானுடன் இணைந்து மகிழ்ந்தவர்கள் பற்றி வரலாற்றாசிரியர்கள் அதிகம் பதிவு செய்ய வில்லை. பூடகமான ஓரிரு குறிப்புகள் மட்டுமே பதிவாகியுள்ளன –

மெய்க்காவலர்கள் இருவர், மற்றும் ஜனானாவைப் பாதுகாக்கும் பணியில் நியமனமாகியிருந்த, விரைநீக்கப்பட்ட நாலைந்து பேருடன் சுல்தானுக்கு இருந்த நெருக்கம் தொடர்பான குறிப்புகள் அவை.

அந்தப்புரம் நிரம்பப் பெண்கள் இருந்தாலும், யானைகளும், பூனைகளும், காளைகளும் நாய்களும் ஏன் ஒட்டகங்களும் ஒட்டகச்சிவிங்கிகளும் சிங்கங்களும் இணைசேர்வதை நேரடியாக அமர்ந்து காண்பதில் சுல்தானுக்கு அலாதியான பிரியம். இதற்கென்றே அரண்மனை வளாகத்துக்குள் தனித்திடலும் பட்டிகளும் கொட்டடிகளும் அமைத்திருந்தார் என்கிறது வரலாறு.

அரசவைக் கவிஞரின் பாடல் ஒன்றில், சுட்டுவிரல்மீது படிந்த நடுவிரல்போல ஒன்றின்மேல் ஒன்றாய்ப் பதிந்து கிடந்த கரப்பான் பூச்சிகளைப் பற்றிய குறிப்பு இருக்கிறது, அடுத்த பாடலில், அளவற்ற சுத்தத்தை மீறி, தற்செயலாக உணவுமேசையில் இரட்டையாக வந்தமர்ந்த ஈக்களை, பார்வை நகர்த்தாமல் களித்த சுல்தானின் ரசனை விதந்தோதப்பட்டிருக்கிறது. ஆனால் மேற்படிப் பொழுதுபோக்கு இந்தக் கதைக்குத் தொடர்பில்லாதது.

இரண்டாவது பொழுதுபோக்கு பற்றி ஏகப்பட்ட பதிவுகள் உள்ளன. அன்றாடம் அவர் ஈடுபட்ட போர் அது. இத்தனைக்கும், வாழ்நாள் முழுவதும் ஒரு யுத்தத்தைக்கூட எதிர்கொண்டிராத பேராட்சி நடத்தியவர் சுல்தான்.

அல் ஃபரூக்கி என்ற பெயர் முக்கியமானது. சுல்தான் நிகழ்த்திய மேற்படிப் போர்களில் எதிரிப்படையை நடத்திய இளைஞன். சதுரங்கத்தில் சுல்தானுக்கு மட்டுமீறிய ஆசை வளர்ந்ததற்கு, இவனுடன் ஆடிய ஆட்டங்களே காரணம். சுல்தான் என்பதற்காக ஒருபோதும் விட்டுக்கொடுக்காதவன். தந்திரங்களில் கரைகண்ட மகாதீரன்.

தவிர, மற்றவர்கள் ஷாஹென்ஷா, பாதுஷா என்றெல்லாம் விளித்து உவகையூட்டும்போது, ஃபரூக்கி மட்டும் இவரை சுல்தான் என்றே அழைப்பான்.

> *அறுநூற்றெழுபது சதுரமைல்கள் விஸ்தீரணம் கொண்ட ராஜாங்கத்தை ஜமீன் என்று சொல்வதுதானே பொருத்தம்?*

என்று சுல்தானின் கண்ணெதிரேயே உள்ளாட்சி அமைச்சருடன் வாதம் செய்தவன்.

சதுரங்கம் ஆடுவதற்கு என்றே தனி அறை உண்டு. அதை அறை என்று சொல்வது குறிப்பிடும் சவுகரியத்தை முன்னிட்டே.

சுல்தானின் படுக்கையறையைவிட விஸ்தாரமான, வசதிகள் மண்டிய கூடம் அது. பின்னந்தி வேளைகளில் மணக்கும் அத்தரையும் புனுகையும் இரவு முற்றும்போது கசப்பின் மணம் இடம்பெயர்க்கும்.

எதிரெதிராகப் போட்டவற்றில் ஒன்று அரியாசனம் போன்ற அலங்காரத்துடனும், மற்றது சாதாரண இரும்பு நாற்காலியாகவும் இருந்தபோதிலும், போர் மும்முரமாகும் வேளையில் கொலைவெறிக்கீடாக சமத்துவமும், சொற்பிரயோகங் களும் நடக்கத்தான் செய்யும். சிலவேளை எதிரில் ஆளே இல்லாததுபோன்ற மௌனம் கவியும். மாறிமாறிக் கிடக்கும் கறுப்பு வெள்ளைக் கட்டங்களில் தற்காப்பை மீறித் தாக்குதல் தொடரும். ஓலமும் குருதியும் அற்று மரணத்தின் வன்மம் பேயாட்டம் நிகழ்த்தும்.

குடுவையில் நிரம்பிய தண்ணீரால் வடிகட்டப்பட்ட புகையை, அதன் தோள்பட்டையில் பதித்த சிறுகுழாய் வழி வாய்க்கு அனுப்பும் சிலும்பியில் உறிஞ்சும் பழக்கம் கொண்டவர் சுல்தான். குடுவையின் சல்லடை மூடிக் கங்குகளில் தூவப்படுவது புகையிலைத் தூள் மட்டுமே அல்ல – வேறொரு சங்கதியும் உண்டு என்று பூடகமாகக் குறிப்பிடும் வரலாறு, அது இன்னது என்பதை ஏனோ சொல்லாமல் விடுகிறது. வரலாறு எதை நேரடியாய்ச் சொல்லும், எதைப் பூடகமாய்த் தெரிவிக்கும், எதைச் சொல்லாமல் விடுக்கும், எந்த அளவு வஞ் சகம் கொண்டிருக்கும் என்பதெல்லாம் காலத்துக்குக் காலம் மாறக்கூடிய விஷயங்கள் அல்லவா? மேகம்போலப் புகை அடர்ந்த பின்னிரவு வேளைகளில், இருவரும் மாற்றி மாற்றி ஒரே குழாயில் புகைப்பதோடு, மாமன்னரை 'ஜனாப்' என்று ஃபரூக்கி அழைப்பதும் உண்டு.

இதையெல்லாம் சுல்தான் பொருட்படுத்தியதில்லை. காரணங்கள் பல.

1. பிறந்ததிலிருந்தே செழுமையிலும் சொகுசிலும் திகட்டத்திகட்ட மூழ்கி வளர்ந்து வந்திருக்கும் சுல்தானுக்கு ஃபரூக்கி வழங்கும் தோல்வியின் கசப்புச்சுவை மாற்று ருசியாக அமைந்தது.

2. புதுப்புது வியூகங்களை உருவாக்கி அவன் விளையாடும் ஆட்டத்தின் புதிர்த் தன்மை தரும் கிளர்ச்சியும் பரபரப்பும், ஞானமும்.

3. அபூர்வமாக, ஃபரூக்கியின் ராஜாவை நகரவியலாமல் முடக்கிவிடும் சந்தர்ப்பங்களில், போர் அனுபவம் அறவே இல்லாத சுல்தான் அடையும் கிளுகிளுப்பு.

4. அவ் வேளைகளில், தன் உடையின் நிரந்தர அங்கமான குறுவாளை அவனது குரல்வளை நோக்கி நீட்டி உறுமுவார். அப்போதும் அவன் முகத்தில் அகலாதிருக்கும் புன்னகை. அது சுல்தானுக்குத் தருகிற, சுயவதைக்கு நிகரான இன்பம்.

5. ஆரம்பத்திலிருந்தே, ஃபரூக்கியின் இன்னொரு நண்பரான பக்கிரி உண்மையில் யாசகரோ, பித்தரோ இல்லை – சூஃபி ஞானியாக்கும்; நிர்ணயிக்க முடியாத வயது கொண்டவர், தலைமுறைகள் தாண்டி வாழ்கிறவர் என்று சுல்தான் கேள்விப்பட்டிருந்தது.

வழக்கம்போல ஃபரூக்கி வந்து சேர்ந்தான். முகத்தில் வழக்கமான உற்சாகம் இல்லை. எந்நேரமும் சுல்தானுக்குப் பின்னால் நின்று கைகள் சோரச்சோர மயிற்பீலி விசிறியை அசைக்கும் ரஷீதாவை நோக்கிய புன்முறுவலும் இல்லை. அறையை விட்டு நீங்குமுன், சிலும்பியின் மூடியாகிய வடிகட்டிக் கிண்ணத்தில் கிடந்த கங்குகளைக் கிளறி, புகையிலைத் துகளோடு சம அளவில் மற்ற தூளையும் நிரப்பிய ரஷீதா, அவனது வறண்ட முகத்தை வியப்போடு பார்த்துவிட்டு அகன்றாள்.

நாலாபுறமும் சுவர்களின் அளவுக்கே கண்ணாடி பதித்த அறை அது. எதிரில் தெரியும் தன் முகத்தையும், நேரில் இருக்கும் ஃபரூக்கியின் முகத்தையும் மாறிமாறி வெறித்தார் சுல்தான். அவனே பேசட்டும் என்று காத்திருந்தார். மரணவீடு போன்று வெகுநேரம் நீண்ட நிசப்தத்தின் முடிவில் அவன் வாய்திறந்தான்.

பாதுஷா ...

ஆ! ஃபரூக்கியா இது? சுல்தானுக்கு லேசாகக் கிறுகிறுத்தது.

... வியக்க வேண்டாம். வெளியில் திறந்து கிடக்கும் நிலப்பரப்பின் பிரதிபோல ஒவ்வொருவருக்குள்ளும விரிந்திருக்கும் ராஜாங்கத்துக்கு அவரவரே மன்னர் ...

அப்பாடா, முறுவல் மீண்டுவிட்டது அவன் முகத்தில். சுல்தானுக்கு ஆசுவாசமாய் இருந்தது. ஆனால், அவன் மேற்கொண்டு சொன்ன விஷயம்தான் கலங்கடித்தது.

... ஆமாம். என்னுடைய அரசாங்கத்தில் யுத்தக்களறியை விரும்பவில்லை நான்.

அட, என்ன சொல்கிறாய் ஃபரூக்கி?

காய்களை வெட்டி அகற்றும்போது, என் முகம் எவ்வளவு தீவிரமாக இருக்கிறது என்பதை நேற்றுத்தான் முதன்முறையாகக் கவனித்தேன். இனி சதுரங்கம் ஆடுவதில்லை என முடிவெடுத்திருக்கிறேன்.

என்னுடைய முகத்தை நானும் பலதடவை பார்த்திருக்கிறேன், ஆனால், கட்டங்களில் நடப்பது ஒரு யுத்தம் என்று ஒருபோதும் நினைத்ததில்லையே.

வெட்டிய காய்கள் உருளும் ஒலியில் பெரும் போதையும், மர்மமும் இருக்கிறது பாதுஷா. காய்களை நகர்த்துவது கிட்டத்தட்ட சேனையை நகர்த்துகிற மாதிரித்தானே. எதிராளியின் காய்களை வெட்டியெறிவதில், நிஜமான தலைகளை வெட்டுவதற்கு நிகரான குதூகலம் நமக்குக் கிடைக்கிறதோ என்னவோ. தாங்கள் நீதிமான்; குற்ற உணர்ச்சி இல்லாத வெற்றியைச் சம்பாதிக்க நினைப்பது இயல்புதான் ...

அப்படியா சொல்கிறாய்?

பின்னே? யுத்தம்போல இல்லையே சதுரங்கம்? இதில் வெற்றியோ தோல்வியோ, ஆட்டம் முடிந்த பிறகும் எதிரியுடன் உள்ள சுமுகமான உறவுநிலை மாறுவதில்லை. இன்னும் முக்கியமான அம்சம், தோற்றுவிட்டாலும் அடுத்த ஆட்டத்துக்கு அவன் உயிருடன் இருக்கிறான் – அப்புறம், நாமும் இருக்கிறோம்!

இருவரும் சிரித்தார்கள். சிரிப்பு ஓய்ந்தபின், சில கணங்கள் மௌனம் நிலவியது.

முதன்முறையாக, அல்லது கடைசித் தடவையாக, தம்முடைய தொண்டையை நோக்கி அவனுடைய குறுவாள் நீண்டுவிட்டதை உணர்ந்தார் சுல்தான்.

மௌனத்தின் பளு அழுத்தியதாலோ என்னவோ, ஃபரூக்கி பெருமூச்சு விட்டான்.

○

நேரத்தை வீணாக்க விரும்பாதவர் மாதிரி, உடனடியாக அடுத்த கதையையும் ஆரம்பித்துவிட்டார். படபடபடவென அவர் சொல்லிக்கொண்டே போக, ‘இத்தனை கதைகள் ஒரே இரவில் அவர் சொன்னதில்லையே; நாளைக் காலை எழுத அமரும்வரை விடுதல் ஏதும் இல்லாமல் முழுக்க நினைவிருக்குமா’

என்று கவலைப்பட்டேன். ஆனால் அதற்கு அவசியமேயில்லை என்பது எழுதி முடித்தபின் தெரிந்தது.

சில வருடங்களுக்கு முன் பூட்டான் சென்றிருந்தேன். உல்லாசப் பயணமாகத்தான். அங்கே பார்க்கக் கிடைத்த ஒரு மலைக்குன்றையும், அதன் உச்சியில் இருந்த ஆலயம்போன்ற துறவியர் மடத்தையும் மானசீகமாகப் பார்த்தபடியேதான் வேதாளம் சொன்ன கதையைக் கேட்டேன். மானசீகமாகக் கேட்ட கதையில் உள்மடிப்பாக இன்னொரு மானசீகம் என்பதே சற்றுக் குழப்பமான விஷயம்தானே.

உபரியாக, இன்னும் இரண்டு குழப்பங்களையும் சொல்லியாக வேண்டும். பின்வரும் கதையின் நாயகனுக்கு, நானாக ஒரு முகம் கற்பித்துக்கொண்டேன் – முகமில்லாத ஒரு பாத்திரத்தை என்னால் அனுபவம் கொள்ள முடிந்ததே இல்லை; நான் வாசிக்கவோ, கேட்கவோ நேர்ந்த கதைகளில் மட்டுமல்ல. எழுதியவற்றில் கூடத்தான். ஆனால் அடுத்த கதையை எதிர்கொள்ளும்போது, முந்தைய முகம் மறந்துவிடும். இந்தக் கதையை எழுதியபோது நான் வரித்துக்கொண்ட முகத்தில் மிகவும் பரிச்சயமான சாயல் இருந்தது. தெரிந்த முகமாய் இருக்கிறது, ஆனால் தெரியாத அடையாளத்துடன் இருக்கிறதே என்று கொஞ்சம் குழம்பினேன். அடுத்த வாரத்தில் குரஸோவாவின் படம் ஒன்றைப் பார்த்தபோது தெளிந்துவிட்டது: அவருடைய படங்கள் பலவற்றிலும் பார்த்திருந்த டொஷிரொ மிஃபுனேவின் முகம் அது. இந்தக் கதையில் வரும்போது தாடி மீசை ஜடா முடி அனைத்தும் இழந்து மழுமழுவென்று இருந்ததால் வந்த குழப்பம்.

இதை ராஜாராணி வரிசையில் வைக்க முடியுமா என்று தெரியவில்லை. ஆனால், துறவியரும் அவர்தம் எதிர்பாரா வருகைகளும், ராஜகுருக்களும் அவர்களின் வஞ்சகங்களும் ராஜாங்கத்தின் பகுதிதானே என்று ஒரு சமாதானம் சொல்லலாம் – வேதாளத்தின் சார்பாக. எத்தனை மேம்போக்கானதாக, போலியாக இருந்தாலும், சமாதானம் சமாதானம்தானே. தவிர, அதைச் சொல்கிறவருக்கு அது தரும் ஆறுதல்தானே முக்கியம்.

மடாலயம் அமைதிக்குப் பேர்போனது. மடாதிபதி மௌனத்துக்குப் பேர்போனவர். உண்மையில், படிக்கட்டுகள் இல்லாத குன்றில் செங்குத்தாக மேலேறும் சுழற்பாதையில் மூச்சிரைக்க ஏறிச் சென்று உச்சியை அடையும் யாருக்குமே பேச்சடைத்துவிடும். சிலருக்குக் குமுறிக் குமுறி அழுகையும்

பொங்கக் கூடும். துறவுக்கும் தனிமைக்கும் உள்ள உறவு சரி; அதற்காக, துறவியர் மடம் அத்தனை கடினமான மலையுச்சியில் ஏன் அமைய வேண்டும் என்பது சாமானிய மனங்களுக்கு ஒருபோதும் புரியாது.

வாயிற்காவலன் மடாதிபதிக்கு நேர்மாறானவன். சளசளவென்று பேசினான். மடாலயம் பற்றி, குருபரம்பரை பற்றி, தலைமைகுரு பற்றி ஏகப்பட்டது சொன்னான். முன்னொரு சமயம், மடாலயத்தின் ஒரு பகுதி தீப்பிடித்து விட்டதாம். இளந்துறவிகள்தாம் ஓடியாடி அணைத்தனர். அவ்வளவு பெரிய விபத்து; அவ்வளவு பேர் வசித்த இடம்; எவ்வளவு ஓசைகள் எழும்பியிருக்க வேண்டும். இல்லை; மர உத்தரங்கள் சடசடத்து முறியும் ஓசை, நெருப்பை அறையும் நீரின் ஆவேசம், அறை விழுந்த இடங்களில் மட்டும் பணியும் நெருப்பின் சீறல் ஒலி, வாளிப் பிடிகள் கிணுகிணுக்கும் சப்தம் என்று கேட்டனவே தவிர, மனிதக் குரல் ஒன்றுகூட எழவில்லை என்றான்.

ஆகவே, 'குருவைத் தொந்தரவு செய்வதுபோல உரத்து எதுவும் பேசிவிடாதே' என எச்சரித்தான். தொணதொணக்கிறானே என்று எரிச்சலாக இருந்தாலும், முழங்கால் கெஞ்சக்கெஞ்ச மலையேறியதால் திணறிய மூச்சு சமனமுறும்வரை அவன் பேச்சுக்கொடுத்ததும் நல்லதே.

உச்சிவேளைவரை காத்திருக்க வேண்டியிருந்தது. அதிகாலையில் புறப்பட்டது; அடிவயிற்றில் பசி காந்தியது. போதாக்குறைக்கு, குருவின் அறைக்குள் நுழைவதற்கு ஒரு நாழிகை முன்னால், உபசாரமாக இளந்துறவி ஒருவன் சிறு கோப்பையில் எதையோ கொண்டு வந்து கொடுத்தான். இன்ன ருசி என்று அடையாளம் தெரியாத கஷாயம் அது. பசியைப் பல மடங்கு அதிகப்படுத்திவிட்டது.

அதைவிட, மனத்தின் ஆழத்தில் நடந்த மாற்றம்தான் மிக விசித்திரமானது. மலையேறி வரும்போது பார்த்த காட்சிகளும், கேட்ட ஒலிகளும், தண்மையாய் வருடிய காற்றும் வேறு யுகத்தில், வேறு யாருக்கோ நடந்தவைபோலத் தெரிந்தன. துல்லியம் கெடவில்லை – ஆனால் அனைத்திலும் அபாரத் தொலைவு சேர்ந்துவிட்டது. களி கொண்ட பொன்வண்டுகள்போல, ஒளிரும் சீருடையில் இங்குமங்கும் போய்வந்த துறவிகள் மட்டுமே தற்போதைய உண்மையாய்த் தென்பட்டார்கள்.

எதற்காக அங்கே போனான், துறவியாகும் முடிவை ஏன் எடுத்தான், அதை நோக்கித் துரத்திய குடும்பச் சூழ்நிலை அல்லது அவனுடைய அகச் சூழ்நிலை என்ன என்பதெல்லாம் இன்னொரு

வேதாளம் சொன்ன கதை

சந்தர்ப்பத்தில் சொல்லலாம்; அவை இன்னொருவரின் அந்தரங்கம்.

பிற்பாடு, அயல்நாட்டுப் பல்கலைக்கழகத்தில் இடம் கிடைத்து, அனைத்துப் பாடங்களிலும் முதல் இடம் ஈட்டி, வளாகத்துக்கே வந்து பணியமர்த்திக்கொண்ட மாபெரும் வர்த்தக நிறுவனத்துக்குத் தலைமைச் செயல் அதிகாரியாகி தேசம் தேசமாய்ப் பறந்தலையும் நாடோடி வாழ்வில் சிக்கிய வரலாற்றையும் இன்னொரு சந்தர்ப்பத்தில்தான், இன்னும் விரிவாகவும்தான் சொல்ல வேண்டும்.

அவை அனைத்தும், உடலற்றவன் கண்ட மாயக் கனவுக்கு ஈடானவை. இப்போதைக்கு, குருவைச் சந்தித்தது மட்டும்.

முன்னரே சொன்னது போல, குரு மௌனத்துக்குப் பெயர்போனவர். அவர் வீற்றிருந்த மேடைக்குப் பின்னால் நாலைந்து கடவுளர் சொரூபங்கள். பூதகணங்களின் சாயலில் உயர்ந்தோங்கி நின்றிருந்தன. ஆயுதங்கள் ஏதும் ஏந்தாதபோதும், அச்சுறுத்துகிற உயரமும், ஏகப்பட்ட அலங்காரங்களுமாய் நின்றன. அவற்றில், கொழுகொழுவென்ற பெண் தெய்வத்தின் மெழுகுபோன்ற முகம் ஒன்று மட்டுமே இப்போது துல்லியமாய் நினைவில் இருக்கிறது. அந்த மாபெரும் கூடத்தில் மண்டியிருந்த தாழம்பூ மணமும்தான்.

குரு இருந்த மேடைக்கு சுமார் இருபதடி தொலைவில் நின்றுவிட்டான். அவரிடமிருந்து அதீத உஷ்ணம் கிளம்பி, தன்னை தகிக்கத் தொடங்கியதாக உணர்ந்தான். இன்னும் கிட்டப் போனால் பொசுங்கிவிடுவோம் என்ற அச்சம் கிளர்ந்தது. பின்னாளில் பலதடவை தோன்றியிருக்கிறது – வாயிற்காவலன் விவரித்த தீவிபத்து விளைவித்த பிரமைதானோ அது என்று. ஒருவேளை, வேறொரு சந்தர்ப்பத்தில் அவரது அருகாமை அபாரமான குளுமையாக இருந்திருக்கக் கூடுமோ.

அருகில் வரும்படி கையசைத்தார் குரு. காற்றுக்கு வலிக்கும் என்பதுபோல மெல்லிய கையசைவு. வாயிற்காவலன் அறிவுறுத்தியிருந்த பிரகாரம், வாயைப் பொத்திய வலது உள்ளங்கை நுனியை மூக்கில் பதித்தவாறு நெருங்கினான்.

பக்கவாட்டில் இருந்த வெள்ளைப் பீங்கான் கிண்ணத்திலிருந்து, நெல்லிக்காய் அளவுள்ள கூழாங்கல்லையும், அசாதாரணப் பருமன் கொண்ட அவரை விதை ஒன்றையும் எடுத்து, முன்னால் இருந்த வழுவழுப்பான தேக்குப் பலகையில் வைத்தார்.

பின்னர் இவனை உறுத்துப் பார்த்தார். இன்னதென்று புரியாத பீதி எழும்பியது இவனுக்குள். பலகையையும் குருவின் முகத்தையும் மாறிமாறிப் பார்த்தவாறு எவ்வளவு நேரம் நின்றான் என்று தெரியவில்லை. ஒரு நாள் ஒரு வருடம், ஏன், ஒரு யுகமேகூடக் கடந்திருக்கலாம். ஏதோவொரு கணத்தில், பீதி மரணபயமாக மாறிய மாத்திரத்தில், திரும்பி ஓட்டம் பிடித்தான். தடதடவென மரத்தரையில் ஓசை எழும்ப, தலை தெறிக்க ஓடிவந்தான். போகும்போது மூடியிருந்த அத்தனை கதவுகளும், இவனுடைய வேகம் குறையாதபடிக்கு, வாகாகத் திறந்து கிடந்தன. அது யாருடைய ஏற்பாடு என்பது இன்று வரை நீங்காத ஆச்சரியம்.

ஏறுவதற்கு எடுத்ததில் பாதியளவு நேரம்தான் எடுத்தது, அடிவாரத்தை அடைய. ஆனால் மூச்சிரைப்பு இரண்டு மடங்காய்ப் பெருகியிருந்தது.

கல்லும் விதையும் தன்னைத் துரத்திய ஆயுதங்கள் என்று ஒருநாளும் தோன்றியதில்லை. ஆனால் அவை ஏன் அவ்வளவு அச்சத்தையூட்டின, மேலும் அவை உணர்த்த முனைந்த மறைபொருள் என்ன என்ற கேள்வி அவ்வப்போது மேலெழுந்து உபத்திரவம் செய்யும் – சீரான இடைவெளியில் தலைகாட்டும் பல்வலிபோல. அந்தந்த நேரங்களில் எதிர்ப்பட்ட விதவிதமான ஆட்களிடம் விசாரித்துப் பார்த்திருக்கிறான். பலரும் உதட்டைப் பிதுக்குவார்கள். சிலர் இவனுடைய சித்த சுவாதீனத்தை சந்தேகிக்கிற மாதிரிப் பார்ப்பார்கள். போகட்டுமே, ஞான மார்க்கத்தில் ஈடுபடும் பாக்கியம் எல்லாருக்கும் கிட்டுமா என்ன, என்று சமாதானம் செய்து கொள்வான் ...

இரண்டுபேர் மட்டுமே உருப்படியான பதில் சொன்னார்கள். ஒருவர், ஐரோப்பியப் பல்கலைக்கழகமொன்றில் கீழைத்தேயவியல் துறைப் பேராசிரியராக இருந்த ஹங்கேரியர். மற்றவர், விமானப் பயணத்தில் அருகில் அமர்ந்து பயணித்த வைர வியாபாரி. குஜராத்தியர்.

பல வருட இடைவெளியில்தான் என்றபோதிலும், தத்துவம் போதிக்கும் ஒருவரும், பொருளியல் படிகளில் வேகமாக ஏறிப்போன இன்னொருவரும் என்ற இரண்டு துருவங்களை இணைத்த பாலமே தான்தான் என்று இவனுக்குள் புன்னகை வெடித்த தருணங்களும் உண்டு ... பேராசிரியர் சொன்னார்:

> கூழாங்கல்லின் வரலாறு இறந்த காலத்தில் இருக்கிறது. பூமிக் கர்ப்பத்தில் தீக்குழம்பாக இருந்த நாளிலிருந்து

தொடங்குவது அது. லாவாவாக வெளியேறி வழிந்து, மெல்லக் குளிர்ந்திறுகி, குன்று பாறையாகி, பாறை கல்லாக நொறுங்கி, நம் வீட்டு வாசலில் சாதுவாகக் கிடக்கும் கூழாங்கல்லாக ஆவதற்குள் எத்தனை ஆயிரம் வருடங்கள் ஓடிவிட்டிருக்கிறது! விதையின் வரலாறோ, எதிர்காலத்தில் விரிவது. செடியாகி, மேலும் பல விதைகளைத் தன்னிலிருந்தே உருவாக்கி, அவை செடிகளாகி, மரங்களாகி, வனமாகி... இன்று நாம் பார்க்கும் பெருங்காடுகள் அனைத்துமே ஒற்றைவிதையின் பெருக்கம்தானே . . . ஜென், தாவோ குறுங்கதைகளில் இதுபோன்று ஏகப்பட்ட சந்தர்ப்பங்கள் காணக் கிடைக்கின்றன . . .

இவ்வளவையும் கேட்ட பிறகும் குழப்பம் மிஞ்சத்தான் செய்தது. விதைக்கு மட்டும் பாரம்பரியம் இல்லையா என்ன – அது என்ன விதையாகவே படைப்பெடுத்ததா. தவிர, கூழாங்கல் என்பது இறுதிநிலையா, மணலாகும் மார்க்கத்தில் இடைநிலைதானே அது . . . வணிகர் சொன்னது இன்னும் கொஞ்சம் தெளிவாக இருந்தது:

அவசரப்பட்டு வெளியேறாமல் இருந்திருந்தால், சில ஆயிரம் வருடங்களில் வைரமாகியிருக்குமல்லவா அந்தக் கூழாங்கல்? தவிர, கூழாங்கல்லின் மௌனம் போன்றதுதானா விதையின் சாத்வீகம்? மிகுந்த தற்பிரக்ஞையோடல்லவா விதை அமைதி காக்கிறது? ஆம், விதையின் நிதானத்தில் உறைந்திருப்பது எப்பேர்ப்பட்ட தியானம். தனக்குள்ளேயே அமிழ்ந்து எவ்வளவு பொறுமையாய்க் காத்திருக்கிறது பாருங்கள். உரிய நீரும் மண்ணும் ஒளியும் காற்றும் சரிவிகிதத்தில் தன்னில் வந்து கலக்கும்வரை அமைதி காக்கிறது. சகலமும் சரியாக அமைந்துவிட்ட ஒரு கணத்தில் பீறிட்டுக் கிளம்பி விடுகிறது. தன் வாழ்க்கை ஓரிரு ஆடுகளின் உணவாகித் தீர்வதா, மேற்சொன்ன சேர்மானங்களில் ஏதேனும் அதீதமாய்ப் பெருகும்போது அழிய நேரிடுமா, அல்லது அந்தப் பேராசிரியர் சொன்னதுபோல வனமாக உருவெடுப்போமா என்றெல்லாம் விதை யோசிக்குமா என்ன. தன்னியல்பின் உந்துதலுக்கு தன்னியல்பாய் ஆட்படுகிறதே . . .

அவருக்கு வந்தனம் கூறி விடைபெற்று, விமானநிலைய வாசலில் வாடகைக்கார் ஏறும்போது கால் லேசாக இடறியது. அவசரப்பட்டு வெளியேறிக் கூழாங்கல் ஆகிவிட்டோமோ என்று கொஞ்சநேரம் சஞ்சலப்பட்டான். அப்புறம், இதிலென்ன

இருக்கிறது, நீரின் இழுவைக்கு ஆட்படுதலும் கூழாங்கல்லின் தன்னியல்புதானே என சமாதானம் கொண்டான்...

◯

எழுதி முடித்த பிறகு வேறொன்று தோன்றியது: இந்த மூன்று கதைகளையும் கந்தசாமித் தமிழய்யா பற்றிப் பேசும் பீடிகையுடன் ஒரு தனிச் சிறுகதையாகவே பிரசுரத்துக்கு அனுப்பலாமே – நான் வழக்கமாக எழுதும் கதைகளின் பாணியில் வந்திருக்கிற மாதிரித்தானே படுகிறது?

பகல் முழுக்க இந்த எண்ணம் தோன்றிக்கொண்டே இருந்தது. வீட்டுக்குள் நுழைந்து ஆசுவாசமான பிறகு, கணிப்பொறியை முடுக்கினேன். திரை தயாரான அந்தக் கணத்தில், ஏனோ தெரியவில்லை, வேண்டாம் என்று தோன்றிவிட்டது.

வேதாளம் சொன்ன கதைகளை வேதாளம் சொன்ன கதைகளாகத்தான் பிரசுரிக்க வேண்டும்; அதுதான் நியாயம் என்று தோன்றியது. அப்படியே விட்டுவிட்டேன்.

அத்தனை கதைகளையும் தொகுத்து எழுதிவிட்டு, பிழை திருத்தத்துக்காக மீள் வாசிப்பு செய்யும்போது இந்த அத்தியாயத்தை முடித்ததும் வேறொரு கேள்வி எழுகிறது – அவ்வளவு தார்மீகமானவனா நான்!

இன்னொன்றும் தோன்றுகிறது – மூன்றாவது கதையில், கதையென்று என்ன இருக்கிறது? ஆனாலும், இதனிடையில் வேதாளம் பயன்படுத்திய ஒரு உவமைக்காகவே அதை வைத்துக்கொள்ள வேண்டும்... ஆமாம், 'உடலற்றவன் கண்ட மாயக் கனவு'...!

●

18

குழந்தைகளின் கும்மாளம் பிரமாதமாக இருந்தது. இப்போதைக்கு, ஏன் விடிகிற வரைக்கும் கூடத் தூங்குவார்கள் என்று படவில்லை. எனக்கானால், நண்பர் வந்துவிடுவாரே என்ற பதட்டம். இங்கிதம் தெரிந்தவர்தாம் – பிறர் முன்னிலையில் பேச்சுக்கொடுத்து, நான் பதில் சொல்லப் போக, தனக்குத் தானே பேசிக்கொள்ளும் விசித்திரப் பிராணியாகத் தென்பட வைத்துவிட மாட்டார்... அப்படியும், ஒரு நாள்,

பார்ப்போம்.

என்று உரத்துச் சொல்லிவிட்டேன். கழிவறை போவதற்காக எழுந்திருந்தாள் போல, பத்மினியின் காதில் விழுந்துவிட்டது.

அவள் என்னருகே வந்து தயங்கி நிற்பதை என்னால் உணர முடிந்தது. நல்லவேளை, சமயோசிதமாக ஒரு யுக்தி தோன்றி, தூக்கத்தில் அனத்துவதுபோல மேலும் ஓரிரு சொற்களை உதிர்த்துவிட்டு, தொடர்ந்து உறங்குவதுபோல நடித்துச் சமாளித்தேன்.

எப்படியானாலும்,, அவருடன் பேசி முடித்துவிட்டு, பதினொன்றரை பனிரண்டுக்காவது தூங்கினால்தானே, மறுநாள் காலையில் அதெல்லாம் மறப்பதற்கு முன்னால் எழுதிவைத்துவிட்டு அலுவலகம் சென்று குப்பைகொட்ட முடியும்?

சரவணன் பரவாயில்லை. நியாய தர்மத்துக்குக் கட்டுப்படுகிறவன். நான் படிக்கும் புத்தகங்களைத் தானும் படிக்கிற மாதிரிப் பார்த்துக்கொண்டேயிருந்து உறங்கத் தலைப்படுகிறவன். சின்னவள்தான் ராட்சசி. விழித்திருக்கும் நேரமெல்லாம் பேசிக்கொண்டே இருப்பாள்.

குட்டி, தூங்கு. நாளைக்கு ஸ்கூல் போகவேணாமா?

என்று அதட்டினோமானால், சுவரைப் பார்த்துத் திரும்பிப் படுத்துக்கொண்டு, கிசுகிசுவென்று முணுமுணுத்தவாறு இருப்பாள். நாம் தூங்கிவிடுவோம். அவள் எப்போது தூங்குவாளோ.

ஆனால் இப்போதெல்லாம் அவளுடைய பேச்சு சம்பந்தமாக அவ்வளவு எரிச்சல் உண்டாவதில்லை. சுவரிலிருந்துகொண்டு அவளிடம் பேசுவது எந்த வேதாளமோ என்று தோன்றுகிறது…

நண்பர் வந்து காத்திருந்துவிட்டு, இவர்கள் கொட்டம் தாங்காமல் திரும்பிப் போய்விடுவாரோ? இன்று காத்திருப்பதில் இவ்வளவு முறுக்கு ஏற இரண்டு காரணங்கள். ஒன்று, யதார்த்தமானது. நானே மறந்துவிட்ட எந்த அடுக்கை இன்று திறந்து காட்டப் போகிறார் என்ற ஆர்வம்; இரண்டாவது, வேதாளம் எனக்குச் சொல்கிறது மாதிரி அவருக்கு நான் திருப்பிச் சொல்ல ஒரு கதை இருக்கிறது இன்று. கதை என்று சொல்ல முடியாவிட்டாலும், சம்பவம் என்றாவது வைத்துக்கொள்ளலாம்.

'சம்பவம் எப்போது கதை ஆகிறது' என்பதைப் பற்றி இஸ்மாயிலும் சுகவனமும் நானும் எவ்வளவெல்லாம் விவாதித்திருக்கிறோம்! விநோதம் பாருங்கள், அதில் ஒரேயொரு வாதம் கூட இப்போது நினைவில் இல்லை. அவர்களுக்குமே நினைவிருக்காது என்றுதான் தோன்றுகிறது. ஒருதடவை சுகவனம் சொன்னான்:

> அப்பிடி எல்லாத்தையும் ஞாபகம் வச்சிக்கவேண்டிய கட்டாயம் எதுவும் இல்லடா. நாம பேசினதோட சாராம்சம் எங்களுக்கு வாசிக்கிறதுக்கான பின்புலமா ஆயிரும். உன்னைப் பொறுத்தவரை, விதவிதமா எழுதிப் பாத்து சோதிச்சுக்கிர்றே. இப்பிடி, செயல்தளத்திலே உதவாத வாதங்களாலெ ஒரு புண்ணாக்குப் பிரயோசனமும் கிடையாது; அதெல்லாம் அந்தந்த நேரத்திலே பொழுதைக் கழிக்க உதவினதுதான் மிச்சம்…

பார்க்கப்போனால், அவர்கள் இருவருக்காகவும்கூட நான் இவ்வளவு ஆவலாய்க் காத்திருந்ததில்லை…

நல்லவேளை, நான் பயந்ததுபோல இல்லாமல், குழந்தைகள் ஓய்ந்துவிட்டார்கள். காற்றாடித் தகட்டில் நண்பர் பிரசன்னமானார்.

தாயாரும் குழந்தைகளும் கொண்டாடிக்கொண்டிருந்த வேளையில், வேதாளத்திடம் நான் சொல்ல உத்தேசித்திருந்த சம்பவத்தை எனக்குள் உருட்டிப் பார்த்திருந்தேன்.

ஆந்திரத்துக்குள், புத்தத் தலங்களாகப் பார்த்துவரும் திட்டத்துடன் நாங்கள் மூவரும் சென்றிருந்தோம். நாகார்ஜுன சாகரின் குறுக்காக நீராவிப் படகில் சென்று, தீவு போன்று அமைந்த ஒரு குன்றில் – அதன் பெயர்கூட நாகார்ஜுன கொண்டா என்று ஞாபகம் – அமைந்த அருங்காட்சியகம் ஒன்றைப் பார்த்துத் திரும்புகிறோம்.

படகு வேகம் எடுத்தவுடன் மெல்லமெல்லப் பின்வாங்கும் குன்றின்மேல் பதிந்த பார்வையை விலக்க முடியவில்லை. அதிலும், அங்கே கண்ணாடிக் கூண்டுக்குள் நின்றிருந்த தத்ரூபமான காளையை ஆயுளுக்கும் மறக்க மாட்டேன் என்று தோன்றியது. எத்தனையோ நூற்றாண்டுகளுக்கு முன்னர் வெண்பளிங்குக் கல்லில் வடிக்கப்பட்ட சிற்பம். அதன் உடலும் வாலும் கண்களும் தான் சிற்பம் அல்ல, பாடம் செய்து நிறுத்தப்பட்ட நிஜக் காளை என்று சொல்கிற மாதிரி இருந்தன. கிறுக்குத்தனம் பீடித்த ஒரு கணத்தில், காளையிடம் சலனம் ஏதும் தென்படுகிறதா என்று உற்றுப் பார்த்தேன் ...

வரும்போது மனம் ஒருவிதமாகத் திருக ஆரம்பித்தது. பழைய நூற்றாண்டின் காளைச் சிற்பம் இப்போது உயிர்கொண்டு இறங்கியது என்றே வைத்துக்கொள்வோம். அதன் உடல் உணர்ச்சிகள், உணவுப் பழக்கங்கள், தன் இனத்துடனும் பிற பிராணிகளுடனும் – குறிப்பாக மனிதர்களுடன் – தொடர்புகொள்ளுதல் போன்றவை, தற்போதைய காளையிடமிருந்து மாறுபட்டிருக்க வாய்ப்புண்டா! ஆனால் பழங்கால குகைமனிதன் ஒருவன் படகில் சென்று கொண்டிருக்கும் என்னைப் பார்த்தால் எவ்வளவு வித்தியாசங் களை உணர்வான்? என்னை வேறு ஜீவராசி என்றே எண்ணுவதற்கும் வாய்ப்பிருக்கிறது ...

நினைவின் ஓட்டத்தை முறிக்கும் விதமாக, பேரோசை ஒன்றும் அதைத் தொடர்ந்த ஓலங்களும் கேட்டன.

மிரண்டுபோய்த் திரும்பிப் பார்த்தேன் – எங்களுக்கு முன்னால் கரை திரும்பிக் கொண்டிருந்த படகு கவிழ்ந்துவிட்டது.

எங்கள் படகிலிருந்த சிலர் தண்ணீரில் குதித்து அந்தப் படகை நோக்கி விரைந்து நீந்தத் தொடங்கினார்கள்.

ஆறோடும் கிராமத்தில் பிறந்தும் நீச்சல் பழகாத மடையனாக மீந்துவிட்டதின் குற்ற உணர்வு என்னைப் பீடித்தது.

பின்வந்த காலங்களில் என்னை விடாமல் துரத்தும் மனக் காட்சிகளில் ஒன்றாக ஆனது அந்த விபத்து. குழந்தைகளும் பெண்களும் உள்ளிட்டு, பதினேழுபேர் இறந்துபோனார்கள். ஏதோ ஒரு சிறுகதையிலோ, நாவலின் அத்தியாயத்திலோ மேற்படி விபத்தை விவரித்திருக்கிறேன். கையாலாகாத்தனத்தின் தினவு அடங்கும் விதமாக, நானே தண்ணீரில் குதித்து நாலைந்து பேரை மீட்டதாக எழுதியிருக்கிறேன்.

நான் மறக்கவே மாட்டேன் என்று நம்பிய தத்ரூபக் காளை, அந்தப் படகின் அடியில் நசுங்கி மூழ்கிவிட்டிருந்தது போல.

வேதாளத்தின் வருகையையொட்டி என் அடிமனம் கிளறப்பட்டது அல்லவா, கீழ்மண் மேலே வந்த மாதிரி இந்தக் காளையும் அதைத் தொடர்ந்து எனக்கு ஏற்பட்ட யோசனையும், பின்னாளில் நான் என்னைத் தணித்துக்கொண்ட விதமும் நினைவு வந்துவிட்டன – மேற்படி சம்பவத்தோடு சேர்த்து இதையும் வேதாளத்திடம் சொல்ல வேண்டும்...

சொன்னேன். கேலி கிண்டல் இன்றிப் பொறுமையாகக் கேட்டுக்கொண்டார். அவருடைய மௌனத்தைப் பொறுக்க மாட்டாமல், நான் ஒரு கேள்வி கேட்டேன்.

> இங்கே வந்து இவ்வளவு சரளமாகப் புழங்குகிறீர்களே, உங்கள் உலகத்தில் மனித நடமாட்டம் உண்டா?

என்று கேட்டேன்.

> *இல்லாமல்? அருவங்களின் வட்டாரத்தில் மனித உடம்பைக் கண்டதாக யாராவது ஒருவன் வந்து கதை விடுவான் – மேகத் தரையில் பல்துலக்கியபடி நடந்து வந்துகொண்டிருந்த ஒருவனைப் பார்த்தேன் என்றோ, பிறைநிலாவின் வெளிச்சுவரில் சாய்ந்தமர்ந்து முலைப்பால் புகட்டிய தாயையும், காலை ஆட்டி ஆட்டிக் குடித்துக்கொண்டிருந்த குழந்தையையும் பார்த்தேன் என்றோ புளுகுவான். சுவாரசியமாக இருந்தது என்றால் உடனடியாக அதை மாஜிக்கல் ரியலிஸம் என்று வகைப்படுத்திக் கொள்வோம்.*

லேசாக எனக்குள் எரிச்சல் மூண்டது.

அதாவது உங்களுக்கென்று ஓர் இலக்கியப் பரப்பு உண்டு என்கிறீர்கள்?

பின்னே? இலக்கியம் உடம்பு சார்ந்தது அல்லவே அப்பனே. உணர்வு சார்ந்ததுதானே! மொழியில்லாமலா உன்னுடன் பேசிக்கொண்டிருக்கிறேன்? எங்களுக்குச் சொற்கள் உண்டு – எழுத்துதான் கிடையாது. இவ்வளவு ஏன், மூன்று கண்களும் அம்புக்குறிபோல நுனி அமைந்த வாலும் கொம்பும் கொண்டு இரண்டு கால்களால் நடக்கும் வேற்றுக் கிரகவாசிகளும்; இரண்டு நட்சத்திரங்களுக்கு நடுவில் இறக்கை அசைத்துப் பறந்து போன யானைகளும் இடம்பெறும் கதைகள்கூட எங்கள் வசம் உண்டு. அவற்றை ஃபாண்டஸி என்று வகை பிரிப்போம்.

எனக்குக் கொஞ்சம் ஆயாசமாக இருந்தது. இப்போது மௌனமாவது என்னுடைய முறை. ஆக, மனிதர்களிடம் இத்தனை வருடங்களாக ஏமாந்து வந்தது போதாதென்று, இப்போது ஒரு வேதாளத்திடம் ஏமாற ஆரம்பித்திருக்கிறேன். ஆனால் எப்போதுமே என்னிடம் ஒரு சிறப்பம்சம் உண்டு – முழுக்க ஏமாந்த பிறகுதான், ஏமாந்திருக்கிறேன் என்பதே தெரியவரும். முன்ஜாக்கிரதையாக நடந்துகொள்ளவேண்டும் என்று திட்டமிட்டு ஏதாவது செய்யப்போக, ஏமாற்றத்தின் பரிமாணம் பல மடங்கு அதிகரித்ததும் உண்டு... இந்தமுறை கொஞ்சம் சுதாரிப்பாக இருப்பது என்று தீர்மானித்தேன். என் மௌனத்தைப் பொருட்படுத்தாமல் அவர் தொடர்ந்தார்:

நான் சொல்வதில் உனக்கு அவ்வளவு உடன்பாடு இல்லைபோல. போகட்டும், பின்பற்றும் எல்லாருக்கும் ஒரேவிதமான நம்பிக்கையும், மாற்றுத்தரப்பின் மேல் இளக்காரமும் விரோதமும் இருப்பதற்கு இலக்கியம் என்ன மதமா!...

லேசாக நகைத்தார். நான் இதற்கும் பதில் சொல்லவில்லை.

பார்க்கப்போனால், உலகளாவிய, காலபேதம் கடந்த பிரம்மாண்டமான விளையாட்டு என்றுதான் இலக்கியத்தைச் சொல்வேன். மற்ற விளையாட்டுகளுக்கும் இதற்கும் முக்கியமான வித்தியாசங்கள் உண்டு...

இடைவெளி விட்டார். நான் பிடிவாதமாக மௌனம் காத்தேன்.

...என்ன என்று கேட்கமாட்டாயாக்கும்? போகட்டும், நானே சொல்கிறேன். இந்த ஒரு விளையாட்டில் மட்டும் நிரந்தர விதிகள் எதுவும் கிடையாது. அவரவர் நிர்ணயித்துக்கொள்ள வேண்டியதுதான். இரண்டாவது,

பார்வையாளன் பங்கேற்பாளன் என்று இரண்டு தரப்பும் கிடையாது. சம்பந்தப்படும் அத்தனை பேரும் ரசிகர்கள்தாம், வீரர்கள்தாம், நடுவர்கள்தாம் ...

இத்தனை வருடம், இத்தனை நூல்கள் வாசித்து, இவ்வளவு எழுதி, இவ்வளவு விவாதங்கள் மேற்கொண்டு வருகிற எனக்கே அவர் சொல்வதும், சொல்லும் முறையும் வெறும் கருத்தாக இல்லாமல், புதுவகையான சுவாரசியம் தந்தது. இருந்தும் அமைதி காத்தேன். உடனடியாகவும் வெளிப்படையாகவும் பாராட்டிச் சொல்வது இலக்கியவாதிக்கு அழகா என்ன!

...சரி, விடு. 'வீண்பேச்சு எதற்காகப் பேசுவது. வந்தோமா கதையைச் சொன்னோமா போனோமா என்று இருக்க வேண்டியதுதானே, வெட்டிப்பேச்சு எதற்கு' என்று தோன்றுகிறதோ!... போர்ஹேஸ் தெரியுமில்லையா உனக்கு?

இதென்ன கேள்வி, போர்ஹேஸ், மார்க்வெஸ், நெரூடா எல்லாம் தமிழ்ப் பெயர்களாகிப் பல வருடங்கள் ஆயிற்று...

உரத்துச் சிரித்தார். அந்த ஒலியில் புதிய உற்சாகத்தைக் கவனித்தேன். அதைவிட, என்னதான் பாராமுகமாக இருந்தாலும், தொடர்ந்து என்னுடன் உரையாட அவர் விரும்புவது ஆச்சரியமாக இருந்தது. என்னைப்போலவே, அவரும் கேட்கக் கிடைக்கும் காதுகளுக்காக ஏங்குகிறாரோ என்னவோ ...

இது நடந்தது 1986 ஜூன் முதல் வாரத்தில். போர்ஹேஸும் போர்ஹேஸும் உட்கார்ந்து பேசிக்கொண்டிருந்தார்கள். காலம் என்பது நேர்கோடா வளைகோடா வட்டமா அல்லது நிர்ணயம் செய்யமுடியாத புதிர்ச் சுழியேதானா என்கிறமாதிரி முன்னமே பல தடவை நடந்த உரையாடல்தான். ஒவ்வொருமுறையும் புதிதாக ஏதாவது ஒன்று சேரும். போர்ஹேஸுக்குப் பார்வை போனபிறகு, மற்றவரின் பேச்சு மிகவும் அதிகரித்துவிட்டது. இவர் பெரும்பாலும் கேட்டுக்கொண்டு இருப்பார்.

நிலவறை நூலகம் அது. புத்தகங்கள், புதிய அலமாரியின் காயாத வார்னீஷ் மணம், பூச்சிமருந்து, சமீபத்தில் மாற்றிய திரைச்சீலைகளில் மீந்த சலவை மணம், அறைக்குள் பீய்ச்சப்பட்ட யூடிகொலோன் வாசனை என்று நிலவிய மணக்கலவை இருவரின் உணர்வுகளையும் விபரீத எல்லைகளுக்கு நகர்த்திக்கொண்டிருந்தது.

மரப்படிகளில் யாரோ இறங்கிவரும் ஒலி. மற்றவர் வெகுவாக சுதாரித்தார். பிறர் முன்னிலையில் அவர் பேசுவதில்லை. மாறாக,

போர்ஹெஸும் இடையிட்டவரும் பேசுவதை உன்னிப்பாய்க் கவனித்தவாறு மௌனமாய் இருப்பார் – அவர்கள் போனபிறகு, பேசிய ஒவ்வொரு வாக்கியத்தையும் பற்றிக் கருத்துச் சொல்வார்... தொண்டையைச் செருமி, நிதானமாகக் குரல் விடுத்தார் போர்ஹேஸ்:

யார் அது?

நான் லிங் போ...

வந்தவனுக்குக் கிரீச்சென்ற குரல். பறவையா விலங்கா மனிதனா அசரீரியேதானா என்று நிதானிக்க முடியாத அமானுஷ்யம் பொதிந்த குரல்.

... குப்ளாய்கானுடைய அரசவை வைத்தியரின் பரம்பரையில் வருகிறவன்.

இதற்கிடையில், ஆயிரக்கணக்கான கவிதைகள் எழுதிப் புகழ்பெற்ற டாங் வம்ச காலகட்டக் கவிஞனின் நினைவு எழுந்திருந்தது மற்றவருக்கு. குப்ளாய்கானின் காலமும், லீப்போவின் காலமும் வேறுவேறல்லவா? இடையில் ஐந்து நூற்றாண்டுகள் என்று ஞாபகம். மரியா கொடாமாவை அழைத்து என்சைக்ளோபீடியாவில் சரிபார்க்கச் சொல்ல வேண்டும் என்று தனக்குள் குறித்துக்கொண்டார்

மற்றவருக்கும் பார்வை கிடையாது என்றபோதிலும், அவருடைய ஞாபகசக்தி அபாரமானது – போர்ஹேஸின் எழுத்துக்கும், உரைகளுக்கும், உரையாடல்களுக்கும் விஷயதானம் செய்யும் பெரும் கிடங்கு அவர்வசம் இருந்தது.

எங்கள் வம்சத்தில் மகாவைத்தியர்கள் ஏகப்பட்ட பேர் இருந்திருக்கிறார்கள்...

என்றான் வந்தவன். தொடர்ந்து பேசிக்கொண்டிருக்கும்போதே, அவனது தோற்றம் குறித்து போர்ஹேஸின் மனத்தில் துலக்கமான சித்திரம் உருவாகியிருந்தது – பண்டைய சீனாவின் தைல, நீர்வண்ண ஓவியம் எதிலோ முன்னர் பார்த்திருந்த பிம்பம் உயிர்கொண்டு எதிரில் நின்று பேசுவதாக மனம் புனைந்துகொண்டது. இளமஞ்சள் நிறத் துணியில், கறுப்பும் கருநீலமும் வெண்மையும் ரத்தச் சிவப்பும் என சீரான இடைவெளியில் அகலமான பூக்கள் அச்சிட்ட முழுநீள அங்கி; நேபாள கூர்க்காக்கள் அணிவதுபோன்ற நீள்வட்டத் தொப்பி; அதன் உச்சியிலிருந்து கீழிறங்கும் நீளத் திரிகள் உள்ள

குச்சம்; உதடுகளுக்கு இருபுறமும் அடைப்புக்குறிபோலச் சரிந்து, மோவாயைத் தாண்டித் தொங்கும் மீசை; நாசியின் கீழ்முனையில் ஆழங்காண முடியாத துளைகள்போலக் கறுத்த இரண்டு துவாரங்கள்... பண்டைய சீனக் குரல் பற்றித் தனக்கு அனுமானம் ஏதுமில்லாதிருந்தது நினைவுவந்தது. மற்றவர் போர்ஹேஸுக்கு மட்டும் கேட்கும் விதமாக முணுமுணுத்தார்:

அந்தக் காலகட்டத்தின் நறுமணம் பற்றியும்தான்...

ஆமாம். வந்தவன் சற்று எட்டவே நிற்கிறமாதிரித் தெரிந்தாலும் அவனிடமிருந்து அழுத்தமான வாசனை வீசியது – ரோஜா ரசமா, மல்லிகைச்சாறா என்று நிர்ணயிக்க இயலவில்லை; தாழம்பூவாகவோ கற்றாழையாகவோகூட இருக்கலாம். உண்மையில், நாசி நுகரும் மணத்தை இனம்காணும் ஏதோவொரு உள் அமைப்பு அந்த வேளையில் செயல்படாமல் போயிருக்க வேண்டும். மணம் என்பது புலனைத் தொட்டது; அனுபவமாக உருக்கொள்ளவில்லை. இது என்ன விசித்திரம் என்றும், இதை வார்த்தைகளில் கோப்பது எப்படி என்றும் திகைப்பு ஏற்பட்டது.

அதேசமயம், கண நேரத்தில், ரண வேகத்தில் பாய்ந்து நகரும் புலனுணர்வுகளை மட்டுமல்ல, எண்ணங்களையும்கூட மற்றவர் மறக்க மாட்டார் என்று ஆறுதலுற்றார் போர்ஹேஸ். வந்தவன், இடைவெளியின்றித் தொடர்ந்தான்:

பட்டுச்சீலைகளில், ரகசியக் குறியீட்டுமொழியில், அவர்கள் எழுதிவைத்த வைத்தியக் குறிப்புகளை பல தலைமுறைகளாகப் பேணிவருகிறோம்...

இந்தியாவில் பனையோலைகளில் பதிந்து வைத்திருக்கிற மாதிரி.

என்று மறுபடி ரகசியம் பேசினார் மற்றவர்.

... அவற்றை வாசித்துணர்ந்து பொருள்கொள்ளும் வித்தையையும்தான்.

வந்தவன் குரலில் இருந்தது பெருமிதமா, தகவல் சொல்லும் உத்தேசம் மட்டுமா என்று நிதானிக்க முடியவில்லை. அவன் பின்னும் பேசினான்:

...அவர்களில் ஆரூடக்காரர் ஒருவர் இருந்திருக்கிறார் என்பது சமீபத்தில்தான் தெரிய வந்தது. இத்தனாம் நூற்றாண்டில், இன்ன மாதத்தின் இன்ன தேதியில், ஜெனிவாவில் வசிக்கும் ப்யூனஸ் அயர்ஸ்காரர் வசம் இன்ன தைலத்தைக் கொண்டு கொடுக்க வேண்டும் என்பது அவருடைய குறிப்பு...

அல்லது அதை வாசித்து இவர்கள் புரிந்துகொண்ட செய்தி!

என்று கிசுகிசுத்தார் மற்றவர்.

...அதன் செய்முறை இருந்த துணிச்சீலையைத் தேடி எடுக்கவே ஒரு வாரம் பிடித்தது. தயாரித்துக் கொண்டுவந்திருக்கிறேன். தாங்கள் ஏற்க வேண்டும்.

தைலத்தின் பெயரை அவன் சொல்லவே இல்லை பார்த்தாயா!

என்று மறுபடியும் கிசுகிசுத்தார். இந்தமுறை குரலில் கேலி தூக்கலாக இருந்தது.

சாமானியத் தைலம் அல்லவாம் அது. பிறவியில் சாதாரணமாய் இருந்து, இடைக்காலத்தில் பார்வையைப் பறிகொடுத்தவர்களுக்கு முழுமையாகப் பார்வையை மீட்டுத் தரும் வல்லமைகொண்டது.

நான் அதைத் தொட்டுப் பார்க்கலாமா?

என்று விநயமாகக் கேட்டார் போர்ஹேஸ்.

தைலம் என்றானே தவிர, விரலில் பட்டபோது மணல் துகள் உறுத்திய உணர்வே இருந்தது. மறுகணம், புனுகுபோன்ற களிம்பு என்றும் பட்டது. ஏனோ, அதைத் தொட்ட விநாடியில், மானசீகத்தில் இருந்த அவனுடைய தோற்றம் மாறியது. ஐம்பதுகளின் ஆரம்பத்தில், பார்வை இருந்த நாட்களில், ஃப்ரான்ஸில் சந்திக்கக் கிடைத்த சீன உருவமாகியது. முரட்டுத் துணிக் கறுப்புக் கால்சராய்க்குள் செருகிய மஞ்சள்நிற முழுக்கைச் சட்டை, குளிர்கண்ணாடி, கழுதைநிற ஷூக்கள். மழுங்கச் சிரைத்த முகம் மஞ்சள் பூத்து வரிசை குலைந்த சோழிப்பற்கள் என தத்ரூபமாகத் திரண்ட உருவத்தை, தற்போது ஒலிக்கும் குரலுடன் இணைத்துப் பார்க்க சற்று சிரமமாகத்தான் இருந்தது. அப்படியானால், ஒலியில்கூடக் காலத்தின் தடயம் இருக்கிறதா என்ன!...

எனக்குக் கொஞ்சம் அவகாசம் வேண்டுமே.

தாராளமாக. நான் காத்திருக்கிறேன்.

இமைகளின் உட்திரையில் காட்சிகள் பொங்கிப் பீறின. பெரான் அரசு கவிழ்ந்ததையொட்டி, குரல் வறளக் கோஷமிட்டவாறு தான் நடந்த தெரு; நூற்றாண்டை எட்ட ஒரு வருடம் இருக்கும்போது பறவைபோலக் குறுகிவிட்டிருந்த தாயின்

முகம்; கடந்த முப்பத்தோரு வருடங்களாக உரை நிகழ்த்தவும் கருத்தரங்குகளில் பங்கேற்கவும் உலகின் பல இடங்களுக்குச் சென்றிருந்தபோது அந்தந்த இடங்களில் ஒலிகளும் ஸ்பரிசமும் மணமும் உருவாக்கிய மனச் சித்திரங்கள்... ஆனால் ஒரு காட்சியிலும் தனது கண்ணாடிப் பிம்பம் போன்று நிரந்தரமாய் இருந்துவரும் மற்றவரைக் காணக் கிடைக்கவில்லை என்பது ஏக்கமாய்த் தொற்றியது... ஒரே கணத்தில் முடிவெடுத்தார்.

எனக்கு இந்தத் தைலம் வேண்டாம். நீங்கள் திரும்பிக் கொண்டுபோகலாம்.

என்று உறுதியாகச் சொன்னார்.

ஏன்!?...

வந்தவனின் குரலில் ஏமாற்றமும் ஆச்சரியமும் சமவிகிதத்தில் கலந்திருந்தன. பின்னர் மீட்டுப் பார்த்தபோது, இவ்வளவு தொலைவு வந்தது விரயமாகிவிட்டதன் விரக்தியும் அதில் கலந்திருந்ததாகப் பட்டது போர்ஹேஸுக்கு.

...பரவாயில்லை. உங்களுக்கு விருப்பமில்லையேல் வற்புறுத்தக் கூடாது என்று குறிப்பில் இருக்கிறது. தவிர, உயிர்காக்கும் ஔஷதம் என்றாலும், சுயநினைவோடிருக்கும் வியாதியஸ்தனின் சம்மதமின்றிச் செலுத்தக்கூடாது என்பது எங்கள் வம்சத்தின் வைத்திய தர்மம். ஆனால் தாங்கள் மறுப்பதன் காரணத்தை அறிய எனக்கு உரிமையுண்டா?

தழைவாக, விண்ணப்பிக்கும் குரலில் கேட்டான். இவர் நிதானமாகச் சொன்னார்:

மூடிய இமைகளின் திரையில் தெரியும் காட்சி போதும் எனக்கு. விழிகளுக்குத் திறந்திருக்கும் காட்சியில் பார்க்கக் கிடைப்பது வெறும் வரையறைகள்தாம். அளவற்று விரிந்திருக்கும் மானசீகத்தின் பரப்பில் திளைப்பதும் இடையறாது பயணம் செல்வதுமே எனக்கு உவப்பானவை. இதோ முன்னால் விரிந்திருக்கும் ஜெனிவாவின் வீதியை பனாரஸின் தெருவாக ஆக்க முடியுமா இந்தத் தைலத்தால்?

வந்தவன் பெருமூச்சு விட்டான். படியேறிப் போகும் ஓசை முன்னைவிட உரத்துக் கேட்டது.

அவனுடைய ஆரூட மூதாதையும் தானும் ஒரே காலத்தில் வாழ்கிறதாக ஒரு கணம் உணர்ந்தார் போர்ஹேஸ். தனது கதைகளிலேயே ஆகச்சிறந்த ஒன்று நிகழ்ந்து முடிந்திருக்கிறது என்றும் பட்டது. அறைக்குள் எந்நேரமும் நிறைந்திருக்கும்

கடிகார ஊசல் ஒலி, மரப்படியில் ஒலித்துச் சென்ற காலடிகள் போல் கனத்துக் கேட்டது.

❍

> இது நிஜமாகவே நடந்த கதையா? இப்படி ஒரு சம்பவம் நடந்தது போர்ஹேஸுக்குத் தெரியுமா!

என்று கேட்டதுக்குப் பிறகு, இப்படிக் குழந்தைத்தனமாகக் கேட்டிருக்க வேண்டாமே என்று தோன்றியது.

> அவரிடமல்லவா விசாரிக்க வேண்டும்!...

என்றார் வேதாளம். குரலில் அலாதியான குறும்பு. நான் பேசாமலிருந்தேன்.

> அல்லது, அந்தச் சீன வணிகன் லிங் போவிடம் கேட்கலாம்...

சிரித்தார். அடுத்த கணம் குரல் தீவிரமடைந்தது.

> ஆனால், மானுட உலகத்தினர் யாருமே அவர்களிடம் கேட்கமுடியாது அப்பனே...

சிறு இடைவெளி விடுத்தார். நான் சுவாசிக்கும் ஒலி எனக்கே பேரோசையாய்க் கேட்டது. மீண்டும் அவர் தொடர்ந்தபோது, குரலில் இருந்த வேகம் பீதியூட்டியது.

> ... ஆனால் எங்கள் உலகத்தில் உள்ள யாரும் அவரிடம் கேட்க முடியும். உன்னிடம் தமிழில் பேசுகிறேனே, அவர்களிடம் என்ன மொழியில் கேட்பேன் என்று யோசிக்கிறாய்தானே...

அட, என் சார்பாக அவரே கேள்வி எழுப்பிக்கொள்வது எவ்வளவு இயல்பாகவும், வசதியாகவும் இருக்கிறது. ஆனால், அடுத்து அவர் சொன்ன கருத்து மிகமிக முக்கியமானது என்று பட்டது.

> ...உன்னிடம் நான் தமிழில் உரையாடவில்லை. உண்மையில் நான் பேசுவதாக உனக்குப் புலனாவது உன்னுடைய உணர்வின் அதிர்வு மட்டும்தான். செவியால் கேட்பதற்கு, எதிராளியின் குரல்நாண் அதிர்ந்தாக வேண்டும். அதாவது, மனித உடல் கொண்டவர்களுக்கு மனித உடலின் வரையறைகள் நிச்சயம் சிறைதாம். எங்களைப் போன்றவர்கள் குரலால் பேசுவதில்லை. மொழி என்பது வெறும் ஒலிதான் அப்பனே. காதில் விழும் ஒலித் துணுக்குகளுக்குப் பொருள் ஏற்றும் தளம் ஒன்று இருக்கிறதில்லையா, அந்தத் தளத்தில் எங்களால் எந்த மொழிக்காரரிடமும் தடையின்றி உரையாட முடியும்...

இன்னுமொரு இடைவெளி. இந்த இடைவெளியில், இருளின் மர்மம் அதிகரித்துவிட்ட மாதிரி உணர்ந்தேன்.

...ஆமாம். எங்களுக்குக் கால தேச வர்த்தமானம் என்ற பாத்திகள் ஏதும் கிடையாது.

திடீரென்று இன்னொரு ஐயம் முளைவிட்டது. இவர் ஏன் பேச்சுவழக்கில் உரையாடாமல், நாடக பாணியில், எழுத்துத் தமிழில் பேசுகிறார்.

பிரதேசக் கொச்சையில் இறங்குவதென்றால், எந்த ஊர்க் கொச்சையில், எந்தக் காலகட்டப் பேச்சுப் பாணியை எடுப்பது? யாழ்ப்பாணப் பேச்சு வழக்கில் நான் கொட்டினால் உன்னால் எளிதாக அள்ளிப்பொறுக்கிக்கொள்ள முடியுமா, சொல்லு...!

பழையபடி உல்லாசம் சேர்ந்துவிட்டது அவருடைய குரலில். அல்லது, 'எனக்கு அப்படித் தோன்றியது' என்று சொல்ல வேண்டுமோ?! தவிர, மனிதர்கள் போலவே வேதாளங்களுக்கும் உணர்ச்சித் ததும்பல்களும் அவற்றில் ஏற்ற இறக்கங்களும் உண்டா என்ன...

உண்டு அப்பா. ஞாபகமும் உண்டு. போகட்டும், காலகட்டம் கீலகட்டம் என்றெல்லாம் பேசிவிட்டோமில்லையா, ஒரு வரலாற்றுக் கதை கேட்கிறாயா? நேற்றின் தொடர்ச்சியாக இருக்கட்டுமே?!

சொல்லுங்கள்..

நான் அவரைப் பிடிவாதமாகப் பன்மையில் விளிக்கும்போது, அவர் மட்டும் என்னை ஒருமையில் விளிக்கிறாரே என்று முதன்முறையாகத் தோன்றியது. இருக்கட்டுமே, எல்லா அர்த்தத்திலும் காலம் தாண்டிய வியக்தியாய்த் தென்படுகிறவருக்கு இந்த உரிமைகூடக் கிடையாதா...

வீதியின் ஓசைகள் துல்லியமாய்க் கேட்கின்றன. இரட்டைக் குதிரை சாரட்டுகளின் அலங்காரச் சக்கரங்களில் கட்டிய சலங்கைகளின் கலகலப்பு, கூவி விற்கும் பெண்களின் வீறல்கள், குதிரையேறி ரோந்து வரும் வீரர்களின் அதட்டல்கள், பார வண்டி இழுத்துச் செல்லும் காளைகளின் கழுத்துமணிகள், மசகு வறண்ட சக்கரங்களின் வேதனை முனகல்கள், தாழ்ந்த குரலில் திரிரத்தினங்களை அரற்றி நகரும் பிட்சுக்கள், சுரைக்குடுக்கையின் ஒற்றைத் தந்தியை நிரடி யாசகம் கேட்டு வரும் நாடோடிக் குரல்...

படுக்கையில் வீழ்ந்ததுக்குப் பிறகு தெரிகிறது, உலகம் எந்த அளவு ஒலிகளாலானது என்று. காதுகளுக்கு மட்டும் திறக்கும் பாதி உலகத்தை மானசீகத்தின் கண்கள் தன்னியல்பாகப் பூர்த்திசெய்து கொள்ளும் விந்தையும்தான்.

செயலாய் இருந்த காலத்தில் செவிகள் மடுத்த ஒலிகளே வேறு. காற்சலங்கையின் கொத்து மணிகளும், தாளக் கருவியின் தோல் அதிர்வும், தாளக் கருவிக்குத் தாளம் தரும் பித்தளை வில்லைகளும், நாட்டியத்துக்குத் துணையாய் ஒலிக்கும் தந்திகளும் குழலும், நட்டுவாங்கத்தின் பலகைக்கோல் ஆணைகளும் என்று. அந்தி கரைந்தபின் எல்லாம் ஓய்ந்து முத்தத்தின் சத்தத்தில் சென்று முடியும். மறுநாள் காலையில், மரப் பெட்டிக்குள் சேர்ந்த பொற்காசுகள் கிலுங்கும் ஒலி.

எத்தனை பேர் வந்துசென்றபோதும், கிறக்கத்தின் உச்சத்தில் பிதற்றிக் களித்தபோதும் யாரிடமும் மனம் ஈடுபட்டதில்லை. மறத்தின் இலக்கணமான மாவீரர்கள் முதல், தாமரை இதழ்போல மிருதுவான உள்ளங்கைகள் கொண்ட பிரபுக்கள் வரை, தின்று தீர்க்கும் வேட்கையுடன் பிணைந்து முடித்த வாலிபர்கள் முதல், உச்சத்தை ஒத்திப்போட்டு, தமது ஆயுளையே நீட்டித்ததாக நிறைவடையும் கிழ அறிஞர்கள் வரை. ஒருமுறை இளவரசனேகூட வந்து சென்றான். அன்றிருந்த பீடிப்பில், பாதி ராஜ்யம் கேட்டால்கூட வழங்கியிருப்பான்.

தேசம் முழுவதும் வாசவதத்தை எனும் வாசனை படர்ந்திருந்த காலகட்டம்.

அப்புறம் திரவியங்கள், அவை ஆவியாக உட்புகுந்து பெருக்கெடுக்க வைக்கும் இச்சையின் பிரவாகம்; வெண்துகில்கள், அவற்றின் வருடலில் ஊற்றெடுக்கும் மயக்கம்; மென்மையான ருசிகள், அவற்றின் தூண்டுதலால் உடலுக்குள் கிளர்ந்தெழும் மாயப் பசி; அடங்கிய தூபங்கள், அவற்றின் மெல்லொளியில் புதைந்த ரகசியங்கள்; அகிலின் தீராத மணம், அது மலர்த்திய மோகத்தின் இன்பவேதனை என சகலமும் சாசுவதம்போலக் காட்சியளித்து, அரவமின்றி நிரந்தரத்தின் காம்பிலிருந்து உதிர்ந்து விட்ட மலரின் நாட்கள் இவை.

உதிர்ந்த மலர் சருகாகி, மட்கி மறையக் காத்திருக்கும்போது மஞ்சத்தில் நிரம்பியிருக்கும் சங்கதிகளே வேறு. சதை வற்றி எலும்பு துருத்தும் உடம்புக்குப் பஞ்சணையே உறுத்தத்தான் செய்கிறது. எந்நேரமும் கஷாயமும் தைலங்களும் களிம்புகளும் சூரணங்களும் எண்ணெய்களும் நெடியடிக்கும் அறை. சீரான இடைவெளியில் பலத்து மூச்சிரைத்து, தானாக

வெளியேறும் கபத்தின் துர்மணத்தைச் சொல்லவே வேண்டாம். இத்தனைக்கும், நோயாளிக்கு தாராளமான காற்றோட்டம் வேண்டுமென்று பரக்கத் திறந்துகிடக்கும் ஜன்னல்கள். எந்நேரமும் பட்டப்பகல்போல வெளிச்சம் நிரம்பிய அறை.

அன்றாடம் வந்து இசைத்த கலைஞர்கள் தாமாகவே வருகையை நிறுத்திவிட்டனர். ஆடாத காலுக்கு இசையும் தாளமும் ஒரு கேடா.

போகிகள் வந்து சென்ற அறைக்குள் நாள்தவறாமல் வைத்தியர்கள் வந்து போகிறார்கள். உடலுக்கு வந்திருக்கும் வியாதியைவிட உள்ளத்தைப் பீடித்திருப்பதுதான் மிகவும் வலியது என்று ஒருவர் பாக்கியின்றி எடுத்துரைக்கிறார்கள். இழப்பின் கனம் தெரியாத மூடர்கள். தேவலோகத்திலிருந்து இறங்க நேர்ந்தது பெரிதல்ல, இடைவழியில் மண்ணுலகின் ஸ்பரிசமேயின்றி நேராகப் பாதாள லோகத்துக்குள் வீழ்ந்து கொண்டிருக்கும் பெண்பிறவி பறிகொடுத்திருப்பது சாமானியமான பொக்கிஷத்தையா. முதுமை யாருக்கும் வரக்கூடியதுதான் என்றெல்லாம் சமாதானம் சொல்ல வேண்டியதில்லை – அந்த யார் என்றாலும் வாசவதத்தைக்கு ஈடாகுமா? மூங்கில் கோல்போல மெலிந்து சூம்பியிருக்கும் முன்னங்கையில் பார்வை படிகிறது; ரோகத்தின் வெளிவிளிம்புபோல நரம்புகள் புடைத்திருக்கும் மேற்பாதங்கள்மீதும்தான் ...

அன்று மாடத்தில் இருந்தாள். பொற்காலத்தின் மையத்தில் ஒருநாள் ... அந்தியின் வருகை ஏனோ தாமதப்படுகிறது. பொன்னிற வெயிலில் கடுமை இன்னும் எஞ்சியிருந்தது. கோடையின் ராஜாங்கமும், அதன் மிதமிஞ்சிய மமதையுமே காரணங்கள். மாடத்தில் கிடத்திய ஆசனத்தின் இருபுறமும் மயிற்பீலியால் விசிறியவாறு நின்ற தாதியரும் பேரழகியர்தாம். பொற்காசுகளின் எண்ணிக்கையோ வந்தவனின் அந்தஸ்தோ குறையும் பட்சத்தில், அட்டியின்றித் தமது உடலை வழங்க ஆயத்தமாய் இருப்பவர்கள்.

புத்தம் சரணம் கச்சாமி தம்மம் சரணம் கச்சாமி சங்கம் சரணம் கச்சாமி.

என்று ஒலித்தது இளம் குரல். சாஸ்திரீயப் பாடகன்போலக் கார்வை கொண்ட வெண்கலக் குரல். வீதியிலிருந்து மாடமேறிவந்த குரலுக்குரியவனை எட்டிப் பார்த்தாள். அவனும் அதேசமயம் அண்ணாந்து உப்பரிகையைப் பார்த்தான். வசீகரன். முண்டனம் செய்த தலையில் முன்னந்தியின் கபில நிறம் பொற்கிரீடம்

போலப் படிந்திருந்தது. இடது தோளை மறைத்த காவித்துணி. மறையாத மறு தோளில், அதன் அளவான சதைப்பூச்சில், திமிறித் தெரிந்த வாலிப முறுக்கு. இரு கைகளாலும் ஏந்தியிருந்த கருநிறத் திருவோடு காலியாய் இருந்தது.

பாடலிபுத்திரத்தின் அத்தனை வீதிகளையும் அத்தனை வீடுகளையும் தவிர்த்து, தன் மாளிகை வாசலில் ஏன் வந்து நிற்கிறான்? துறவிகளின் காரணங்கள் தாசிக்குப் புரிய நியாயமில்லை. காரணமேயின்றி அவன்பால் இழுபட்டது மனம்.

சோற்றுருண்டைக்கும் நாணயங்களுக்கும் பதிலாக, திருவோட்டில் ஒரு துளி காமம் வந்து விழுந்தால் என்னாவான்? அது கிடக்கட்டும் ஆயிரமாயிரம் கலவிகளில் கிட்டாத பேருவகை தனக்குமே கிடைக்க வாய்ப்புண்டோ? தீவிர பிரம்மச்சரியத்தின், அடங்காச் சுனையிலிருந்து பீறும் பிரவாகத்தைத் தனக்குள் தேக்கத் துடிக்கும் மதகு தானாய்த் திறந்து அல்லாடுகிறது. இலக்கின்றித் திரிந்த பூச்சிக்கு, உகந்த செடி கிடைத்த மாதிரி உடலும் உயிரும் மனமும் பரபரத்தன.

மாளிகைக்குள் கூட்டிவரச் சொன்னாள். எதிர்ப்பின்றி வந்து, எதிரில் கிடத்தின மணைப் பாயில் அமர்ந்தவனிடம் தன் கிடக்கையை வெளிப்படுத்தினாள்.

> என்னுடைய இன்றும் உன்னுடைய இன்றும் வேறு வேறு அம்மா, உனக்கு நிஜமாகவே நான் தேவைப்படும் நாளில் நிச்சயம் வருவேன்.

என்று சலனமேயற்ற, தீர்க்கமான குரலில் சொன்னான். உபசாரமாக வெள்ளிக் கிண்ணத்தில் அளித்த பசும்பாலை மறுத்தான், சிரித்தான். போய்விட்டான். போனபிறகு உறைத்தது, அட, பெயரைக் கேட்க மறந்துவிட்டோமே...

ஏவிய மாத்திரத்தில் ஓடிய தாதி விசாரித்துவந்து மூச்சிரைக்கச் சொன்னாள். உபகுப்தனாம். பௌத்த சங்க மந்திரத்தை அவன் உச்சரித்த அதே தீர்க்கத்துடன் இந்தப் பெயரை ஓயாமல் உச்சாடனம் செய்யத் தொடங்கிவிட்டது இவள் மனம். ஒவ்வொரு காலையிலும், விழிப்புத்தட்டிய மாத்திரத்தில், முதல் நினைவாக ஒரு கேள்வி எழும், இன்றுதான் அந்த நாளோ? பகல் தேயத் தேய முற்றிவரும் ஏக்கம், பின்னிரவில் முற்றாக முறியும். அவன் பெயர் சுமந்த தலையணைக்கு ஒரு முத்தமோ, ஒரு சொட்டுக் கண்ணீரோ பரிசாகக் கிடைக்கும். சந்தேகமேயில்லை, முன்னேதோ பிறவியில் அவனுடைய இணையாய் இருந்திருக்கிறாள்...

ஒருபோதும் அஸ்தமிக்காத நிலவுபோல அவன் முகம் நிரந்தரமாகத் தொங்கும் ஆகாயமானது மனம். யாரோடு இருக்கும்போதும், பிணையும் உடல் வேறாகவும் கொஞ்சும் முகம் உபகுப்தனுடையதாகவும் இருக்கும்.

நீருக்குள் நெருப்பு
கல்லுக்குள் ஈரம்
தோல்வியில் ஆனந்தம்
இன்பத்தில் நிலையாமை
வாதையில் சுகம்
சுகத்தின் பின்புல முறிவு
சதைக்குள் காமம்
ருசியின் ஆழத்தில் நஞ்சு

என்று வாடிக்கையாளக் கவிஞன் ஒருவன் பிதற்றவில்லை? அந்த விநோதங்களின் பட்டியலில் இதையும் சேர்க்கலாம். இரட்டை விசித்திரம் –

தாசியின் காதல்

என்று ஒன்று. போயும்போயும் அது ஒரு துறவியின்மீது என்பது விதிவசமான இன்னொன்று.

தெருவின் ஓசைகளை மீறி திரிசரணம் ஒலிப்பது கேட்கிறது. ஆம், அதே குரல். எவ்வளவு காலம் போனால் என்ன, இளமை குன்றாமல் தனக்குள் மீந்திருக்கும் அதே குரல். அல்லது, அல்லது, தன் அந்தராத்மாவிலிருந்து கேட்கிறதோ?... இல்லை, இல்லை, வீதியிலிருந்து வருவதேதான். விமோசனத்தின் அழைப்புபோல ஒலிக்கிறது.

அவசரமாகத் தாதியை அனுப்பி அழைத்துவரச் சொன்னாள். பிராயம் அதிகரித்தும் முகத்தில் பழைய காந்தி கொஞ்சமும் குறையாமலிருந்த மாய உருவம் எதிரில் வந்து நின்றது. தேயாத புன்முறுவல். மனத்தின் ஆழத்தில் பிரளயம் எழுந்தது.

சுவாமீ, வந்துவிட்டீர்களா!

ஆம், அம்மணி, இன்றுதான் அந்த நாள் போலும்... இனி உன் பொறுப்பு என்னைச் சேர்ந்தது.

மஞ்சத்தின் தலைமாட்டில் இருந்த முக்காலியில் எஞ்சிய சிறிதளவு காலியிடத்தில் திருவோட்டைக் கிடத்திவிட்டு, ஒவ்வொரு மருந்தாக எடுத்துப் பார்க்கத் தொடங்கினார்.

தன்னுள் இத்தனை நாளாய்த் தவித்துக்கொண்டிருந்த திருவோடு சட்டென நிரம்பிவிட்டதை உணர்ந்தாள் வாசவதத்தை.

நாள்பட்ட வாழைப்பழம்போல சருமம் சுருங்கிய யாசகக் கரங்கள் நடுங்கியபடி உபகுப்தரை நோக்கி நீண்டன.

◯

அடர்நீலம் மறைந்துவிட்ட இடத்தில் மீண்டும் நிரம்பிவிட்ட இருளை ஏக்கத்துடன் பார்த்தேன். வேதாளம் சொன்ன இந்தக் கதையில் வந்த சொற்களும் வாக்கியங்களும் மறப்பதற்கு முன்னால் பதிவு செய்துவிட வேண்டும் என மனம் அடைந்த பரபரப்புக்கும் கிளர்ச்சிக்கும் அளவேயில்லை; எங்கெங்கோ பாய்ந்து மோதித் திரும்பிய மறுகணமே மீண்டும் பாயக் கிளம்பியது. நாளைக் காலைவரை பொறுப்பதற்கில்லை; அபூர்வமான பொருள் ஒன்று தனக்கே என்று கிடைத்ததுபோல, சுருள்வில்லின் மொத்த விசையையும் ஒரே தடவையில் வெளிப்படுத்தத் துடிக்கும் ஊசல்போல அல்லாடியது.

துள்ளியெழுந்து, கூடத்தையும் மடிக்கணினியையும் நோக்கி நான் வேகமாக நடப்பதை, உறக்கம் கலைந்த பத்மினி வியப்புடன் பார்த்தாள். சில நிமிடம் கழித்து, தானும் எழுந்து வந்து என்ன செய்கிறேன் என்று பார்த்தாள். அவள் முகத்தை ஏறிட்டேன். ஒரு புன்முறுவலைப் பரிமாறிக்கொண்டோம். நான் தட்டச்ச ஆரம்பித்தேன். அவள் பெருமூச்சோடு திரும்பிச் செல்வது ஓரக்கண்ணில் பட்டது...

முந்தின இரவு எழுதியதை, மறுநாள் காலையில் படித்துப் பார்த்தேன். நான் நினைத்தது சரிதான்; வேதாளம் வழக்கமாகச் சொல்லும் கதைகளைப் போலில்லை இரண்டும். மொழியின் வேகமும் சரி, பேசிய பொருளும் சரி, விசித்திரமாகத் தென்பட்டன. வேதாளத்துக்குள் ஏதோ பிசாசு நுழைந்து சொல்ல வைத்தவை என்கிற மாதிரி உணர்ந்தேன்.

அது சரி, வேதாளத்துக்குள் நுழையும் பிசாசு என்றால், வேதாள உலகத்திலும் பூடகமான உள்மடிப்புகள் உண்டு என்றுதானே அர்த்தம்?!

வேதாளம் சொன்னதைவிடப் படுவேகமாக நான் எழுதிமுடித்துவிட்டேன் என்பதால், ஏகப்பட்ட நேரம் மிச்சமிருந்தது; பத்மினி கொண்டுவைத்த இரண்டாவது காஃபியை அருந்தியவாறே, ஒரு கையால் விசைப்பலகையைத் தட்டி, கணிப்பொறியைத் துழாவ ஆரம்பித்தேன்...

ஏதோ ஒரு பத்திரிகைக்கு அனுப்பலாம் என உத்தேசித்து, எழுத ஆரம்பித்த பின் விசை குன்றியதாலோ, சலிப்பு மீறியதாலோ

அரைகுறையாக நின்றுபோன கட்டுரையின் ஆரம்பப் பத்தி அகப்பட்டது.

'காமத்தைப் புறமொதுக்குவது உயிரினங்களின் இயல்புநிலை அல்ல' என்று எங்கோ படித்தது நினைவு வருகிறது. அது ஒரு விவாதம். சமூகவியலாளர் ஒருவருக்கும் புகழ்பெற்ற துறவியொருவருக்கும் நடைபெற்ற நீண்ட விவாதம் என்பது நினைவிருக்கிறது – எந்த நூலில், தமிழில் அசலாக எழுதப்பட்டதுதானா, மொழிபெயர்ப்பா, மூல வாக்கியம் எந்த தேசத்தின் எந்த மொழி நூலில் இடம்பெற்றது என்பதெல்லாம் கொஞ்சமும் நினைவிலில்லை. அவற்றுக் கெல்லாம் ஏதாவது முக்கியத்துவம் உண்டா என்றும் தெரியவில்லை.

சமூகவியலாளர் தொடுத்த கணைக்கு, 'அப்படிப் புறமொதுக்குவதுதானே துறவின் மகத்துவம்' என்று துறவி பதிலளித்திருந்தார்.

ஒரே சந்தர்ப்பத்தின் எந்த அம்சங்கள் நினைவில் தங்குகின்றன, எவை மறந்து அழிகின்றன என்பதெல்லாம் பிரக்ஞையின் புதிராட்டங்கள். அதைப் பற்றி இங்கே விரிவாகப் பேசுவதற்கில்லை என்பதும், இந்த மாதிரியான கனத்த விஷயங்களை அறிவுஜீவிகள் மற்றும் உளவியலாளர்களிடம் ஒப்படைத்துவிட்டு விலகிவிடுவதுதான் உத்தமம் என்றும் படுகிறது.

விபரம் புரியாத வயதில் அப்பா ஏற்படுத்திக் கொடுத்த பரிச்சயத்தால் அவ்வையிடமும் காளமேகத்திடமும் சொக்கிக் கிடந்த நாட்கள் என்னளவில் பெறுமானம் அதிகம் கொண்டவை. இருவரும் ஆண்–பெண் உறவின் இரண்டு நுனிகளைப் பாடியவர்கள் என்று பின்னாட்களில் தோன்றியிருக்கிறது. கிழவி அதை சமூகப் பின்புலம் கொண்ட உளவியல் அனுபவமாக அணுகினாள்; தாசிகளோடு சகவாசம் வைத்திருந்த காளமேகம் அதை உடல்சார்ந்தே பேசியிருக்கிறார்–'கட்டித் தழுவுதலால் கால்சேர ஏறுதலால்' 'மிக்கான தங்கைக்கு மேலே நெருப்பையிட்டார், அக்காளை ஏறினாராம்' என்று சிலேடையாகக்கூட உடல்சேர்க்கையைப் பேசுகிறவராக இருந்திருக்கிறார் . . .

கிறுக்குத்தனமாக மனம் வேகம் கொண்டு பாய்ந்த ஒரு சந்தர்ப்பத்தில் பீறிக் கிளம்பியவற்றை, அவற்றின் பச்சைவாடை மாறாமல் பதிவு செய்திருக்கிறேன்; மேற்கொண்டு பாயாமல்

விலகிக்கொண்டது நல்லதுதான்; எழுத்தில் ஈடுபட்டவன் செய்யக்கூடிய காரியம்தான்.

ஆனால், இன்றைக்கு மனம் வேறுவிதமாக முடிவெடுத்தது. மேற்சொன்ன கட்டுரையை எழுதி முடித்துவிட ஆசை எழுந்தது. இதில் நான் எதிர்பாராத ஓர் அம்சம், கட்டுரையாக ஆரம்பித்த சங்கதியில் மெல்ல மெல்ல புனைவின் நிறம் ஏறியதும், உருவான காட்சியை, அது தோன்றும் வேகத்திலேயே எழுதித் தீர்த்துவிட நான் முனைந்ததும் . . .

அந்தக் கிழவியைத் தெரியாத தமிழர்கள் அநேகமாய் இருக்க மாட்டார்கள். புஷ்பக விமானத்தில் அமரலோகம் சென்ற தெய்வீகக் கிழவியல்ல – அதெல்லாம் எத்தனை சதவீதம் உண்மை என்று தெரியாத தொல்கதை. இவள் கூழுக்குப் பாட்டெழுதிய சாமான்யப் பெண்மணி – பாட்டுக்கள் இன்னமும் உள்ளன, அவள் மனிதப் பிறவியேதான் என்பதற்கான மறுக்க முடியாத சான்றாக. தானே விரும்பி, பால்யத்தில் வயோதிகம் பூண்டவள் என்று இன்னொரு தொல்கதை சொல்கிறது. ஆனால் அவளுடைய பாட்டுகளில் வெளிப்படும் விவேகம் இளம் மனத்தில் உதித்திருக்க வாய்ப்புக் குறைவு. நீண்டகால மனித அனுபவம் இறுத்துத் தந்த துளிகள் அவை என்பதில் ஐயத்துக்கே இடமில்லை.

கிழவிக்குச் சமமான பிரபலம் கொண்ட இன்னொரு ஆளும் இருக்கிறான். இட வலம் மாறித் தெரிகிற, இவளது கண்ணாடிப் பிம்பம் போன்றவன். கனிவும், வாஞ்சையும் பொங்கும் கிழவிக்கு எதிர்முனையில் இருப்பவன். தீரா விடலைப் பருவத்தின் குறும்பும், விட்டேற்றித்தனமும் கொப்பளிக்கும் பாடல்களைப் பிறப்பித்தவன். வீறாப்பும், மமதையும், ரோஷமும், கேலியும் பொங்கி வழியும் பாடல்கள். தன்னைத் தெருவிலிறக்கிய கடவுளுக்கும், தான் மோகித்த தாசிக்கும் ஒரேவிதமாய்ப் பாட்டெழுதிய ஆசாமி. வாழ்வின் சகல முனைகளையும் புசித்துத் தீர்த்தவன்.

ஆனால் காளமேகத்துக்கும் அவ்வைக்கும் முக்கியமான வேறுபாடுகள் இன்னும் சில உண்டு. அவ்வையின் பாடல்கள் எந்தக்காலத்திலும் பழசாகாத அகத் தெளிவை முன்னிறுத்தியவை. காளமேகத்தின் பாடல்களுக்கு ஞானம் புகட்டும் நோக்கம் எதுவும் இல்லை; சுலபத்தில் துருவேறாத சினமும், மொழிவித்தையும் கொண்டவை.

அவள் மாமன்னர்களின் நட்பைச் சம்பாதித்தவள். காளமேகத்தின் சிநேகிதர்கள், அதிகாரத்தின்கீழ் நசுங்கியவர்கள்தாம்.

மிக முக்கியமான இன்னொரு வித்தியாசம். காளமேகம் ஒரே நபர். பாடல்களிலும் இந்த அடையாளம் மாறாமல் இருக்கும். அவ்வை என்பது தனிநபர் அல்ல; காலப்பாத்திகளை மீறிய பெண்மன உச்சங்களின் தொகுப்பு; வரலாற்றில் சுமார் பதினெட்டு அவ்வைகள் இருந்திருக்கிறார்கள் என்று ஒரு அறிஞர் உரைத்திருக்கிறார். இன்னொருவர், 'அந்நாளில் எழுதவந்த பெண்கள் எல்லாருக்குமே 'அவ்வை' என்றுதான் பெயர்' என்கிறார். அவ்வை என்பது ஒரே நபர் இல்லை என்பதை அறிய அறிஞராய் இருக்க வேண்டியதில்லை – 'கல்தேர் மண்டிலம் சிவந்து நிலம் தணியப் பல்பூங் கானலும் அல்கின்றன்றே', என்று கெடுபிடியான சங்ககால நடையிலும்; 'சீதக் களபச்செந்தாமரைப் பூம் பாதச் சிலம்பும் பலவிசை பாட' என்று இடைக்கால பக்தி மொழியிலும்; 'கற்றது கைமண் அளவு கல்லாதது உலகளவு' என்கிற எளிய நவீன மொழியிலும் உருவான வரிகள் ஒரே மனத்தில் உதித்தவை என எப்படி நம்புவது!...

இந்த இடத்தில் கட்டுரைவேகம் தணிந்துவிட்டது. ஒரு சிகரெட் பிடிக்கலாம் என்று எழுந்து வாசலுக்குப் போனேன்.

வெளியேறும் புகையின் அடர்த்திக்கு ஊடாக, அப்பாவின் முகமும், நீல நிறமாக ஒளிரும் உள்ளங்கைப் பரிமாண மாய உருவமும் தென்பட்டன.

அவர்கள் நினைவு எழுந்த மாத்திரத்தில், வீட்டுக்குள் இருவருடைய பிரசன்னமும் இருக்கிற மாதிரி பிரமை தட்டியது. அதை பிரமை என்று சொல்வது தவறாகக்கூட இருக்கலாம். ஏனென்றால், அரைவாசி புகைத்திருந்த சிகரெட்டை ஆவேசமாய்க் கீழே போட்டு நசுக்கிவிட்டு, வீட்டுக்குள் வந்தவன், சந்நதம் வந்த மாதிரிக் கணிப்பொறியில் படபடபடவெனத் தட்ட ஆரம்பித்தேன்...

எத்தனை அவ்வை, எந்த அவ்வை என்றாலும், அவள் கூன் விழுந்த நாடோடிக் கிழவி என்பதிலும், ஆண் துணையின்றி வாழ்ந்து தீர்த்த கன்னி என்பதிலும் யாருக்குமே மாற்றுக் கருத்து இல்லை. ஆனால் அவள் வாழ்வில் நடந்த ஒரு சம்பவம் யாருக்கும் தெரியாமலே போய்விட்டது.

அவ்வையின் அந்திம காலம். கடும் கோடை. வேனலும் வயோதிகமும் கிறுகிறுக்க, தலை நடுங்க நடந்துவரும் கிழவி ஒரு மரத்தடியில் அமர்கிறாள். தோள்மூட்டையைக் கூன் முதுகுக்கு அண்டக்கொடுத்துச் சாய்ந்துகொள்கிறாள்.

முதுமையின் சான்றாக, மெலிந்தும் சுருங்கியும் உடலோடு படிந்த வற்றிய முலைகளுக்கு நிகராக, மூன்றாம் முலைபோல இடுப்பில் சொருகிய சுருக்குப் பையை அனிச்சையாய்த் துழாவுகிறது கை. வதங்கிய வெற்றிலை இரண்டும், ஒரு துண்டுப் பாக்கும் மட்டுமே இருப்பு. சுண்ணாம்புக் கட்டி பருக்கைக்கல் மாதிரி இறுகியிருக்கிறது. ஒரு சொட்டு தண்ணீர் கிடைத்தால் நனைத்துக்கொள்ளலாம்.

எழுந்து நகரத் தெம்பு இல்லை. எதிரில், அறுவடை முடிந்த வயல். உருக்கிய உலோகம்போலத் தளதளக்கிறது கட்டாந்தரை. அதன் தொடுவான விளிம்பில், கானல் அலைகள். அவற்றினூடாக யாரோ மனிதர்கள் இருக்கிற காட்சி. வெம்மையால் கசிந்து, பார்வை மங்கிய விழிகளைக் கசக்கிவிட்டுப் பார்க்கிறாள் கிழவி. பார்வை தெளிகிறது. அடடே, காட்சி கானலில் இல்லையா – தன் கற்பிதத்தில்தானா?! வியப்புடன் தொடர்ந்து பார்க்கிறாள்.

இப்போது காட்சியும் தெளிகிறது. ஆஹா, சென்ற கார்காலத்தில், காவிரிக் கரையில் நடந்து வரும்போது பார்க்கக் கிடைத்தது அல்லவா இது! இப்போது கானலின் திரையில் மீண்டும் தன்னை நிகழ்த்திக்கொள்கிறதோ...

அன்றும் இன்றுபோலவே வெகுதொலைவு நடந்திருந்தாள். தாகம் வறட்டியது. பசும்புல் மண்டிய வரப்பில் இறங்கிச் சென்றாள். மறுகோடியில், தலைபடர்த்தி நின்ற மரம். அப்பால், வேலிப்புதர்கள். மறுபுறம் வாய்க்கால் போலும். ஓராள் உயரத்தில் பறவைகள் மிதந்து சுற்றிவந்தன – ஒரே தலத்தைக் குவிமையமாக வைத்து.

அந்த இடத்தை நெருங்கும்போது, கால் தானாய்ச் சுணங்கியது. மொழியற்ற பேச்சு கேட்கிறது. கிணுகிணுவென்ற மெல்லிய சிரிப்பொலியில் கூச்சம் நெளிகிறது. பெண்குரல். 'ம் .., ம் ..?' என்று தூண்டி வினவுகிற மாதிரி இருக்கிறது; கிச்சுக்கிச்சு மூட்டுவது மாதிரி, லேசான உறுமல் மாதிரி ஒலித்த ஆண்குரல். மாறிமாறிக் கேட்ட வெற்று ஒலிகளில், அபூர்வமானதோர் உரையாடல் நிகழ்வதுபோலத் தோன்றியது கிழவிக்கு.

மனம் இரண்டாகப் பிளந்தது. 'திரும்பிவிடு' என்றது ஒரு பாதி. 'திரும்பாதே' என்றது மற்றது. இரண்டாவதுதான் வென்றது – அல்லது, அதுதான் முதலாவதோ?

ஆடை குலைந்து கண்மூடிக் கிடக்கும் குமரி. காற்றும் புகாத நெருக்கத்தில் அவளை இறுக்கிக் கிடப்பவன், உதடுகளில் தொடங்கி அவளை முழுசாகத் தின்று விழுங்கும் ஆவேசத்தில் இருப்பது தெரிந்தது. ஒருக்களித்த அவனது முதுகு நடுங்குகிறது.

உடல்கள் துடிக்கத் தொடங்குகின்றன. பெண்மகளின் கண்கள் திறக்குமுன் திரும்பிவிட வேண்டும் என்ற பதற்றம் கிழவிக்குள். தடுமாறிப் பின்னகர்ந்தாள்.

காட்சி மீண்டும் திரும்பி வரும்போது, கோடை கார்காலமாகி யிருக்கிறது. கிழவியின் மன ஆழத்தில் ஆர்ப்பரித்துப் பெருகும் பிரவாகத்தில், அலைகள் ஓங்கி ஓங்கி உயர்கின்றன. முகடுகளில் நுரைபொங்கும் வெண்மையும், சரிவுகளில் சுடரின் வேர்போல இருளுமாகக் காட்சிதரும் அலைகள் பகல்–இரவெனத் தோற்றம் காட்டி மறிகின்றன. தனிமையைக் கைக்கோலாகக் கொண்டு இதுவரை கடந்து வந்த நாட்கள் அனைத்தின்மீதும் படு தீவிரமான மறுபரிசீலனைஆரம்பிக்கிறது.

தவறு செய்துவிட்டேனோ? பாரி அதியமான் சோழன் என்று ஆண் அரசர்களை அண்டி வாழ்ந்தவள், எனக்குள் இருந்த பெண்மகளைப் பார்க்கத் தவறிவிட்டேனோ? பார்த்திருந்தால் ஒருவேளை, மகளிரை ஏசும் இத்தனை பாட்டுகள் பிறந்திருக்காவோ? வறுமையில் செம்மையாய் ஒருவனுடன் கூடி, எத்தாலும் வாழ்ந்திருக்கலாமோ?…தவறு தவறு, மாபெரும் தவறு…

கானலின் அலைகளில் மிதக்கிறது காணக்கிடைத்த நீண்ட முத்தம். அதன் ருசியை நாடி, பொக்கைவாய்க்குள் நிராதரவாய்த் துழாவுகிறது நாக்கு.

ஒரு வரத்தில் கிழவியானவள், இப்போது தனக்குத்தானே வரமருளி, மங்கை ஆகிறாள். முதுகு காட்டும் ஆடவனின் கைகளில் சரணடைகிறாள். பராக்குப் பார்த்து நகரும் காற்று விழிமூடி வெட்குகிறது. விவேகமும், அறக் கோபமும், எள்ளலும் முழுசாகத் துறந்து நாணத்திலும் பயிர்ப்பிலும் மூழ்கும் இளம் அவ்வை குறுகுறுப்பு தாளாமல் புன்னகைக்கிறாள். புத்துயிர்த்த உடம்பின் ஒவ்வொரு புள்ளியிலும் பரவசம்…

எதிர்காலத்துக்குள் பாய்ந்து விசித்திரமாய்ப் புனையத் தொடங்குகிறது மனம். புத்தம்புதிய இளம் முகம் ஒன்றைத் தானாய் வனைகிறது. அதக்கிய தாம்பூலம் தந்த கிளர்ச்சியுடன் மலர்ந்திருக்கும் அந்த முகம் யாருடையதென்று தெரியாது கிழவிக்கு.

வரவிருக்கும் ஆயிரமாயிரம் நாட்களில் ஏதோ ஒன்றினுள், ஒரு கோவில் தெருவில் பல்லக்கை அதிலிருந்த விக்கிரகத்தை அருகில் வீற்றிருக்கும் பார்ப்பானை ஒருசேரக் கிண்டலடித்தபடி, பரட்டைத் தலையும் அழுக்கு உடையுமாக யாசகன்போலவே

தோற்றமளிக்கும் சவடால்கார இளைஞன் உருவாகி முழுசாகிறான். அடையாளம் குறிப்பாகத் தெரியாத அவனது முகம் ஓடைக்கரை ஆடவனின் கழுத்தில் பொருந்தியிருப்பதைப் பார்க்கும்போது துணுக்குறுகிறாள். அனிச்சையாக உடல் விதிர்க்கிறது ...

நேர் மேலே உள்ள கிளையில், கிழவியை வேடிக்கை பார்த்தபடி அமர்ந்திருக்கும் காகம், தானாக மலரும் பொக்கைவாய் கண்டு, 'க்ஹா' என்று ஓரசை உதிர்க்கிறது.

கட்டுரையின் தொடர்ச்சி கதையாக மாறி முடிந்ததை இப்போது வாசித்தால் ஆச்சரியமாக இருக்கிறது. ஆனால், வேறொன்றைச் சொல்லித்தான் முடிக்க வேண்டும் – அன்றைக்கு எழுதி முடித்த பிறகும் நினைவின் குமிழிகள் லேசில் அடங்குவதாயில்லை.

உணர்ச்சிவசப்பட்டு, நண்பர்கள் வந்தபோது காட்டினேன். அவ்வையின் கதையை மட்டும். வாசித்துவிட்டு ஐந்து நிமிடம் அமைதியாய்க் கண்மூடி அமர்ந்திருந்த இஸ்மாயில், அடுத்து ஒருமணி நேரம் தன் அபிப்பிராயத்தைச் சுருக்கமாகத் தெரிவித்தான். அவ்வளவையும் மீண்டும் எடுத்துச் சொல்லப் பொறுமையில்லை; சாரத்தை மட்டும் சொல்கிறேன்.

1. நிக்கொஸ் கஸான்ட்ஸாக்கிஸின் நாவலில் வரும் கிறிஸ்துவுக்கும், போர்ஹேஸின் 'ரகசிய அற்புத'த்தில் வரும் நாடகாசிரியனுக்கும் நேர்ந்த பிரக்ஞைவிரிவு இந்தக் கதையில் நடக்கவில்லை ...
2. அவர்களுடைய கதைகளில் யதார்த்தக்களம் செம்மையாக அமைந்ததாலேயே கதாபாத்திரங்களுக்கு நேரிடும் ஃபேண்டஸி அனுபவம் பிரம்மாண்டமாக அமைகிறது. இந்தக் கதையைக் குறுங்கதையாக இல்லாமல் நீளமாக எழுதிப் பார்த்திருந்தால் ஒருவேளை, இன்னும் நன்றாக வந்திருக்கக்கூடும். அப்படி எழுதுவதற்கு வரலாற்றறிவு வேண்டும். ஆகவே, உனக்கு அது சாத்தியமில்லை;
3. இந்த மாதிரிக் கதைகளையெல்லாம், எழுதுவதற்கான பயிற்சி என்று வேண்டுமானால் சொல்லலாம்; கதையென்று சொல்லிப் பிரசுரிப்பது சரியில்லை.

பொதுவாக, இந்த மாதிரி வலுவில் வரும் சந்தர்ப்பங்களை வீணடிப்பானேன் என்ற மனோபாவம் கொண்ட சுகவனம்,

ஒவ்வொரு ஷரத்துக்கும் ஒவ்வொரு பதில் சொல்லித் திருப்திப்பட்டான்.

1. எந்தக் கதையைப் படித்தாலும் இன்னொன்றுடன் ஒப்பிட்டுப் பார்க்கும் பழக்கத்தை இஸ்மாயில் விட்டுவிட வேண்டும். 'ஒரு ஊரிலே…' என்று ஆரம்பிக்கும் பாட்டி கதைகள் எல்லாவற்றையும் ஒரே சரட்டில் கோக்க முடியுமா என்ன!

2. வரலாற்றறிவுக்கும் அவ்வையார் கதைக்கும் என்ன சம்பந்தம்? இந்தக் கதையிலேயே வருகிற மாதிரி அவ்வை என்பது ஒரே பெண்மணியும் அல்ல, அவள் வசித்தது ஒரே காலகட்டமும் அல்ல என்னும்போது ஆதாரபூர்வமான வரலாற்றுக்கு எங்கே போவது? எழுதப்பட்ட வரலாற்றிலேயெ புனைவின் துர்நாற்றம் அடிக்கிறது என்று உலகம் முழுவதும் புகார் இருப்பது தெரியாது?

3. புனைகதையைப் புனைகதையாகப் படிக்கத் திராணியில்லாதவர்கள் விமர்சனம் என்ற பெயரில் அபிப்பிராயம் உதிர்க்காமல் இருப்பது நாகரிகமான காரியமாய் இருக்கும். மொழியழகையும், புனைகதையின் உள்மடிப்புகளையும் உன்னிப்பாகப் பார்க்கத் திராணியில்லாதவர்கள் கதை படிப்பதே வியர்த்தம்தான்…

வேதாளம் சொன்ன கதைகளை மட்டுமே பிரசுரிப்பது; அவை பற்றிய எனது அபிப்பிராயங்களைக்கூட வெளிப்படுத்துவதில்லை என்ற முடிவெடுத்திருந்த நான், அப்படி எதையுமே வடிகட்ட வேண்டியதில்லை என்று மாற்றிக்கொண்டதற்கு, மேற்சொன்ன விவாதப்பகுதிகூடக் காரணமாய் இருக்கலாம்…

●

19

சாயங்காலம் அலுவலகத்திலிருந்து திரும்பும் போது தினவு எழும்பியது. முன்னொரு தடவை, அல்லது நேற்றோ முந்தாநாளோதானோ, சொன்ன அதே தினவு. வேதாளத்தின் வருகைக்குப் பிறகு என்னுடைய ஒரு நாள் என்பது, முன்னர் இருந்த அதே அகல ஆழங்களில்தான் நிகழ்கிறதா என்று சொல்ல முடியவில்லை. வெறும் அரைமணிநேரத்தில் வருடங்களையும் பருவங்களையும் பிராயங்களையும் தாண்டிப் பாயும்போது, நேற்று என்பது நூற்றாண்டுத் தொலைவுக்குப் போய்விடுகிறதா, ஞாபக அடுக்கின் எந்தக் கண்ணியில் என்ன நடந்தது என்பதே தெரியாமலாகி விடுகிறது. அதைப் பொருட்படுத்தாமல் காட்சிகளும் சொற்களும் புரண்டு மறிகின்றன – புதுவெள்ளம் பாயும் படுகைபோல ஆகிவிடுகிறது மனம்.

ஆனால் ஒன்று, அடி மனத்தில் அடைஅடை யாய்ச் சோர்வு படிவதற்கு மாதிரியே, இப்படியொரு எழுச்சி உதிப்பதற்கும் நேரடிக் காரணம் கண்டுபிடிக்க முடியாது. கண்டுபிடித்து என்ன செய்துவிடப் போகிறோம். ரத்த அழுத்தம் இழுக்கும் திசையில், அதன் ஓட்ட வேகத்தில் மிதந்து சென்றுகொண்டே இருக்க வேண்டியதுதான். வேறு வழி?

ஆக, மனம் முடிவெடுத்துவிட்டது. சோம்பிக் கிடந்தது போதும். வழக்கமான நிலைக்குத் திரும்பிவிடவேண்டும். எப்போதும்போல எழுத

ஆரம்பிக்கவேண்டும் – அதற்கு முன்னால், வழக்கம்போலப் படிக்க ஆரம்பிக்க வேண்டும். இரண்டும் ஒன்றுக்கொன்று நேரடியாக சம்பந்தப்பட்டவை. உபவிதி ஒன்றும் இருக்கிறது – சும்மா, கதைகளும் கவிதைகளும் மட்டும், அதிலும் தமிழில் மட்டும் படித்துப் பிரயோசனமில்லை.

இடைவெளி விட்டபிறகு, மீண்டும் படிக்க ஆரம்பிப்பது அவ்வளவு எளிதல்ல. வாசிப்பதையும், அதன் சாரத்தையும் சேகரித்து வைக்கும் இடம் லேசாகப் பூசணம் பிடித்திருக்கும். இவ்வளவுநாள் சும்மா இருந்திருக்கிறேனா, ஆதர்சமான சர்வதேச எழுத்தாளர்கள் முதல், உள்ளூர்ப் பத்திரிகையில் தாட்சண்யத்துக்காகவோ, நட்பு கருதியோ பிரசுரிக்கப்பட்ட அபத்தக் கதை வரை சகலத்தின்மீதும் சன்னமான பொறாமை எழும்.

வாசிப்பதுகூடப் பரவாயில்லை, எழுத்தை மீட்டுக்கொள்வது இன்னமும் கடினம். சரியான வார்த்தைகள் சிக்காது. வாக்கிய அமைப்புகளில் விநோதமான குளறுபடிகள் தட்டும். எழுத முனையும் சம்பவம் முழுக்கத் தன்னை *round off* செய்துகொள்ளாது. மொழியொழுக்கு இடறுவது தாங்கமுடியாத சித்திரவதையாக இருக்கும் – மயக்க மருந்து கொடுக்காமலே அறுவைச் சிகிச்சை செய்துகொள்வது மாதிரி. இந்த அவஸ்தைக்கு, வியாதியுடன் பட்ட வேதனையே தேவலை என்று உணரச் செய்யும்.

அவ்வளவு ஏன், சாதாரண சிகரெட் பழக்கத்தைப் பாருங்கள். வருடக்கணக்காகத் தொடர்ந்த பழக்கத்தை, ஏதோ வைராக்கியத்தினால், விடுவதென்று முடிவெடுத்து, மறுநாளிலிருந்தே வைராக்கியம் குலைவதற்காக ஆவலோடு காத்திருந்து, கிடைக்கும் முதல் சாக்கில் ஒரு சிகரெட்டைப் பற்றவைக்கும்போது, முதல் சிகரெட்டின் முதல் புகை நாக்கில் படும்போது, துருப்பிடித்த ஆணியை நக்குகிற மாதிரி எதிர்மறையாய் ருசிக்கிறதா இல்லையா. . .

முன்னொருமுறை குறிப்பிட்ட காஸ்டநெடாவிடமிருந்து ஆரம்பிக்க வேண்டும். வற்றாத ஊற்றாக இருந்து எனக்கு உதவி வருபவர் அவர். உண்மையில், அவர்மீது எனக்கு அளப்பரிய ஈர்ப்பு இருப்பதற்குக் காரணம், மிகவும் எளிமையானது. தரையில் காலூன்றியவராகவும், இனம்புரியாத அந்தரத்தில் உலவுபவராகவும் ஒரே நேரத்தில் தென்படுகிறவர். கிட்டத்தட்ட ஒருவகை வேதாளம் என்றேகூடச் சொல்லலாம்!

காஸ்டநெடாவின் ஒரு நூலுக்கு – அவருடைய முதல் நூலாகக் கூட இருக்கலாம் – அவர் எழுதிய முன்னுரையில்

ஒரு சம்பவத்தை விவரிப்பார். இவர் சாலையோர உணவகம் ஒன்றில் அமர்ந்திருக்கிறார். மேஜை வரிசையின் விளிம்பில் சில சிறுவர்கள் நின்றிருக்கிறார்கள்.

வாடிக்கையாளர் சாப்பிட்டு எழுந்தபிறகு, தட்டுகளை எடுக்கவும், அவற்றில் மீந்திருப்பவற்றை சேகரித்துக்கொள்ளவுமாக சுறுசுறுப்பாக இருக்கிறார்கள். உணவகத்தின் தொழிலாளர்கள் போலத் தெரியவில்லை. கூலியில்லாமல் வேலை நடக்கிறது என்பதால் முதலாளி அனுமதித்திருக்கிறார் போல. சாப்பிட்டுக் கொண்டிருக்கும் காஸ்டநெடாவுக்கு ஒரு கணம் தோன்றுகிறது:

பாவம், ஏழைச் சிறுவர்கள்.

சிந்திக்கும் மனம் இல்லையா, மறுகணம் வேறுபக்கம் பாய்கிறது. 'எனக்கு ஏன் அவர்களைப் பார்க்கப் பாவமாய் இருக்கிறது? பார்த்த மாத்திரத்தில், அவர்கள் எனக்குக் கீழ்ப்படியில் இருக்கிறவர்கள் என்று படுவதால்தானே? அவர்கள் தமது வாழ்க்கையை மகிழ்ச்சியாக வாழ்கிறவர்களாக இருக்கக்கூடுமே? அவர்களுடைய வாழ்க்கைத் தரம் தொடர்பாக யூகிக்கவும் அபிப்பிராயம் உருவாக்கிக்கொள்ளவும் எனக்கு என்ன அதிகாரம்?. . .

படித்துப் பல வருடங்களாகிறது. மேற்படிப் பத்தி எனக்குள் உருவாக்கிய காட்சிச் சித்திரம் கொஞ்சமும் மங்காமல் இருந்து வருகிறது. அப்போது நிலவிய வெளிச்சமும் தட்பவெப்பமும் உணவுமேசையில் காஸ்டநெடாவின் முன்னால் இருக்கும் பீங்கான் தட்டும் சிறுகரண்டிகளும் முள்கரண்டிகளும் மேசைவிரிப்பு மற்றும் நாற்காலிகளின் நிறமும் என சகலமும் என் கற்பனையில் உதித்தவைதாம். மானசீகத்தில் இப்படியொரு காட்சி உருவாகாமல் புனைகதையின் ஒரு வாக்கியத்தையாவது வாசிக்கவோ அனுபவிக்கவோ முடியுமா என்ன? இத்தனைக்கும் காஸ்டநெடா எழுதியது புனைவு அல்ல—புனைகதைக்கு ஈடான வசீகர மொழியில் எழுதப்பட்ட, தன்வரலாறு போன்ற சித்தரிப்பு.

அந்தச் சிறுவர்கள் ரத்தச் சிவப்பில் சட்டையும், காக்கி நிற டவுசரும் அணிந்திருப்பவர்களாக, பதின்ம வயதின் ஆரம்பத்தில் உள்ளவர்களாக எனக்குள் தங்கியிருப்பது ஏன் என்பதோ, எல்லாருமே ஒரே நிறத்தில் சீருடை அணிந்தவர்களாக இருப்பது எதனால் என்றோ புரியவில்லை.

ஆனால் சக மனிதர்களைப் பார்க்கும் விதம் அன்றுமுதல் மாறி விட்டது. மனிதர்கள்தாம் என்றில்லை, சகல ஜீவராசிகளைப் பார்ப்பதிலும் வேறுபாடு உருவாகி விட்டது. காணக் கிடைக்கும் உலகத்துக்கு எந்நேரமும் மதிப்பீடுகளைப் போர்த்திப் பார்க்கும்

வழக்கம் தேயத் தொடங்கிவிட்டது. நிரந்தரமாக எனக்குள் இருக்கும் நிலையுணர்வும் சற்று ஆட்டம் கண்டுவிட்டது என்றுகூடச் சொல்லலாம்.

ஆமாம், மறுபடியும் காஸ்டநெடாவை எடுத்து வாசிக்க ஆரம்பித்துவிடலாம். *Active Side of Infinity* என்றொரு நூல் இருக்கிறது. நடைமுறை வாழ்வின் அலகுகளில், தமது ஆசான் டான் ஜுவான் போதித்த அம்சங்கள் எந்த அளவு நிலவுகின்றன என்பதை அவர் விவரிக்கும் நூல். நான் பாதிவரைக்கும் படித்து நிறுத்தியிருப்பது. அதிலிருந்து ஆரம்பிக்க வேண்டும் – அதன் ஆரம்பத்திலிருந்து. . .

வேதாளம் வந்துவிட்டார். என் ஆழ்மனத்தின் சந்துபொந்துகளையெல்லாம் அறிந்தவர் அல்லவா. வந்தவுடன் படபடவென்று கேள்விகள் கேட்டார்:

> 1. நேற்றா முந்தாநாளா, நீ ஒரு கேள்வி கேட்டாய் அல்லவா? 'ஏன் எப்போதும் கிருஷ்ணனின் கதையையே சொல்கிறீர்கள்? அப்புறம், எப்போது பார்த்தாலும் தமிழ்க் கதைகளே சொல்கிறீர்கள்?'

அவருடைய த்வனி மாறியதிலிருந்து இப்போது பதில் சொல்கிறார் என்று புரிந்து கொண்டேன்:

> உன் தாய்மொழி தமிழ்தானே அப்பனே! எங்களைப் பொறுத்தவரை மொழி என்பது வெறும் ஓசைதான். சிந்தனையின் தளத்துக்கும் கீழே ஓடும் உணர்வுகளின் நீரோட்டத்தைப் படிக்க ஒலி தேவையில்லை. அவை ஒலிவழியே நிகழ்வதுமில்லை. உன் சம்சாரம் உன்மீது கோபமாய் இருக்கிறாள் என்பதை அவள் முகபாவத்தை வைத்தே நீ அறிந்துகொள்வதில்லை?!. . .

மனம்விட்டு, வாய்விட்டு, சிரித்தார்.

> அப்புறம், மொழிபெயர்ப்பு நூலுக்கும் உன் தாய்மொழியில் எழுதப்பட்ட நூலுக்கும் வித்தியாசம் ஏதும் உணர்கிறாயா என்ன?. . .

எனக்கு உடனடியாக 'ஆரோக்கிய நிகேதனம்' நினைவு வந்தது. ஜீவன் மஷாயின் துக்கம், அவர் நடந்த தெருக்கள், அவரிடம் சிகிச்சைக்கு வந்த நோயாளிகள் என்று எப்போதோ அனுபவித்த தத்ரூபங்கள் இப்போதும் மின்னல்போல எனக்குள் ஓடின.

> . . . தவிர, வேறு மொழியிலேயே படித்தாலும், உன் மனம் தாய்மொழியில் பெயர்த்துத்தான் புரிந்துகொள்ளும் – இதை

நான் சொல்லவில்லை அப்பனே, உன் தரப்பு ஆட்கள்தான் எழுதிவைத்திருக்கிறார்கள்!

திரும்பவும் சிரித்தார்.

2. இன்னொரு கேள்வியும் கேட்டாய், 'பூர்விகத்தில் நீங்கள் யாராக இருந்தீர்கள்? வரலாற்றின் எந்தப் பிராந்தியத்தில் வேண்டுமானாலும் எப்படி சஞ்சரிக்கிறீர்கள்?'

இதுவும் நான் கேட்டதுதான். இப்போது அவர் அவற்றை ஒப்பித்ததும், ஏதோ பதிலளிக்க முனைந்தேன். அதைப் பொருட்படுத்தாதவர் மாதிரி, அவர் கதை சொல்லத் தொடங்கினார்.

முதன்முதலில் அதைப் பார்த்தவன் ஒரு சிறுவன். தூக்கம் முழுக்கக் கலையாமல் இரு கைகளாலும் கண்ணைக் கசக்கிக்கொண்டு எழுந்து வந்தவன் தோட்ட வேலை முடித்துத் திரும்பிய அப்பா கழற்றிப் போட்டிருந்த கையுறைக்குள்ளிருந்து ஏதோ வெளிவருகிற மாதிரி நெளிகிறதே என்று பார்த்தான்.

ஒரு புழு. கழுவிய உருளைக்கிழங்கின் நிறத்தில், அப்பாவின் நடுவிரல் பருமனுக்கு, அதே நீளத்தில், வெளியேறி வந்தது.

மண்புழுபோல் உடலுக்குள் முன்னாலிருந்து பின்னோக்கிப் போகும் வளையங்களின் ரகசியச் சலனம் இல்லாமல், மரவட்டை போல நேரடியாக ஊர்ந்தது. பார்த்துக்கொண்டிருந்தபோதே அதன் பருமனும் நீளமும் அதிகரிக்கிற மாதிரி பிரமை தட்டியது. நீள்வடிவ பலூன் மாதிரி காற்றைக் குடித்து வளர்கிறதோ? ஒளிரும் வெண்ணிறம் கொண்ட புழு உடம்பின் மத்தியப் பகுதியில் உள்ள பச்சை நிறப் புடைப்பு, முட்டைகளா இன்னமும் செரிக்காத இரையா என்ற கேள்வியின் ஆடாத வால்போல இன்னொரு புழு வெளிவந்தது. வெந்து உரித்த உருளைக்கிழங்கின் நிறத்தில். அடுத்து இன்னொன்று. இது, பிசைந்த களிமண் நிறம்.

இத்தனை புழுக்கள் இருந்த உறைகளை அப்பா எப்படி அணிந்திருந்தார்? அல்லது அவர் கழற்றிப் போட்டபிறகு இவை உள்ளே போயினவா? போன மாத்திரத்தில் இது தங்களுக்கான இடம் இல்லை என்று உணர்ந்து திரும்பி வருகின்றனவோ? புழுக்களின் அறிதலும் சிந்தனையும் எந்த மொழியில் இருக்கும்? மொழியேயில்லாத மொழி என்றால் அதன்மூலம் அவை தொடர்புகொள்வது எப்படி? வேவ்வேறு இனங்களாகத் தென்படும் புழுக்கள் ஒரே உறைக்குள் ஒத்திசைந்து போனது எங்ஙனம்?

ஆரம்ப வகுப்புகளைத் தாண்டியதும், உயிரியல் என்று தனிப் பாடம் ஏற்பட்டிருக்கிறது. ஆசிரியர் விளக்கும்போது புழுக்கள் பூச்சிகள் விலங்குகள் பறவைகள் எல்லாவற்றையும் மனிதர்களோடு ஒப்பிட்டுக் கேள்விகள் உதிப்பதும் வழக்கமாகியிருக்கிறது.

புழுக்களை மாதிரியே வரிசை கட்டிவரும் கேள்விகளை, அவனுக்குள் தானாக உயர்ந்த படபடப்பை மீறிக்கொண்டு நான்காவது புழு வெளிப்பட்டது. தொடர்ந்து ஐந்தாவது, ஆறாவது என வெளியேறியவை பழகிய வீடுபோல வெகு சுவாதீனமாக ஆளுக்கொரு திக்கில் ஊர்ந்து நகர்ந்தன. ஒருவருக்கொருவர் பரிச்சயமற்றவர்போலக் காட்டிக்கொள்ளும் ஒற்றர் பட்டாள பாணியில் அவை திசை பிரிந்து நகர்வது யாருடைய கட்டளையின் பிரகாரம்? கட்டளையிடுவதும் ஒரு புழுதானோ?

ரயில் வண்டித் தொடர்போல அவை வந்துகொண்டிருப்பதைப் பார்க்க, கையுறைக்குள் புழுக்களின் புற்று திறந்து ஊற்றெடுத்த மாதிரி இருந்தது. பதினோராவது புழு அட்டைக் கரி நிறமாய் இருந்தது. அடுத்ததாக கம்பளிப்புழு வருமோ? சிறுவனுக்குள் அசாத்தியமான அச்சம் கிளர்ந்தது. மூச்சு முட்டியது.

வீட்டுக்குள் வேகமாக ஓடினான். ஓடும் அவசரத்தில் மிதியடியில் கால் வழுக்கியது. ஈரம் காரணமில்லை, மரத்தரையின் வழுவழுப்பில் ரப்பர் மிதியடி இடம் விலகியதும் காரணமில்லை – மிதியடிக்குக் கீழேயிருந்து வழுக்க வைத்தது இன்னொரு புழுக்கொத்து. கையுறையிலிருந்து வந்தவற்றின் சாயல் கொண்டவை.

ஸாம் ஒரு விநாடி நிதானித்தான். நடுங்கும் விரல்களால் மிதியடியை மெல்ல அகற்றினான். அம்மம்மா, கொத்துக்கொத்தாகப் புழுக்கள். மரத்தரையிலும் மர்மச் சுனை ஏதோ திறந்ததுபோல, புழுக்கள் சாவதானமாக வெளியேறி நெளிந்தன.

ஒரு கணம் இது எதுவுமே நிஜமில்லை என்று நம்பத் தோன்றியது. தர்க்கமே இல்லாத கனவு ஒன்றினுள்தான் சிக்கிக்கொண்டிருக்கிறோம்; வெறும் காட்சியாக இருக்கும் புழுக்கூட்டம் தன் உடம்பை வந்து தீண்டும்போது கனவு கலைந்துவிட வாய்ப்பிருக்கிறது என்ற எண்ணம் துளிர்விட்டதுதான் எத்தனை ஆசுவாசம் தந்தது!

அல்லது, பிரமையாக இருக்குமோ; ஆழ்மன பிம்பம், கூட்டு நனவிலியில் பதிந்த அச்சத்தின் சித்திரம், குறியீடு, உருவகம்,

உருவெளித்தோற்றம் என்றெல்லாம் பிரித்தறியும் வயதை அவன் இன்னும் எட்டவில்லை என்பதால் அது நிஜமாகவேதான் இருக்க வேண்டும்...

மேற்சொன்ன எதுவும் இல்லை, நிஜமேதான் என்று உணர்த்துகிற மாதிரி, கழிவறையிலிருந்து வெளிவந்த அப்பாவின் விரல்கள் புழுக்கள்போல நெளிந்தன. அவருடைய நீண்ட நாசியும் புழுவாகவே இருந்தது. காதுமடல்களாக, பக்கத்துக்கொன்றாக இணைந்திருந்த புழுக்கள் சலனமேயற்று வளைந்து கிடந்தன. உற்றுப் பார்த்தபோது அப்பாவின் கன்னங்களும், மூடித் திறக்கும் இமைகளும் நுட்பமான நாடாப் புழுக்கள் நெளியும் பரப்பாக ஆகின.

அவரானால், இதுவொன்றையுமே அறியாமல் சாவகாசமாக வாசலை நோக்கிச் செல்கிறார் – நூற்றுக்கணக்கில் நாடாப் புழுக்கள் அப்பிய கைகளை முன்னும் பின்னும் ஆட்டியபடி. புழுக்கள் ஒன்றோடொன்று கோத்துக்கொண்டு, ஆளுயரத்துக்கு ஒரே புழுவாக அவர் மாறிக்கொண்டிருக்கிறாரோ என்று தோன்றியது.

அடிவயிற்றில் கொத்தாகத் திரண்ட அச்சமோ அருவருப்போ உருண்டையாக ஆகிப் புரண்டு குமட்ட, படுக்கையறையை நோக்கிப் பாய்ந்தான்.

இன்னும் உறக்கம் கலையாமல் படுத்திருந்த அம்மா, ஏற்கனவே முழுநீளப் புழுவாக மாறிவிட்டிருந்தாள். நெளியாமல் நீண்டு கிடந்தாள்.

பதறிப்போய் வெளியில் வந்தான். பாம்பின் உடல்போலப் புடைத்துக் கிடந்த நீர்க்குழலின் வாய்நுனிக் குழாய்க்கு அருகில் பிடித்து செடிகளுக்கு நீர்வார்த்துக் கொண்டிருந்தது அப்பாப் புழு. குழலைப் பிடித்திருந்ததால் அப்பா என்று யூகிக்க முடிகிறது. குழாயும், குழலும், செடிகளும் புழுக்களில்லை என்பது ஆச்சரியமாய் இருந்தது.

அப்பாவின் அருகில் நின்று ஓசையில்லாமல் உரையாடும் புழு அண்டைவீட்டுக்காரர் என்பது, தினசரி அதே இடம் அதே நேரத்தில் நின்று நாலு வார்த்தை பேசிப் போவார்; கையில் தினத்தாள் வைத்திருக்கிறார் என்பதால் தெரிந்த அடையாளம். காட்சிகள் நிரம்பி, ஓசைகள் முழுக்க வறண்ட தோட்டம் மகத்தான பீதியாய் இவனுக்குள் நிரம்பியது.

நடுங்கும் கால்களுடன், நகரத்தை நோக்கி ஓடத் தொடங்கினான்.

நகரம் நிபந்தனைகளின்றித் திறந்து கிடந்தது. மாபெரும் உலகப்போர்கள் இரண்டில், கேந்திரமாக இருந்து தாக்குதலுக்கு ஆளாகியும் தன்னிலையும் கம்பீரமும் சற்றும் குறையாத நகரம். கல் பாவிய நடைபாதைகளும், உச்சியில் கண்ணாடிப் பெட்டிகள் பொருத்திய விளக்குக் கம்பங்களும், கடைகள்தோறும் முன்சுவர் போலப் பதிக்கப்பட்ட துலக்கமான கண்ணாடிகளும், வாசல்தோறும் நின்றிருந்த ரக ரகமான, புதுக் கருக்கு குலையாத கார்களும் என புராதனத்திலும் நவீனத்திலும் ஒரே சமயத்தில் காலூன்றி நின்ற நகரம். மன்னராட்சி, குடியரசு, சர்வாதிகாரம், மீண்டும் ஜனநாயகம் என்று மாறிமாறி அனுபவித்த, மாற்றங்களை முன்னிட்டு நேர்ந்த உற்பாதங்களையும் தன் அகப் பதிவில் கொண்ட நகரம்.

சன்னஞ்சன்னமாகத் தனக்குள் அதிகரித்த அச்சத்துக்கு எதிர்விகிதத்தில் ஸாமின் ஓட்டவேகம் சரேலெனக் குறைந்து சாவகாசமான நடை ஆனது. முழங்கால் வலியும், மூச்சு முட்டியதும் ஒரு காரணம்; உருமாற்றங்கள் தந்த பீதி மெல்லமெல்ல சமனப்பட்டு, இன்னும் காணக் கிடைக்கக்கூடிய விசித்திரங்களை ஒன்று மாறாமல் பார்த்தறிய வேண்டும் என்ற ஆவல் கிளம்பியது இன்னொன்று. இதுவரை காணக் கிடைத்த புழுக்களில் ஒன்றுகூட இவனை அணுக முயலவில்லை என்று புரிந்து விட்டதால் உதித்த ஆசுவாசம் மூன்றாவது காரணம்.

உயிரின வரலாற்றில் மாபெரும் நிகழ்வொன்று தன் கண்முன்னால் நடந்து கொண்டிருக்கிறது; நாளை உயிரியல் வகுப்பில் ஆசிரியரிடமும், வகுப்புத் தோழர்களிடமும் இதைப் பகிர்ந்துகொள்ள வேண்டும் என்று ஆசை வந்தது. ஆனால் அவர்களும் புழுக்களாக மாறியிருப்பார்களா, பழைய வடிவத்திலேயே எஞ்சியிருப்பார்களா என்ற சந்தேகமும் உடனே உதித்தது.

நகருக்குள் புழுக்கள் காரோட்டின. அதிவேகமாக ஓட்டிப் போன ஓரிரு புழுக்களைக் கண்டபோது, 'கொலைகாரப் புழுக்கள்' என்ற வாக்கியம் அவனுக்குள் உதித்தது. அதைப் புறக்கணித்து, மேலும் நடந்தான். திகைப்பின் தீவிரமுமே தனக்குள் மெல்லமெல்லக் குறைந்து வருகிற மாதிரிப் பட்டது. இனி, பார்த்தால் மட்டுமே போதும் – ஆச்சரியமோ அதிர்ச்சியோ தேவையில்லை என்று ஒரு புதுத் தீர்மானம் உதித்தது.

திருவிழாவிலோ, கண்காட்சியிலோ, அருங்காட்சியகத்திலோ போல மேலும் மேலும் மந்தமாகிக்கொண்டே போனது நடை. ஆமாம், ஒரு காட்சியைக்கூட விட்டு விடக் கூடாது – ஒரேயொரு காட்சியைக் கூட...

வேதாளம் சொன்ன கதை

புழுக்கள் போக்குவரத்தை ஒழுங்குபடுத்தின. குடைபிடித்து நடந்தன. நடைபாதையில் கைகோத்துப் போயின. வீதிமுனைக் கண்ணாடிக் கூண்டுக்குள் தொலைபேசின. தேவாலய முன்முற்றத்தில் முழந்தாளிட்டுப் பிரார்த்தனை செய்தன. எரிபொருள் நிலையத்தில் உயிர்துடிக்கும் பாம்பு வடிவக் குழாய் வழியே எரிபொருள் நிரப்பின. பூங்காவின் வேலியையொட்டி இருந்த சிமெண்ட்டு பெஞ்ச்சில், அந்தக் காலை நேரத்திலும் மும்முரமாய் முத்தமிட்டுக்கொண்டிருந்த புழு ஜோடியைக் கண்டான். விற்பனையகங்களில் கவுண்ட்டருக்கு முன்னும் பின்னும் நின்றிருந்தன புழுக்கள். நிலவறைத் தளத்தில் போய்வரும் ரயில்வண்டிக்கான தரைத்தள நிலையத்தின் நுழைவாயிலில் புகுந்து மறைந்தன. தடுப்புக் கம்பிக்கு மறுபுறம் மேலேறி வந்து சாலையில் கலந்தன எதிர்க் கொத்துப் புழுக்கள்.

காவலுக்கு நின்றன. காபி அருந்தின. யாசகம் கேட்டன. சுவரொட்டிகளில் சிரித்தன. சும்மாயிருந்தன.

மீசைபோலப் பூச்சிகள் ஒட்டிய உதட்டுடன், மேல்கோட்டு அணிந்த புழுக்கள். உடலை மறைக்கும் அளவுக்குப் பல மடங்கு அதிகமான துணியில் பாவாடை தரித்து தாண்டிச் செல்லும்போது திரவிய மணம் வீசிச் சென்றவை . . . எந்தப் புழுவுக்கும் தான் ஒரு புழு என்ற பிரக்ஞை இருக்கிற மாதிரியோ, பூர்விகத்தில் புழுவாக இருக்கவில்லை என்பது தெரிந்த மாதிரியோ தென்படவில்லை. ஊர்வதை விலக்கி, கால்களால் நடக்க முடிந்ததன் அருமையையும் அவை உணர்ந்ததாகப் புலப்படவில்லை.

இந்த மாதிரியான எண்ணவோட்டங்கள் தனக்குள் மட்டுமே நிகழ்கின்றன. மற்றவர்கள் அனைவருமே தன்னியல்பாகத்தான் நடந்துகொள்கிறார்கள் என்பது சற்றுக் குழப்பமாக இருந்தது. அப்படியானால், தனது பார்வையில்தான் கோளாறோ?. . .

திகட்டத் திகட்டப் புழு பார்த்துச் சலிப்புற்ற சிறுவன், பண்ணைவீட்டை நோக்கித் திரும்பி நடக்கத் தொடங்கினான். வாசலில் அப்பாவின் இன்னொரு நண்பருடைய ஜீப் நின்றிருந்தது. வீட்டின் பக்கவாட்டில், நீர்ப்போக்கு நின்றுவிட்டிருந்த பாம்பு உடலைப் பிடிமானம்போலப் பற்றியபடி நின்றிருந்த புழுவுடன் உரையாடிக் கொண்டிருந்தது இன்னொரு ஆளுயரப் புழு.

படுக்கையறையில் இன்னமும் அதேநிலையில் கிடந்தாள் அம்மா. யதேச்சையாக சுவர்க்கடிகாரத்தைப் பார்த்தான். முன்பு ஆறில் நின்றிருந்த பெரிய முள் ஏழுக்கு நகர்ந்திருந்தது. சின்ன

முள் அதே இடத்தில் இருந்தது. ஸாம் திரும்பத் திரும்பப் பார்த்து உறுதிசெய்துகொண்டான் – அப்படியானால் ஐந்தே நிமிடம்தான் கடந்திருக்கிறது. அட, ஐந்தே நிமிடத்தில் நகரம்வரை போய்த் திரும்பியிருக்கிறோமா! போக வர ஐந்தும் ஐந்தும் பத்துமைல் தொலைவல்லவா? விலாவின் இருபுறமும் தொங்குபவை கரங்களா, இறக்கைகளா? அல்லது, முன்பு பார்க்கக் கிடைத்தவற்றை, இப்போதைய பின்னணியில் திரும்ப ஓட்டிப்பார்த்த வெறும் கற்பனையா.

பார்வை மெல்ல இறங்கியது. அம்மாவுடைய ஒப்பனை மேஜைக் கண்ணாடியில் தெரிந்த தனது பிம்பத்தைக் கண்டான். அட, என்னவொரு ஆச்சரியம், அது புழுவின் பிம்பமல்ல. நெட்டுக்குத்தாக நின்றிருந்த பூச்சி. உதிரவிருக்கும் மெல்லிய இறக்கைகளுடன் வெறித்துப் பார்த்துக்கொண்டு நின்றிருந்தது. தலைப்பகுதியில் லேசான புழுத்தன்மை ஆரம்பித்திருப்பது தெரிந்தது.

அட, அப்படியானால் பாடப்பகுதியில் வந்திருப்பதுபோல, புழு வளர்ந்து பூச்சி ஆவது இல்லையா மனித வளர்ச்சிப் பருவம்? பூச்சி வளர்ந்து புழு ஆவதுவா?

ஏனோ தெரியவில்லை, புழுக்களின் பிரபஞ்சத்தைத் தன்னுடையதாக உணர்ந்த சின்னஞ்சிறு மனம் உடனடியாகச் சமனமடைந்தது. பொருட்படுத்த வேண்டியது உருவத்தை அல்ல, உள்ளடக்கத்தையே என, சிறுவர் மொழியில் எட்டிய ஞானத்தால் சிலிர்த்துக்கொண்டான்.

உள்ளடக்கம் உருவத்தையும், உருவம் உள்ளடக்கத்தையும் தீர்மானிக் கூடியவை என்றோ; அப்படித் தனித்தனியாக இரண்டு கிடையாது, இரண்டெனத் தெரியாத இசைவே கலை என்று ஒரு தரப்பு அடம் பிடிப்பதோ அந்த வயதில் தெரியுமா என்ன,?

பற்பசையையும் குச்சத்தையும் நாடிக் குளியலறைக்குள் புகுந்தான்.

❍

வேதாளம் சொல்லி முடித்தவுடன், இனம்புரியாத மௌனம் என்னைப் போர்த்தி மூடிவிட்ட மாதிரி இருந்தது. மேற்படி சம்பவத்தைக் கேட்டதன் எதிர்வினையாக எதுவுமே எழவில்லை. மனத்தில் சொற்கள் புரளவில்லை. இப்போது யோசிக்கும்போது வேறொன்று தோன்றுகிறது – ஹிந்துஸ்தானி கருவியிசை உச்சபட்ச வேகத்தில் பாய்வதைக் கேட்கும்போது இதேவிதமாகத்தான் மனம் மரத்துக் கிடக்கும். ஏதோ என்

ஆழ்மனத்தின் போக்கு தனக்குத் தெரியவே தெரியாது என்பது போன்ற வெகுளித்தனத்துடன் வேதாளம் கேட்டார்:

என்ன இவன், ஒரே மாதிரி த்வனியில் ஒரேவிதமான கதைகள் சொல்கிறானே என்று சலித்துக்கொள்கிறாயோ. நான் என்னவிதமாகச் சொன்னால் என்ன, நீ வாங்கிக்கொள்ளும் விதமாகத்தானே வாங்கிக்கொள்வாய்!...

நான் பேசாமல் இருந்தேன்.

...கிட்டத்தட்ட ஒரு வயதிலிருந்து அரிசிச்சோறு சாப்பிட்டு வருகிறாய்; அலுக்கவில்லை. கதையில் மட்டும் ஏகப்பட்ட தினுசுகள் வேண்டுமாக்கும்! போகிறது, இன்னொரு கதை தருகிறேன். நேரமானால் ஆகட்டுமே, நாளை பொதுவிடு முறை தினம்தானே...

வேதாளத்தின் குரலில் ஒருவிதக் குறும்பும் குதூகலமும் கூடியிருந்ததை உணர முடிந்தது. இது எனது பிரமையாக இருக்கலாம் என்றாலும், மேற்படி வாக்கியத்தைச் சொல்லும்போது அவருடைய உடலின் நீல நிறத்தில் அதிகப்படி ஒளிர்வு இருந்ததாகப் பட்டது.

பனியிலிருந்து வெளிப்படும் ஆவி புகைபோல உயர்கிறது. கண்ணாடி முகமூடிக்குள் நிரம்பும் பிராணவாயு கொடுக்கும் இதம் சுகமானதுதான். ஆனால், கண்ணுக்கு மறைப்பாக அணிந்த கறுப்புக்கண்ணாடியையும் தாண்டி விழிகளில் உறுத்துகிறது தூய வெண்ணிறத்தின் பிரகாசம். கண்கள் கூசுகின்றன.

சுவரில் பீய்ச்சும்போது படியும் சிறுநீர்த்தடத்தில் உருவங் களை வரிக்கும் சிறுவனின் கற்பிதத்தில்போல, கலைந்து கலைந்து கூடும் மேகங்களின் வடிவத்தில் பறவைகளையும் விலங்குகளையும் இனம் காணும் கவிஞனின் பார்வையில் போல, தனித்திருக்கும் மனத்தில் தாவிக் குதிக்கும் குறளியில் போல, எட்டவேண்டிய சிகரம் அடர்ந்த வெண்தாடிவைத்த மனித முகமாக இவனுக்குத் தென்பட்டது. மலையேற்றத்தில் ஆசை கொள்ள வைத்த ஆசான் தாமஸ் ஃபெர்டினாண்டின் முகம் அது.

அவர் மலைகளின் காதலர். பதினேழாம் நூற்றாண்டின் ஆஸ்திரியக் கவி பார்த்தலோமியோ முல்லரின் வரிகளை அடிக்கடி மேற்கோள் காட்டுவார்:

வானகத்தைத் தொட நீளும்
பூமியின் விரல்கள் அவை
என்பேன்.

எரிமலைகள் என்னும் ஆண்மன
வெஞ்சினம்போலின்றி
பள்ளத்தாக்குகள் பீடபூமிகள் என்னும்
வஞ்சகம் போலின்றி
சமுத்திரங்கள் என்னும்
ஆழ்மன ரகசியங்கள் போலின்றி
காதலன் தீண்ட ஏங்கும்
கபடமற்ற முலைப் புடைப்புகளே
மலைகள் என்பேன்...[1]

உல்லாசமான வேளைகளில் இன்னொன்றும் சொல்வார்: ‘காமத்தின் நிறைவு உச்சத்தில் மட்டுமே இருப்பது அல்ல; பூர்வ விளையாட்டுகளில் உசுப்பேறாத காமம் உச்சத்தை எப்படி எட்டும்?’

ஆமாம், அடிவாரத்தில் எடுத்துவைக்கும் முதல் தப்படியிலிருந்தே மலையேற்றம் தொடங்கிவிடும்.

இன்றுவரை, மலையேற்றம் என்பதே பெண்ணுடலை ஸ்பரிசிக்கும் தினவு என மனம் வரித்துக்கொள்வது அவருடைய உபயமேதான். ஆரம்ப நாட்களில் அவர் சொல்லித்தந்த மிகத் தீவிரமான பாடங்களில் ஒன்று, வெயில் உயர்ந்தபின் மலையேறக் கூடாது என்பது. பனிப்பாளங்களின் அதீதப் பிரகாசத்தில் பார்வை இருளடையவும், விழிகளின் பலவீனத் தருணத்தில் முழுமையாகப் பறிபோகவும் வாய்ப்பிருக்கிறது என்பார். இதற்கு அறிவியல்பூர்வமான சான்று ஏதும் இருக்கிறதா என்று தெரியாது. அவருக்குமே தெரிந்திராமல் இருக்கலாம்; ஆனாலும், அனுபவ அறிவின் சாத்தியங்களைக் குறைத்து மதிப்பிட முடியுமா.

தவிர, இதுபோன்ற சாகசங்களில் கறாரான விதிகள் அதிகம் கிடையாது. அவரவர் போக்கின் பிரகாரம், அவரவருடைய தேவைகளின், திராணிகளின், அனுபவங்களின் பிரகாரம் உருவாக்கிக்கொள்ள வேண்டியதுதான்.

உதாரணமாக, பனியால் மரத்து உணர்விழந்து உறைந்துவிட்ட விரலை வெட்டி விடுவது உத்தமம் என்று ஒரு தரப்பு சொல்கிறது. கொஞ்சங்கொஞ்சமாக முழு உடலும் மரத்துவிடும் அபாயத்திலிருந்து தற்காத்துக்கொள்ளும் உபாயம் இது என்கிறது. அப்படிச் செய்யவேண்டியதில்லை; மெழுகுதிரிக் கைவிளக்கின் சுடரில் கொஞ்ச நேரம் வாட்டினாலே போதும் என்பது எதிர்த்தரப்பு. தீக்குச்சிகளோ, கியாஸ் லைட்டரோ

1. இடையறாது தொடரும் வாக்கியங்கள்போலத்தான் சொன்னார் அவர். நவீன கவிதையின் சாயலில் எழுதினால் நன்றாயிருக்கும் என்று எனக்குப் பட்டதுதான் இப்படி ஒரு உருவத்தில் எழுதக் காரணம்.

பனியில் நமத்துப் போயிருக்காதா என்று சமவெளிவாசிகள் சந்தேகம் கேட்பார்கள்!

தாமஸ் மேலும் சொல்வார்:

மனிதப் புலன்கள் மற்றும் அங்கங்களின் செயல் எல்லையை இயற்கையே எப்போதும் நிர்ணயிக்கிறது. எதையுமே துலக்கமாகக் காணமுடியாத பனிச் சிகரங்களில், இதை நீ தெளிவாகக் காண முடியும். அடுக்கடுக்காக உடுத்திய உடைகளை ஊடுருவி சருமத்தை உறைய வைக்கும் குளிர், சுவாசத்தின் இயல்பான ஒழுக்கை மறிக்கும் பனிப்புகை, தலைக்கவசத்தின் அடர்த்தியையும் தடுப்பையும் மீறி மரத்துப் போய், அரைகுறையாய் மீந்திருக்கும் செவித் திறனைத் துன்புறுத்தும் காற்றின் 'ஒஷ், ஒஷ்' என்ற நமைச்சல், சதா அண்ணத்தில் ஒட்டியே இருப்பதால் நாவின் பரப்பு முழுவதும் விரவியிருக்கும் கசப்பும் துர்வாடையும் என்று சகலமும் எதிர்மறையாய் இருக்கும் பிரதேசம் அது. உடலின் பலவீன விளிம்புகளுக்கு அப்பால், இயற்கையைப் பிடிவாதமாக எதிர்த்து நிற்கும் மனத்தில், வெற்றியை எட்டி மீண்டு சமதரையை அடையும்போது மண்டும் வெறுமையே மனித மனத்தின் இயல்பான தன்னிலை என்று உணரக் கிடைக்கும் . . .

இமாலயத்தின் தோள்மூட்டாக உள்ள சிகரம் கண்முன் தெரிந்தது. இதுவரை மனிதர்களால் எட்டப்படாத உச்சி அது. இன்னும் அரைநாள் தொலைவு என்கிறான் நேக்கி. மலையேற்றத்தில் துணையாக வந்திருப்பவன். கோடரியைப் பனியில் பதித்துத் தொற்றியேறும்போது, இறுக்கிப் பிடித்திருக்கும் இடுப்புக் கயிற்றின் மறுமுனையில் அவனுடைய இடுப்பும் இறுகியிருக்கிறது என்பது எவ்வளவு பெரிய ஆறுதல். பிரிக்கவியலாத இரட்டைச் சகோதரன்போல, தைல சீசாவின் மிகப் பொருத்தமான தக்கை மூடிபோல, கணப்பொழுதும் நீங்காத சாதனை வேட்கைபோல உடன் இருந்து கொண்டே இருக்கிறான் அவன்.

எதிரில் தெரியும் சிகரம் தாமஸின் தாடிமுகம் என்றால், அவருடைய இடக் காதின் மடலாக, உச்சந்தலையாக உள்ள சிகரங்களும் உண்டு.

அவற்றையும் தொட்டு, ஜெர்மானியக் கொடியை நாட்டிவிட்டால், அடுத்த சில வாரங்களுக்கேனும் உலகம் முழுக்க ஹெய்ன்ரிச்சின் பெயரைத் தவிர வேறு பேச்சேயிருக்காது.

1930இல் மனிதகுலம் எட்டிய உச்சபட்ச சாதனைகளில் ஒன்று அது என்று உலகமே போற்றும். ஊர் திரும்பியதும் தாமஸ் ஃபெர்டினாண்டுக்கு இந்த வெற்றியை சமர்ப்பணம் செய்வதாக அறிவிப்பான். அல்லது, 'மனித நாகரிகத்தின் உச்சங்கள் அனைத்துக்கும்' என்று ரொமாண்டிக்காக அறிவித்தால் இன்னும் பொருத்தமாக இருக்குமோ!...

விம்மியெழும் உணர்ச்சிப் பிரவாகத்தைக் கட்டுப்படுத்த முடியாமல் மனம் தவித்தது. கண்கள் சுரந்து இளகியிறங்கும் தாரை குறுந்தாடிக்குள் சென்று சேகரமாவதை இதமாகவும் உறுத்தலாகவும் ஒரே சமயத்தில் உணர்ந்தான். சில கணங்கள்தாம். கொண்டைஊசி வளைவு ஒன்றை எதிர்கொண்டதுபோல, சுழன்று திரும்பியது மனம். இந்த வெற்றி முழுக்க முழுக்கத் தனக்கு மட்டுமே சொந்தமா?

வழிகாட்டியாகவும், வழித்துணையாகவும் வந்திருக்கும் நேப்பாளி ஷெர்ப்பா நேக்கி புள்ளிபோலக் கீழே தெரிந்தான் – மெல்லமெல்ல உருவம் பெருத்து வரும் கரப்பான் பூச்சி மாதிரி. பழங்குடியினத்துக்குப் பொருந்தாத நயமான ஆங்கில உச்சரிப்பு கொண்ட பூச்சி. உண்மையில், இந்தப் பிராந்தியத்தை உள்ளங்கைபோல அறிந்து வைத்திருக்கிறான். இதற்கு முன்னர் அவன் இந்த இடங்களுக்கு வந்ததில்லையாம். ஆனாலும், ஒரு கட்டத்துக்குமேல் பனிமலைகளில் வட்டார பேதம் எதுவும் இருக்காது என்கிறான். ஒரு சிகரத்துக்கும் இன்னொன்றுக்கும் இடையில் உயரம் மட்டுமே வித்தியாசம்.

மற்றபடி, வேறெந்த மனித உடலையும்விட, அதிக அழுத்தத்தைத் தாங்கக் கூடியது ஹெய்ன்ரிச்சின் உடல் என்பதும், வேறெந்த மனித மனத்தையும்விட மரண பயத்தைத் துச்சமாய்க் கருதக்கூடியது அவன் மனம் என்பதும்தானே உலகம் வியந்து பார்க்கப்போவதற்கான காரணம்.

அந்த அர்த்தத்தில், சக பயணியான நேக்கியும் அதே புகழுக்கு உரியவன் அல்லவா. முந்தைய நிறுத்தம்வரை அவன்தான் முன்னால் வந்துகொண்டிருந்தான். சிகரம் கண்ணில் தட்டுப்பட்ட மாத்திரத்தில் அவனை முந்தி ஏறத் தொடங்கி விட்டான் இவன். தனது வேகமும், இருவருக்குமான இடைவெளியும் அதிகரிக்க வேண்டும் என்பதற்காக, பிணைத்திருந்த இடுப்புக்கயிறையும் அவிழ்த்துவிட்டான். அபாயமான காரியம்தான். இந்த இடத்தில் செங்குத்தான ஏற்றம் எதுவும் இல்லை; ஆனாலும்...

பிரமிப்பும், பெருமிதமும், வெற்றியை நோக்கி வீறிட்டெழும் வன்மமும் பொங்கிக் கொந்தளித்தன. பொங்கும் பாலில்

வீழ்ந்த நீர்த்துளி போல, பார்வையில் அந்தக் குழிவு பட்டது. பனித்தரையின் அடர்த்தி குன்றிய இடங்களில், கிணறுபோல ஆழம் கொண்ட பள்ளங்கள் அநேகம் இருப்பது சகஜமான காட்சிதான். ஆனால் அவை தரைமட்டத்தில் இருக்கும்.

இது நிச்சயம் பள்ளத்தின் வாய் அல்ல – செங்குத்தான திரைபோல இருக்கிறது. மலையேற்றத்தில் மிகமிகப் பழகிய கண்களுக்கு மட்டுமே சூழ இருக்கும் வெண்மையில் நேரிட்டிருக்கும் மெல்லிய நிறபேதம் தட்டுப்படும்.

ஆமாம், இது குகைவாசலை மூடிய திரைபோல இருக்கிறது.

அபாரமான உறைபனிக்குளிரின் மத்தியில், கருப்பைபோல வெதுவெதுக்கும் உட்புறம் கொண்ட குகைகள் அநேகம் உண்டு. பனிக்கரடி போன்ற விலங்கினங்களின் வசிப்பிடமாய் இருக்கும் பட்சத்தில் அபாயமானவையாகவும் ஆகிவிடும். வெப்ப தேசக் கரடிகள் உண்ணுதலும் போக்குதலும் அற்ற குளிர்பருவ நீளுறக்கத்தில் ஆழ்வதில்லை என்றபோதிலும், இமாலயப் பனிக்கரடிகள் விறைத்தே கிடக்கும் பழக்கம் உள்ளவை; அல்லது தாழ்ந்த உயரங்களுக்கு இடம்பெயர்பவை. குகை சிதைந்ததாலோ, உருகும் பனியின் வெள்ளப் பெருக்கினாலோ, இடம்பெயர்வதற்காகவோ வெளியேற முனையும் சமயமாய் இருக்கும் பட்சத்தில், மேற்படிக் குகைகள் மரணத் துவாரங்களாகவே மாறிவிடும்...

ஆனால் உள்ளுணர்வு அந்த இடத்தை நோக்கி உந்தியது. நேர்கோட்டிலிருந்து விலகி, பக்கவாட்டில் நகர்ந்து, குகை வாசலை அணுகினான்.

அனுமானித்தபடியே, அது மெல்லிய திரைப் படலம்தான். கோடரியால் லேசாகத் தட்டி உடைத்து உட்புறம் போனபோது விசித்திரமான ஆறுதலை உணர்ந்தது உடல்.

ஆழம் அதிகமற்ற குகையின் உள்ளே லேசான கதகதப்பு இருந்தது. அதுபோக, முதுகெலும்புவரை உஷ்ணம் ஏற்றிய ஒரு வஸ்துவும் கிடந்தது. ஆமாம், ஆள்நிழல் படாத பனிக்குகையின் தரையில், ஒரு வில்லை கிடக்கிறது. தாமிர வில்லை! மனிதப் பாதங்கள் படாத இடம் இது என்றல்லவா உலகம் நம்பிக்கொண்டிருக்கிறது..?

சூரியத் துளிபோலப் பளபளத்த வில்லையைக் கையிலெடுத்துப் பார்த்தான். 6 என்ற எண் பொறித்திருந்தது. திருப்பிப் பார்த்தான். W என்ற ஆங்கில எழுத்து. இதற்கு என்ன

அர்த்தம் இருக்க முடியும்? இரண்டு பக்கங்களையும் நாலைந்து தடவை அனிச்சையாகத் திரும்பிப்பார்த்தான். மீண்டும் மீண்டும் திருப்பியபோது எண்ணும் எழுத்தும் தமது பொருட்செறிவை இழந்து வெற்றுக் கோடுகளாகிற மாதிரிப் பட்டது.

இதற்குள் குகை வாசலில் நேக்கியின் உருவம் உதித்தது. எதிரில் வந்து நின்றவனிடம் வில்லையை நீட்டினான். 'மலைக்குள் பொதிந்திருக்கும் எத்தனையோ மர்மங்களில் இதுவும் ஒன்று' என்கிற மாதிரி அவன் சலனமற்ற முகத்துடன் வாங்கிப் பார்த்தான்.

நேக்கி உதட்டைப் பிதுக்குகிறான். தானும் நாலைந்து தடவை திருப்பித் திருப்பிப் பார்க்கிறான். பிறகு இவனை நிமிர்ந்து பார்த்து நிதானமான குரலில் கேட்டான்:

> இதற்கு என்ன அர்த்தம் ஸாப். ஒரு பக்கம் 9 என்ற எண்ணும் மறுபக்கம் M என்ற எழுத்தும் இருக்கிறதே – ஏதாவது தாந்திரீக அடையாளமாய் இருக்குமோ?

வில்லையைப் பார்த்தபோதைவிட அதிக அதிர்ச்சியைத் தனக்குள் உணர்ந்தான் இவன். தானும் நேக்கியும் இரண்டு தனித்தனி உடம்புகள் மட்டுமல்ல, இரண்டு தனித்தனிப் பார்வை முனைகள் என்று பட்டது.

மறுகணம், தனக்குமுன்பே இங்கு வந்து திரும்பிய எவரையோ நோக்கி, பிரார்த்தனைபோல மனம் கூம்பிக் குவிந்தது.

○

மேற்சொன்ன இரண்டு கதைகளுமே, இதுவரை வேதாளம் சொன்னவற்றிலிருந்து மிகவும் வித்தியாசப்பட்டிருந்தன. முதன்முறையாக, வேதாளங்களின் கற்பனா சக்தி பற்றியும், அவர்கள் சமூகத்தின் கலை அலகுகள் மற்றும் அழகியல் பற்றியும் எனக்குள் வினாக்கள் எழுந்தன. முந்தைய கதைகளைப்போல அல்லாது, இரண்டுமே தாம் சொல்வதற்கு அப்பால் எங்கோ போக முயல்வதாகவும் தோன்றியது. வெற்றுக் காட்சிகளைக் குறியீடுகளாக மாற்றிப் புரிந்துகொள்ளும் தெம்பு உள்ள பெறுமனங்களை நோக்கி எய்யப்பட்ட அம்புகளோ என்று ஐயம் ஊறியது. இதையெல்லாம் கேட்டுத் தெளிவுகொள்ள அவகாசம் தராமல், அடுத்த கதைக்குத் தாவினார் அவர்.

ஒரே வருகையில், ஒரே மூச்சில் இடைவிடாது மூன்று கதைகள் அவர் சொல்வது இதுவே முதல் தடவை. அது சரி, இன்றைக்கு ஏன் இவ்வளவு அவசரம்?

மைக் கிரஹாம் என்ற சமூகவியல் பேராசிரியர். பிரித்தானியர். தென்னிந்திய கருத்தரங்கமொன்றில் உரையாற்ற அழைக்கப்பட்டிருந்தார். இந்தியாவுக்குப் போவது பேராசிரியருக்கு மிகவும் உவப்பான விஷயம். தரையில் புலப்படாத பல்வேறு அடுக்குகள் கொண்ட பிராந்தியம் அது என்பது அவருடைய அபிப்பிராயம். அதிலும் தென்னிந்தியா அவருடைய காதலுக்குரிய பகுதி; பழமையை முற்றாகத் துறக்கவும் இயலாமல், புதுமைக்குள் முழுமையாக நுழையவும் இயலாமல் அல்லாடும் பிரதேசம் அது என்று தோன்றும். வானளாவ உயர்ந்து நின்ற கோபுரத்துக்குக் கீழே உள்ள சந்நிதிக்கு ஒளியூட்ட, வளாகத்தின் ஒரு மூலையில் ஆவேசமாகக் குதுகுதுத்த மின்னுற்பத்திக் கலம்[2] அடிக்கடி நினைவில் வரும்.

அருகில் அமர்ந்து பயணம் செய்தவன் இளைஞன். ஜப்பானியனா கொரியனா அல்லது வியட்நாமியனா. சீனனாகக்கூட இருக்கலாம். முகத்தை வைத்து அடையாளம் காண்பது பேராசிரியருக்கு எளிதாக இல்லை. ஆனால் முகச் சாயலை வைத்து மங்கொலாய்டு இனத்தவன் என அனிச்சையாக அடையாளம் கண்டுகொள்ளும் மனத்தின் விந்தையை வியந்துகொண்டார்.

அது 2015 டிசம்பர் முதல் வாரம்[3]. சென்னை வரும் விமானத்தை, துபாயில் நிறுத்திவிட்டார்கள்.

விமான நிறுவனம் வழங்கிய தற்காலிகத் தங்குமிடத்தின் உணவறையில், தமிழ்த் தொலைக்காட்சி அலைவரிசை ஓடியது. எறும்புகள்போல உதவிக்கு ஓடும் மனிதர்களும், எறும்புப் புற்றுகள்போல அடித்துச் செல்லப்பட்ட சென்னைக் குடிசைகளுமாக மனத்தை அடைத்த காட்சிகளில் பயணம் முறிந்த பயணிகள் மூழ்கிக் கிடந்ததனர் .

ஓய்வுக் கூடத்திலும் பக்கத்து இருக்கையில் வந்து அமர்ந்த சகபயணி பேச்சுக் கொடுத்தான். அவனே தெளிவித்துவிட்டான் –

---

2. சொன்னால் நம்பமாட்டீர்கள்; வேதாளம் இந்தச் சொற்றொடரையேதான் பிரயோகித்தார். ஜெனரேட்டரைக் குறிப்பிடுறார் என்பதைப் புரிந்துகொள்ள நானே கொஞ்சம் தடுமாறித்தான் போனேன்.

3. இது அடுத்த ஆச்சரியம். வேதாளத்தின் கதையில் காலக்குறிப்பு இடம்பெறும் இரண்டாவது கதை இது. முந்தைய மலையேற்றக் கதையில் ஓர் ஆண்டுக் குறிப்பு இடம்பெற்றது என்பதே இதைக் கேட்டவுடன்தான் எனக்கு உறுத்தியது. இத்தனை நாட்களும் அவர் சொல்லிவந்த கதைகள் – எனது சொந்த அனுபவங்கள் தவிர்த்தவை – காலமற்ற வெளியில் நடந்தவையாகவும், எப்போது வேண்டுமானாலும் எங்கு வேண்டுமானாலும் நடக்க முடியும் என்பதையும் உணர்ந்த போது நான் அடைந்த வியப்பை எளிதாக விளக்கிவிட முடியாது. இந்தக் கதை வரிசையில் அவர் தரைக்கு இறங்கிவிட்டார் என்றும் தோன்றியது . . .

ஜப்பானியனாம். உரையாடல் தொடங்கிய ஓரிரு விநாடிகளில், அபூர்வமான சுமுகம் தொற்றிவிட்டது இருவருக்குமிடையே. ஏழாவது அதிசயமான தாஜ்மஹால் பார்க்கச் சுற்றுலா செல்கிறான். பாக்கி ஆறையும் பார்த்து முடித்தாகிவிட்டது.

ஒவ்வொரு கண்டமாகச் சுற்றுலா செல்வதை மட்டுமே வாழ்நாள் பணியாகச் செய்துவருபவனாம் – சொந்தப் பணத்தில்! இன்னும் நாலு பிறவிகளுக்கு, உலகத்தை நாலைந்து தடவை சுற்றிப் பார்க்குமளவு வசதி உள்ளவன். தந்தை சேர்த்து வைத்த சொத்து அத்தகையது. பொதுவாக மாபெரும் செல்வந்தர்கள், அதிலும் முதல் தலைமுறையில் அவ்வளவு ஈட்டியவர்கள் – 'ஒரே இரவில் வந்துவிடவில்லை இவ்வளவும்' என்று பெருமிதமாகச் சொல்லிக் கொள்வார்கள் இல்லையா. இளைஞன் விவரித்த தன் பிரகாரம், அவ்வளவும் ஒரே இரவில் வந்தவைதாம்!

அமெரிக்கப் பல்கலைக்கழகம் ஒன்றில் மிகப் பெரிய ஆராய்ச்சியாளரின் உதவியாளராக, காவலராக அவனுடைய தந்தை பணிபுரிந்தபோது அது நடந்தது.

அமெரிக்கப் பேராசிரியர் எறும்புகளின் சமூக வாழ்வு பற்றிய ஆராய்ச்சியில் ஈடுபட்டிருந்தார். ஒரு கூடம் முழுக்க அமைந்த செயற்கைப் புற்றுகளே சோதனைச்சாலை. எறும்புகளின் நடமாட்டம், தட்பவெப்பத்துக்கு அவை புரியும் எதிர்வினைகள், தித்திப்புக்கும் கரிப்புக்கும் அவற்றின் விழைவில் நிகழும் மாற்றங்கள் என்று உன்னிப்பாகக் கவனித்துப் பதிவுசெய்வதில் உதவியாளனாய் இருந்தான் ஷிரானே. அல்லும் பகலும் உன்னிப்பாகக் கூர்ந்து அவதானித்து அவன் சேகரித்து வைக்கும் பதிவுகளைத் தொகுத்து முடிவுகளை எட்டுவதே பேராசிரியரின் பணி.

ஆராய்ச்சிக்கு விளிம்புகளோ எல்லைகளோ இல்லை. ஆனால் பல்கலைக்கழகம் வழங்கும் மானியத்துக்கு வரம்பு உண்டு. முடிந்த முடிவாக எதையேனும் சொல்லாவிட்டாலும், ஆராய்ச்சியில் முன்னேற்றம் இருக்கிறது என்பதை நிரூபிக்கவேனும் கட்டுரை சமர்ப்பித்தாக வேண்டும்–குறிப்பிட்ட நிதியாண்டு நிறைவதற்குள்.

பேராசிரியர் சிறந்த சிந்தனையாளர். ஆனால், முதுமையின் தடைகளைத் தாண்டிச் செல்வதுதான் கொஞ்சம் சிரமமாக இருந்தது. குறிப்பாக, நாள் முழுவதும் எறும்புகளின் சுறுசுறுப்பைப் பார்த்துக்கொண்டிருந்தால், தம்முடைய நடமாட்டம் பற்றி விசித்திரமான தாழ்வுணர்ச்சி கிளர்ந்து விடுகிறது. அதற்காக அவர் சோம்பி விடவில்லை, ஆய்வு அல்லாத உபாயங்கள் சிலவற்றை ஆராய முனைந்திருந்தார்.

செனேட்டர்கள் சிலரின் ஆதரவைப் பெற்று, குறிப்பிட்ட சில ஆய்வுகளின் காலவரம்பை நீட்டிக்கத் தீர்மானம் நிறைவேற்ற வைக்கலாம்; தேசிய அளவில் முடியாவிட்டாலும், பல்கலைக்கழக மட்டத்திலாவது இதை நடத்தப் பார்க்கலாம். என்ன, வரவிருக்கும் நிதியில் பெருமளவை, முன்னரே செலவுசெய்ய வேண்டியிருக்கும். எஞ்சும் தொகை, கைக்கும் வாய்க்கும் சரியாக இருப்பதற்கும் வாய்ப்புண்டு.

இன்னொரு வழியையும் முயன்று பார்க்கலாம் – செலவு அதிகம் இல்லாத வழி. இதற்கு ஒப்புதல் வாங்க செனேட்வரை போகவேண்டியதில்லை; அதாவது, ஆய்வுத் தலைப்பில் சிறு மாற்றம் ஏற்படுத்தலாம் – பொதுவாக 'எறும்பினம்' என்பதற்கு பதிலாக 'கட்டெறும்புகளின் சமூக வாழ்வு' என்று தலைப்பை மாற்றலாம். 'கட்டெறும்புகளுக்கும் சிற்றெறும்புகளுக்கும் சமூக அமைப்பில் உள்ள வேறுபாடுகள் மகத்தானவை' என்று நிறுவக்கூடிய சிறு குறிப்பைத் தேற்றிவிட்டால் போதும், அடுத்த பத்து வருடத்துக்கான நல்கை கிடைத்து விடும். 'அவற்றுக்குள் இனவிரோதம் உண்டு' என்ற கருத்தையும் செருகிவிட்டால் ஆயுட்காலத்துக்கும் நிதிக் கவலை இருக்காது; உலகம் கொண்டாட ஆரம்பித்துவிடும். தொலைக்காட்சிப் பேட்டிகள், கருத்தரங்க விவாதங்கள், உலகப் பயணங்கள் என்று வாழ்க்கை மறுபடியும் ரம்மியமாகி விடும்.

இன்னொரு உபாயமும் ஒருநாள் தோன்றியது – அருகில் உள்ள சோதனைச்சாலையின் உதவியை நாடுவது. அங்கே ஒரு கம்போடியன் எறும்புதின்னிகளைப் பற்றிய ஆய்வில் ஈடுபட்டிருக்கிறான். அவனும் கிழவன்தான். ஆனால், இதில் ஒரு அபாயம் இருக்கிறது – ஆரம்பத்திலிருந்து புற்றுகளைக் கட்டியமைக்க ஆகும் செலவை வழங்க மானியக்குழு பரிந்துரைக்குமா என்பது.

அணு ஆராய்ச்சிக்கும் வான்ஆராய்ச்சிக்கும் கிடைக்கும் முக்கியத்துவம் பிற ஆய்வுகளுக்குக் கிடைக்காத காலம் ஆகிவிட்டதே, விவசாயத்துக்குக்கூட அவ்வளவாக ஒதுக்கீடு கிடைப்பதில்லை. என்ன செய்ய? ஆக நுண்மையானது, அதை விட்டால் ஆகப் பிரம்மாண்டம் என்று துருவங்களில் மட்டுமே லயிக்க அரசுகள் முடிவெடுத்தால், தம்மைப் போன்ற இடைநிலையாளர்கள் கதிதான் என்ன? எல்லா ஆய்வுகளையும் ராணுவ மேம்பாட்டை நோக்கியே செலுத்தினால், மனிதகுலம் உருப்பட வழியுண்டா?

ஆராய்ச்சியின் பாதையைப் பற்றி மட்டுமல்ல, தனது தனிப்பட்ட கவலைகளையும், சொந்த வாழ்க்கையில்

எதிர்கொள்ள நேர்ந்த இடர்களையும்கூட ஷிரானேயிடம் பகிர்ந்துகொள்வாராம் அவர். உதாரணமாக, இளம்பெண்களைக் காணும்போது உடம்பில் சுழித்தெழும் கிளர்ச்சி மட்டுமல்ல, மனத்தில் கிளரும் சலனங்கள்கூடக் குன்றி வருவது பற்றி விசனமாய்ப் பலதடவை முறையிட்டிருக்கிறார்...

அன்று காலை வழக்கத்தைவிட சோர்வாகப் பணிக்கூடத்துக்கு வந்த பேராசிரியரிடம் ஷிரானே ஒரு செய்தி சொன்னான்: முந்தைய இரவு சோதனைச்சாலையில் எதேச்சையாக ஒரு விபத்து நடந்துவிட்டது. பின்னிரவின் உறக்கச் சடைவில், கழிவறை செல்ல எழுந்தவன் தவறுதலாக புற்றுக்குள் நுழைந்துவிட்டான்.

அங்கே பார்க்கக் கிடைத்தவற்றை விளக்கும்போது ஷிரானேவின் இடுங்கிய விழிகள் மினுங்கிய விதம்; ரோமமேயற்ற, எண்ணெய்த்தாள் போன்ற கரங்களில் நெட்டுயிர்ப்பாக உதித்த வியர்க்குருக்கள்; புருவம் உயரும்போது வரிகள் விழும் அகல நெற்றியில் தென்பட்ட உபரி வரிகள் இவை ஏற்படுத்திய நம்பகத்தன்மை அபாரமானது.

உணர்ச்சியின் வேகம் மட்டுமீறியதால் அவன் குழறிக் குழறிப் பேசியவற்றைக் கேட்ட மாத்திரத்தில் உயர ஆரம்பித்த பேராசிரியரின் புருவங்கள் அதே இடத்தில் அதேவிதமாக நிலைகொண்டு விட்டன:

உள்ளே ஒரு அரசாங்கமே நடந்துகொண்டிருக்கிறதாம். சக்ரவர்த்தி வீற்றிருக்கிறார். கட்டளைகளை அவரே விடுக்கிறார். முன்னமே கண்டறியப்பட்டதுபோல, தலைமைப்பொறுப்பு ராணி வசம் இல்லை; அல்லது அவளுடைய ஆணைகளைத்தான் இவர் முன்மொழிகிறாரா என்பதை உறுதிப்படுத்திக்கொள்ள இயலவில்லை. ஏனெனில், ராணி வசிக்கும் இடம் புற்றினுள் வெகு ஆழத்தில் இருக்கிறது. சுலபமாய் யாரும் நெருங்கிவிட முடியாது.

புற்றுக்கு வெளியில் தெரிவதைவிட, உள்ளே நிலவும் பரபரப்பு மிகமிகக் கூடுதலானது. குளிர்காலம் மற்றும் மழைக்காலத் தேவைக்கு உணவு சேகரித்துச் சேமிக்கும் பணியில் சேவக எறும்புகள் மும்முரமாய் இருந்தன.

‘காற்றுக்கும் மழைக்கும் வெப்பத்துக்கும் கடும் தடை கொண்ட, சீரான இடைவெளியில் தடங்கலின்றி உணவு கிடைக்கும் சோதனைச்சாலையில் வசிக்கிறீர் தோழர்களே,

இவ்வளவு பிரயத்தனமும் முன்ஜாக்கிரதையும் வேண்டியதில்லை' என்று சொல்ல ஆசைப்பட்டிருக்கிறான் – எப்படிச் சொல்வது!

இதைவிட, பேராசிரியரை வியப்பில் மூழ்கடித்த விஷயம் இன்னொன்றும் உண்டு.

சக்ரவர்த்தியின் ஆணைப்படி ஆராய்ச்சியில் ஈடுபட்டிருக்கும் விஞ்ஞானி எறும்புகளையும் பார்க்கக் கிடைத்ததாம் ஷிரானேவுக்கு – இரண்டு நாட்களுக்கு முன்னால் அவன் வெட்டிப் போட்ட கட்டைவிரல் நகத்தை மையத்தில் வைத்து ஆய்வு மேற்கொண்டிருந்தன சில எறும்புகள் . . .

> நாமென்னவோ கனவும் நிஜமும் என்று கறுப்பு – வெள்ளையாகப் பிரித்து வைத்திருக்கிறோம் நடைமுறை உலகத்தை. கடவுளர்களும் தேவதைகளும் ஒரு பக்கமாக ஒதுங்கிக் கிடக்க, வேதனையும் துன்பமும் வலிகளும் மறுபக்கம் துள்ளாட்டம் போடும் உலகம்தான் நமது அனுபவமாக இருக்கிறது. ஆனால், மெய்யான நிலவரம் அப்படியல்ல மகனே, ஒன்றுக்கொன்று தீண்ட முடியாத் தொலைவில் இருக்கும் இரண்டு துருவங்களும் எப்படிச் சுண்டி இழுத்தாலும் பிரிக்க முடியாதபடி முயங்கிக் கிடக்கும் பகுதி ஒன்று மத்தியில் பரவியிருக்கிறது. புவியீர்ப்புத் தத்துவமும், சார்பியல் கோட்பாடும், உயிரிழைப் பிரிமணையின் மாதிரி வடிவமும் அந்த சாம்பல் பகுதியில் கண்டெடுத்த மணிகளே . . .

என்று பின்னாட்களில் அடிக்கடி சொல்வாராம் ஷிரானே.

> அப்போது அப்பாவுடைய பாவனையும், மொழியும் அசல் விஞ்ஞானியுடையது போலவே இருக்கும்.

என்றான் அந்த ஜப்பானிய இளைஞன்.

அப்புறமென்ன, எல்லாமே சுமுகமாக நடந்து முடிந்து விட்டது.

புற்றுக்குள் இயங்கும் உலகம் பற்றி இன்னும் ஏகப்பட்ட தகவல்கள், அவதானங்கள் மழையாய்க் கொட்டின. 'ஊர்பேர் தெரியாத ஷிரானேயின் பெயரில் வெளியானால், அறிவியல் உலகம் மதிக்காது; அதனால், தன் பெயரில் போட்டுக்கொள்கிறேன்' என்று பேராசிரியர் அறிவுறுத்தினார்.

இதில் தவறொன்றுமில்லை. பார்க்கப்போனால், என்னுடைய உதவியாளன்தானே நீ. புற்றுக்குள் போகக் கிடைத்ததும் எனக்கு உதவிகரமாகத்தான். தவிர, இன்னொருவர் கண்டுபிடிப்பைத் தன் பெயரில் போட்டுக்கொள்வதற்கும் அறிவியல் வரலாற்றில் குறைவுண்டா – ஆனானப்பட்ட நியூட்டனே செய்யவில்லை!

என்றெல்லாம் இரண்டு முழு நாட்கள் வாதிட்டதோடு, மிகப்பெரிய தியாகம் ஒன்றையும் செய்ய முன்வந்தார்: இந்தக் கண்டுபிடிப்பின் விளைவாகக் குவியப்போகும் அளப்பரிய தொகையில் சரிபாதி ஷிரானேவுக்குச் சேரும்விதமாக விட்டுக் கொடுப்பார் அவர்.

கட்டுரை வெளியானதும் உலகெங்கிலுமிருந்து பாராட்டுக் களும், தேவதைக் கதைகளையெல்லாம் அறிவியலாக ஏற்பது அசட்டுத்தனம் என்கிற மாதிரி விமர்சனங்களும் குவியத் தொடங்கின. பல்வேறு விருதுகளுக்கான குறும்பட்டியலில் பேராசிரியரின் பெயர் இடம்பெற ஆரம்பித்தது.

சும்மா சொல்லக்கூடாது; வாக்குத் தவறாத மனிதர். ஆமாம், சோதனைக்கு மானியமாகப் பன்னாட்டு நிறுவனங்கள் கொட்டிக் குவித்த டாலர்களில் சரிபாதி, பல பில்லியன் யென்களாக உருமாறி ஷிரானேவின் வங்கிக் கணக்கில் வந்து விழுந்தன.

மேற்படிக் கண்டுபிடிப்பையொட்டி, கலப்பின எறும்புகளை உருவாக்க முடியுமா, அவற்றை எளிதாக உலகம் முழுவதும் பரவச் செய்ய முடியுமா, பின்னர் அவற்றுக்கு எதிரான பூச்சிக்கொல்லிகளைக் கண்டுபிடிக்க முடியுமா, மேற்படி ஆராய்ச்சிகளின் மூலம் உலக விவசாயத்தின்மீது தங்களுக்கு உள்ள பிடிமானத்தை இன்னமும் இறுக்க முடியுமா என்று ஆராயும்படி கோரி, அள்ளியள்ளிக் கொடுத்தன பன்னாட்டுக் கார்ப்பரேட் நிறுவனங்கள்.

ஒரு கட்டத்தில் பல்கலைக்கழகத்தைவிட்டு வெளியேறி, தனியார் சோதனைச்சாலைக்கு இடம் பெயர்ந்தார் பேராசிரியர். ஆனால், புதிய உதவியாளர் தேடி விளம்பரங்கள் வெளியிட நேர்ந்தது. ஆமாம், ஜப்பானில் தான் வாங்கிய புதிய தோட்ட மாளிகைக்குப் போய்விட்டான் ஷிரானே.

பேச்சுவாக்கில், மைக் கிரஹாமின் தொழில் என்ன என்று விசாரித்தான் ஜப்பானிய இளைஞன். இவர் சொன்னார். அவன் ஆதங்கமாய் பதிலிறுத்தான்:

அடடே, முன்னமே தெரிந்திருந்தால், இவ்வளவையும் உங்களிடம் சொல்லியிருக்க மாட்டேனே!...

இவருடைய எண்ணம் வேறுமாதிரி ஓடியது.

1. கிழவன், ஆராய்ச்சியாளன் என்பதால் தம்மைக் கேலி செய்கிறானோ இந்த இளைஞன்?

2. ஆனால் ஆய்வுநிதிகள் மற்றும் அவற்றின் அரசியல் பற்றி வெகுவாகத் தெரிந்து வைத்திருக்கிறானே; இவனுமே ஆராய்ச்சியாளன்தானோ? வேண்டுமென்றே அடையாளத்தை மறைக்கிறானோ?

3. இன்னொரு வாய்ப்பும் உண்டு – லத்தீன் அமெரிக்கப் புனைவுகளையோ, அவர்கள் ஊர் முரகாமியையோ அதிகம் வாசிக்கக்கூடிய, பணக்கார வீட்டுப் பிள்ளையாய் இருக்கலாம். ஏன், தானே புனைகதை எழுதுகிறவனாகவும் இருக்கலாம். வசதிபடைத்த வாரிசுகள், கெட்டிக்காரர்களாய் இருக்கக்கூடாது என்று நியதியா என்ன.

4. நாலாவது ஷரத்தின் இறுதிப்பகுதி உண்மையாய் இருக்கும் பட்சத்தில், தொலைதூரப் பயணத்தின் தனிமையுணர்வு தனக்குள் விளைவித்த கருவைப் பரிசோதிக்க வாய்த்த சோதனை எலியாகத் தம்மை நடத்துகிறானோ?

நுட்பமான அவமான உணர்வு தந்த அயர்வில், அடுத்தவேளை உணவுவரை தூங்கியே போனார் பேராசிரியர்.

●

20

வெகுநேரம் விட்டத்தையே பார்த்துக் கொண்டிருந்தேன். நின்று நிதானமாய் எரியும் வாயு அடுப்பின் சுவாலைபோன்ற நீலச் சுடர் தட்டுப்படவேயில்லை. இத்தனைக்கும் அவர் வந்தவுடன் கேட்கவேண்டும் என்று எனக்குள் ஒரு கேள்வி நமட்டிக் கொண்டிருந்தது.

உங்கள் உலகத்தில் ஆண்கள் பெண்கள் என்று இரண்டு பிரிவு உண்டா?

அவருடைய உருவம் தட்டுப்படாவிட்டாலும், பதில் ஒலிப்பதுபோலவே எனக்குள் ஓர் உணர்வு தட்டியது:

இல்லாமல்? கண்டிப்பாக உண்டு. இனப்பெருக்கம் மட்டும் கிடையாது.

சிரித்தார். நான் விடாமல் கேட்டேன்:

உடம்பு இல்லாவிட்டால், வித்தியாசம் எப்படித் தெரியும்?

உடம்பு இல்லாவிட்டால், வித்தியாசம் எதற்காகத் தெரிய வேண்டும்?

இன்னும் பெரிதாகச் சிரித்தார்.

உடல்களின் உலகத்தில் மேற்படி வித்தியாசம் உடலின் அடிப்படையில் தெரிய வரும் நண்பனே. வேறு உலகங்களில் வேறுவிதமாக அடையாளமாகும். ஆனால் இந்த பேதம் தெரியாத உலகம் இருப்பதற்கில்லை. அவ்வளவு ஏன், ஜட உலகத்திலேயே ஆண் – பெண்

வித்தியாசம் இருப்பதாகச் சீனர்களின் தத்துவத்தில் இருப்பதைத்தான் நீயே படித்திருக்கிறாயே!

திடீரென்று எனக்குத் தூக்கிவாரிப் போட்டது. முகமும் முன்னங்கைகளும் விதிர்ப்பதையும் உணர்ந்தேன்.

பின்னே, எதிரில் இல்லாத வேதாளத்தின் குரலில் அவருடைய பதிலே எனக்குள் ஒலித்தால், பகீரென்று இருக்காதா? பார்வைப்புலத்திலேயே இல்லாவிட்டாலும் என்னை அவர் பார்த்துக்கொண்டுதான் இருக்கிறாரோ? அப்படியானால், என்னுடைய புலத்துக்கு அவர் வரவில்லையா; அவருடையதில்தான் நான் இருக்கிறேனா? ஓயாமல் என்னை வேவுபார்த்துக்கொண்டிருக்கிறாரோ?

கொஞ்ச நேரத்துக்கு மனத்திலும் உடம்பிலும் நடுக்கம் நிலவியது. அப்புறம், விதையிலிருந்து மெல்லத் தலைநீட்டும் துளிர்போல ஒரு சமாதானம் எழும்பியது.

எத்தனையெத்தனை சம்பவங்கள். எத்தனையெத்தனை உணர்வு முடிச்சுக்கள். எத்தனையெத்தனை காலகட்டங்கள். வேதாளத்தின் கைவசம் இருக்கும், என் தொடர்பான பதிவுகளின் தன்மை என்ன, விஸ்தீரணம் என்ன, அவற்றை அவர் விவரிக்கும் பாங்குதான் என்ன!

அந்தந்தச் சமயத்தில் எனக்குள் உதித்து, பிறகு புதைகுழிக்குள் அமிழ்ந்து காணாமல் போனவற்றை வேதாளத்தால் துல்லியமாகச் சொல்ல முடிகிறதென்றால், அல்லது அப்படி என்னை நம்பவைக்க முடிகிறதென்றால், அவர் எனக்குள் ஓர் உள்ளூறுப்புபோலப் பிணைந்திருக்கிறார் என்றுதானே அர்த்தம்?

இன்னொன்றையும் சேர்த்துக்கொள்ள வேண்டும்.

வேதாளம் சொன்ன ஒரு வாசகத்தையும் என்னால் நிராகரிக்க முடியாமல் போனதுக்குக் காரணம், அவையெல்லாமே நான் உத்தேசித்தவைதாம்; அல்லது, உத்தேசிக்கக் கூடியவை என்பதுதானே.

ஒவ்வொரு மறுநாளும் நினைவுகூர்ந்து எழுதும்போது, மொழியும் அதன் ஓட்டமும்தான் என்னுடையவையே தவிர, சாராம்சம் வேதாளத்தினுடையதேதான் என்பதை எத்தனைமுறை குறிப்பிட்டுவிட்டேன். வேறொரு உண்மையும் உண்டே. ஆமாம், வேதாளத்தை நான் பார்த்தேனே தவிர, அவருடைய வாயசைப்பைப் பார்த்ததாக நினைவேயில்லை. அவருடைய குரல் மட்டும்தானே எனக்குள்ளிருந்து துல்லியமாகவும் தீர்க்கமாகவும் கேட்டது...

ஆக, என் மன ஆழத்தில் உள்ளவை அவருக்குத் தெரியுமென்றால், அவருடைய எண்ணவோட்டத்தின் ஒரு பகுதியாவது எனக்குத் தெரியாமல் போகுமா என்ன?

காலையில் இரண்டுசக்கர வண்டி, மின்சார ரயில், நகர்ப் பேருந்து என்று மாறிமாறிப் பயணம் செய்து அலுவலகம் நோக்கிப் போகும்வழி முழுக்க மேற்சொன்ன உரையாடல் எனக்குள் மிதந்துகொண்டேயிருந்தது. கிண்டியில் மனித வெள்ளத்தின் மத்தியில் நகர்ப் பேருந்துக்காகக் காத்து நின்றிருந்தபோது, முன்னர் எப்போதோ படித்த *'Zen and the Art of Motorcycle Maintenance'* நூலில் வாசித்த ஒரு விஷயம் நினைவு வந்தது. விசை பற்றிய கோட்பாடு பெண்; விசையை ஏந்திப் பாயும் யந்திரம் ஆண். பழுதான யந்திரத்தைச் செப்பனிடும் அறிவு பெண்; அதற்காக சுத்தியலையும் ஸ்பான்னரையும் பிரயோகித்தல் ஆண். இத்தனை வருடம் கழித்து யோசிக்கும்போது, அந்த நூலில் இப்படித்தான் இருந்ததா, அல்லது நான் அப்படிப் புரிந்துகொண்டேனா என்று நினைவில்லை – ஆனால், சிந்தனை என்பது 'ரொமாண்ட்டிக்' என்றும்; செயல்பாடுகள் என்பவை 'க்ளாஸிக்' என்றும் வாசித்ததும், அந்தச் சமயத்தில் வாசித்த வேறு புத்தகங்களின் அடிப்படையில் அந்தப் பிரிவுகளைப் பெண் என்றும் ஆண் என்றும் நான்தான் தோராயமாகப் புரிந்துகொண்டேனோ என்பதும் நினைவிலில்லை...

சாயங்காலம் வீடு திரும்பிய பின்னும்கூட, முந்தின இரவு வேதாளம் வரவில்லையே என்பது விலகாத ஏக்கமாகப் படர்ந்திருந்தது. ஏனோ, கணிப்பொறியை முடுக்கினால் சமனமுற வாய்ப்புண்டு என்று தோன்றியது.

மனம் தோயாமல் துழாவிக்கொண்டிருந்தபோது, முன்னொருமுறை எழுத உத்தேசித்து, ஒரே அத்தியாயத்துடன் கைவிட்ட நாவல் அகப்பட்டது. வாசிக்கத் தொடங்கினேன்.

குடிலின் அருகிலுள்ள மரத்தில் பறவைகள் வந்து அடைந்துவிட்டன. இந்தப் பிராந்தியத்தில் கவிந்திருக்கும் துயரத்துக்குப் பொருத்தமற்ற உற்சாகம் ததும்பும் ஒலிகள் கலகலக்கின்றன. தன்னுடைய நிலையை அவை பகடி செய்கிற மாதிரித் தோன்றியது குந்திக்கு. துக்கம் கேட்கவும், அந்திமக் கிரியைகளை நடத்தி வைக்கவும் வந்திருந்த அந்தணர்கள் திரும்பிவிட்டார்கள். நாளைக் காலை திரும்பவும் வருவதாகச் சொல்லிப் போயிருக்கிறார்கள் – அஸ்தி சேகரிப்பதற்காக.

எனக்குத்தான் தலையெழுத்து, ராஜ வம்சத்தில் பிறந்தும், இந்தக் காட்டில் வசிக்க வேண்டியிருக்கிறது. அவர்கள் எதற்காக இங்கே தங்குவது?

தன்னையும் மீறி எழுந்த சுயபச்சாதாபத்தை மெனக்கெட்டு அடக்கினாள். வரத்தை வைத்துப் புத்திரபாக்கியம் அடைவதற்கு, அரண்மனையில் இருந்தால் லாயக்குப்படாது என்று இவள்தானே பாண்டுவை வற்புறுத்தி இங்கே வசிக்க வந்தாள்? மாத்ரிக்கு இதில் உடன்பாடுதானா என்று கேட்டறியக்கூட இல்லை...

தான் பெற்ற குழந்தைகளும், மாத்ரியின் குழந்தைகளும் – சீச்சீ, இனி அந்த மாதிரி நினைக்கவும் கூடாது. அவர்களும் தன் குழந்தைகள்தாம். அப்படித்தானே வாக்களித்திருக்கிறாள் – உறங்கிவிட்டார்கள். தாதிகளும்தான்.

சகாதேவன் தன் வயிற்றின்மீது போட்டிருந்த வலதுகாலை அலுங்காமல் விலக்கிவிட்டு எழுந்து உட்கார்ந்தாள். திரியின் ஒளியில் குழந்தையின் முகம் பேரழகாகப் பொலிந்தது. ஐவரிலும் இரட்டையர்கள்தாம் அழகு. அர்ஜுனனும் அழகன்தான். ஆனால், அது சற்றுக் கரடுமுரடான அழகு. ஆண்மையின் சாயல் அதிகம் கொண்டது. இவர்களுடைய அழகில் குழந்தைமை இன்னும் விலகவில்லை. காலாகாலத்துக்கும் விலகாத குழந்தைமைபோலத் தென்படும் அழகு.

சிறுவனின் முகத்தில் கணநேரம் ஆழ்ந்து ஆசுவாசமுற்ற கவனம் தன் பழைய துக்கத்துக்கு மீண்டது. குடிலுக்கு வெளியில் சூழ்ந்திருக்கும் இருளில் சென்று கரைந்துவிட வேண்டும் என்று ஒரு வேகம் எழுந்தது. கதவாக மூடியிருந்த படலைத் திறந்து வெளியில் வந்தாள்.

நினைத்த அளவுக்குச் சுற்றுப்புறம் இருட்டாக இல்லை. பாண்டு வழக்கமாக அமரும் கல் ஆசனம் பிறைச் சந்திரனின் பலவீனமான ஒளியில் தனியாய்க் கிடந்தது. அதில் சென்று அமர்ந்தாள். மெலிதாகப் பொழியும் காட்டுப் பனியில் நனைந்து குளிர்ந்திருந்தது ஆசனம். குளிரின் அந்தரங்கத்தில் பாண்டுவின் புட்டச்சூடு இன்னும் மீந்திருந்த மாதிரி பிரமை தட்டியது. உடல் சிலிர்த்தது.

உடல் வேட்கையை ஒருபோதும் தணிக்காத மன்னனிடம் இவ்வளவு காதல் எப்படி உண்டானது என்று முதன்முறையாக ஆச்சரியம் உதித்தது. உயிரோடு அவன் இருந்தவரை பார்க்கும் போதெல்லாம் சினம் பொங்கும். ஆனால், பார்க்காமல் இருக்கவும் முடியாது. தானே இரண்டு குந்திகளாகப் பிரிந்து இரட்டை வாழ்க்கை வாழ்கிற மாதிரி உணர்வாள். இப்போது,

அவனுடைய உடம்பை எரியூட்டிய பிறகு, சினத்துக்கு ஆட்பட்ட குந்தியும் எரிந்துபோய்விட்டாளோ என்னவோ.

தனக்குள் சதா நிரடிக்கொண்டிருக்கும் தனிமையின் ஸ்தூல உருவமாக பாண்டுவின் உடம்பு இருந்துவந்தது போலும். ஜட உருவை எரித்தாகிவிட்டது; அதன் பிறகு, இதோ, சூட்சுமமாய் மீந்திருக்கும் தனிமையின் துயர் தாள முடியாததாய் இருக்கிறது.

என்ன நாள் இது. முற்பகல் பொழுதில் காத்திருக்கும் பயங்கரத்தை அறியாமல் வெகுளியாக விடிந்து, எல்லாம் முடிந்துவிட்ட இப்போதும் ஏதுமறியாத சாந்தத்துடன் கவிந்திருக்கிறது. இந்த நாள் தன்னுடைய வாழ்க்கையில் வராமலே இருந்திருக்கக் கூடாதா என்று ஒரு கணம் ஏக்கமாக இருந்தது. கண்ணீர் முட்டியது. தனது திருமண நாளைப் பற்றியும் இதே ஏக்கம் எப்போதுமே இருந்துவந்திருக்கிறது என்பது ஞாபகம் வருகிறது. கண்ணீர் பெருகுகிறது. தாரைகள் கன்னத்தில் இறங்கின . . .

ம்ஹூம். க்ஷத்திரியப் பெண். மரணத்துக்காக அழக் கூடாது. ஆனால், இயற்கையான மரணமா இது. அல்லது, போர்க்களத்தில் நேர்ந்த வீரமரணமா. இல்லை, மஹாராஜா பாண்டுவுக்குத்தான் சாகிற வயதா. தவிர, எந்த ஒரு மனிதனும் சாகக்கூடிய சந்தர்ப்பமா அது . . .

அன்று முழுவதும் நடந்தவை மீண்டும் ஒருமுறை தன்னிச்சையாக மனத்தில் ஓடத் தொடங்கின . . .

முற்பகல் பொழுது வழக்கம்போலவே சோகையாக நகர்கிறது. வெயில் மெல்ல உரத்து வருகிறது. குழந்தைகள் விற்பயிற்சி தருவதற்காக வந்திருந்த பிராமணனுடன் சென்றிருந்தார்கள். பறவையொலிகள் தணிந்து, வனம் உறங்குவதுபோன்ற அமைதி. அதன் ஆதாரத்தைக் கலங்கடிக்கும் விதமாக, மரத்தில் உளியைப் பதிக்க இறங்கும் மரச்சுத்தியின் ஓசை.

குடிலின் வாசலில் புதிதாக ஒரு மரக்கட்டில் செய்யும் வேலை நடந்து வந்தது. மௌனமாக வேலை செய்யும் தச்சர்களை மேற்பார்வையிடுவதுபோல வேடிக்கை பார்த்துக்கொண்டிருந்தாள் குந்தி. மேலாடை சீவித் தள்ளப்பட்டு நிர்வாணத்தின் மஞ்சள் அழகுடன் வெளிப்பட்ட மரத்தண்டின் உடலைப் பார்த்ததும், ஊழின் நியதிபோலத் தனக்கு மறுக்கப்பட்ட காமம் நினைவு வந்தது. இழந்த காமத்தைவிடவும், நினைவில் சதா அது உறுத்திக்கொண்டிருப்பது தாள முடியாத வேதனை. வழக்கமான பெருமூச்சை விடுத்தவாறு எழுந்தபோது, நகுலன் ஓடிவந்தான்.

பெரியம்மா, அம்மா அழைக்கிறார்கள்.

குழந்தைக்கு மூச்சிரைத்தது. அவனது வேகத்திலும், முகபாவத்திலும், உடலெங்கும் பூத்திருந்த வியர்வையிலும் அனுசிதமான ஏதோ ஒன்று தட்டுப்பட்டது. உடனடியாகத் தனக்குள் உயர்ந்த படபடப்பைத் தணித்துக்கொள்ளும் விதமாக, நகுலனை அருகில் அழைத்து புடவைத் தலைப்பால் முகத்தைத் துடைத்துவிட்டாள். தலைக்குள் கோதிய விரலில் ஈரம் தட்டுப்பட்டது. வெகுதூரம் ஓடி வந்திருக்கிறான் போல.

உங்கள் தந்தையார் எங்கே கண்ணே?

தெரியவில்லை.

காட்டு மிருகம் எதனிடமாவது மாட்டிக்கொண்டார்களா. நகுலனின் கையைப் பிடித்துக்கொண்டு நடக்க ஆரம்பித்தாள்.

வழக்கமான காலை நடைக்கு அவர்கள் இருவரும் கிளம்பிப் போனார்கள். வழக்கம்போல, அடக்கிய பொருமலுடன் பார்த்துக் கொண்டு அமர்ந்திருந்தாள் குந்தி. பாண்டு ராஜன் எத்தனையோ முறை வற்புறுத்தியிருக்கிறான்– இவளையும் உடன் வரச் சொல்லி. குந்தி உறுதியாக மறுத்து விடுவாள். மூவரும் சேர்ந்து இருக்கும் போது ஒரே சூலத்தின் தனித்தனி முனைகள் என்று தன்னுள் உருவாகும் பிம்பத்தைக் குந்தியால் சகித்துக்கொள்ள முடியாது. மேலும், பாண்டுதான் வேண்டுவானேயொழிய, மாத்ரி ஒருபோதும் இவளை அழைத்ததில்லை. அமைதியாகவும் விலகியும் இருந்தே தனது விருப்பங்களைச் சாதித்துக்கொள்பவள் அவள்.

பேரழகியான மாத்ரியின் முகமும் அங்கங்களும் சிதைந்து விட்ட மாதிரி ஒரு கணம் கற்பனை ஓடியது. அவள் பாண்டுவின் இரண்டாவது மனைவியாக வந்துசேர்ந்த நாள்முதலாக குந்திக்குள் ஊன்றி வளர்ந்திருக்கும் பொறாமைக்குள் மிக நல்ல தீனியாக வீழ்ந்து பொசுங்கிய காட்சியை ஒதுக்கி விட்டுக் கேட்டாள்:

அண்ணா யுதிஷ்ட்ரன் எங்கே?

அம்மாவின் கட்டளைக்குக் கீழ்ப்பட்டு அங்கே காவலாக நிற்கிறார்.

தான் நினைப்பதை விடவும் பயங்கரமான ஏதோ நடந்துவிட்டது போல உள்ளுணர்வில் தாக்குண்டாள். நடை ஓட்டமாக மாறியது. நகுலனின் விரல் இவளுடைய அழுத்தம் தாளாமல் நழுவி விலகிக்கொண்டது. சற்றுப் பின்னிட்டு ஓடிவந்தான் சிறுவன். அவன் மூச்சிரைக்கும் ஒலி பெரிதாகக் கேட்டது.

யுதிஷ்ட்ரன் வில்லைத் தரையில் ஊன்றி நின்றிருந்தான். அவனைவிட நாலைந்து பிடி உயரமான பீமனும், நிறத்தில்

கூடியவனான அர்ஜுனனும் இரண்டு பக்கத்திலும் விறைப்பாக நின்றிருக்க, சகதேவன் கீழே உட்கார்ந்திருந்தான். தரையை உன்னிப்பாக நோக்கிக்கொண்டிருந்தான். ஏதோ பூச்சியைப் பார்க்கிறான் என்று ஊகித்துக்கொண்டாள் குந்தி.

மகனே, உங்கள் சிறிய தாயார் எங்கே?

யுதிஷ்ட்ரன் முகம் இருண்டிருந்தது. பின்புறமாகக் கையை நீட்டிச் சுட்டினான்.

அவர்கள் குரல் மட்டும் கேட்டது. எங்களில் யாரையும் அவர்கள் திக்கில் வரக் கூடாது என்று ஆணையிட்டார்கள்.

யுதிஷ்ட்ரனின் குரலை இடைவெட்டியது மாத்ரியின் குரல்.

அக்கா, குழந்தைகள் வரவேண்டாம். நீ மட்டும் வா.

மாத்ரியின் குரல் நடுங்கியது. குந்திக்குள் பதற்றம் அபரிமிதமாகக் கூடியது. மரங்களின் இடைவெளியில் பாய்ந்தோடினாள். பத்திருபது எட்டுகள் தாண்டியபின், புதர் மறைப்புக்குப் பின்னால் திறந்திருந்த வெளியில் மல்லாந்து கிடந்தான் பாண்டு மகாராஜன். இடுப்பில் மாத்திரம் போர்த்தியிருந்த வஸ்திரத்தினடியில் அவன் அம்மணமாய் இருக்கிறான் என்பது புலப்பட்டது. உடம்பும் பார்வையும் நடுங்க அவனையே வெறித்துக்கொண்டு அருகில் உட்கார்ந்திருந்த மாத்ரி, குந்தியின் பார்வையை விலக்கித் தலைகுனிந்தாள். மின்னல் வேகத்தில் புரிந்துவிட்டது குந்திக்கு.

ஆற்றாமையும் கோபமும் ஏமாற்றமும் பொறாமையும் அடிவயிற்றில் பொங்கி உயர, மாத்ரியை உறுத்துப் பார்த்தாள். அழும்போதும் அழகாகத்தான் இருக்கிறாள், சண்டாளி. கணவனின் உயிரையே குடிக்கும் அழகு...

இருவருமாக பாண்டுவின் உடலைப் புரட்டி, வஸ்திரத்தை முறையாக அணிவித்தார்கள். குந்தி யுதிஷ்ட்ரனை அழைத்து, காவல் வீரர்களை அழைத்துவரும்படி ஆணையிட்டாள். திரும்புமுன், அஸ்தினாபுரத்தில் விதுரருக்குச் செய்திசொல்ல ஆளனுப்பும்படியும் சொன்னாள்:

பாண்டு மஹாராஜா அகால மரணமடைந்துவிட்டார். உரிய ஏற்பாடுகளுடன் உடனே வருக...

ஒரே நிலையில் அமர்ந்திருந்ததால், கல் ஆசனத்தில் அழுந்திய புட்டம் லேசாக வலி கண்டது. வாசலை நோக்கி அமர்ந்திருந்தவள், குடிலைநோக்கித் திரும்பி அமர்ந்தாள். உள்ளே படுத்திருந்தால் மாத்ரியும் நிலைகொள்ளாத மனத்துடன்தான் இருந்திருப்பாள்;

ஆனால், இவளைப்போல அல்ல; தனக்குள்ளேயே வைத்துப் புழுங்க முடியும் அவளால்.

கடைசியில் அவளுக்குத்தான் அந்த பாக்கியமும். மரணவேகத்தில் பிணைந்திருப்பான் அரசன். கண்களை மூடிக் கொண்டாள் குந்தி. ஆழ்ந்த பெருமூச்சு உரத்து வெளியேறியது. விழிகள் கரித்துச் சுரந்த தாரை, கன்னத்தில் இறங்கியது. இமையின் உட்திரையில், கொழுந்துகள் அல்லாட எரியும் சிதையின் பிழம்பு ஒளிர்ந்தது. இரண்டு உடல்கள் எரியும் பெருஞ்சிதை. பின்னர் சிறுகச் சிறுக நிறம் மாறி, இதேபோல இருள் மண்டிய இன்னொரு இரவாக உருக்கொண்டது அது.

ஆபரணங்களை ஒவ்வொன்றாகக் கழற்றிவைக்கும் குந்தியை நிதானமாகப் பார்த்தவாறு மஞ்சத்தில் அமர்ந்திருக்கிறான் பாண்டு. வழக்கமான வெண்ணிறத்தைவிடவும் பலமடங்கு அதிகமான, சருமமேயற்ற சதைபோலச் செம்மை பூத்த தேகம். சற்றே சுருக்கிப் பார்க்கும் கண்கள். தலைமுடியும் தாடியும் மீசையும் முன்னங்கை ரோமங்களும் புருவ மயிர்களும்கூட நரையென்று சொல்லத்தக்க, செம்பட்டை பாய்ந்த வெண்ணிறம். இடது தோளில் வில்லின் நாண் அழுத்தி அழுத்திச் சிவந்த கோட்டுத்தடம், ஆறாத புண்ணின் ரத்தக் கீறல்போலத் தென்பட்டது.

அழகான, தீர்க்கமான முகம். அகண்ட தோள்கள். அமர்ந்திருக்கும் தோரணையில் இயல்பான கம்பீரம் இருந்தது. வெண்பட்டு அணிந்திருந்தான். உத்தரீயம் மடியில் கிடந்தது. தனிமையில் ஓர் ஆண்மகனுடன் இருக்கக் கிடைத்த சந்தர்ப்பத்தை, தனக்குள் அன்று உயர்ந்த உஷ்ணத்தை, பின்னாட்களில் எப்போது நினைத்தாலும் குந்திக்குள் ஏக்கமும் துக்கமும் பொங்கும்.

நீலப்பட்டுப் புடவை சரசரக்க மஞ்சத்தின் அருகில் சென்றாள். ராஜனின் அணைப்பில் அடங்குவது, வெகுகாலமாக அடைகாத்திருந்த தினவுக்கு மிகவும் இதமாக இருந்தது. அந்தக் கிழவர் துர்வாசரைப்போல ஈர்க்குச்சி உடம்பும் கருமையும் இல்லை பாண்டுவிடம். கிழவர் தன்னை மரப்பொம்மையைப் போலக் கையாண்டதும், தான் வலியில் துடித்தபோதும் பொருட்படுத்தாது மேற்சென்ற மூர்க்கமும், தமது வேகம் தணிந்ததும் உடனடியாக விலகி வெளியேறிய கனிவின்மையும் நினைவில் வந்தன.

இவனுடைய தொடுகையில் நுட்பமான ஆராதனை இருக்கிறது. ஆண்பிள்ளை போன்ற உடல்வாகும், பெண்ணுக்கான தயக்கமும் கூச்சமும் ஒருங்கே கொண்ட தன்னை பூவைப்போலக்

கையாள்கிறான். பாண்டுவை இன்னமும் சேர்த்து அணைத்துக் கொண்டாள்.

திண்மையான தசைகளில் அழுந்துவது நூதனமான கிளர்ச்சியைத் தூண்டியது. அவனுடைய சதை பட்டுத் தன் சதை பொசுங்குவதுபோல ஒரு சித்திரம் உருவானது. ஆனாலும், அந்தப் பிராமணரின் அணைப்பில் இருந்த இறுக்கமும் உத்வேகமும் இந்த க்ஷத்ரியனின் அணைப்பில் ஏன் இல்லை?

ப்ருதா, உன் கண்கள் மானின் கண்கள்போல இருக்கின்றன.

காதருகில் கிசுகிசுத்தான் பாண்டு. துர்வாசரும் இதையேதான் சொன்னார். குந்தி சிலிர்த்துக்கொண்டாள். பாண்டுவின் காது மடலோரம் தன் இதழ்களை ஈரமாகப் பதித்தாள். அவன் முனகினான். மெல்லமெல்ல நெருக்கம் அதிகரிப்பதை, கொஞ் சநஞ்சம் மிச்சமிருக்கும் கூச்சமும் உதிர்வதை, இயல்பாக நடப்பதுபோல இருவருக்குமே வஸ்திரம் விலகுவதை, தனக்குள் வெதுவெதுப்பு கூடிக்கொண்டே போவதை, உதடுகளில் ஈரம் அதிகரிக்க அதிகரிக்க, முலைக் காம்புகளும் நிதம்பப் புடைப்பும் விறைப்புக்கொள்வதை ஆனந்தமாக உணர்ந்தவாறு, தன்மேல் உயரும் பாண்டுவின் முகத்தை ஏறிட்டாள் குந்தி.

இவளுடைய கண்களையே உறுத்துப் பார்த்தவன், மறுகணம் பிடி நழுவி, மஞ்சத்திலிருந்து கீழே வீழ்ந்தான். மரத்தரையில் தட்டென்று பேரோசை எழும்பியது. அவனது உதடுகள் கோணின. கை கால்கள் வெட்டி வெட்டி இழுத்தன. கடைவாயோரம் எச்சில் நுரைத்தது.

அலறுவதற்காகத் திறந்த வாயை உடனடியாக மூடிக் கொண்டாள் குந்தி. ஊரைக் கூட்ட வேண்டாம். மஹாராணி பதற்றமடைந்ததாகக் காட்டிக்கொள்ளக் கூடாது. கதவுக்கு மறுபுறம் காத்திருக்கும் பணிப்பெண்களில் யாரையாவது அனுப்பி வைத்தியர்களை வரவழைக்கலாம்...

ஆனால் அதற்கு அவசியமேற்படவில்லை; விலகியிருந்த தனது ஆடைகளை ஒழுங்குபடுத்திக்கொண்டு, பாண்டுவின் வஸ்திரத்தை நேர்செய்யும்போதே அவனது மூடிய விழிகளில் சலனம் தெரிந்தது. பரீட்சார்த்தமாக, மண்ஜாடியில் இருந்த குளிர்நீரை அவன் முகத்தில் தெளித்தவுடன் விழித்துவிட்டான்.

அந்த வாரம் முழுவதும் இப்படித்தான்; மானின் கண்களைப் பற்றிப் பிரஸ்தாபிப்பான்; பிரிந்து வீழ்ந்து துடிப்பான். இனி வாழ்நாள் முழுவதும் ஆறுவதற்கற்ற ரணம் தன் உடம்பின் ஆழத்தில் உருவாகிவிட்டதாக உணர்ந்தாள் குந்தி. நீராடும்

சமயத்தில் தன் வெற்றுடம்பில் தாதியரின் கைகள் பதியும்போது, உஷ்ணமும் அச்சமும் இச்சையும் இயலாமையும் பீதியும் வெறுமையும் உச்சந்தலைக்கு ஏறின.

பாண்டு ராஜனிடம் இதுபற்றிக் கேட்பதற்குத் தயக்கமாக இருந்தது. எதிர்மறையான, நிரந்தரமான பதில் எதுவும் வந்து விழுந்துவிடுமோ என்று பயமாகவும் இருந்தது. அவனே சொல்லட்டும் என்று காத்திருந்தாள். எட்டாவதுநாள் தோல்விக்குப் பிறகு, அவனே வாய்திறந்தான் . . .

ப்ருதா . . .

இறுகாத அணைப்பு பற்றிப் புழுங்கியவாறே,

ம் . . .

என்றாள்.

. . . ஒரு மானைக் கொன்றுவிட்டேன்.

அவனது அருகாமையும், பிறரைப்போலின்றி, தன் இயற்பெயர் சொல்லி அவன் அழைப்பதும், சற்றுமுன்வரை நிலவிய நிராசையைக் கணநேரத்தில் இடம்பெயர்த்த வேட்கையும் சேர்ந்து மயிர்க்கூச்செரிந்தது குந்திக்கு.

> க்ஷத்திரியர் வேட்டைக்குப் போவதும், ஜீவராசிகளைக் கொல்வதும் சகஜம்தானே ப்ரபு! போரென்று வந்துவிட்டால், மனிதர்களையே கொல்லவேண்டிவரும்தானே!

அவன் புன்னகைப்பான் என்றுதான் எதிர்பார்த்தாள். ஆனால், அவன் குரலில் முன்பைவிடத் தீவிரம் கூடியது. இவள் பார்வையைத் தவிர்த்து விதானத்தை நோக்கிப் படுத்திருந்தான்.

இந்த மானின் விஷயமே வேறு . . .

மௌனமாகிவிட்டான். எப்போதோ நடந்த சம்பவம் ஒன்றை, தற்போது விதானத்தின் வெண்ணிறத் துணிவிரிப்பில் காட்சியாகக் காண்பவன் மாதிரி முகத்தில் பாவனைகள் மாறிமாறிப் படிந்து கலைந்தன; இறுதியாக, மலர விரும்பாத மொக்குபோல் கூம்பியது முகம். வெப்பத்துடன் வெளியேறிய நீண்ட பெருமூச்சு அவன் முகத்தருகே இருந்த இவள் கையைச் சுட்டது. தன்னையே தேற்றிக்கொள்பவன் மாதிரி, தொடையில் ஒருமுறை ஓங்கித் தட்டிக்கொண்டான். தொண்டையைச் செருமினான்.

> . . . அது தவறு என்று சாதாரணமாக யாருக்கும் தெரியும். வேட்டைத்திமிர் என் கண்ணை மறைத்துவிட்டது . . .

குந்தி அமைதி காத்தாள். கம்மிய குரலில் தொடர்ந்தான்:

சம்போகத்தில் ஈடுபட்டிருந்த மான் அது. பெண்மானின் முதுகில் முன்னங்கால் பதித்து ஆவேசமாக இயங்கிக் கொண்டிருந்தது. ஏன் அப்படிச் செய்தேன் என்றே தெரியவில்லை; விடலைப் பருவத்தின் கண்மூடித்தனம்தான் காரணமாக இருக்க வேண்டும்.

வேதனை மண்டிய மௌனம், கனத்த பாறைபோல இருவருக்கு மிடையில் கிடந்தது. ஆதுரமான குரலில் குந்தி கேட்டாள்:

என்ன செய்தீர்கள்?

... நான் பாவி. ஆண்மான்மீது பாணத்தை எய்துவிட்டேன். விலாவில் சென்று தைத்தது. தரையில் வீழ்ந்து கால்களை உதறும் இணையையும் என்னையும் மாறிமாறி வெறித்தது பெண்மான். இன்னமும் காமம் தீர்ந்திராத கண்கள், ப்ருதா. துயரத்தின் நீர்ப்பதத்தில் மிதந்த கண்கள். அல்லும் பகலும் என்னை ஓயாமல் துரத்திவரும் கண்கள். அவற்றிடமிருந்து விடுபட மார்க்கமேயில்லையா என்று ஏக்கமும் அச்சமும் என்னை எந்நேரமும் பீடித்திருக்கின்றன ப்ருதா.

குரோதமும் வெறுப்பும் தாபமும் விரக்தியும் சாபமும் நிறைந்த அந்தக் கண்களை இவளால் யூகிக்க முடிந்தது. நெருங்கி வரும் பெண்ணின் கண்களில் உடனடியாக வந்து தொற்றிக்கொள்ளும் அந்த மானின் கண்களை விலக்கிப் பார்க்க முடியாமல் தவிக்கும் கணவனின் பலவீனமும் புரிகிறது.

மனைவியின் மடியில் முகம் புதைத்துக் குமுறும் அரசனின் முதுகு குலுங்கியது. வாஞ்சையுடன் வருடினாள் குந்தி.

இது எப்போது நடந்தது?

ஆயிற்று. வருடங்கள் ஓடிவிட்டன.

விடுங்கள். நான் வந்துவிட்டேனல்லவா? நாளாக நாளாகச் சரியாகிவிடும்.

நாட்கள் ஓடத்தான் செய்தன. எதுவும் சரியாகவில்லை...

அடுத்தடுத்துப் பெருமூச்சுகள் சீறி வெளியேறின. பிறைச்சந்திரன் கிட்டத்தட்ட உச்சிக்கு வந்திருந்தது. அதன் பிரகாசமும் அதிகரித்திருந்த மாதிரிப் பட்டது. இரண்டாம் ஜாமம் முடிந்திருக்க வேண்டும்...

ஆக, தீராதபிணியாகத் தொடர்ந்துவந்த மானின் கண்கள் இறுதி வெற்றியை ஈட்டிவிட்டன. பேரழகியான இரண்டாம்

மனைவியைப் புணர நெருங்கிய மன்னனின் உயிரை, சூட்சுமமான அம்பு தாக்கிப் பறித்துவிட்டது.

வஸ்திரத்தை உடுத்திவிடும்போது காணக் கிடைத்த பாண்டுவின் அம்மண உடலும், கச்சு விலகியது தெரியாமல் மிரண்ட கண்களுடன் அருகில் அமர்ந்திருந்த மாத்ரியின் திறந்த முலையும் சாகும்வரை தன்னை விடாது துரத்தும் என்று நினைத்துக்கொண்டாள் குந்தி. உடம்பு விதிர்த்தது.

○

இந்த அத்தியாயத்தின் முதல் பிரதி உருவாகி எழுதி நாட்கள் ஆகியிருக்கவில்லை; அந்த வேர்ட்ஃபைலின் தேதி இரண்டு ஆண்டுகளுக்கு முந்தைய ஒருநாள். அவ்வளவுதான்.

ஆனாலும், இதன் ஒரு வரிகூட நினைவில் தங்காத அளவுக்கு விலகிப் போயிருந்திருக்கிறது. ஏன் இதைத் தொடர்ந்து எழுதவில்லை என்பதையோ, இந்த அளவிலேயே ஒரு சிறுகதையாகப் பிரசுரம் செய்யாதது ஏன் என்பதையோ எவ்வளவு யோசித்தாலும் அறிய முடியாது என்று பட்டது. உடனடியாகத் தோன்றும் ஓரிரு காரணங்களைச் சொல்லலாம்.

1. தன்னளவில் முழுமையாக இருந்தாலும், உரிய சட்டகத்தில் பொருத்தாமல் தனியாக வெளியிட்டால் சரியாய் இருக்காது என்று விட்டுவிட்டிருப்பேனோ என்னவோ.

2. தவிர, ஒற்றைச் சம்பவத் துணுக்காக மீந்திருக்கிறதேயொழிய, முழுக் கதைக்கான லட்சணங்கள் சேர்ந்துவிட்டதா என்று இப்போதும்கூட நிர்ணயித்துக்கொள்ள முடியவில்லை.

3. முன்னும் பின்னும் அத்தியாயங்கள் உருவாகும்போது, ஒருவேளை, இந்த அத்தியாயம் தரையிலிருந்து எழும்பக் கூடுமோ என்னவோ.

4. புராதன காலக் கதைகளை நவீன மொழியில் எழுதுவது எந்த அளவுக்கு உசிதம் என்று தெரியவில்லை. அதிலும், இதிகாசக் கதையை எழுதும்போது மொழியில் கம்பீரம் அதிகரிக்க வேண்டாமா? 'அர்ஜுனனுக்குக் கடுப்பாக இருந்தது; பீமன் வேட்டியை டப்பாக்கட்டு கட்டியிருந்தான்' என்றெல்லாம் எழுத முடியுமா! ஆனால் ரேஷன் அரிசிபோல மட்கிய வாசனை அடிக்கும் மொழிக்குக் கொஞ்சம் பிரயாசைப்பட வேண்டியிருக்குமே

தவிர, அது அசாத்தியம் ஒன்றும் இல்லை. மேலும், இப்போது சொன்னது போன்றவற்றையும், ஏன் ரேஷன் அரிசிபோன்ற உதாரணங்களையும் தவிர்ப்பதில் மட்டும் கவனமாய் இருந்தாலே பாதிக் கிணறு தாண்டிவிடலாம். சேர மன்னனை சோழ மன்னன் தானும் தேரேறித் துரத்திப் போகும்போது எதிர்த்திசையில் தந்திக் கம்பங்கள் பாய்ந்து விரைவதைப் பார்த்து எப்படிச் சிரித்திருக்கிறேன்!

5. ஆனால், மொழி மட்டும் அல்ல பிரச்சினை. மேற்சொன்ன கதை, பாண்டு மகாராஜன் அவஸ்தைப்படுவது ஓஸிடி எனப்படும் அப்ஸஸிவ் கம்ப்பல்ஸிவ் டிஸார்டர் என்னும் உளவியல் நெருக்கடியால் என்கிற மாதிரி வருகிறதல்லவா, இப்படி நவீன காலப் பார்வைமுறை களையும் கோணங்களையும் புராதனக் கதையில் கோக்கும்போது புஷ்பகவிமானம்தான் நவீன ஜெட் ஆக உருப்பெற்றிருக்கிறது என்று சொல்வதுபோலத் தமாஷாக இருக்காது?!

ஆனால் இதை வாசித்தது ஒரு பேருதவி புரிந்தது. அதைச் சொல்வதற்கு முன்னால், தவிர்க்கமுடியாமல் என் பார்வை பதிந்த இன்னொரு அத்தியாயத்தையும் தந்து விடுகிறேன். ஓரிரு வருடங்களாக என் கணிப்பொறிக்குள்ளேயே கிடந்து புழுங்கும் அதுவும் வெளிக்காற்றை சுவாசிக்கட்டுமே!

அப்போது உத்தேசித்திருந்த நாவலின் பூர்வபீடிகையாக எழுதிய பகுதி இது. 'பூர்வாங்கம்' என்று தலைப்பிட்டிருந்தேன்...

நெருங்கிவரும் அந்தி, காட்சிப் புலமெங்கும் பொன்னிறம் பரப்பியிருந்தது. ஆற்றில் நிரம்பி இரையெடுத்த பாம்பென மென்னெளிவுடன் நகரும் நீர், உருக்கி ஊற்றிய சொர்ணம்போலப் பொலிந்தது. என்றாலும், விடைபெறும் வெளிச்சத்தின் அந்தரங்கம் மெல்லிய துயரமெனத் தரைப் பரப்பெங்கும் நிரம்பியிருந்தது. அதற்கு ஈடுகட்டும் விதமாக, கரையோர மரங்களில் வந்தடைந்துவிட்டவையும், வந்து சேர்பவையுமாக பட்சிகள் எழுப்பிய சப்தக் கோலாகலம்.

இருளின் வரவுக்குக் கட்டியம் கூறுபவர்கள்போல இருவர் நடந்து வந்தனர். பாதசாரிகளில் ஒருவர் கிழப்பருவம் எய்தியவர். மற்றவன் இளைஞன். வெகுதொலைவு கடந்து வந்திருந்தார்கள்போல. கறுத்த மேனிகளில் புழுதி படிந்திருந்தது.

சிதிலமாகியிருந்த மண்டபத்தின் படிக்கட்டில் தோள் மூட்டைகளை இறக்கிவைத்தார்கள்.

மேல்படியில் அமர்ந்த இளையவன் தன் மூட்டையிலிருந்து தாமரையிலைப் பொட்டலம் ஒன்றை எடுத்தான். பிரிக்கும்போதே பலாப்பழ வாசனை உயர்ந்தது.

நண்பரே, எடுத்துக்கொள்ளும்.

என்று இரண்டு கைகளாலும் நீட்டினான்.

வயது தாண்டிவிட்டது நண்பனே . . .

என்று நிதானமாகப் பதிலிறுத்தார் கிழவர்.

...தேசாந்திரம் செல்வதில் முதல் பாடம் பசியெடுத்தாலொழியப் புசிக்கக் கூடாது என்பது . . .

சிரித்தார்.

. . . உனக்கு நாவைக் கட்டும் பிராயம் இன்னும் வரவில்லை!

இளைஞன் தானும் சிரித்துக்கொண்டே ஒரு சுளையைப் பிய்த்தான். கிழவர் கங்கையை நோக்கி நடந்தார்.

நாணற் புதர்களினூடாகச் சென்ற ஒற்றையடிப் பாதை நீர்விளிம்பில் கொண்டுசேர்த்தது. நீரில் இறங்கினார். முழங்கால் ஆழத்தில் நின்று, இரண்டு கைகளாலும் சேந்தி மேலுடம்பைக் கழுவுகிற மாதிரிச் சொரிந்துகொண்டார். ஆசைதீரக் கொப்புளித்து கரையேறி உமிழ்ந்தார். மீண்டும் நீரில் இறங்கினார். இறுதியாக உள்ளங்கையில் அள்ளிய நீரைத் தலையைச் சுற்றி வலமாகத் தெளித்துக்கொண்டார். கைகூப்பி கங்கையை வணங்கிவிட்டு மண்டபம் நோக்கி மேலேறி வந்தார். தூணில் சாய்ந்து அமர்ந்திருந்த இளைஞன் இவரையே பார்த்துகொண்டிருந்தான்.

ஸமந்த பஞ்சகம் இங்கிருந்து ஏழெட்டுக் காதத் தொலைவுதான் இருக்கும்.

தமக்குத்தாமே சொல்லிக்கொள்கிறவர்போலச் சொன்னார் கிழவர். இளைஞன் தலையாட்டினான்.

. . . யுத்தம் நடந்தும் இரண்டு ஸதாப்தத்துக்குள்தான் இருக்கும். அந்தப் பதினெட்டு நாட்களும் இந்த கங்கையில் ஓடியது நீர் அல்ல, குருதி என்கிறார்கள்.

உயரே இருந்து நகைப்பொலி கேட்டது. திகைப்புடன் ஒருவரையொருவர் பார்த்துக்கொண்டவர்கள், ஒரே சமயத்தில் அண்ணாந்து பார்த்தார்கள். கிழக் கழுகு ஒன்று கிளையில் அமர்ந்திருந்தது.

நண்பரே, பட்சிபாஷை அறிவீரோ?

இல்லை. ஆனால், நகைத்தது இந்தக் கழுகு இல்லை என்று மாத்திரம் நிச்சயமாகச் சொல்ல முடியும்.

திகைப்பு விலகி, இருவரும் சிரித்தார்கள். எதிரொலிபோல மீண்டும் நகையொலி. மனிதக் குரல் போலவே ஒலித்தது. இவர்கள் சங்கடமுறுவதை ரசிக்கிற மாதிரி மீண்டும் மீண்டும் கேட்டது. பொறுமையிழந்த கிழவர் உரத்துக் கூவினார்:

அசரீரியே, யார் நீ?

பதிலில்லை.

யாராயிருந்தாலும் எதிரில் வா. வழிப்போக்கர்களாகிய சந்யாசிகளை விரோதித்துக்கொள்ள வேண்டாம்.

எச்சரிக்கும் குரலில் கூறியதும், சிரித்த குரல் நிதானமாகப் பேசியது.

சினம் வேண்டாம் முதியவரே. நான் எதிரில்தான் இருக்கிறேன். உம்மால்தான் பார்க்க முடியாது, பாவம்.

இளைஞன் பீதியால் உந்தப்பட்டவனாக, கிழவரின் கையைப் பற்றிக்கொண்டான். கிழவர் அதட்டினார்:

யார் நீ? கந்தர்வனா, பிசாசா?

இருவருக்கிடையிலும் என்ன வித்தியாசம் கண்டீர் பெரியவரே?

அசரீரி நகைக்கும் சப்தம் மீண்டும் கேட்டது.

கேலி வேண்டாம். வீணாக எங்களை ஏன் தொந்தரவு செய்கிறாய்? பேச்சுக்களில் எங்களுக்கு ஆர்வமில்லை.

நான் உயிருடன் இருந்த காலத்திலுமே யாருக்கும் தொந்தரவாக இருந்ததில்லை விருத்தாப்பியரே.

யாராகப் பிறவியெடுத்திருந்தாய்?

சுமந்து என்ற பெயருடைய மானுடனாக இருந்தேன். வேதவியாசராகிய கிருஷ்ண துவைபாயனரின் சீடர் வைசம்பாயனரைத் தெரியுமல்லவா, அவருடைய சகபாடி ஜைமினியின் சீடனாக இருந்தேன். ஜனமேஜெயன் நடத்திய ஸர்ப்ப யாகத்தில் வைசம்பாயனர் நிகழ்த்திய பாரதக் கதையின் வேறு சில அம்சங்களை, நுட்பங்களை என் குரு எனக்குச் சொல்லியிருக்கிறார்...

வேதாளம் சொன்ன கதை

அப்படியா. ஆனால், எதற்காக எங்களுடைய ஏகாந்தத்தைக் கலைக்கிறீர்?

இருவர் இருக்குமிடத்தில் ஏகாந்தம் ஏது சந்யாசியே?

அசரீரி மீண்டும் கலகலவென நகைக்கும் ஒலி கேட்டது.

... குருக்ஷேத்திரத்தைப் பற்றி நீங்கள் பேசுவதைக் கேட்டதும் சிரிப்பு வந்தது. சிரித்தேன்.

கேள்விப்பட்டதைச் சொன்னேன். இதில் சிரிப்பதற்கு என்ன இருக்கிறது?

அரச தட்சணை பெற்றுக்கொண்டு சூதர்கள் கட்டிய கதைகள். இரண்டே ஸதாப்தங்களில், நிஜமெனவே நம்பிக்கை சம்பாதித்துவிட்டதைப் பார்த்தால் சிரிப்பு வராதா?

அதெல்லாம் வெற்றுக் கதைகள் என்றா சொல்கிறீர்?

பின்னே? ஆனால், அரசங்குச்சி இல்லாமல் ஹோமப் புகை எழும்புமா? அவற்றை முழுப் புளுகு என்று சொல்வதற்கில்லை. அதற்காக, முழுக்க நடந்தவை என்றும் சொல்வதற்கில்லை.

அப்படியானால், வைசம்பாயனர் சொன்னதாகப் புழங்கிவரும் **ஜெயம்** வெறும் கற்பனைச் சரக்கா என்ன?

அதுதான் சொன்னேனே... பாரதக் கதை நிகழ்ந்ததும், சகோதரச் சண்டையால் பல்லாயிரக்கணக்கானவர்கள் மாண்டதும் நிஜம்தான். ஆனால் தன் வீரியத்தால் உருவான வாரிசுகள் பரஸ்பரம் அடித்துக்கொண்டதைப் பார்க்கப் பொறாத வியாசர், தனக்குப் பட்சமான பாண்டுகுமாரர்களுக்கு உபகாரமாய் நடந்துகொண்ட வியாசர், அவர்களின் வெற்றியைப் போற்றும் விதமாக வைசம்பாயனனைத் தொகுத்துச் சொல்லவைத்தார் என்கிறேன்...

சந்யாசிகள் இருவரும் மௌனமாகக் கேட்டுக்கொண்டிருந்தார்கள். இருள் இறங்கிவிட்டது. சுற்றிலுமிருந்த மரங்கள் பேய்க் களை கொள்கின்றன. கிளைகள் உரசிக்கொள்ளும் ஓசையில் சன்னமான வெறி இருக்கிறது. வருடிச் செல்லும் காற்றில் லேசான பிண வாடை கலந்திருக்கிறது. சேய்மையில் எங்கோ மயானம் இருக்க வேண்டும்.

...வைசம்பாயனரும் பாவம், நடப்பு ராஜாங்கத்தின் வெறுப்பைச் சம்பாதித்துவிடாதவண்ணம் கற்பனையை ஓடவிட்டார்.

நிஜமாக நடந்தது என்ன என்று உமக்குத் தெரியுமா என்ன?

தெரியாமல்? எனது குருநாதர் ஒரே குருகுலத்தில் அவருடன் பயின்றவரல்லவா?

ஸ்வாமீ, நிஜக்கதையை எங்களுக்குச் சொல்வீரா?

இளைஞனின் குரலில் ஆவல் தெறித்தது. அசரீரி மறுபடி சிரித்தது.

ஆஹா. இதுதான் வாலிபம் என்பது. போலியாக அடக்கிக் கொள்ளாமல் ஆர்வத்தை வெளிப்படுத்துகிறாய் பார்த்தாயா? தாராளமாகச் சொல்கிறேன் இளைஞனே. உன் சிநேகிதருக்கு ஆட்சேபமில்லையென்றால், முழுக்கதையையுமே சொல்கிறேன். ஆனால் ஒரு முக்கியமான நிபந்தனை உண்டு.

எனக்கு மட்டும் ஆவல் இருக்காதா என்ன? நீர் நிபந்தனையைச் சொல்லும் முதலில்.

என்றார் முதிய சந்யாசி. அசரீரியின் பதில் வேகமாக வந்தது:

இரவுகளில் மட்டும்தான் சொல்வேன்.

ஏன் அப்படி?

பகலில் நடமாட எங்களுக்கு அனுமதி கிடையாது. நியாயப்படி, விழித்திருப்பவர்களுடன் உரையாடுவதற்கே எங்களுக்கு அனுமதி கிடையாது. அந்திப்பொழுது கனத்துவிட்டது; நீங்களும் பிரயாணக் களைப்பில் சற்று அயர்ந்தவர்களாகத் தெரிகிறீர்கள், அரைத் தூக்க நிலையில்தான் இருக்கிறீர்கள் என்பதால் சற்றுச் சலுகை எடுத்துக்கொண்டேன்.

அசரீரி நகைத்தது. சந்யாசிகளும் சிரித்தார்கள். இம்முறை கிழவர் வாய் திறந்தார்.

அதனாலென்ன, இரவிலேயே சொல்லலாம். சந்யாசிகளுக்குப் பகலில் மட்டும் பெரிதாக வேலை என்ன இருக்கிறது? தூங்கிக் கழித்தால் போயிற்று!

மூன்று சிரிப்பொலிகளும் கலந்தது பொறாததுபோல, சடாரென்று எழுந்து பறந்தது கிழக் கழுகு. கால்களை அழுத்தி மேலேறியதில், பழுத்த இலைகள் நாலைந்து உதிர்ந்தன. அவை மெல்ல மெல்லக் காற்றில் வழுக்கியிறங்கி, தரையில் படியும்வரை கவிந்திருந்த அமைதியைக் குலைக்கிற விதமாய், அசரீரியின் குரல் மீண்டும் எழும்பியது.

நான் சொல்லும் பாரதக் கதையின் அடுக்குமானமே வேறு.

ஓஹோ?

அதற்குத் தற்போது வழங்கிவரும் தலைப்பிலேயே எனக்கு உடன்பாடில்லை. உண்மையில் அது **ஜெயம்** இல்லை, **வீழ்ச்சி**!

புரியவில்லையே?

பாரத வர்ஷத்தின் மகத்தான ராஜவம்சம், பங்காளிகளுக்குள் மூண்ட குரோதம் காரணமாக வீழ்ந்துபட்டது அல்லவா. யுத்தம் ஆரம்பிப்பதற்குப் பலகாலம் முன்பே அந்த வீழ்ச்சி தொடங்கிவிட்டது. தகப்பனுக்கு மகன்மீதும், காதலிக்குக் காதலன்மீதும், இளவரசனுக்கு ராஜ்யாதிகாரத்தின்மீதும், தாயாருக்குப் புதல்வன்மீதும், அரசனுக்குப் பிரஜைகள்மீதும் என்று நியாயார்த்தமாக நிலவியிருக்க வேண்டிய அன்பு வீழ்ச்சியுற்றதில் தொடங்கியது சகலமும்.

ம்.

பாண்டவர்கள் இருந்தார்களே, அவர்கள் ஐந்துபேரும் வெவ்வேறு உணர்ச்சிகளின் பீடங்கள். யுதிஷ்ட்ரன் அறத்துக்கு, பீமன் மறத்துக்கு, அர்ஜுனன் காமத்துக்கு, நகுலன் மிருகராசிகளையும் பட்சிராசிகளையும் உள்ளடக்கிய உபலோகத்துக்கு, சகதேவன் பூமியின்மீது ரகசியத் திரைபோலப் படிந்திருக்கும் மாயாலோகத்துக்கு என்று வெவ்வேறு சாந்நித்தியங்கள். பாஞ்சாலியாகிய திரௌபதி வன்மத்தின் களம்.

அட!

இந்த உணர்ச்சிகள் உச்சம் நோக்கிச் சுழன்றெழுந்தது அல்ல, ஆகாயம் நோக்கிச் செலுத்திய விசை குன்றிய மாத்திரத்தில் தரைநோக்கித் திரும்பி வீழும் அம்புபோலத் தணிந்ததே பாரதக் கதை. ஆமாம், சகோதரர்களை, தார்மீகத்தை, வீழ்த்திய அம்புகளின் கதை. இதற்கு அனுசரணையாய்ப் புறவுலகத்திலும், அவர்களின் அகவுலகங்களிலும் நிகழ்ந்த சம்பவங்களின் தொகுப்புதான் நான் சொல்லவிருக்கும் கதை.

ஓ.

காமம் சார்ந்த சம்பவங்கள், அறம் சார்ந்தவை, மாயம் நிகழ்ந்தவை என்று பாண்டவ சகோதரர்களையும், அவர்களுடைய நாயகியையும் சுற்றியே அவற்றை அடுக்கப் போகிறேன் – வைசம்பாயனர் சொன்னதுபோல காலக் கிரமமாக அல்ல.

ம்.

ஆனால், இந்தக் கதை குரு ஜாங்கலத்தின் அரசியல் பிரதானிகளும் பிராமணர்களும் கூடிய அவையின் முன்னிலையில் நடக்கவில்லை. அஸ்தினாபுரத்தின் அந்தப்புரங்களிலும், படுக்கையறைகளிலும், ரகசிய சந்திப்புகள் நடந்த இருள்முனைகளிலும், சூதாட்டக் களங்களிலும் நடந்தது. அதனால், யாவரும் அறிந்த வீதிகளை விட்டுவிட்டு, வீதிகளை இணைத்த குறுக்குப் பாதைகளையும், வீதிகளை விலகிய முட்டுச் சந்துகளையும் விவரிக்கப் போகிறேன் . . .

இளைஞன் கொட்டாவி விட்டான். பகல் முழுக்க நடந்ததால் மேவிய களைப்பு ஒரு காரணம் என்றால், காற்றுடன் எவ்வளவு நேரம்தான் பேசிக்கொண்டிருப்பது எனத் திடீரென்று படர்ந்த சோர்வு இன்னொன்று. சட்டென்று அசரீரியின் குரலும் த்வனியும் மாறின:

. . . நீங்கள் களைத்திருக்கிற மாதிரித் தோன்றுகிறது. நாளை அஸ்தமனத்தில் மீண்டும் சந்திப்போம்; சம்பாஷிப்போம்.

❍

இதுதான் நான் கடைசியாக எழுதிய அசல் கதை. இதுவேகூட நான் எழுதுவது நின்றுபோனதற்குக் காரணமாக இருக்கலாம் என்று இப்போது தோன்றுகிறது. புனைகதைகள்போல, மேற்சொன்ன நாவலை எழுதுவதில் எனக்கு சுதந்திரமிருக்காது என்பதும்; கும்பகோணம் பதிப்பு உட்பட எம்ட்டி வாசுதேவன் நாயரின் இரண்டாமிடம், பீக்கே பாலகிருஷ்ணனின் இனி நான் உறங்கட்டும், காண்டேகரின் யயாதி, ஐராவதி கார்வேயின் யுகாந்த்தா, இன்னும் ஜைன ராமாயணம், உபநிடத சாரம், பட்சி சாஸ்திரம், *zen in the art of archery*, பிரதிபா ராய் எழுதிய துரோபதையின் கனவு என்று இரண்டு தட்டுகள் முழுக்கச் சேகரித்து வைத்திருந்த நூல்கள் சதா என் பார்வையில் பட்டு ஏற்படுத்திய மலைப்பும் கூடக் காரணமாய் இருக்கலாம்.

ஆனால் மூன்று விஷயங்களை அழுத்திச் சொல்ல வேண்டும்:

1. ஒரு முன்னுணர்வுபோல, மேற்கண்ட அத்தியாயத்தில் ஒரு பாத்திரமாக வந்த அசரீரி! அவருடைய வருகையோடு நின்றுபோன என் எழுத்துமுயற்சிகள், இன்னொரு அசரீரியின் வருகையாலேயே மறுபடியும் ஆரம்பிக்கவிருக்கிறதோ என்று எனக்குள் ஊறிய நப்பாசை . . .

2. இடையில் வேதாளம் வராத ஓர் இரவில் எனக்கு நினைவுவந்த, என் சிறுபிராயத்தில் அப்பா சொன்ன கதையும், மேலே உள்ள இரண்டு அத்தியாயங்களும் ஒரேவிதமான மொழிநடையில் இருப்பதாக எனக்குத் தோன்றியது...

3. வழக்கமாக, வேதாளம் ஒரு கதையைச் சொன்ன மாத்திரத்தில் எனக்குள் ஒருவிதப் பரபரப்பு ஊறி, என் பங்குக்கு நான் ஒன்று எழுத முனைவேன் அல்லவா. அந்த அலெக்ஸாண்டர் கதை ஞாபகம் வரவில்லை? இந்த இரண்டு அத்தியாயங்களை வாசித்தும்கூட, மேற்கொண்டு இதே ரீதியில் மனம் பாயவில்லையே என்று எனக்குள் மலர்ந்த ஆச்சரியம்...

ஆனாலும், இந்த அத்தியாயங்களை வாசித்தது, முன்பே சொன்ன மாதிரி, ஒரு பேருதவி புரிந்தது எனக்கு. ஹோலோகிராம் போலத் தெரிந்த குந்தியின் பெண்ணுருவம் நூதனமான கிளர்ச்சியை உண்டாக்கியது. இதுவரை வேதாளம் சொன்னதுவும், நானே நினைவுகூர்ந்ததுமான கதைகளில் வந்த பெண்கள் அனைவரும் குந்தி என்ற ஒரே புள்ளியில் குவிவதுபோலவும், அந்தக் குவிமையம் வேறு எதையோ தூண்டிவிடுவதுபோலவும் உணர்ந்தேன்.

இரண்டு மூன்று நாட்கள் இதே கிறுகிறுப்பில் இருந்துவிட்டு, அந்த மையம் குந்தி அல்ல, எனக்கு நேரடி அறிமுகமாய் இருந்த வந்தனாவேதான் என்று உணரக் கிடைத்தபோது...

அத்தனை கதைகளிலும் வந்த பெண்கள் பலவிதமானவர்கள். வெவ்வேறு தலைமுறையை, வெவ்வேறு காலகட்டங்களைச் சேர்ந்தவர்கள். வெவ்வேறு செயல்களைச் செய்தவர்கள். வெவ்வேறு இலக்கை நோக்கி நகர்ந்தவர்கள். ஆனால் அனைவருக்கும் அடியோட்டமாக இருக்கும் ஆதார அம்சங்கள் ஒருமுனைப்பட்டவை என்று பட்டது. ஆமாம், எனக்குள் விரிந்திருக்கும் 'பெண்' என்ற கற்பிதத்தின், வெளித்தடயங்கள் அவர்கள். அத்தனை பேருக்கும் ஆரம்பப் புள்ளி வந்தனா.

முன்னமே ஒரு சந்தர்ப்பத்தில் 'சகுந்தலா' என்ற பெயரில் நான் குறிப்பிட்டவள்.

●

21

வேதாளத்தின் வருகை நின்றுவிட்டது என உணர்வதற்கு ஓரிரு வாரங்கள் பிடித்தது. ஆனால் அவர் புறவயமாக வரவில்லையே தவிர, எனக்குள் நிரம்பி எனது பகுதியாக மாறிவிட்டார் என்றும் அவ்வப்போது தோன்றும். ஒரு தடவை, எப்போதோ வாசித்த ஐரோப்பிய ஜென் கவிதை நினைவு வந்தது. 'சற்று முன் சாப்பிட்ட முட்டைக் கோஸும் வெங்காயமும் நானாகவே ஆகிவிட்டன' என்று பொருள் தரும் கவிதை.

பகல் முழுக்க அவருக்காகக் காத்திருப்பதும், மறுநாள் காலையில் எங்கள் உரையாடலைக் கணிப்பொறியில் எழுத முற்படுவதுமான நடைமுறை எத்தனை நாட்களாகத் தொடர்ந்துவந்திருக்கிறது! அது இனித் தொடராது என்று படுகிறது...

வேதாளம் இல்லாத மின்விசிறியை வெறித்துக்கொண்டு படுத்திருந்த ஒரு நாளில், எழுதவேண்டுமென்று வெகுகாலமாக ஆசைப்பட்டும், எழுதவியலாமல் சோம்பிக் கிடந்த நாவலின் பகுதி ஒன்று படுவேகமாகத் திமிறி எழுந்தது.

இப்படி நினைவூறுவது தற்செயலாகத்தான் நடக்கிறதா என்ற கேள்வி ஒருபுறமும், எழுதிய பகுதியின் வெளிக்கோட்டுருவம் மறுபுறமும் இழுத்தன. அதைத் தொடர்ந்து எழுதாமல் விட்டது ஏன்? நிஜமாகவே வாழ்வில் நிகழ்ந்தவற்றை, அவற்றுடனான உணர்வு நெருக்கம் குறைந்தபிறகு எழுத முயல்வது நல்லது என்று நானாகவே

முடிவெடுத்திருந்தேனோ? ஆனால் எழுதுகிறவருக்குத் தன் கதாபாத்திரங்களுடன் நிலவும் உணர்வுநெருக்கமே வாசகரையும் தொற்றுகிறது என்றும் ஒரு கருத்து உண்டல்லவா? அல்லது, ஏதோவொன்று நடப்பதற்காகக் காத்திருந்ததால் எழுத முடியாமல் போனதோ? நடந்துவிட்டபிறகு எழுத வேண்டும் என்று காத்திருக்காமல், எழுத எழுத அது நிகழ்வதற்கான வாய்ப்பு நெருங்கி வரக்கூடுமோ? வேதாளத்தின் குரலில் எனக்குள் ஒரு பழமொழி ஓடியது:

பைத்தியம் தெளிஞ்சாக் கல்யாணம் பண்ணிவச்சுரலாம்;
கல்யாணம் பண்ணிட்டாப் பைத்தியம் தெளிஞ்சுரும்.

வந்தனாவின் மூலமாக எனக்குத் திறந்துகொண்ட பெண்ணுலகம் வேறு மாதிரியானது. அதுவரை, என்னுடைய அம்மா, சகோதரிகள், மன்னிகள் மற்றும் பிற உறவுக்காரப் பெண்கள் என்று யாருக்குமே தங்களது வாழ்க்கையின்மீது எந்தப் புகாரும் கிடையாது – அல்லது, இருப்பதாக அவர்கள் காட்டிக்கொள்ளவில்லை; அல்லது, புகாரேதும் இருப்பதை உணர்வதற்கான பக்குவம் எனக்குள் கனிந்திருக்கவில்லை.

சமையல் செய்வது, பாத்திரம் கழுவுவது, பிள்ளை வளர்ப்பது, துணி துவைத்துக் காயப்போட்டு மடிப்பது, சிலபேர் வெளியிலும் வேலைக்குப் போவது, புருஷனோடு அறைக்குள் சென்று கதவைச் சாத்தித் தாழிடுவது – சிலருக்கு மட்டும் அவனிடத்தில் பொது இடத்தில் அறைவாங்கும் பாக்கியமும் இருப்பதைப் பார்த்திருக்கிறேன் – என்று ஓய்வில்லாத சுழற்சியில் ஆனந்தமாகச் சிக்கியிருப்பதாகக் காண்பித்துக்கொள்வார்கள். பூசல்கள் வரும்தான், கண்ணீர் கொட்டும்தான், பொருமலான சொற்கள் உதிரவும் செய்யும் – அதெல்லாமே மேற்படி ஆனந்தத்தின் பகுதி என்பதுபோல நடந்துகொள்வார்கள்.

ஆனால் வந்தனாவின் நுண்ணுணர்வு அபாரமானது. நான் கொடுக்கும் புத்தகங்களை வாசிப்பது அவற்றுக்கு எதிர்வினை புரிவது இவற்றோடு நின்றுவிடாமல், தனது சொந்த வாழ்க்கையின் சந்தர்ப்பங்களை, புத்தகங்களில் உள்ள சூழ்நிலைகளோடு ஒப்பிட்டுப் பார்ப்பது, குறிப்பிட்ட தருணத்தில், குறிப்பிட்ட பாத்திரமாகத் தான் இருந்தால் என்ன செய்திருப்பாள் என்று விவரிப்பது என்று பிரமாதப்படுத்துவாள். அவள் வேறு மாதிரியான பெண் என்பது தெரியவந்த முதல் சந்தர்ப்பம் இன்னமும் நினைவிருக்கிறது. யமுனா பற்றி அவள் பேசிய சந்தர்ப்பம்:

ஒரேயொரு தடவை குடுத்துட்டு, ஊருக்குப் போய்ச்சேர்ன்னு அனுப்பினா, அந்த ஒருதடவையைத் தவிர வேறெ எதிலெயாவது கவனம் போகுமா பாபுவுக்கு? நான் மட்டும் யமுனாவா இருந்துருந்தா, திகட்டத் திகட்டக் குடுத்துட்டு, அப்பறம்தான் அனுப்பியிருப்பேன் . . .

சென்னையில் வேலை கிடைத்துப் போனபின்பும், விடுமுறையில் வரும்போதெல்லாம் நீண்ட உரையாடல்களும் புத்தகங்களின் பரிவர்த்தனையும் நடக்கும்.

பல வருடங்களுக்கு முன், 'நான், வந்தனா' என்று தற்காலிகத் தலைப்பிட்டு நான் எழுதத் திட்டமிட்ட நாவல் ஒன்று உண்டு. அந்தச் சமயத்தில் நண்பர்களிடம் விளையாட்டாய் அடிக்கடி சொல்வேன்:

ஆணாக இருந்து கதைகள் எழுதி அலுத்துவிட்டது. முழுக்கப் பெண்ணாக இருந்து ஒரு கதை எழுதப் போகிறேன்.

தமிழில் அதுவொன்றும் புதிசில்லை. 'மரப்பசு'வை மறந்து விட்டாயா. அல்லது 'பேசும் விரல்கள்' நினைவில்லையா.

என்று இஸ்மாயில் கேட்டான். நான் இதமாக பதில் சொன்னேன்:

தி. ஜானகிராமனும், லா.ச.ரா.வும் எழுதிய ஆண்மனக் கதைகளை நான் எழுதவில்லை அல்லவா? நான் புனைந்து கொள்ளும் பெண்மனமும் அப்படித்தான். ஒரு பாலினத்தின் எல்லா மனங்களையும் ஒரே வகையில் வைக்க முடியுமா என்ன – அவையென்ன, மணற்பரப்பின் துகள்களா.

சில அத்தியாயங்களைக் கற்பனையும் செய்தேன். ஆனால் என்ன காரணமோ, தொடர்ந்து எழுதுவதற்கான ஊக்கம் போய்விட்டது – குறுக்கே வந்த மஹாபாரதம்கூடக் காரணமாய் இருக்கலாம் . . .

வந்தனாவின் ஞாபகம், எனக்குள் புதுவிதமான உத்வேகத்தைக் கிளறிவிட்டது. அடுத்த நாள் காலை, வழக்கத்தைவிட வெகு சீக்கிரமே எழுந்து, அவள் என்னிடம் உதிரியாகச் சொல்லியிருந்தவற்றைக் கோத்து நான் எழுதிவைத்திருந்த அத்தியாயத்தைத் தேடி எடுத்தேன். அவளுடைய மரணத்துக்கு வெகுகாலம் முன்பு எழுதியது.

எதிர்பாராத திருப்பம் ஒன்று அதில் இருந்தது. ரஷ்ய மொழிபோன்ற எழுத்துக்களாய்த் திறந்ததை எழுத அந்த நாட்களில் நான் பயன்படுத்திய எழுத்துரு வேறு. தற்போது பயன்பாட்டில் இருப்பது இன்னொன்று. இரண்டும் வெவ்வேறு தினுசான விசைப்பலகைகளில் தட்டியவை. நேரடியாக உருமாற்றுவதற்கில்லை.

வேறு வழி? பழைய எழுத்துருவை இணையத்தில் தேடித் தரவிறக்கி, அந்த அத்தியாயத்தைத் தமிழாக்கினேன். அதைப் பார்த்து உடனடியாகத் தட்டச்சு செய்ய ஆரம்பித்துவிட்டேன். எப்போதும் நான் எழுதும் கதைகள்போலப் புதிர்வடிவம் கொடுக்காமல், நேரடியாக ஒரு யதார்த்தபாணி நேர்கோட்டு விவரிப்பில் அந்த அத்தியாயம் இருந்தது நூதனமான உற்சாகத்தைக் கொடுத்தது.

அது சரி, எனக்குள் திமிறி எழுந்த அந்தப் பகுதியை முழுசாகத் தரவேண்டாமா? இதுதான் அது:

1

என் ஐம்பது வருட வாழ்க்கையை சரிபாதியாக வெட்டிக் கூறுபோட்டால், ஒவ்வொரு பாகத்திலும் ஒவ்வொரு கிழவி என்னை ஈர்த்திருப்பது தெரியவரும். இருவரும் ஒருவரையொருவர் பார்த்திராதவர்கள். முந்தின தலைமுறையின் எச்சங்கள். தமக்கேயுரித்தான தைரியமும், வாஞ்சையும், தியாக உணர்வும் கொண்டவர்கள். இப்படிப் பொதுவான அம்சங்கள் ஏகப்பட்டது இருந்தாலும், ஒருத்தி புருஷனைத் தன் ஆளுகைக்குள் வெற்றிகரமாக வைத்திருந்தவள். மற்றவர், இளம் வயதிலேயே கணவரைப் பிரிந்து தனியாக இருந்து தன் வாழ்வை நிறைவு செய்துகொண்டவர்.

இரண்டாவது கிழவியைப் பற்றித்தான் முதலில் சொல்ல வேண்டும்.

வரதனை மணந்துகொண்டதில் என் வாழ்க்கை திசைமாறியது என்பது மட்டுமல்ல, நினைத்து இன்புறுகிற மாதிரி எதுவுமே நடக்கவில்லை என்பதுதான் உண்மை. எங்கள் மணவாழ்க்கை பற்றிச் சொல்வதற்கு ஒரே வரிதான் இருக்கிறது: ‘கால் நூற்றாண்டு அலுப்பு’. இப்படிச் சொன்ன மாத்திரத்தில், கொஞ்சம் ஊதிப் பெரிதாக்குகிறேன் என்று உங்களுக்குத் தோன்றலாம். என் இடத்தில் இருந்து பார்த்தால்தானே தெரியும்?

ஆனால் என் வாழ்நாள் முழுவதும் ஓர் இனிய நினைவாக என்னுடன் தங்கிவிட்ட பாக்யலட்சுமி அம்மாள் விதிவிலக்கு. இன்னொரு ஜென்மம் என்பது உண்டானால், அதிலும் நான் பெண்ணாகத்தான் பிறப்பேனென்றால், தமிழ்நாட்டில் இதே வந்தனா என்ற பங்கஜமாக, இதே சூழ்நிலையில் பிறந்து வளர்வேனென்றால், வரதராஜன் என் கணவனாக வர வேண்டும் என்று கனவிலும் ஆசைப்பட மாட்டேன். ஆனால் பாக்யலட்சுமி அம்மாள்தான் எனக்கு மாமியாராக வரவேண்டும் என்பதில்

மாற்று அபிப்பிராயமே கிடையாது. அந்த வரம் கிடைக்காத பட்சத்தில், ஆயுள் முழுக்கக் கன்னியாகவே கழித்து சாகத் தயார்!

எண்பத்தேழு ஏப்ரலில் அவர்கள் என்னைப் பெண்பார்க்க வந்தார்கள். வரதனின் மூத்த அண்ணாவும், மூத்த அக்காவும் தம்பதிகளாக வந்தார்கள். அப்புறம் பாக்யலட்சுமி அம்மாள். ஆக, ஆறு பேர். என்னுடைய கவனம் உடனடியாக அந்தக் கிழவிமீது குவிந்துவிட்டது. பழுத்த பழம். பஞ்சு மாதிரி வெளுத்துவிட்ட சிகை. வகிட்டில் அபூர்வமான மஞ்சள் நிறம் ஒளிர்ந்தது. அதன் மத்தியில் அழுத்தமான அரக்கு நிறக் குங்குமத்தை அப்பியிருந்தார். தரைக்குக் கூசுமோ என்கிற மாதிரி மெல்லிய நடை. மயில் மாதிரி, அலுங்காமல் பாதத்தை உயர்த்தவும் ஊன்றவும் செய்தார்.

எழுபது வயது என்று சொன்னார்கள். நம்ப முடியவில்லை – பதினைந்து வயதாவது குறைவாகத்தான் மதிக்க வேண்டும். சதைப்பிடிப்பில்லாத உடம்பு. புட்டாப் போட்ட வெள்ளை ரவிக்கை. வெந்தயக் கலரில், ஒரே ஒரு வரி சரிகைக்கரை கொண்ட பட்டுப் புடவை. என் அம்மாவைவிட வயது கூடுதலாம். ஆனால் அம்மாவை மாதிரி மடிசார் கட்டிக்கொள்ளவில்லை.

நமஸ்கரித்து எழும்போது எங்கள் கண்கள் சந்தித்தன. அந்த அம்மாளின் பார்வையில் பொங்கி வழிந்த கனிவுதான் பிரதான காரணம் – இந்த அபூர்வ மாப்பிள்ளைக்கு வாழ்க்கைப்பட. (நான் சம்மதிக்காவிட்டாலும் அந்தக் கல்யாணம் நடந்துதான் இருக்கும். குடும்ப சூழ்நிலை ஒரு காரணம். பெண்ணின் சம்மதத்தையும் கேட்க வேண்டும் என்று சிந்திக்கக்கூடத் திராணியற்ற குடும்பம், பாவம். இன்னொரு காரணம், வேறென்ன, தலையெழுத்தேதான்)!

'மாமியாரைப் பாத்து மயங்கிக் கல்யாணத்துக்கு ஒத்துக்கிட்ட ஒரே பொம்பளை நீயாகத்தான் இருப்பே வந்து!' என்று பிற்பாடு பாலாஜி சொல்லிச் சிரிக்கிற மாதிரி ஆகிவிட்டது... பேசிக்கொண்டிருக்கும்போது அந்த அம்மாள் சர்வசாதாரணமாகக் கேட்டார்:

எங்காத்து மாமா பத்தி மணி சொன்னானோ?

'இல்லை'யென்று தலையசைத்தாள் அம்மா.

> இருந்திருந்தாப்பலே காணாமெப் போயிட்டார். நான் கொறை எதுவும் வெச்சேன்னு நம்பலே. என்னமோ, மனுஷன். போறும்னு தோணிடுத்து போலே. அப்பொ எனக்கு என்ன வயசுங்கறேள், மிஞ்சிப் போனா, நாப்பதுதான். எங்க வரதன் வயத்திலே ஆறு மாசம். இவா காலம் மாதிரியா, எப்போடா பூப்பான்னு காத்திண்டுன்னா இருப்பா! பதினாலு வயசிலே

வாக்கப்பட்டேன். பதினாறிலே மூத்தவன் பெறந்தாச்சு. மணிக்கு மின்னாடி மூணு காய். அதுக்கும் மின்னாடி மூத்தவன். ஒரு வயசு இருந்தான். வயித்திலெ கட்டி. போய்ட்டான் பாவம். இருந்து கஷ்டப்படறதுக்கு அது எவ்வளவோ தேவலை. என்ன சொல்றேள்...

புன்சிரித்தார். கொஞ்சமும் கசப்புத் தட்டாத சிரிப்பு. லா.ச.ரா.வின் கதைகளில் வரவேண்டிய பெண்மணி என்று நினைத்துக் கொண்டேன். 'கல்யாணத்துக்கு சம்மதிக்க இதையெல்லாம் ஒரு காரணமாகக் கொள்வதென்றால், உன்னால் மட்டும்தான் முடியும் வந்து.' என்று பாலாஜி மேலும் கேலி செய்தான்.

...ஆச்சு, அந்த மனுஷர் காணாமெப் போயும் முப்பது வருஷமாச்சு. இப்பொத் திரும்பி வந்து, ஒத்தரையொர்த்தர் பாத்தாலும் அடையாளம் தெரியுமோ தெரியாதோ. மகாராஜனா எங்கியோ இருக்கார்ன்னு நெனச்சுத்தான் தெனோம் நெத்திக்கி இட்டுக்கறேன்.

என்னுடைய அம்மா, புருஷன் இறந்த நாளிலிருந்து வெற்று நெற்றியுடன் இருந்து வருகிறவள், தலைகுனிந்து கேட்டுக் கொண்டிருந்தாள்.

இதற்கு நேர்மாறான சமாச்சாரத்தை, கல்யாணத்துக்குப் பின்னர் ஒருமுறை நாங்கள் இருவரும் தனியாக இருக்கும்போது என்னிடம் சொன்னார்:

தோ பாரு வந்தனாம்மா. எங்காத்துக்காரனுக்காக இந்தக் குங்குமத்தெ வச்சுக்கறேன்னா நினைக்கறே? எனக்குத் தாழம்பூக் குங்குமம் வச்சுக்கப் பிடிக்கும். அந்த அரக்கு நெறமும் அந்த வாசனையும் பிடிக்கும். வச்சுக்கறேன். அதான் நான் வாண்டாம்னு போயிட்டியே. அப்பறம் ஒனக்கோசரம் நான் எதுக்குக் கம்மனாட்டியா இருக்கணும்?...

இதற்கப்புறம் சொன்ன வாக்கியம்தான் டிப்பிக்கல் பாக்யலட்சுமி அம்மாள்:

...இந்தப் பயல் ஒன்னெ சந்தோஷமா வச்சுக்கலேங்கறது ஊருக்கே தெரியும் குட்டி. இருக்கட்டுமே, எம்புள்ளேங்கறத்துக் காக உண்மெயெ ஒத்துக்காமெ இருப்பேனா. பொடவெ வாசனெ பட்டுட்டா வாலைச் சுருட்டிக்கும்னு நெனச்சேன். அதும் வாலெ நிமித்த முடியலே. இப்பொ சொல்றேன் கேட்டுக்கோ. என்னிக்கு ஒனக்கு சகிச்சுக்க முடியலேன்னு தோணறதோ, 'போடா ஜாண்டா'ன்னு நீ பாட்டுக்கு எறங்கிப் போயிண்டேயிரு. ஒனக்கென்ன ராஜாத்திக்கி. கை நெறையச் சம்பளம் வாங்கறே. அப்பறமென்ன.

ஆனால் எனக்கு ஏனோ அந்தத் தைரியம் கடைசிவரை வராமலே போய்விட்டது.

திருமணத்துக்கு முன்னால், அம்மா என்னிடம் சொன்னாள்:

வந்து, ஒம் மாமியாரை நீ அம்மான்னுதான் கூப்புடணும்.

கல்லூரி நாட்களில் ஒருமுறை துடுக்காகச் சொல்லியிருந்தேன்:

அதெப்பிடி, வயத்திலெ பத்து மாசம் சுமந்தவளையும் அம்மான்னு கூப்புடணும். விரோதி மாதிரி நடத்தற ராட்சஸியையும் அம்மான்னு கூப்புடணும். நான் என்ன கற்பகம் அக்காவா. அதெல்லாம் மாட்டேன். மாமின்னுதான் கூப்புடுவேன் . . .

அதை ஞாபகம் வைத்திருந்திருக்கிறாள் அம்மா. நானே மறந்துவிட்டேன்! அவள் கவலை அவளுக்கு, பாவம்.

சரிம்மா.

உடனடியாக நான் சம்மதித்ததில் அம்மாவுக்கு இருந்த அவநம்பிக்கை முகத்தில் தெரிந்தது. மீண்டும் சொன்னேன்:

நெஜம்மாவே சரிம்மா.

சிரித்தேன். அம்மாவின் முகமும் கொஞ்சம் தளர்ந்தது.

பாக்யலட்சுமி அம்மாளை மனப்பூர்வமாகவே நான் 'அம்மா' என்று அழைத்தேன். அவரும் வாய் நிறைய என்னை 'வந்தனாம்மா' என்றுதான் விளித்தார். அதுவும்கூட, அதிக காலம் இல்லை. எங்கள் திருமணம் முடிந்து இரண்டே வருடங்கள்தாம் உயிரோடு இருந்தார். பல்வேறு சந்தர்ப்பங்களில் நாங்கள் மனம்விட்டு உரையாடியிருக்கிறோம். சிநேகிதி மாதிரித்தான் உணர்வேன். அவருக்குமே அப்படித் தோன்றியிருக்கலாம்.

ஆனால் வரதன் பற்றி எனக்கிருக்கும் மனக்குறை எதையுமே அவருடைய தாயாரிடம் பகிர்ந்துகொண்டதில்லை. கிழவியை நோகடிப்பானேன் என்பது ஒரு காரணம். இரண்டாவது, இவள் தலையிட்டு எதுவுமே சரியாவதற்கில்லை. பிறகெதற்கு?

பாக்யலட்சுமி அம்மாள் அப்படியல்ல. காணாமல் போன தன் புருஷன் பற்றி நிறையச் சொல்வார். இப்போது தோன்றுகிறது, ஒருவேளை, தன் புருஷன் பற்றிச் சொன்னால், பதிலுக்கு என் புருஷன் பற்றி நான் சொல்வேன் என்று எதிர்பார்த்தாரோ என்னவோ! அவர் சொன்னவை பலவும் பசுமையாக நினைவிருக்கிறது . . .

அந்தக் காலத்துலெ எல்லாம், புருஷனும் பொண்டாட்டியும் பாத்துக்கணும்ன்னா, ஏழு கடல் ஏழு மலை தாண்டிப் போயாகணும். என் புருஷங்காரரானா, இருபத்தேழு மலையும் இருபத்தேழு கடலும் அனங்காமத் தாண்டி வந்துடுவர். நம்ம ஒடம்புக்கு அது தெரியுமா? சைக்கிள் சக்கரம் சுத்தறது கணக்கா, நாளெ மனசுலெ வச்சுண்டு ஊத்தெடுக்க ஆரமிச்சுருக்கும். 'அசட்டுப் பிராமணா, நடைபாதையெல்லாம் சகதியா இருக்கே, என்னமா நடந்து போவீர்?' ன்னு கேட்டோமானா ஆத்திரம் பொங்கிடும். ரகசியமாத்தானெ பேச்சுவார்த்தை நடந்தாகணும்? 'அந்த முண்டே, இந்த முண்டே'ன்னு தாளிச்சுடுவர். சில சமயம் பளார்னு அறை குடுத்ததும் உண்டு. பல சமயம், 'நாம் பாக்காத சேறும் சகதியுமா' ன்னு ஒரு நடை போயிட்டு வந்துர்றதும் உண்டு. என்னத்தெச் சொல்றது. நமக்கும் வேண்டித்தான் இருக்கும்னு வையி! அவா நடந்து போனாலும் சரித்தான், அறை குடுத்தாலும் சரித்தான், நம்மகிட்டெக் கிறங்கிக் கிடக்க ஒரு ஜன்மம் இருக்குங்கிறதுலே எம்புட்டுப் பெருமைங்கிறே? அசட்டுப் பெருமெ...

சாதாரணமாகவே சிவந்திருக்கும் முகம் மேலும் சிவந்தது. சில கணங்கள்தான். பார்வை எங்கோ பதிந்திருந்தது. உடம்பு லேசாக உதறிக்கொண்டது. முகம் மெல்லக் கறுக்கத் தொடங்கியது. இவ்வளவு நேரமும் இருந்த சரளம் காணாமலாகி, கம்மிய குரலில் பேசினார்:

அவ்வளவும் குடுத்து என்ன. கண்ணிமைக்கறத்துக்குள்ளே முடிவெடுத்துட்டே. நீ சாமியாராப் போனியோ, இன்னொர்த்தியொடெ சம்சாரம் பண்ணப் போனியோ. எப்பிடியானாலும், சந்தோஷமா இருக்கத்தானே போனே? இருக்கும்போதும் ஒன் சந்தோஷம்தான் முக்கியம்னு நெனச்சே. போகும்போதும் அதுக்காகத்தான் போயிருக்கே. என்னை ஒரு மனுஷப் பெறவியாவாவது நெனச்சியா... போறேம் போறேன்னு ஒன் சுபாவம் அத்தனையும் வழிச்செடுத்து எனக்குள்ளே ஊணி வச்சுட்டுப் போயிட்டே. எம்புள்ளையாயிருந்தா என்னை மாதிரி இருப்பான்...

காற்றை நோக்கிப் பேசிக்கொண்டிருந்த முகம் சடாரென்று என்னைப் பார்த்துத் திரும்பியது.

...வந்தனாம்மா, ஒன்னெ ஒண்ணு கேக்கட்டுமா?

கேளுங்கோம்மா.

நீயும் வரதனும் சிரிச்சுப் பேசி நான் பாக்கவேயில்லையே...

சிறு இடைவெளி. கேள்வியின் இரண்டாம் பகுதிக்கு நான் தயாராகியிருந்தேன். அதை எப்படிக் கேட்கப்போகிறார் என்பதன் சுவாரசியத்துக்காகக் காத்திருந்தேன்.

... அவனும் நீயும் பாத்துக்கறது உண்டோ?

முதன்முறையாக அவர் முன்னிலையில் தலைகுனிந்தேன். வெட்கத்தினால் அல்ல – உங்கள் மகன் ஆசைதீரப் பார்த்துக் கொள்கிறார்; நான் பார்ப்பதற்குச் சந்தர்ப்பமே இல்லை என்று கிழவியிடம் எப்படிச் சொல்வது! அவர் என்ன புரிந்துகொண்டாரோ, என் பதிலுக்குக் காத்திராமல் தொடர்ந்தார்:

... ஒரு ரூமுக்குள்ளே கதவெ அடெச்சிண்டு படுக்கும்போது பார்வையில்லாமெ இருக்காது. ஆனா நான் சொல்ல வந்தது வேறெ...

நான் நிமிர்ந்து பார்த்தேன்.

என்னதான் ஈடுபட்டாலும், 'நான்'ங்கிற நெனப்பு இல்லாமெக் கலந்துடாதே. அப்பறம் அவனுக்குப் பெறக்கறதும் அவன் சுபாவத்தோடெதான் இருக்கும்...

இப்போது அவர் தலைகுனிந்தார்.

... போறுண்டியம்மா. என்னோடெயும் உன்னோடெயும் போறும்.

இதை அவர் சொன்ன நாளில், தன் பிள்ளைக்கும் எனக்கும் நடக்கும் தாம்பத்தியம் சம்பந்தமாக அவருக்குள் வேர் விட்டிருக்கும் கவலையை முதன்முறையாக உணர்ந்தேன். எதிர்மறையான வாக்கியம் எதுவுமே பேசுவதில்லை என்று தீர்மானமாக முடிவெடுத்தேன். ஆனால் மனம் முழுக்க அழுத்தத்தை வைத்துக்கொண்டு புன்சிரிப்பு மாறாமல் பேசுவது அவ்வளவு சுலபமாக இல்லை. கிழவியும் அந்த ஒருதடவைக்குப் பிறகு என்னிடம் அந்தப் பேச்சை எடுத்ததில்லை.

ஆனாலும், தமக்குள் ஆழ்ந்த துயரம் இருப்பதை அவ்வப்போது வெளிப்படுத்திக்கொண்டுதான் இருந்தார். அவருடைய ஓரகத்தியின் பேத்திக்கு வளைகாப்பு நடந்தது. என்னையும் கூட்டிக்கொண்டு போயிருந்தார். வளை அடுக்கவும் பூச்சூட்டவும் என்று அந்தப் பெண்ணைப் பெண்கள் சூழ்ந்துகொண்டதைப் பார்க்கும்போது எனக்கே மூச்சு முட்டியது. அவள் முகத்தைச் சுளித்தாள். ஒருமுறை வாய்விட்டு உச்சுக் கொட்டவும் செய்தாள். என் மாமியார் உரத்துச் சொன்னார்:

சுதாக் குட்டி, பூஷிணிக்காயைக் கொண்டுபோய்க் குடத்துக்குள்ளே வச்சாச்சு. காயும் கெடாமெ, குடமும் ஒடையாமெ வெளியிலே எடுத்தாகணுமே? அதுக்குத்தான் இத்தனை ஐதீகமும் சம்பிரதாயமும்...

பிறகு சற்றுத் தணிந்த குரலில்,

எங்காத்திலேயும் ஒரு குடம் இருக்கு. கொட்டற ஜலத்துக்கும் கொறைச்சலில்லே. நிரம்ப மாட்டேங்கறதே...

என்றார். நான் புரியாத மாதிரி முகத்தை வைத்துக்கொண்டேன்.

அந்தக் கிழவி இறந்தபோதும் வரதன் அழவில்லை. எனக்கு அதுபற்றி ஆச்சரியமும் இல்லை. அந்த இரண்டு வருடங்களில் இதுகூடவா தெரியாமல் இருக்கும்? ஆனால் கிழவியின் மரணத்தை முன்னிட்டு நான் குமுறிக் குமுறி அழுதததுதான் எல்லாருக்கும் ஆச்சரியமாக இருந்திருக்கும் – 'மாமியாரிடம் எவ்வளவு அன்பு பார் இந்தப் பெண்ணுக்கு' என்று.

அது நிஜம்தான். ஆனால் உபரிக் காரணங்களும் இருந்தது அவர்களுக்குத் தெரியுமா என்ன.

'உன்னைப் பார்த்து என் வாழ்க்கையை நரகமாக்கிக் கொண்டேனே கிழவி' என்ற ஆத்திரமும், வீணாகிப்போன வாழ்க்கையின் மீதக் காலத்தை நினைத்து அச்சமும், இழந்துபோன நாட்களின் ரம்மியத்தை நினைத்து ஆதங்கமும் என மாறி மாறி ஊறிய காரணங்கள் என் கண்களிலிருந்து நீராக வழிந்திறங்கின.

ஆயிற்று, பாக்யலட்சுமி அம்மாள் என்று ஒருத்தி நிஜமாகவே இருந்தாளா என்று வியக்குமளவுக்குக் கனவு மாதிரிக் கரைந்துவிட்டார் என் பிரிய மாமியார்...

2

அவருக்கும் முன்பாகவே என்னை வசீகரித்த முதலாவது கிழவி அம்மணிப் பாட்டி. என் தாயைப் பெற்றவள். பாசமே உருவெடுத்து வந்தவள்.

அம்மிணிப் பாட்டியைப்பற்றிச் சொல்வதற்கு முன்னால், அவள் அரசாட்சி செய்த வீட்டைப் பற்றிச் சொல்ல வேண்டும். தெரு திரும்பும் இடத்தில் இருந்தது பாட்டி வீடு. தாத்தா தன் சொந்த சம்பாத்தியத்தில் கட்டிய வீட்டை யாருமே தாத்தா வீடு என்று சொன்னது கிடையாது. நானேகூட என் சிறுபிராய சிநேகிதிகளிடம், லீவுக்குப் பாட்டி வீட்டுக்குப்

போகிறேன் என்றுதான் சொல்லியிருக்கிறேன்! ‘எதனால்?’ என்று பின்னாட்களில் பலதடவை யோசித்திருக்கிறேன். உண்மையான குடும்பத்தலைவர் பாட்டிதான் என்பது கடைசிப் பேரக் குழந்தைவரைக்கும் தெரிந்திருந்ததுதான் காரணம் என்று விபரம் தெரியும்போது, நானே கல்யாணத்துக்குத் தயாராகியிருந்தேன். பாட்டிக்கு அவ்வளவு இடம் கொடுத்திருந்தார் தாத்தா என்பதற்கும் ஒரு காரணம் இருந்தது. பாட்டி பேரழகி. அது மட்டுமே காரணமில்லை – அபூர்வமான மனம் கொண்டவள். நாகசமுத்திரத்தில், அக்ரஹாரம் என்று பெயர் சூடாத மூன்று தெருக்கள் உண்டு. ஆமாம், பொன்னார்குளம் மாதிரி கிராமமில்லை அது. நகரமாகும் பாதையில் படுவேகமாக நகர்ந்துகொண்டிருந்த சிற்றூர். அக்ரஹாரங்கள் மூன்றிலுமே பாட்டி அபாரமான செல்வாக்கும் மரியாதையும் சம்பாதித்திருந்தாள். ஆனால் அவள் என் மனம் முழுக்க நிரம்பியிருப்பதற்குக் காரணம் அவளுடைய வாஞ்சை.

பாட்டி என்ற மாத்திரத்தில் எனக்குள் உதிக்கும் குமிழ்கள் ஒவ்வொன்றிலும் சந்தோஷமும் பிரியமும் பரிவும் நெகிழ்வும் நிரம்பிவிடுகிறது. நாகசமுத்திரத்தின் தெருக்களும் கோவில்களும் மனிதர்களும் வேளைகளும் மூச்சுமுட்டுகிற அளவு என்மீது மோதுகிறார்கள்.

எப்போதுமே, பட்டகசாலையில் ஊஞ்சலாடிய வண்ணமாகத்தான் எனக்குள் உதிப்பாள் அம்மிணிப் பாட்டி. தெரு ஓய்ந்த முற்பகல் பொழுது. நிசப்தம் மேவிக் கிடக்கிறது. உணக்கையான வெய்யில் காய்கிறது. வாசல் திண்ணையை மறைத்த கம்பிக் கிராதியின் குறுக்கு அழியில் அமர்ந்திருக்கும் மைனா வீட்டினுள் எட்டிப் பார்க்கிறது. சிறுவயதிலேயே சித்தப்பாவைப் பறிகொடுத்து வீடு திரும்பிய சாலுச் சித்தி ஏதோ சுலோகத்தை முணுமுணுத்தபடி, சரியாகக் காயாத புடவையும் கும்முட்டி அடுப்புப் புகையுமாய் அடுக்களையில் இருக்கிறாள். அவளுடைய சிநேகிதி இந்த மைனா. ஒருவருக்கொருவர் தெரியும், மற்றவர் காத்திருப்பதும், எப்போது அழைப்பு வரும், பின்பக்கம் பறந்து சென்று பருக்கை கொரிக்க வேண்டும் என்பதும்.

அந்த வேளையின் ஒரே சப்தம், அம்மிணிப் பாட்டியின் ஊஞ்சல் ஒலிதான். எண்ணெய் போடாத கதவின் கீல் மாதிரிக் கிறீச்சிடும் சங்கிலி. சீரான இடைவெளிகளில் திறந்து திறந்து மூடும் கதவு. பாட்டியின் அப்போதைய மனநிலையை வெளிப்படையாக உலகத்துக்கு அறிவிப்பது. அவள் கோபமாக இருந்தால் ஓசையில் அழுத்தமும் வேகமும் கூடுதலாக இருக்கும். மற்ற நேரங்களில் தாலாட்டு மாதிரியான சாவதானம்.

இன்றும் கீல் ஒலிக்கத் திறந்து மூடும் கதவின் ஓசை எப்போது எங்கே கேட்டாலும் ஊஞ்சலாடும் பாட்டியின் நினைவு, முக்கியமாக அந்த முற்பகல் வேளை, எனக்குள் நிறைந்துவிடும். முழுச் சமையலும் முடிந்து, எல்லாரும் சாப்பிட்டு முடித்து – அதற்கு 'பத்துமணிச் சாப்பாடு' என்றே பெயர் – வீட்டின் சூழலில் சாந்தமும் சாவகாசமும் நிரம்பும் வேளை. யோசித்துப் பார்த்தால், பாட்டி வீட்டின் முக்கிய நிகழ்வுகள் அத்தனையுமே அந்த முற்பகல் வேளையில்தான் நடந்திருக்கிறது.

ராமலிங்கம் மாமாவின் புது மனைவி எல்லாருக்கும் பிடித்தவளாய் ஆனதும்; வீட்டுப் பெண்களும், தெருவிலிருந்த குடும்ப சிநேகிதிகளும் அவளைச் சுற்றி உட்கார்ந்து விபரங்கள் கேட்டதும்.

தாத்தா 'அம்மிணீ . . .' என்ற ஓலத்துடன் நெஞ்சைப் பிடித்துக்கொண்டு சட்டடியாய் வீழ்ந்ததும்; ஒரு நிமிஷம் திகைத்து நின்ற பாட்டி அவருடைய மூக்கில் விரல் வைத்துப் பார்த்தும் திருப்தியடையாமல், நாசித்துவாரத்தின் முன்னால் நூலைத் தொங்கவிட்டுப் பார்த்ததும்.

சாலுச் சித்தி நாகன் மாமாவின் பின்னங்கால் ஆடுசதையில் அரிவாள்மணையால் வெட்டியதும் ஒரு முற்பகல் வேளையில்தான். வழக்கமாக வீட்டில் சண்டியர்த்தனம் பண்ணும் நாகன் மாமா அதிர்ச்சி நிரம்பிய விழிகளுடன் தங்கையைப் பார்த்துவிட்டு மறுசொல் பேசாமல் தானே நடந்து நடுத்தெரு கோவிந்து வைத்தியரிடம் போனதும். வெட்டும்போது சித்தி பேசிய வசனம் நன்றாக நினைவிருக்கிறது – 'இங்கெ ஓர்த்தி அறுத்துட்டு வந்து முண்டச்சியா நிக்கறேன். மோந்துபாக்க ஒரு ஜென்மம் இல்லாதெ, ஒன் மொகரைக்கட்டைக்கி அத்தனை ஓட்டை கேக்கரதோ?'

அதற்கு முந்தினநாள் அதே நேரத்தில், கக்கூஸ்காரி அங்கம்மா கொல்லைப்புறம் நின்று கண்கலங்கிப் புகார் சொன்னதும்; அவள் புருஷன் குனிந்த தலையுடன் சற்றுத் தள்ளி நின்றிருந்ததும் அவனுடைய இடது காதில் பளபளத்த வெள்ளி வளையமும். அப்போதும் சாலுச் சித்தி ஆவேசமாகத்தான் இருந்தாள்: 'நீ போடி அங்கூ, நான் பாத்துக்கறேன். இன்னுரு தபா கை வச்சான்னா வெட்டிப் பொலி போட்டுர்றேன்.'

நாங்களெல்லாம் விளையாடிக்கொண்டிருந்தபோது, பெரிய மாமாவின் பெண்ணும், கல்யாணத்துக்குப் பின்னால் ஆண்கள் பெண்களை என்ன செய்வார்கள் என்பதை எனக்கு விலாவரியாய் எடுத்துச் சொன்னவளுமான செல்லா, திடீரென்று அடி வயிற்றில் கையைப் பதித்து, 'அடி வந்தனா, நாம் பெரியவளாயிட்டேன்னு

நினைக்கறேண்டீ' என்று வீட்டுக்குள் ஓடியதும்; அவளுடைய அம்மா தலையில் அடித்துக்கொண்டு குமுறியதும். 'இருக்கற கஷ்டத்திலே இது வேறயாடி அம்மா, என்னெப் பெத்தவளே' என்று அரற்றினாள் மாமி.

நான் பள்ளியிறுதி வருடம் படிக்கும்போது, என்னை விட ஒரு வயது மட்டுமே மூத்தவளான செல்லா, சண்முகம் என்ற ஆசாரிவீட்டுப் பையனுடன் ஓடிவிட்டாள் என்று செய்தி வந்தது. அப்போதும் மாமி அதேவிதமாகத்தான் அழுதாளா, நிம்மதிப் பெருமூச்சு விட்டாளா என்பதை யாரிடம் விசாரிக்க?

தகவல் தெரிந்து துக்கம் விசாரிக்கப் போன அம்மாவுடன் நானும் போயிருந்தேன். காலை எட்டுமணி முருகன் சர்வீஸில் ஏறி பதினொரு மணி சுமாருக்கு நாகசமுத்திரம் போய்ச் சேர்ந்தோம். பெரிய மாமி காமிரா உள்ளுக்குள் புகுந்து அடைந்துகொண்டவள் நாங்கள் பொன்னார்குளம் திரும்பப் புறப்படும்போது வழியனுப்ப மட்டும்தான் எழுந்து வந்தாள். முகம் பெரிதாக வீங்கி, கண்கள் சிவந்து, பழைய மாமியின் துயரப் பதிப்பு மாதிரி இருந்தாள்.

அந்தச் சந்தர்ப்பத்தில் பாட்டியின் எதிர்வினைகள் எனக்குள் பசுமையாக இருக்கின்றன.

1. இந்த மாதிரிப் பெரிய குடும்பங்கள்லே ஒண்ணு ரெண்டு இப்பிடி ஆறது வழக்கம்தான். இதுக்குப் போயா இம்புட்டு ஆகாத்தியம்? எம் பேத்தி என்ன திருடினாளா, ஊர் மேஞ்சாளா? மனசுக்குப் பிடிச்சவனெக் கல்யாணம் பண்ணிண்டா. இதுக்குப் போயி, பேரு பேரா வந்து துக்கம் கேக்கறேளே?

2. போனாப் போறா. அவன் பிராமணனா இல்லாட்டா என்ன குடிமுழுகிடுத்து? ஆசாரிமாரும் பூணல் போட்டுக்கறவாதானே?

3. இந்தோ இந்தச் சாலுவெப் பாரு. கொலம் கோத்ரம் எல்லாம் விஜாரிச்சுத்தான் குடுத்தது. தக்கித்தா? இது திரும்பி வந்தன்னிக்கு என் பெத்த வயிறு பத்தி எரிஞ்சது எனக்குன்னா தெரியும்? எந்த ஜாதீன்னா என்ன, தீர்க்காயுசா சுமங்கலியா பிள்ளையும் குட்டியுமா இருந்தாப் போறும். இந்த அசட்டுப் பொண்ணு என்கிட்டெ ஒரு வார்த்தெ சொல்லியிருந்தா, மஞ்சக் கெழங்கும் குங்குமமும் ரவிக்கெத்துண்டும் வெச்சுக் குடுத்து வழியனுப்பி வச்சிருப்பேன்.

4. இதே ஆத்துலே, வடக்கத்திக்காரியைக் கூட்டிண்டு வந்து நின்னான் எம் பிள்ளெ. வெளியிலே போன்னு

வெலக்கி வச்சுட்டோமா? ஆம்பளைக்கி ஒரு நியாயம் பொம்பளைக்கி இன்னூண்ணா?

5. சரி, அப்பிடி வந்தவளும்தான் அம்மா அம்மான்னு என்கிட்டெ உசுராத்தானே இருந்தா? அந்தக் கட்டேலெ போவான் அல்பாயுசிலே போய்ட்டான்னு தந்தி வந்தப்போ, நான் ஆத்மார்த்தமா நெனச்சிண்டேன் – மஹாலட்சுமியாட்டம் இருப்பியேடி கொழந்தே.. இந்த நாசமத்துப் போறவனுக்குப் போய்க் கழுத்தெ நீட்டிட்டியே. ஒங்க மனுஷாள்லெயே ஆயுசு கெட்டியா ஓர்த்தனைப் பிடிச்சிருக்கப் படாதோ?

மேற்படிக் கேள்விகளின் காரணமாகவே என் மாமியாரும் பாட்டியும் சம எடையில் நிற்கிறார்கள் என் தராசில்.

ஆக, அம்மிணிப் பாட்டி என் மனத்தில் முற்றிய முற்பகல் வேளையாகத்தான் தங்கியிருக்கிறாள். முத்தண்ணா அதற்கு ஒரு மணிநேரம் முந்திய பொழுதாக – வியர்க்கவியர்க்கக் கஸரத் எடுத்துக்கொண்டிருப்பான். அப்பா, சாயங்கால வேளை. வாசல் வேப்ப மரத்தடியில், தார்ப்பாய்ச்சிய வேஷ்டியை நன்கு வழித்து ஏற்றி, வலது தொடையில் தக்ளியைத் தேய்த்துக்கொண்டு. அம்மா நடு மத்தியானமாக. மார்ப் பிளவு தெரியக் குனிந்து பரிமாறுகிறாள். கற்பகம் அக்கா ராத்திரி ஒன்பது மணியாக. புதுப் புருஷன் முன்னமே சென்று படுத்திருக்கும் அறையின் நுழைவாசலில் நின்று ஒரு கதவை மேல் தாழ்ப்பாள் போட்டுவிட்டு இரண்டாவது கதவை மூடுவதற்கு முன் வெளியில் படுத்திருக்கும் எங்களைப் பார்க்கிறாள், அப்போது அவள் முகம் எவ்வளவு அழகாக இருக்கிறது. நள்ளிரவு வேளையாக எனக்குள் பதிந்திருப்பவள் வேதவல்லி. அந்த நெருக்கமும் பரபரப்பும் ஆர்வமும் வேகமும் பிரியமும் நிறைவும் ஓர் ஆண் பிள்ளையிடம் எனக்கு லபிக்காமலே போனது. வாழ்நாள் துக்கம்தான் . . .

பாட்டியைப் பற்றி இன்னொரு சம்பவம் ஞாபகம் வருகிறது.

கோவில் தெருவில் ஒருநாள் சாயங்காலம் நடந்ததாம். அம்மிணிப் பாட்டி காமாட்சியம்மன் கோவிலுக்குப் போய்விட்டுத் திரும்பிவருகிறாள்.

நான் வாக்கப்பட்டு வந்த வருஷம்தான் கும்பாபிஷேகம் பண்ணினா பாத்துக்கோடி வந்தூ. அதுலேர்ந்து அவளுக்கும் எனக்கும் ஒரு அபிமானம். நாங் கேட்டு அவ இல்லேன்னு

சொன்னதே கெடையாது. நானும் சும்மாச் சும்மாப் போயி அதெத் தா இதெத் தா ன்னு கேக்கறதில்லே. லோகத்தெயே பரிபாலிக்கற பொம்மனாட்டிக்கி எந்த வீட்லெ எந்தப் பாத்திரம் காலின்னு தெரியாமலா போய்டும்? நல்லதென்ன கெட்டதென்ன, எல்லாம் அவ மனசு வச்சுப் போடற பிச்சைதானே? கெட்டதைத் தராதேன்னு நாம கேக்கப் போயி, 'போ அப்பொ நல்லதையும் தரமாட்டேன்'னு மூஞ்சியைத் திருப்பினுட்டான்ன?!

என்று ஒருதடவை சொல்லியிருக்கிறாள்.

கையில் வெற்றிலை பாக்கும் பழமும் பூவும் இருக்கும் பித்தளைக் குடலை. சாமு மாமா வீட்டுக்குள்ளிருந்து பெரிய அலறல் கேட்கிறது. பாட்டியும் உடன் வந்த நார்மடிக் கிழவி எச்சுமியும் உள்ளே பாய்ந்தார்கள். உத்தரத்திலிருந்து தொங்கும் தூளியின் உயரத்துக்குப் படம் எடுத்துக்கொண்டு ஒரு நாகம் நின்றதாம்.

தூளியில் குழந்தை உறங்குகிறது. அதன் தலையை நக்க ஆசைப்படுவது மாதிரி, நாக்கை நீட்டி நீட்டி இழுக்கிறது பாம்பு.

சாமு மாமா சம்சாரம் 'அய்யோ, எம் புள்ளே எம் புள்ளே' என்று கதறுகிறாள். மின்னல் வேகத்தில் தூளிக்கு அருகில் போனாளாம் பாட்டி. பாம்புக்கு இரண்டடி தொலைவில் பிரசாதக் குடலையை வைத்தாள்.

நாகராஜா, ஒண்ணும் பண்ணாமெத் திரும்பிப் போயிடணும். அஞ்சு வெள்ளிக் கிழமெ புத்துக்குப் பால் விடறோம்... காமாட்சிமேல சத்தியம்.

என்று உரத்துச் சொன்னாளாம். குடலையிலிருந்த வாழைப் பழத்தில் ஒரு கொத்து வைத்துவிட்டு சரசரவென்று திரும்பிப் போய்விட்டதாம் பாம்பு. பழம் பச்சை நிறமாக ஆகிவிட்டது என்றாள் பாட்டி. அடுத்த வெள்ளிக்கிழமை காமாட்சியம்மன் கோவிலில் மாவிளக்கு ஏற்றினார்கள். தெருவே கூடி நின்றதாம். காமாட்சியின் மகிமையைப் பாதிப்பேரும், அம்மிணிப் பாட்டியின் மகத்துவத்தை மீதிப் பேரும் பேசிக் கொண்டிருந்தார்கள் என்று அம்மாவும் அந்தச் சம்பவத்தை விவரித்திருக்கிறாள்.

அப்பிடியா பாட்டி?

என்று நான் கேட்டபோது, முழுக் கதையையும் ஆர்வமாகச் சொன்னாள் பாட்டி. உபரியாக இப்படிச் சொல்லி முடித்தாள்:

என்ன காப்பாத்தி என்ன? அந்தப் பிள்ளெ, அவந்தான் தூளீலே கெடந்தானே, அந்தச் சீமாச்சு தப்பிலிக்

கடங்காரனா வளந்தான் – ஒங்க நாகு மாமனெ மாதிரி. பன்னெண்டு வயசு வரைக்கும்தான் இருந்தான். கெணத்திலே சொருக்குப் பாயறேன் பேர்வழீன்னு மண்டை உடைஞ்சு செத்துப்போனான். எதுக்குச் சொல்ல வரேன், அவ ஒரு கணக்கு வச்சிருப்ப. நாம என்னத்தைக் கண்டோம் . . .

இன்னொரு சம்பவமும் கேள்விப்பட்டிருக்கிறேன்.

ஓட்டைப் பிரித்து வீட்டுக்குள் இறங்கிய திருடனைப் பிடித்துவிட்டார்கள். அந்த வீட்டு உரிமையாளரான அம்பி சாஸ்திரிகள் கொஞ்சம் வசதியானவர்தான். இது தெரிந்துதான் திருட வந்திருக்கிறான் என்றது ஒரு கட்சி. இல்லை, ஆள் வெளியூர்க்காரன் மாதிரித் தெரிகிறான். முன்பே வந்து நோட்டம் பார்த்துப்போன மாதிரியும் தட்டுப்படவில்லை என்றது சாஸ்திரிகளைப் பிடிக்காத கட்சி. எப்படியோ, வயல் குத்தகைப் பணம் கொடுக்க வந்திருந்த சின்னக்காளை வாசல் திண்ணையில் படுத்திருந்ததால் திருடன் பிடிபட்டுவிட்டான்.

கோவில் வாசல் தூணில் அவனைக் கட்டிப் போட்டிருந்தார்கள். தலையாரிக்கு ஆள் போயிருந்தது. அவன் வந்ததும் நிலக்கோட்டை போலீஸ் கச்சேரியில் கொண்டு இவனை ஒப்படைத்துவிட வேண்டியதுதான் என்று கோவில் தெரு முடிவெடுத்துக் காத்திருந்தது.

ஓட்டன்சத்திரத்தில் ஓட்டல் வைத்திருக்கும் இரண்டாவது மகள் காமாட்சியைப் பார்த்துவிட்டுத் திரும்பி வந்த அம்மிணிப் பாட்டி தெருவில் நுழைந்த மாத்திரத்தில், கோவில் வாசலில் ஆணும் பெண்ணுமாய்க் கூடியிருப்பது கண்ணில் பட்டது. வேகமாகப் போனாள்.

கட்டுப்பட்டுக் கிடந்தவன் தலைகுனிந்திருந்தான். சின்ன வயசுப் பையன். இருபதுக்குள்தான் இருக்கும். 'பட்டாளத்துக்குப் போயிருந்த சின்னவன் ஞாபகம் வந்துடுத்து' என்று தலையை உதறிக்கொண்டாள் – என்னிடம் அந்த சம்பவத்தை விவரித்த போது, முன்னங்கை கூச்செரிந்ததுபோல. ஒருகையால் மற்றதை என்று மாறிமாறித் தடவிக்கொண்டாள்.

வயித்துக்கில்லாதவனோ என்னமோ . . .

என்று உரத்துச் சொன்னவாறு அவனை நெருங்கினாள்.

இந்தாப்பா . . .

என்றாள். அவன் முகத்தை நிமிர்த்தினான்.

...எந்தூரு?...

சொன்னான்.

...என்ன ஆளுக?...

சொன்னான்.

...வேலெ குடுத்தாப் பாப்பியா?

தலையாட்டினான்... ஊருக்குள் அம்மிணிப்பாட்டி சம்பாதித்திருந்த நற்பெயர் அத்தகையது; பாட்டியின் சொந்த உத்தரவாதத்தை ஏற்று அவனை அவிழ்த்துவிட்டார்கள்.

> அவனெக் கூட்டிண்டு வந்து ஒரு கச்சட்டி நெறையப் பழையதைப் பெசஞ்சு போட்டேன். எப்பிடி வேகமா அவக்அவக்னு முழுங்கினான்ங்கறே கோந்தே?. பாவம், ஆதரவில்லாத பிள்ளையாம்...

ஒட்டன்சத்திரம் ஓட்டலில் மாவாட்ட ஆள் தேவைப்படுகிறது என்று முந்தின நாள்தான் மாப்பிள்ளை தெரிவித்திருந்தார். காமாட்சிச் சித்தியை இரண்டாந்தாரமாகத் திருமணம் முடித்திருந்தவர். மாப்பிள்ளையிடம் பாட்டிக்கு அலாதி அபிமானம்... அந்தக் கதையைப் பாட்டி முடித்தவிதமும் நினைவிருக்கிறது.

> ...இதுக்குத்தான் குட்டி நான் யார்ட்டெயும் பிரியம் வைக்கறதில்லே.

ஆமாம், பாட்டிக்கு அப்படி ஒரு மனக்குறை இருந்தது – தான் ரொம்ப நேசிக்கும் சகலரையும் பகவானுக்கும் பிடித்து விடுகிறது. சீக்கிரமே கூப்பிட்டுக்கொண்டு விடுகிறார் என்று. சித்தப்பாவும் அற்பாயுளில் இறந்தவர்தாம்.

ஒட்டன்சத்திரம் போயிருந்தபோது ஓட்டலில் போய்த் தயிர் வாங்கிவரச் சொன்னாள் சித்தி. முத்தண்ணா என்னையும் கூட்டிக்கொண்டு போனான். மாவரைத்துக்கொண்டிருந்த ஆளைக் காட்டினான்.. குழவி மாதிரியே ஆகியிருந்த புஜங்களுடன் ஆட்டுக்கல்லின் பகுதி மாதிரி கர்மசிரத்தையாக அரைத்துக் கொண்டிருந்தார்.

வெள்ளை நிறமாய்த் திரண்டு வந்த மாவில் அம்மிணிப் பாட்டியின் முகம் தெரிகிற மாதிரி பிரமை தட்டியது ஒரு கணம்.

❍

எனக்குள் வேர் பிடித்திருக்கும் வந்தனா அவளாகவே மீந்திருக்க, நான் மட்டும் புதிய நபராக இருந்து அவளை

மறுபடியும் கட்டமைக்க முயல்கிறேன். ஆனால் அவளுடைய கதைக்குள் வரும் நான், அதே பிராயத்தில்தான் இருந்தாக வேண்டும் என்ற நிர்ப்பந்தத்தை எதுவுமே செய்ய முடியாது என்பதற்கு, இந்த இரண்டாவது அத்தியாயம் அழுத்தமானதொரு சான்று.

ஆமாம், இந்தக் கதையில் வந்தனா தன்னுடைய சொந்தப் பெயருடனே வருகிறாள்; அவள் காலமாகிவிட்டவள். நான் பாலாஜி என்ற பெயரில் வருகிறேன். உயிரோடிருப்பவன் என்பதால் மட்டுமல்ல – புனைவின் தொலைவில் இருக்கும் பாத்திரத்தை நான் என்று சுவாதீனமாகக் கொள்ளக் கடினமாய் இருக்கிறது என்பதாலும்தான்.

தவிர, இது சுயசரிதை அல்ல. கற்பனையின் சுதந்திரத்தைக் கைக்கொள்ளும் சந்தர்ப்பங்கள் உண்மைபோலவே தென்பட்டு, என் தற்போதைய பிம்பத்தை எதற்காக மாற்றிக் காட்ட வேண்டும்?...

மற்றபடி இது வந்தனாவின் கதையேதான். விதிவசமாக அவளுக்கு அமைந்துவிட்ட மோசமான வாழ்வு என்னைப் பாடாய்ப் படுத்தி வந்திருந்தது. அவள் மாண்ட செய்தி வந்ததற்குப் பிறகு கனவுகளிலும் உருவெளித்தோற்றத்திலும் எந்நேரமும் நிரம்பி என்னைச் செயலற்றவனாய் ஆக்கிக்கொண்டிருந்தாள். அந்த வேகம் அடங்குவதற்குள்ளாகவே அவளை நாயகியாக்கி ஒரு நெடுங்கதையைத் தொடங்கியதுதான் நான் செய்த தவறு என்று இப்போது தோன்றுகிறது.

என் வாழ்வின் அங்கமாக இல்லாமல், தொலைதூரக் கதாபாத்திரமாக அவள் தென்படும் இந்தக் காலகட்டத்தில்தான் அவள் கதையை எழுத ஆரம்பித்திருக்க வேண்டும்.

அவ்வளவுதான், நாளை முதல் அந்த நாவலை மீண்டும் ஆரம்பித்துவிட வேண்டியதுதான்...

●

22

வந்தனாவின் திருமணத்துக்குப் பிறகு ஒரேயொரு தடவை சென்னையில் சென்று சந்தித்தேன். அப்போது பெருமளவும் தன் புருஷன் பற்றியும், தன் வேதனைகள் பற்றியும்தான் பேசிக்கொண்டிருந்தாள்.

> *இதே மாதிரிப் போச்சுன்னா, என்னென்ன முடிவுகள் எடுப்பேன்னே சொல்லத் தெரியலே கிருஷ்ணா.*

என்று கண்ணீரோடு சொன்னாள். அதற்கு இரண்டே மாதங்கள் கழித்து, கரிந்த முகம் கொண்ட, கழுத்துவரை வெள்ளைத்துணியால் கட்டிய பொட்டலமாக, அரசாங்க மருத்துவமனைப் பிணக்கூறாய்வு அறை வாசலில் தூக்குப்படுக்கையில் பார்த்தேன். வழக்கம்போல, உணர்ச்சி வறண்ட முகத்துடன் சற்றுத்தள்ளி நின்றிருந்தார் திரு. வரதராஜன். அவர் அருகில் நின்ற போலீஸ் அதிகாரி இடைவிடாமல் ஏதோ கேட்டுக்கொண்டிருந்தார்.

வந்தனாவுடைய மரணம் எனக்குள் உண்டாக்கிய வடு மிகமிக ஆழமானது. அவள் எடுத்திருக்கக் கூடும் என்பதாக எனக்குள் இருந்த முடிவுகளின் பட்டியல் மிகமிக நீளமானது – ஏகப்பட்ட வகைமாதிரிகள் கொண்டது. நிச்சயம் அதில் நாலைந்து விதமான தற்கொலைகளும் இருக்கத்தான் செய்தன; ஆனால், இப்படி ஒரு

கரிக்கட்டைத் தோற்றம் அவற்றில் இருந்திருக்கவில்லை. எத்தனையோ நாட்கள், கொளுத்திக்கொள்வதற்கு முந்தைய கணத்தில் அவளுடைய எண்ணவோட்டம் என்னவாய் இருந்திருக்கும் என்று யூகித்து யூகித்துத் தவித்திருக்கிறேன்...

மறுநாள் அதிகாலையில் **நான், வந்தனா** என்று தலைப்பிட்டு அந்த முதல் அத்தியாயத்தை எழுதினேன்...

சாயங்காலம் அலுவலகம் விட்டுத் திரும்பியதும், காலையில் தட்டச்சு செய்து மீட்டதை வாசித்துப் பார்த்தேன். ஒரு வாசிப்பிலேயே, மூன்று அம்சங்கள் புலப்பட்டன.

1. இடையில் குறிப்பிடப்படும் ஒரு கிராமத்துக்குப் பொன்னார்குளம் என்று பெயர் சூட்டியிருந்தாலும், அது கரட்டுப்பட்டியேதான். இதைத் தவிர்க்க முடியாது. கிராமம் என்ற சொல்லும் கரட்டுப்பட்டி என்ற காட்சியும் என்னுள் ஒன்றாகப் பிணைந்து கிடக்கின்றன. பிரிப்பது எளிதல்ல. அனுபவமாக இல்லாத எந்தவொன்றையும் எழுதிக் காட்ட முடியாது என்னால். ஓரிரு சிறுகதைகளில் தற்கொலைகளைப் பற்றி எழுதியிருக்கிறாயே என்று கேட்டுவிட வேண்டாம் – கற்பனையில் உருவாகும் அனுபவம், நிஜத்தில் நடப்பதைவிட வீரியம் மிகுந்தது; என்னால் அதைத் தாள முடிந்ததில்லை என்கிறேன்.

2. வேதாளம் சொல்லும் கதைகளுக்கும், வேதாளத்தின் தூண்டுதலால் நான் நினைவுகூர்ந்த சம்பவங்களுக்கும், நிஜத்தின் விகிதம் கூடுதலாக உள்ள, என்னுடைய கற்பனைக் கதையான, 'நான், வந்தனா'வுக்கும், ஒரேவிதமான மொழிநடை அமைந்திருப்பது. இதையும் தவிர்க்க முடியாது. வெவ்வேறு நபர்கள், வெவ்வேறு காலகட்டங்கள், வெவ்வேறு சூழல்கள் சம்பந்தப்பட் டிருந்தாலும், அவற்றை மீளத் தொகுத்துச் சொல்வது கிருஷ்ணனாகிய நானேதானே! பட்டியலாக அடுக்கும் காரணங்களும், அவற்றுக்கு ஒன்று இரண்டு என்று எண்ணிடுவதும்கூட என்னுடைய பாணியின் பகுதிதானே!

3. பேருக்குக்கூட என்னால் சம்மதிக்க முடியாத நெருப்புக் குளியலிடமிருந்து வந்தனாவைத் தப்புவிப்பதுதான் என் முதல் வேலை; நடுவயதை எட்டியவளாக, தீராத வியாதியில் சிக்கியவளாக அவளைச் சித்தரிக்கப்

போகிறேன். முதல்முறை ஆரம்பித்து நின்றபோதும் இதே உத்தேசம்தான் எனக்கு இருந்தது.

4. நான்காவது அம்சம் இன்னும் சுவாரசியமானது என்று நினைக்கிறேன் – நிஜப் பாத்திரத்தின் வாழ்வைப் பற்றிய விவரிப்பு, தொடங்கிய மாத்திரத்திலேயே அடைந்த நீளம். ஆமாம், வேதாளம் சொன்னவையும், அவை கிளர்த்திவிட்டவையும் என அனைத்துமே குறுங்கதைகளாகவும், 'நான், வந்தனா'வின் ஒவ்வொரு அத்தியாயமும், உத்தேச அளவிலேயேகூட, வெகு நீளமாகவும் அமைவதைத் தவிர்க்க முடியாது என்றுதான் படுகிறது.

முந்தின அத்தியாயத்தில் இடம்பெற்றதைத்தான் முதலில் எழுதினேன் என்றாலும், முதல் அத்தியாயம் அது அல்ல. பூர்வபீடிகை போன்ற முதல் அத்தியாயம் ஒன்றை இப்போதுதான் எழுதப் போகிறேன் . . .

நான் வந்தனா. பெயர் சொன்ன மாத்திரத்தில் தெரிந்து விடுமளவு பிரபலமானவள் கிடையாதுதான்; என்றாலும், பெயரைச் சொல்லித்தானே அறிமுகம் செய்துகொள்ள வேண்டும்? இதிலும் கூட சிறு சிக்கல் இருக்கிறது. பெற்றவர்கள் எனக்குச் சூட்டிய பெயர் பங்கஜம். ஜாதகத்தில் அந்தப் பெயர்தான் இருக்கிறது. என் தாயாரின் உடன்பிறந்த சகோதரரும் திரைத்துறையில் பொதுத் தொடர்பு அதிகாரியாக இருப்பவருமான வதிலை நாகன் மாமா, நான் பிறந்த சமயம் ஊருக்கு வந்திருந்தாராம். மின்னல்போல வந்துபோய்க்கொண்டிருந்துவிட்டு, நிரந்தரமாக வருகையை நிறுத்திக்கொண்டவர். பங்கஜம் என்ற பெயர் அவ்வளவு நாகரிகமாக இல்லை என்று அபிப்பிராயப்பட்டார். அந்தச் சமயம் ஹிந்தித் திரையுலகத்தில் நுழைய வாய்ப்புகள் தேடிக்கொண்டிருந்தார். அதையொட்டி எனக்குப் புதிய பெயர் சூட்டினார்.

ஆக, எனக்கு வந்தனா என்ற வடக்கத்திப் பெயர் அமைந்தது. (இதுகுறித்த மனக்குறை என் அப்பாவுக்கு நிரந்தரமாக இருந்தது. தாம் இருந்த காலம்வரை, அவர் மட்டும், என்னை 'அம்மாளு' என்றுதான் அழைப்பார்) வரதராஜனுடனான கல்யாணப் பத்திரிகையில் 'வந்தனா என்ற பங்கஜம்' என்று அச்சடித்தபோதுதான் என் உறவினர்களில் பலருக்கே எனக்கு இரண்டு பெயர்கள் இருப்பது தெரியவந்தது.

பெயர்கள் மட்டுமில்லை, மனங்கள், ஆளுமைகள், நினைவோட்டங்கள் என்று எல்லாமே இரண்டிரண்டாக உண்டு எனக்குள். முதல் மனமானது, மகள், தங்கை, மாணவி, மனைவி, தாய், ஊழியை, அரைக் கிழவி, நோயாளி என்று விதவிதமான வேடங்கள் தரித்து நடமாடியது. சீன தாஓ மரபில் *mirror image* என்று ஒரு கோட்பாடு உண்டாம் – அது மாதிரி. அதாவது, கண்ணாடியில் மாறும் பிம்பங்கள் மாதிரி. இதைச் சொன்னவுடன், நான் ஏகப்பட்ட வாசிப்பு உள்ளவள் என்று உங்களுக்குத் தோன்றியிருக்கலாம்; உடனடியாக அதை அழித்துவிடுங்கள். என்னுடைய வாசிப்பு பற்றி அப்புறம் சொல்கிறேன். மேற்படி மேற்கோள் பாலாஜியுடையது. என் வாழ்வின் முதல் மற்றும் ஒரே தென்றலான பாலாஜி ஒருமுறை சொன்ன சங்கதி. அவன் சொன்னவை என்று அநேகம் நினைவு வைத்திருக்கிறேன். உரிய இடங்களில் எடுத்து விடுகிறேன்.

சொல்ல வந்ததைவிட்டு எங்கேயோ போய்விட்டேன், இல்லையா? இப்படி நடக்கும்போதெல்லாம் நீங்களாகவே மன்னித்துவிடுங்கள். எழுத்துப் பழக்கம் இல்லாதவளின் முதல் மற்றும் கடைசி முயற்சி என்பதால் சில சலுகைகளை வழங்கலாமே? போகட்டும், மேற்சொன்ன தாஓ கோட்பாட்டின் பிரகாரம், பிம்பங்களை மாறிமாறிக் காட்டினாலும், கண்ணாடி நிலையாக இருக்கிற மாதிரி என்னுடைய இரண்டாவது மனம். வெளியுலகத்தில் நடக்கிற சகலத்துக்கும் உள்ளே ஒரு பிரதி தயார் செய்துகொண்டு, முதல் மனத்துக்கு ஆலோசனைகள் சொல்லிக்கொண்டு, முதல் மனத்தின் சந்தோஷங்களையும் துக்கங்களையும் பற்றற்று வேடிக்கை பார்த்துக்கொண்டு, சகலத்தையும் மிகப் பொறுப்பாகத் தனக்குள் பதிந்துகொண்டு இருந்த விசித்திரமான நிலைக்கண்ணாடி அது.

மேற்சொன்ன மாதிரியெல்லாம் தானாக உணர்கிற அளவுக்கு நுட்பமான மனம் அல்ல என்னுடையது. ஆனால் ஒரு சமாசாரத்தை எங்காவது கேள்விப்பட்டால், உடனடியாக என்மீது பொருத்திப் பார்த்துக்கொள்ளும் பழக்கம் உண்டு. பாலாஜி மேற்படி கண்ணாடிக் கோட்பாட்டைச் சொன்ன நாளிலிருந்து அதன் பிரகாரமும் என்னை வேடிக்கை பார்த்து வருகிறேன் என்பதால் சொன்னேன்.

ஐம்பத்தொன்றாவது வயது பிறந்து, தீவிரமாக நோய்வாய்ப்பட்டு, தனியார் மருத்துவமனையின் குளிர்பதன அறை மங்கல் வெளிச்சத்தில் படுக்கையில் கிடக்கச் சேர்ந்தபோது, பாலாஜி என்னைப் பார்க்க வந்தான். தலைமுடி மொத்தமும் நரைத்து, முகத்தில் சுருக்கங்கள் விழுந்து, கண்களுக்குக் கீழே

ஓர் அங்குலத்துக்கு மை பூசிய மாதிரிக் கருவளையம் படிந்து, ஆரம்பகால பாலாஜியின் மலிவுப் பதிப்பு பழைய புத்தகக் கடையில் கிடைத்த மாதிரி இருந்தான்.

அவன்தான் இந்தக் குறிப்புகளை நான் எழுதக் காரணகர்த்தா. நோயாளியைப் பார்க்க வருகிற யாராவது, ஒரு பொதி ஏ4 தாள்கள் கொண்டுவருவார்களா? அதுதான் பாலாஜி. நயமாக வழுக்கி ஓடும் ஜெல் பேனாக்கள் நாலைந்தும் கொண்டுவந்திருந்தான். எனக்குப் பிடித்த டர்க்காய்ஸ் ப்ளூ மைப் பேனாக்கள். (தமிழில் மயில்கழுத்து நிறம் என்றுதானே சொல்ல வேண்டும்?) பல வருஷங்களுக்கு முன்னால், அவனுக்கு நான் பக்கம் பக்கமாகக் கடிதங்கள் எழுதிய காலத்திலேயே அடிக்கடி வற்புறுத்துவான் – சிறுகதைகளும் நாவல்களும் எழுதுவதற்கு உகந்த நடை உன்னிடம் இருக்கிறது என்று. என் அபிமான நாவலாசிரியையாகக் கொஞ்ச நாள் இருந்த கிரிஜா சேகரனும் தம்முடைய பதில் கடிதங்களில் இதைப் பலதடவை சொல்லியிருக்கிறார்.

நோய்ப் படுக்கையில் கிடந்துதான் எழுத வாய்த்திருக்கிறது. அதுவும்கூட, கற்பனைக்கதை இல்லை. 'ஐம்பது வருஷங்களை நினைவுகூர்ந்து எழுதுவது சாமானிய விஷயமா என்ன? மலைப்பாக இருக்கிறது' என்று பாலாஜியிடம் சொன்னேன். அவன் என் கையை இறுகப் பிடித்துக்கொண்டு சொன்னான்:

> அது ஒண்ணும் கஷ்டமில்லே, வந்து. மொதல் நாலஞ்சு பக்கம் எழுதறதுதான் சிரமமாய் இருக்கும். அப்பறம் போகப்போக, தன்னாலெ வேகமெடுத்துரும். உள்ளுக்குள்ளே ஓடற வீடியோவைப் பாத்து, அதை எழுதிவைக்க வேண்டியதுதான். ஒடம்பு வாதையிலெர்ந்து தப்பிக்க இது ஒரு நல்ல மார்க்கம். நாஞ் சொல்றேன். நீ பாட்டுக்கு எழுது.

என்றுமில்லாத திருநாளாக முந்தின இரவு ஆஸ்பத்திரி அறையில் துணைக்குப் படுத்துக்கொள்ள வந்திருந்த வரதராஜன், செவிலி சுகுணாவை வெறித்துப் பார்த்தபடி கிளம்பிக் கொண்டிருந்தவர், என்னிடம் தலையாட்டிவிட்டு கதவைத் திறக்கிறார் – பாலாஜி வந்து நிற்கிறான். மனமொட்டாத கணவர்களுக்கும் உள்ளுணர்ச்சி இருக்கத்தான் செய்யும்போல!

வரதன் தன் புறப்பாட்டை ஒத்திப்போடுவார் என்று எதிர்பார்த்தேன். அவரானால், அவனிடம் உபசார வார்த்தைகள் நாலைந்து சொல்லிவிட்டுப் புறப்பட்டுப் போய்விட்டார். படுக்கையில் கிடந்து வற்றலாகியிருக்கும் சீக்காளியிடம் உடலுறவு

வைத்துக்கொள்ள எந்த ஆண்பிள்ளையும் விரும்பமாட்டான் என்று நினைத்தாரோ என்னவோ.

ஆனால் இரண்டு மணி நேரம்போல என்னுடன் இருந்துவிட்டுப் புறப்படும்போது, என் நெற்றியில் உதடு பதித்து ஓரிரு நிமிஷங்கள் அப்படியே இருந்தான் பாலாஜி. பால்ய நாட்களில் பகிர்ந்துகொண்ட முத்தங்களைவிடவும் சிலீரென்றும், இதமாகவும் இருந்தது அது. அவன் சொல்லிப்போன ஆலோசனையும் இதமானதுதான். உற்சாகமாக எழுத இயலும் நாட்களில், உடல் உபாதை குறைந்திருப்பதாகவே உணர்ந்தேன்.

ஆரம்பித்த இரண்டாம் நாளே வேகம் எடுத்துவிட்டது. ஈசல் மாதிரிக் கிளம்பிய நாட்களும் மனிதர்களும் தருணங்களும் ‘என்னை எழுது, என்னை எழுது’ என்று அடிமைச் சேவகர்கள் மாதிரி என் முன் வந்து கைகட்டி நிற்கும்போது பாலாஜியை நன்றியுடன் நினைத்துக்கொள்வேன்.

சிலவேளைகளில், நாம் நினைத்த அளவுக்கு எழுதி முடிக்காமலே இறந்துவிடுவோமோ என்று அச்சமாக இருக்கும். குறிப்பாக, கீமோவுக்குப் போய்வந்த பிறகு, உடம்புக்குள் ஊறி உயரும் உஷ்ணத்தில் பொசுங்கிவிடுவேனோ என்று பயம் தட்டும் வேளைகளில், புதிதாக ஒரு சம்பவமோ, கேரக்டரோ நினைவுவரும். இரண்டாம் மனத்தின் அடியாழத்தில் புதைந்துகிடப்பது இன்னும் எத்தனை சங்கதிகளோ, அவை அத்தனையும் வெளியே வந்து தீர்கிறவரைக்கும் காத்திருக்கக் கூடாதா இந்த இழவெடுத்த சாவு என்று ஏக்கமாக இருக்கும்.

எப்படியோ, எழுதி முடித்தேவிட்டேன். இன்னமும் சில நூறு பக்கங்களாவது எழுத ஆசைதான். ஆனால் வரவர நிமிர்ந்து உட்கார்ந்து எழுதுவது கடினமாக இருக்கிறது. நேற்று இரவு, குமட்டுகிறதே என்று கோப்பையை எடுத்து நீட்டச் சொன்னால், களகளவென்று ரத்தம் வாந்தியாகிறது. சரி, விடுங்கள், இப்போது எதற்கு அதெல்லாம்.

பாதி எழுதிவந்தபோதே சிறு குழப்பம் எழுந்தது. இவ்வளவு பிரயாசைப்பட்டு எழுதி, இதை என்ன செய்யப் போகிறேன்? எதற்காக எழுத வேண்டும்? அடுத்தமுறை பாலாஜி வந்தபோது அவனிடம் இந்தக் கேள்விகளைக் கேட்டேன். வழக்கமான தெளிவுடனும் வாஞ்சையுடனும் தீர்க்கமாகச் சொன்னான் அவன்.

உனக்கு நீயே வழங்கிக்கொள்ளும் சிகிச்சை மாதிரித்தான் இது. மற்றவர்கள் படிக்கப்போவதில்லை என்று

நம்பினால் மட்டுமே இயல்பான உத்வேகத்துடன் எழுதுவாய். போதுமானவரை எழுதியாகிவிட்டது என்று தோன்றும்போது, ஒன்றாகப் போட்டுக் கொளுத்திவிடலாம். அவ்வளவுதானே?

எனக்கு அந்த யோசனை பிடிக்கவில்லை. வரதராஜனுடன் திருமணமாகிய ஆறாவது மாதம், நான் பத்திரப்படுத்தி வைத்திருந்த கடிதங்கள் அத்தனையையும் – பாலாஜி எழுதியவை உட்பட – வெந்நீர் அடுப்பில் கிழித்துப் போட்டுக் கொளுத்தின மாதிரி, இந்தத் தாள்களைக் கொளுத்துவதில் எனக்கு உடன்பாடில்லை.

என் மனத்தில் தடம் பதித்த அரை நூற்றாண்டின் ஆவணம் அல்லவா இது?

பாலாஜி இன்னொரு யோசனை சொன்னான்: என் காலம் முடிந்த பிறகு, யாரிடமாவது கொடுத்துத் தொகுக்கச் சொல்லலாம். நன்றாக வரும் பட்சத்தில், புத்தகமாக வெளியிடலாம். எமிலி டிக்கின்ஸன் என்ற கவிஞரின் எழுத்துக்கள் எல்லாமே அவருடைய மரணத்துக்குப் பின் பிரசுரமானவைதானாம்.

நீ செய்றியா அதெ?

என்று ஆவலாகக் கேட்டேன். அவன் முகம் கூம்பியது.

இல்லே, வந்து. அவ்வளவு பேலன்ஸ்டா, அனெமோஷனலா என்னால உன் குறிப்புகளை எடிட் செய்ய முடியாது.

சொல்லி முடித்துவிட்டு, முகத்தை வேறுபுறம் திருப்பிக்கொண்டான். கண் கலங்கியிருந்ததோ என்னவோ?

அவனுடைய நண்பரும், பதிப்பாளருமான செழியனிடம் அந்தப் பொறுப்பைக் கொடுக்கலாம் என்று இருவருமாக முடிவெடுத்தோம். செழியன் பதிப்பித்த புத்தகங்களை என்னிடம் காட்டியிருக்கிறான் பாலாஜி. நேர்த்தியாக இருக்கும். ஆங்கிலத்தில் வெளியாகும் புத்தகங்கள் மாதிரி கம்பீரமாக இருக்கும். அட்டைப்படங்கள் கண்ணைப் பறிக்கும். எத்தனை பக்கப் புத்தகமானாலும், ஒரு பிழையைக்கூடக் காண முடியாது.

எனவே, என்னுடைய ஆசைக்கு இன்னொரு தடவை படித்துப் பார்த்த பிறகு உறையில் போட்டு ஒட்டி வைத்துவிடுவேன். உங்கள் பார்வைக்கு வரும்போது, நிச்சயம் நான் இறந்து போயிருப்பேன்...

எப்படி இவ்வளவு நிச்சயமாகச் சொல்கிறாய் என்று கேட்கத் தோன்றுகிறதா? நான் சொல்லவில்லை. என் மருத்துவர் சொல்லியிருக்கிறாள். உடல் முழுவதும் பரவக் காத்திருக்கும் வியாதியிடமிருந்து தப்புவதற்கு வழியே கிடையாதாம். அவளால்

செய்ய முடிந்ததெல்லாம் என் வலியைக் குறைப்பது மட்டுமே. உடல் உபாதையை மருந்துகளும், மன உபாதையை இந்தத் தாள்களும் குறைப்பதாக ஏற்பாடு!

ஆக, நீங்கள் வாசிக்கவிருக்கும் முதல் வரியே, இறந்தவளுடையதுதான்.

புத்தகம் என்று வந்துவிட்டால், சமர்ப்பணம் செய்ய வேண்டாமா? முதல் தேர்வாக, பாலாஜியின் ஞாபகம்தான் வந்தது. தீவிரமான பரிசீலனைக்குப் பிறகு, அதை ரத்து செய்துவிட்டேன். இதைவிடவும் உன்னதமான சமர்ப்பணம் ஒன்றை அவனுக்குச் செய்திருக்கிறேன் – அதை உள்ளே சொல்லியிருக்கிறேன்.

பெற்றோரும் உற்றாரும் சிநேகிதிகளும் பிறக்காத என் குழந்தைகளும் என்று எண்ணற்ற பெயர்களைப் பரிசீலித்த பிறகு, என் அருமைக் கணவர் வரதராஜனுக்கே சமர்ப்பணம் செய்வது என்று முடிவெடுத்திருக்கிறேன். 'ராப்பகலாக உட்கார்ந்து ஏதோ எழுதுகிறாளே நம் பெண்டாட்டி' என்பது பற்றிக் குறைந்தபட்ச ஆவலைக்கூட வெளிப்படுத்தாமல் உடன் இருந்தார் என்பதற்காக அல்ல; தினத்தாள் உட்பட, அச்சடித்த காகிதம் எதையுமே வாசிக்க விரும்பாத பிறவியை, தன் பெயர் உள்ள பக்கத்தை மட்டுமாவது படிக்க வைத்துவிட வேண்டும் என்ற பிடிவாதத்திற்காகவும் அல்ல; அவருடைய கைக்கெட்டாத தொலைவுக்குப் போய்ச்சேர்ந்த பிறகு, குரூரமான விதத்தில் பழிவாங்குவதற்காகவும் அல்ல; தன்னுடன் வாழ்க்கையைப் பகிர்ந்துகொள்ள வந்தவளின் அந்தரங்கத்தில் என்னதான் இருந்தது என்பதை அவள் இறந்த பிறகாவது வரதராஜன் தெரிந்துகொள்ள வேண்டும் என்பதற்காக. ஆனால் அதற்குமே வாய்ப்பில்லை என்பது எவ்வளவு பெரிய துக்கமாக இருக்கிறது தெரியுமா? அச்சடித்த தாளைப் பார்த்தாலே கண்கள் கிறங்கித் தூங்க ஆரம்பித்துவிடும் இயல்பு கொண்டவர் அவர்...

டியர் டியர் டியர் வரதன், நீங்கள் மட்டும் கொஞ்சம், கொஞ்சமே கொஞ்சம் வேறு மாதிரியான ஆளாக இருந்திருந்தால், நம் வாழ்க்கை எவ்வளவு சீராகவும் ஆனந்தமாகவும் அமோகமாக இருந்திருக்கும்?

இப்படிச் சொன்னதும் தோன்றுகிறது – ஒருவேளை வரதனுக்கும் என் சம்பந்தமாக இதே ஆதங்கம் உள்ளூர இருக்குமோ? இருக்கலாம். அதற்காகவேகூட, அவருக்கு இந்நூலை சமர்ப்பணம் செய்யலாம்.

இறுதியாக, ஒரு விஷயம். இந்த முன்னுரைக்கு மட்டுமல்ல, எல்லா விதத்திலும் இறுதி வாக்கியம்தான் இது. இந்த நூலில் இடம்பெற்றிருக்கும் நபர்களும் பெயர்களும் ஊர்களும் இடங்களும் சந்தர்ப்பங்களும் சம்பவங்களும் முழுக்க முழுக்க உண்மை – துளிக்கூடக் கற்பனை இல்லை.

மாறா அன்புடன்,
வந்தனா.
08/04/201..

○

இந்த அளவு எழுதிய மாத்திரத்தில் நாவல் ஆரம்பித்துவிட்ட உணர்வு தட்டிவிட்டது எனக்கு. இனி, தன்னைத் தானே அது எழுதிக்கொள்ளும் – நான் குறுக்கிடாமல் இருந்தால் போதும்.

இனி, அடுத்த அத்தியாயத்தை நாளைக் காலையில்தான் தொடங்க வேண்டும். ஒரிஜினல் படைப்புகளை அதிகாலை நடைக்குப் பிறகு எழுதுவதுதான் என் வழக்கம். அதே நடைமுறையைப் பின்பற்றுவதுதான் உகந்ததாக இருக்கும்.

பொதுவாக, நான் சாயங்காலங்களில் எழுதுவதில்லை. மாநகரத்தின் விஸ்தீரணத்துக்குள் நுழைந்து மீண்டு திரும்பும்போது, சக்கையாக உணர்வேன். ஆனால் அதிகாலைப் பொழுதுகள் வேறுவிதமானவை. என் குடும்பம் இன்னும் தூக்கம் கலைந்து எழுந்திருந்திருக்காது. என்னுடைய மனமும் எதிர்மறை உணர்வுகளின் கறைபடியாத துல்லியமான வெள்ளைத்தாள் போலத் துலக்கமாக இருக்கும். ரோட்டடி வீடு என்பதால் எந்நேரமும் செவியைத் துளைக்கும் வாகனப் போக்குவரத்தின் வீரியம் இன்னமும் ஆரம்பித்திருக்காது.

தனிமையின் மாபெரும் மைதானத்தில், கடிவாளமும் தடுக்க ஆளும் அற்று ஓடுகிற ஒற்றைக் குதிரைபோலப் பாய்ந்து செல்லும் மனம். அது பிறப்பிக்கும் வாக்கியங்களும் தருணங்களும் என்னைப் பெரும் மோகத்தில் ஆழ்த்தும்...

ஆனால் இடையில் கிடைக்கும் இடைவெளி நாட்களில், வேதாளம் சொன்ன கதைகளை இன்னொருதடவை வாசித்துப் பார்க்க வேண்டும். மெருகூட்டும் விதமாக ஏதேனும் தேவைப்பட்டால் செய்ய வேண்டும். சின்னச் சின்ன

வேதாளம் சொன்ன கதை

சில்லறை வேலைகள் – நகாசு வேலைகள் என்பான் சுகவனம் – செய்துவிட்டால் போதும். அச்சேற்றி விடலாம்.

எனக்கு ஏற்பட்ட அதே உணர்வு வேதாளத்துக்கும் தட்டியிருக்கலாம். போதுமான அளவு கதைகள் சொல்லியாகி விட்டதென்று விலகியிருக்கலாம். அல்லது, ஸோமாலியாவிலோ, லெபனானிலோ இருக்கிற, இருக்குமிடத்துடன் பொருந்தாமல் தவிக்கிற பகுதி நேர எழுத்தாளப் பிறவி யாரையாவது மீட்டெடுக்கும் நோக்கத்துடன் உரையாடப் போய்விட்டிருக்கலாம். யார் கண்டது!

ஆனாலும், வேதாளம் நீங்கியபின் வரும் இரவுகளில் இருளின் அடர்த்தி அதிகமாய் இருக்கிறது. மூடிய வாசல் கதவுக்கு மறுபுறம் நாய்கள் குரைப்பது நாராசமாய் ஒலிக்கிறது. குளிர்பதன அறைக்குள் வெக்கையாய் இருப்பதாக உணர்கிறேன். என்னுடைய அந்தரங்கத்தை நன்கு அறிந்திருந்த யாரோ ஒருவர் காணாமல் போய்விட்ட மாதிரி ஏக்கம் ஒருபக்கம்; ஐயய்யோ, அத்தனையும் அறிந்த அவர் வேறு யாரிடமாவது என் அந்தரங்கத்தை விளையாட்டாகவோ, கதையாகவோகூடச் சொல்லிவிடக் கூடாதே என்று பயம் மறுபக்கம் என இரண்டு பக்கங்களும் ஆடுகிற கயிறிழுக்கும் போட்டியில் அறுபடாத கயிறாக அல்லாடுகிறேன்.

சிலவேளை, சமாதானமும் ஏற்படத்தான் செய்கிறது – சொல்லட்டுமே, என்னுடைய கதைகள் எனக்கே கதைகள்தாம் என்றால், இன்னொருவருக்கும் அப்படித்தானே.

இதுவரை எழுதியதை நூலாக்கும்போது, வந்தனா இடம்பெற்றிருக்கும் கடைசி இரண்டு அத்தியாயங்களைத் துண்டித்துவிடுவேன். அவை, அடுத்ததாக நான் எழுதவிருக்கும் நாவலின் முதல் இரண்டு அத்தியாயங்களாக அமையும்...

• • •

பின்னுரை

உதிரி வார்த்தைகள் சில

தனிமனித வாழ்வு என்பது ஓர் ஒற்றை நிகழ்வு என்று ஒரு வாதம் இருக்கிறது. நான் பிறந்தது முதல் இன்றுவரையிலான வாழ்க்கை பிளவுபடாத ஒரே நிகழ்ச்சியின் ஒளி-ஒலிப் பதிவுதான் என்கிறது அது. இதன் பின்னணியில்தான் ஒரு தனிமனம் தன் அனுபவங்களைப் பொருள்கொள்ள முடியும். மேற்சொன்ன ஒற்றை நிகழ்வு தொடர் காட்சியாகப் பதிவுசெய்யப்பட்ட வைபவம் மாதிரி. வேண்டுமென்றால் சலனப்படமாகப் பார்த்துக்கொள்ளலாம்; இல்லாவிட்டால் புகைப்படங்களாக. இரண்டுமாக ஒரே நேரத்தில் பார்ப்பதற்கில்லை.

எதிர்த் தரப்பு ஒன்றும் இருக்கிறது. முதலில், 'மேற்படி வாதம் ஒரு கருத்தாக்கம் மட்டுமே, அனுபவம் அல்ல' என்கிறது இது. 'இப்போதை'த் தவிர வேறு எதையுமே அனுபவம் கொள்வதற்கில்லை; அனுபவிக்கும்போதே ஞாபகமாக மாறிப் பழமை அடையும் நிகழ்வைத்தான் அனுபவிக்கக் கிடைத்திருக்கிறது மனித குலத்துக்கு என்கிறது இது.

இரண்டாவதன் அடிப்படையில், 'நான்' என்பது சிதறிய துணுக்குகளின் தொகுதி, சதைத் திரட்சியில் பொதிந்திருக்கும் முத்துக்கள் மாதிரி; தனித்தனி ஞாபகங்களைப் பொதிந்த மாதுளம் பழம்தான் 'நான்' என்று ஆகிறது. உதிர்த்தால் எளிதாக உதிர்கிற, எந்நேரமும் உதிரக் காத்திருக்கிற,

ஆனாலும் பிணைந்தேயிருக்கிற முத்துக்கள்; இந்த நிமிடம் கொள்ளும் ஆனந்தமோ அவமானமோ இந்த நிமிடத்தினுடையது மட்டுமே என்று பொருள்படுகிறது.

மேற்சொன்ன இரண்டு தரப்புமே அறுதியானவை அல்ல; மனத்தின் நுண் சலனங்களை விளக்கிவிடுவது அவ்வளவு சுலபமில்லை. அணுச் சலனம் மாதிரித்தான், துகளாகப் பார்த்தால் அலை தெரியாது, அலையாகப் பார்த்தால் துகள் தட்டுப்படாது. துகளுமில்லை, அலையுமில்லை; வேறு ஒன்று என்று சொல்லும் கோட்பாடு உருவாகி நிறுவப்படும்வரை மட்டுமே இரண்டும் செல்லுபடியாகும் என்பதுபோலத்தான் என்கிறது, மூன்றாவதும் நீதிமான்களுடையதுமான தரப்பு!

மூன்றாவதில் இருக்கும் அநிச்சயத்தன்மை சுவாரசியமாக இருக்கிறது. நிலைகொள்ள விடாமல், எதையும் கைப்பற்றி ஆராயவிடாமல் தடுக்கிறது என்றாலும், சுற்றிலும் உள்ள சகலமும், 'நான்' உட்பட, எல்லாமே அந்தரத்தில் மிதப்பவை எனக் காண்பது விசித்திரமான உணர்வைக் கொடுக்கிறது.

மேற்சொன்ன குழப்பநிலைகளை இலக்கிய உருவாக்கத்துக்கும் வாசிப்புக்கும் நீட்டித்துப் பார்க்கலாம். ஒரு நிலைப்புள்ளியில் வலுவாக ஊன்றிக்கொள்ளும் மனம் தனக்கேயான வரலாற்றுப் பார்வையை உருவாக்கிக் கொள்கிறது. பெருங்கதையாடல்களை உருவாக்குகிறது. அவற்றை விரும்பி வாசித்துக் கொண்டாடுகிறது.

இதற்கு எதிர்ப்புள்ளியை சிதறிய மனம் என்று உருவகித்துக் கொள்வது சரியல்ல என்றே நினைக்கிறேன். வாளால் வெட்டுண்ட நீர்போல. சிதறுவதும், ஒன்றுகூடுவதும் மனத்தின் இயல்பு. இந்த இயல்பைப் பெரிதுபடுத்தி, 'நவீன மனங்கள் அனைத்துமே சிதறியவைதாம்' என்று நம்புவது கருத்தாக்கங்களை உருவாக்குவதற்கு வேண்டுமானால் வசதியாக இருக்கலாம் – மெய்ம்மையின் வாசனை அறியாத கருத்தாக்கங்களை உருவாக்குவதற்கு. வெட்டு விழுந்த இடங்களை நீர் ஞாபகம் வைத்திருக்குமா என்ன!

மனம் வெட்டுப்படுவது அல்லது பிளவுபடுவது என்று சொன்ன மாத்திரத்தில், ஒருபுறம் வன்மமும், எதிர்ப்புறம் கருணையும் கொப்பளிக்கும் நிரந்தர மனச்சிதைவு என்று மாத்திரமே பொருள்கொள்ள வேண்டியதில்லை. மரண வீட்டில் நுழையும் காற்று சருமத்துக்கு இதம் தருவதில்லையா என்ன? அல்லது, நீதிமன்ற வளாகத்திலோ, தீவிர சிகிச்சைப்பிரிவுக்கு வெளியிலோ காத்திருக்கும்போது, அறிமுகமற்ற குழந்தை முகம் பார்த்துச் சிரித்தால் மனம் நெகிழாதா? வெறும்

வார்த்தைகளாலான பத்தியை வாசித்த மாத்திரத்தில் கலங்கிக் கண்ணீர் துளிர்த்துவிடுவதில்லை?

இருக்கும் இடம் அல்லது காலத்தோடு உடல் கொள்ளும் அதே அனுபவத்தை மனமும் அடையுமா என்ன? உடலை ஒரு விலங்கு என்றால், மனத்தைப் பறவை என்று கற்பிதம் கொள்வது சரியாக இருக்குமோ? அல்லது, வவ்வால்களைப்போல, சிறகுகள் கொண்டிருந்து குட்டிபோடவும் செய்யும், பாலூட்டி இனமோ?! வரலாற்றை, தரையுடன் இழுத்துப் பிடிக்கும் நீண்ட வால் ஆகவும், தற்போதைய கணம் என்பது அகண்ட ஆகாயத்தில் பறக்க உதவும் இறக்கைகள் என்றும்கூட இந்த உருவகத்தை விரித்துச் செல்லலாம்.

இவ்வளவையும் தொகுத்துக்கொண்ட பிறகு, மேற்கண்ட கரிசனங்கள் அனைத்துமே தத்துவத் துறைக்குப் பாத்தியதை உள்ளவை; கலையின் கவலைகள் முழுக்க முழுக்க வேறு என்றே தோன்றுகிறது. வடிவத்தின் சலுகை எவ்வளவு, உருவத்தின் விளிம்புகள் எவையெவை, முன்னரே பலமுறை நிகழ்வுகளுக்கு இடங் கொடுத்து உறுதியடைந்திருக்கும் தளத்தின் தன்மை என்ன என்பதை உன்னிப்பாக அவதானித்து, அவற்றை ஒன்றுவிடாமல் கலைத்துப்போடுவதற்கு, மீறிக் காட்டுவதற்கான உந்துதலே கலைக்குப் பிரதானமானது; வாசக மனத்துக்கு ஞானத்தையோ, விரக்தியையோ, வெறுப்பையோ, ஏன், தாளாத அன்பையோகூடப் புகட்டுவது அல்ல.

ஆக, வரலாற்றுணர்வு-நாவல் வரலாற்றையும் சேர்த்துத்தான்!— உருவாக்கும் நிர்ப்பந்தத்திற்கு எதிர்முனையில் இருந்து நாவல் என்ற என்ற பெருவடிவத்தை அணுகிப் பார்க்கலாமோ என்று தோன்றியதன் விளைவே, குறுந் தருணங்களின் தொகுப்பாக உருவாகியிருக்கும் இந் நூல்.

ஒன்றுக்கொன்று வெளிப்படையாய்த் தொடர்பில்லாத வெவ்வேறு படங்களைக் காட்டி, பார்க்கும் மனத்தில் என்ன தோன்றுகிறது என்று வினவும் உளவியல் பரிசோதனை ஒன்று இருக்கிறதல்லவா, இந்தக் கதைகளை எழுதும்போது அப்படியொரு மனநிலைதான் எனக்குள் நிலவியது. ஊடுசரடு வெளிப்படையாய்ப் புலப்படாது சிதறிக்கிடக்கும் கதைகள், வாசிக்கும் மனத்தில் என்ன விதமாய் அர்த்தம் கொள்கின்றன அல்லது அர்த்தமிழக்கின்றன என்பதைத் தெரிந்துகொள்ளும் ஆவல். குறைந்தபட்சம், எழுதும் மனம் உத்தேசித்த அதே இணைப்பைத்தான் மறுமுனையும் உணர்கிறதா என்பதை அறியும் ஆர்வம்...

இப்படியெல்லாம் யோசித்து, தீர்க்கமான முடிவெடுத்து, இந்த நாவலை எழுத ஆரம்பிக்கவில்லை. எழுதி முடித்ததை மீண்டும் வாசித்து இறுதி செய்தபிறகு இதையெயெல்லாம் சொல்லத் தோன்றுகிறது; அவ்வளவுதான்!

நான் எழுத்தாளன் அல்ல. கதைசொல்லி. மிகச் சிறிய வயதிலிருந்தே கதை கேட்டு வளர்ந்தவன். கேட்கப் பிடிக்கும் என்பதால் எழுதுகிறேன். எனக்கு எந்த விதமாய்க் கதைசொன்னால் கேட்கப் பிடிக்குமோ அதே மாதிரிச் சொல்லவும் முயல்கிறேன்.

எழுத்தாளனுக்கு ஏகப்பட்ட கடமைகள்; நெருக்கடிகள். சமூகத்தைத் சீர்திருத்தியாக வேண்டும். தன் காலத்திய அரசியல் சரிநிலைகளை மதிக்கவோ, எதிர்க்கவோ வேண்டும். தன்னுடைய பிம்பம் குலைந்துவிடாமல் பாதுகாத்துக்கொள்ள வேண்டும். இதெல்லாம் போக, சராசரி மனிதப் பிறவியின் மனத்தில் போலவே தன் மனத்திலும் ஊறும் சிறுமைகளை சாமர்த்தியமாக மறைத்துக்கொள்ள வேண்டும். அதிலும் தற்போதைய நிலைமை இன்னும் சங்கடமானது. அறிவுஜீவியாக வடிவெடுத்து சூரியனுக்குக் கீழ் இருக்கும் சகலத்தையும் பற்றி ஆணித்தரமாகக் கருத்துரைக்கும் தைரியமும், கலைக்களஞ்சியம் போன்ற தகவல் சேகரமும், போர்வீரனுக்குரிய நாயக கம்பீரமும். வாசிப்பவர் கண்களில் களகளவெனக் கண்ணீர் வரவழைக்கும் குணசித்திர வேடமும் ஒரே சமயத்தில் தாங்கியிருக்க வேண்டும்...

கதைசொல்லிக்கு இந்தப் பிரச்சினைகள் எதுவும் இல்லை. கதை சொல்ல வேண்டும் - அவ்வளவுதான்.

கதைசொல்லியுடனான சகவாசம் வாசகருக்கு என்னென்ன சௌகரியங்கள் தரக்கூடும் என்பதையும் சொல்ல வேண்டும். சொல்லப்பட்ட கதையில் நுணுக்கங்களைக் கண்டு பிடிக்கலாம்; தட்டையாய் இருக்கிறதே என்று அங்கலாய்க்கலாம். வடிவம் பற்றிய நிர்ப்பந்தங்கள், இலக்கிய மற்றும் சமூகவியல் கோட்பாட்டுச் சிக்கல்கள், எழுத்தாளனின் சுட்டுவிரல் விதிக்கும் நுட்பமான நிபந்தனைகள் போன்றவை இன்றி அபரிமிதமான வாசக சுதந்திரத்தை அனுபவிக்கலாம். அவசியம் என்று தோன்றினால், மேற்சொன்ன அனைத்தையும் புண் ஆற்றும் களிம்புபோல கைவசம் வந்து சேர்ந்திருக்கும் கதை மீது பூசிப் பார்க்கலாம்; வைது தீர்க்கலாம்.

இந்த நாவலைப் பொறுத்தவரை, மேற்படி சுதந்திரம் இன்னும் கூடுதலாய் இருக்கும் என்று படுகிறது – இதை நடுவிலிருந்தோ, முடிவிலிருந்து பின்னோக்கியோ கூட வாசிக்கலாம். வெவ்வேறு

அத்தியாயங்களின் பல கதைகளைப் பிணைத்தும், பிரித்தும்கூட வாசிக்கலாம்.

சமகாலத்தின் சீரிய பிரச்சினைகள், சர்ச்சைகள், விபரீதங்கள் போன்றவற்றின் தொலைதூரச் சாயல்கூட, தப்பித்தவறி, இந்தக் கதைகளில் தெரியவருமானால், அது தற்செயலானது. மிக மிகத் தற்செயல். கதைசொல்லியின் நனவிலியில் தன்னிச்சையாகப் பதிந்த அவதானங்களை வேண்டுமானால் அதற்குக் காரணமாகச் சொல்லலாம் - அவன் பிரக்ஞைபூர்வமாகக் கோத்தவை அல்ல.

மற்றபடி, மனிதகுலத்தின் நிரந்தரப் பிரச்சினை, மனம்தான் என்றே நம்புகிறேன். தனிமனித மனம் அல்ல – மனம் என்ற அமைப்பும், அதன் சகல பரிமாணங்களும். மனம் என்ற புதைமணலில் மேலோட்டமாகவும் அதன் ஆழ்படுகைகளில் வெளித் தெரியாத அழுத்தத்துடனும் நிலவும் கிலேசங்களை, அச்சங்களை, அசட்டுப் பெருமிதங்களை, அற்பத்தனங்களை, எதிர்பாராதவிதத்தில் பீறிட்டுவிடும் நல்லெண்ணத்தை, இவற்றில் எந்த ஒன்றையும் தீர்மானமாக வரையறுத்துவிட இயலாத தர்க்க முரண்களை என் வழியில் கதைகளாக்க முயல்கிறேன். இந்தச் செயல்பாட்டில், கதாபாத்திரங்கள், தம்முடைய இயல்பு நிலையை இழந்த பிரசங்கிகளாக, மோசமான நடிகர்களாக, போலிக் காவிய நாயகர்களாக மாறிவிடாமல் பார்த்துக்கொள்ளப் பிரயாசைப்படுகிறேன். அவர்கள் பலவீனர்களாக, தீனர்களாக அமைந்துவிடும் பட்சத்தில் என்னுடைய கதையையே எழுதிவிட்ட திருப்தியும் கிளர்ச்சியும் அடைகிறேன்.

கனவு நனவு என்ற இரு தளங்களுமே வெறும் கற்பிதங்கள் என்றும், அவற்றினிடையிலான பிளவும் தொலைவும்கூடக் கற்பிதமே என்றும் நம்பவும் அந்த நம்பிக்கையை என் கதைகளில் நிறுவிப் பார்க்கவும் முயல்கிறேன். முன்னறியாத நபர் நனவில் எதிர்ப்பட்டு நிகழ்த்தும் அல்லது பேசும் ஒரு சமாசாரம், கனவில் அவர் தோன்றும்போதும் அவ்விதமாய்த்தானே நிகழும் என்று வியந்து போகிறேன்.

இந்த நாவலை எழுதிவந்தபோது, இதில் இடம்பெற்ற சில கதைகளை மட்டும் தொடுத்துச் சிறுகதைகளாகவும், சில கதைகளைத் தனிக் கதைகளாகவேயும் பிரசுரத்துக்கு அனுப்பியதுண்டு – நாவல் முன்னோட்டமாகவே ஒரு பகுதி பிரசுரம் ஆனது; அந்தப் பகுதியை வைத்துக்கூட இந்த நாவலின் தன்மை இன்னது என்று அடையாளம் காண முடியாது என்றுதான்

அப்போது பட்டது. இலக்கியத்தின் எந்த உருவமுமே அறுதியானதோ, தெளிவான வரையறை கொண்டதோ அல்ல என்பதை எனக்கு உணர்த்திய சந்தர்ப்பங்கள் அவை. ஒரு தமிழ் வாசகனாக, உரைநடையாக ஒலிக்கும் கவிதைகளும், கவிதைபோன்றே தொனிக்கும் உரைநடைப்பகுதிகளும் எனக்குப் புதியவை அல்ல; முன்னோடிகள் நிகழ்த்திக்காட்டிச் சென்றிருப்பது அவ்வளவு விஸ்தாரமான பரப்பு. ஆனாலும், அனுபவபூர்வமாக அதை உணர்வது முக்கியமில்லையா!

மேலே குறிப்பிட்ட கதைகள், எனது சிறுகதைத் தொகுப்புகளில் இடம்பெறாமல் பார்த்துக்கொள்வேன்.

சில வருடங்களுக்கு முன்னால் ‘மணற்கேணி’ என்ற நூலை எழுதினேன். தனித்தனியான நூறு சம்பவங்கள் ஒரே மையப் பாத்திரத்துக்கு நேரிடுவதாக வனையப்பட்ட நூல் அது. அவை உதிரிக் கதைகள் என்று எவ்வளவு பிடிவாதமாக நான் சொன்னபோதும், ‘இல்லை; அது நாவலேதான்’ என்று அடம் பிடித்த நண்பர்கள் இருக்கிறார்கள். ‘நாவல்’ என்று கோரி நான் எழுதி முடித்திருக்கும் இந்த நூலை, இல்லை; உதிரிக்கதைகள்தாம் இவை என்று அவர்கள் சொல்லும் பட்சத்தில், வட்டம் பூர்த்தியாகிவிடும் என்று படுகிறது!

நண்பர்களுக்கும், இதை வாசிக்கவிருக்கும் முகமறியா வாசகர்களுக்கும் என் மாறா அன்பு.

யுவன் சந்திரசேகர்

சென்னை
14–05–2019

ஆசிரியரின் சிறுகதைத் தொகுப்புகள்

(காலச்சுவடு வெளியீடு)

ஏமாறும்கலை

ரூ. 190

தமிழில் இன்று எழுதிவரும் எழுத்தாளர்களில் ஆகப் பெரிய கதைசொல்லி யுவன் சந்திரசேகர்தான். அதி நவீனக் கதைசொல்லி. அவருடைய கதைகளை என்னால் ஒருபோதும் சொற்களாக வாசிக்க முடிந்ததில்லை. ஒலியலகுகளாகவே வாசிக்கிறேன். கண்களால் புரட்டிச் செல்லும்போதும் அந்தப் பிரதி காதுகளால் கிரகிக்கப்பட்டுப் புரிந்துகொள்ளப்படுகிறது. இதற்கு நேர்மாறானவை யுவனின் கவிதைகள். அவை உரத்த குரல் வாசிப்புக்கு இணங்காதவை. யுவன் சந்திரசேகர் ஒருபோதும் ஒற்றைக் கதையைச் சொல்வதில்லை. கதைகளின் கூட்டணியைத்தான் முன்வைக்கிறார். ஒரு கதைக்குள் சொருகப்பட்ட இன்னொரு கதையும் அதற்குள் வேறொரு கதையும் அவற்றின் உள்ளே மற்றொரு கதையும் பிறிதொரு கதையுமாகச் சொல்லிச் செல்வது அவரது பாணி; எல்லா அனுபவங்களையும் கதைகளின் கதைகளாகவே பார்ப்பதே அவரது கதையாளுமை. முடிவடையக்கூடிய ஒரு கதையையோ அல்லது தொடக்கம் உச்சம் இறுதிச் சமநிலை என்ற மரபான கதையையோ யுவன் சந்திரசேகரால் ஒருபோதும் எழுத, யோசிக்கவே கூட முடியாது என்று எண்ணுகிறேன். இந்த அவதானிப்புகளின் அண்மைய உதாரணம் 12 கதைகள் கொண்ட இத்தொகுப்பு. அவரது முந்தைய கதைகள் கதை சொல்லிக்குக் கட்டுப்பட்டு ஒலித்தவை. இந்தத் தொகுப்பின் கதைகள் சற்று அதிகத் தன்னிச்சையுடன் சஞ்சரிப்பவை.

சுகுமாரன்

ஒற்றறிதல்
ரூ. 290

கதையாக இருப்பதைக் கதையற்றதாக மாற்றுவது, கதைத்தன்மையே இல்லாத ஒன்றைக் கதையாக உயர்த்துவது, கதைகளுக்குள் கதை என்ற வட்டச்சுழற்சியை ஏற்படுத்துவது; எதார்த்தத் தளத்திலிருந்து கற்பனைப் பரப்புக்கோ அல்லது அமானுஷ்யமான வெளிக்கோ புனைவைக் கொண்டு செல்வது, வாழ்வின் வியப்புகளை மிகையில்லாமலும் அற்புதங்களை இயல்பாகவும் சித்திரிப்பது, வழக்கமான சிறுகதைகளின் இலக்கணத்தை எப்போதும் கடந்துசெல்வது; இந்தச் செயல்கள் அனைத்தையும் வாசகன் ஏற்றுக்கொள்ளும் சுவாரசியத்துடன் முன்வைப்பது, யுவன் சந்திரசேகரின் இந்த ஆறாவது தொகுப்பிலுள்ள 14 சிறுகதைகளிலும் இந்தப் பொதுத்தன்மையைக் காணலாம்.

கூடவே ஆழ்மன விசாரத்தையும் விளையாட்டின் வினையைப் பற்றிக் கவனம்கொள்ளும் பக்குவத்தையும் காணமுடியும். முந்திய கதைகளில் தென்பட்ட வெகுளித்தனமான கதையாடலுடன் புதிய கதைகளில் புலனாகும் இம்மாற்றம் 'ஒற்றறிதல்' தொகுப்பை அவரது பிற தொகுப்புகளிலிருந்து வேறுபட்டதாக்குகிறது.

சுகுமாரன்

ஒளிவிலகல்
ரூ.100

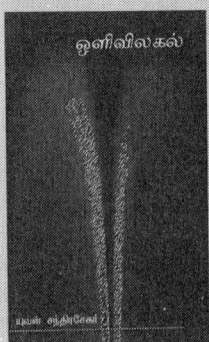

தமிழின் முக்கியமான நவீன கவிஞர்களில் ஒருவரான எம். யுவனின் முதல் சிறுகதைத் தொகுப்பு. இந்திய மரபிலிருந்து விரியும் புனைகளன்களை நவீன மனிதனின் தரிசனங்களோடு இணைக்கும் யுவன் சந்திரசேகர் ஒவ்வொரு கதைக்குள்ளும் சிதறிக்கிடக்கும் பல்வேறு கதைகளைத் திறக்க முற்படுகிறார்.